अणसार

कुष्ठरुग्णांच्या अपरिचित विश्वात डोकावण्यास भाग पाडणारी सत्य घटनेवर आधारित कादंबरी

लेखक
वर्षा अडालजा

अनुवाद
अंजनी नरवणे

मेहता पब्लिशिंग हाऊस

Please contact us at **Mehta Publishing House,** 1941, Madiwale Colony, Sadashiv Peth, Pune 411030. © +91 020-24476924 / 24460313
Email : info@mehtapublishinghouse.com
production@mehtapublishinghouse.com
sales@mehtapublishinghouse.com
Website : www.mehtapublishinghouse.com
◆ *या पुस्तकातील लेखकाची मते, घटना, वर्णने ही त्या लेखकाची असून, त्याच्याशी प्रकाशक सहमत असतीलच असे नाही.*

ANSAR by Varsha Adalja

Translated into Marathi Language by Anjani Naravne

अणसार / कादंबरी

अनुवाद : अंजनी नरवणे
एफ १/१, नेस्ट, एच. डी. एफ. सी. कॉलनी,
चिंचवड (पू), पुणे ४११०१९.

प्रकाशक : सुनील अनिल मेहता, मेहता पब्लिशिंग हाऊस,
१९४१, सदाशिव पेठ, माडीवाले कॉलनी, पुणे ३०.

मुद्रक : रेप्रो इंडिया लि., मराठे उद्योग भवन,
अप्पासाहेब मराठे मार्ग, प्रभादेवी, मुंबई - ४०००२५.

मुखपृष्ठ : सिद्धार्थ पारसनीस

प्रकाशनकाल : जानेवारी, १९९९ / पुनर्मुद्रण : जानेवारी, २०१८

किंमत : ₹ ३५०

P Book ISBN 9788171617890
E Books available on : play.google.com/store/books
m.dailyhunt.in/Ebooks/marathi
www.amazon.in

एक आगळीवेगळी कादंबरी

वर्षा अडालजालिखित 'अणसार' ही एक उत्कृष्ट कादंबरी आहेच; त्याहूनही विशेष म्हणजे व्यथित मानवतेला दिलेला तो एक दिव्य संदेश आहे. प्राणाहून प्रिय मानलेले स्वजन असोत की समग्र समाज असो, सर्वांनी मिळून शेकडो वर्षे ज्या कुष्ठरोग्यांची सदैव क्रूर उपेक्षाच केली, त्या कुष्ठरोग्यांच्या आयुष्याबद्दल वर्षाबिनना जिव्हाळा उत्पन्न झाला. वर्षाबिन त्या कुष्ठरोग्यांमध्ये त्यांच्यासोबत राहिल्या. कुष्ठरोग्यांसंबधी माहितीचा त्यांनी अनेक वर्षे अभ्यास केला. लेखिका म्हणून तेव्हा केलेले प्रयास केवळ प्रयास न राहता आता ती एक साधना बनली आहे. त्या साधनेतून जन्मला एक संदेश- आस्थेचा, श्रद्धेचा संदेश! अत्यंत विपरीत परिस्थितीतही जीवनाबद्दलची आस्था आणि जीवनदात्यावरची श्रद्धा न त्यागण्याचा हा कल्याणकारी संदेश आहे. केवळ कुष्ठरोग्यांसाठीच नव्हे, तर महाभयानक भासणाऱ्या या आपल्या जगातल्या कोट्यवधी पीडित, दुःखित, शोषित, दलित, युद्धत्रस्त आणि भयग्रस्त... सर्वांसाठीच विश्वाच्या मांगल्याचा तो एक 'अणसार' म्हणजेच संकेत आहे. या दिव्य संदेशामुळे ही कादंबरी इतर सर्वसामान्य कादंबऱ्यांपेक्षा वीतभर अधिक उंची गाठते; सर्वांमध्ये ठळकपणे उठून दिसते.

संपूर्ण स्रोत विद्यालय **—नारायण देसाई**
वेडछी ३९४६४१

“आकाशात दिसणाऱ्या इंद्रधनुष्याकडे बोट दाखवायला ज्यांच्या हातांना बोटंच नाहीत, अशा माझ्या मित्रांनी इंद्रधनुष्याचे रंग आमच्या आनंदवनातल्या फुलापानांवर आणि झाडांवर आणून सोडले आहेत. स्वतःचा अंगठा कापून द्यायला जो कचरला नाही, अशा एकलव्याच्या जातीतल्या माणसांचा एक प्रतिनिधी म्हणून मी आज तुमच्यासमोर उभा आहे.
...ज्याची सेवा केल्याबद्दल तुम्ही आज मला पुरस्कार देत आहात, त्या महारोग्याला या पुरस्कारवितरण समारंभाला तुम्ही येऊ द्याल? आपल्या समाजातल्या विषमतेचं, अन्यायाचं हे एक कटू सत्य आहे.”

—बाबासाहेब आमटे

(१९७९चा जमनालाल बजाज पुरस्कार घेताना)

"जगातला सर्वांत भयानक रोग कॅन्सर किंवा कुष्ठरोग नाही; परंतु जगात कोणाला माझी गरज नाही, मी कोणाला आवडत नाही आणि कोणालाही माझी पर्वा नाही, अशी भावना मनात निर्माण होणं, ही सर्वांत महाभयंकर व्याधी आहे."

—मदर टेरेसा

मनोगत

मध्यप्रदेशातील आदिवासींच्या जीवनसंघर्षावर आधारित माझी कादंबरी 'गाठ छूट्यानी वेळा' प्रसिद्ध झाल्यावर थोड्या दिवसांनी बडोद्याजवळच्या 'श्रममंदिर'कडून पृच्छा आली की, महारोग– लेप्रसीवर तुम्ही लिहाल? जर लिहिलंत, तर सर्वसामान्य वाचकांचं लक्ष त्या प्रश्नाकडे वेधून घेता येईल आणि या रोगासंबंधी असलेल्या भ्रामक समजुती दूर करण्याच्या प्रयत्नांना मदत होईल.

ही घटना आठ-नऊ वर्षांपूर्वीची. या रोगाबद्दल तेव्हा फारच कमी लेखन झालेलं होतं. मी या रोगाबद्दल व प्रत्यक्ष रोग्यांबद्दल माहिती, अनुभव वगैरे एकत्र करायला सुरुवात केली. बऱ्याच फायली जमल्या. सगळ्या अनुभवांबद्दल लिहायचं म्हटलं आणि क्रमशः प्रसिद्ध करत गेलं, तर बरीच वर्षं चालेल एवढी मोठी कादंबरी झाली असती! पण त्यातून सांगायचं एवढंच होतं की, माणसांना होणाऱ्या अनेक व्याधींपैकी एक कुष्ठरोगच असा रोग आहे की, ज्याला हा होईल, त्या बिचाऱ्या रुग्णाला दया आणि शुश्रूषेऐवजी घृणा व धिक्कारच मिळतो. आजारी माणसाचे जवळचे नातलगही त्याची शुश्रूषा करण्याऐवजी फाटक्या कपड्यासारखं त्याला फेकून देतात. अशा रुग्णांच्या मनोविश्वात शिरून मला बघायचं होतं.

'श्रममंदिर'तर्फे प्रसिद्ध होणाऱ्या पत्रिकांमध्ये सत्य घटना येत असतात. त्यातल्या एका घटनेतल्या रूपा नावाच्या दुर्दैवी स्त्रीच्या कहाणीवर आधारित एक लघुकथा मी लिहिली. (अलीकडेच रूपा आश्रमातच मृत्यू पावली) लघुकथेत तिचं दुःख, स्वजनांनी झिडकारल्यानं झालेल्या मनोवेदना, यांबद्दल लिहिलं. पण कथेचा शेवट कसा करायचा... जिनं सर्वस्व गमावलं असेल तिच्या मनाचं समाधान कसं करायचं? कागदावर लिहायला आध्यात्मिक तत्त्वज्ञान ठीक आहे, पण वास्तविक आयुष्यात? या लघुकथेचा शेवट कसा करायचा या समस्येनं मला अस्वस्थ केलं. एक दिवस उजाडता खिडकीतनं आभाळाचे रंग बघत होते. दूर समुद्रावर सूर्य

उगवत होता आणि त्याचा सौम्य प्रकाश आकाशात पसरत होता आणि एकाएकी अगदी अभावितपणे स्व. करसनदास माणेक यांच्या एका भजनाची एकच ओळ आठवली– 'हरि, मने आपो एकादी एंधाणी' (हे हरी (मनाला दिलासा मिळेल अशी) एक खूण, एक निशाणी मला दे रे!) किती तरी वर्षांपूर्वी वाचलेली ही एकच ओळ मनाच्या कुठल्या कोपऱ्यात लपून बसलेली होती, हे माझं मलाच ठाऊकही नव्हतं; पण ती ओळ अशी आठवली आणि केव्हातरी जमिनीत कुठूनतरी येऊन पडलेल्या बीजाला अंकुर फुटावा, तसं लघुकथेचं शीर्षक आणि शेवट दोन्ही त्या ओळीत मला सापडलं.

'हरि मने आपो एकादी एंधाणी' ही लघुकथा मी श्रममंदिरच्या पत्रिकेसाठी पाठवली. पत्रिकेच्या हजारो प्रती हजारो लोकांकडे पोचल्या आणि हळूहळू आपल्या साध्या डोळ्यांना न दिसणारी हरीची निशाणी- खूण दिसायला सुरुवात झाली! दूर कुठेतरी राहणाऱ्या कोणी ती कथा वाचावी आणि आपल्या ऐपतीप्रमाणे लहान-मोठी रक्कम आश्रमाला पाठवावी, असं घडू लागलं! कथेमध्ये मी दान-देणगी देण्यासाठी विनंती वगैरे केलेली नव्हती किंवा कुष्ठरोगाविषयी विस्तारानं माहिती वगैरेही दिलेली नव्हती. फक्त रूपाची मानसिक व्यथा, घालमेल व्यक्त केली होती. रूपा विचारते, "का पण? का? कशासाठी जगात हे एकटेपण, ही व्यथा? या व्याधी, ही दुःखं? का म्हणून देव असा भयंकर शाप देतो?" आणि उत्तर मिळतं, "ईश्वर आहे या सत्याची ही निशाणी आहे बाळ! या वेदना बघून लोकांचा अंतरात्मा जागा होतो आणि पडणाऱ्याला आधार द्यायला हात पुढे येतात. जन्म जन्मांतरी चालणारा हा यज्ञ आहे. समाजातलं चैतन्य जागृत राहावं, उसळतं राहावं, म्हणून ही दुःखं, या वेदना! समस्त मानवजातीच्या कल्याणासाठी थोड्या लोकांची देव अशी आहुती देतो. समजतंय का तुला? या पृथ्वीवरचा प्रत्येक वेदनाग्रस्त जीव म्हणजे ईश्वराच्या अस्तित्वाची निशाणी आहे."

त्या थोड्या वर्षांत श्रममंदिर आश्रमाला त्या कथेनं बरीच मोठी रक्कम देणग्यांमधून मिळवून दिली. कथेचं निमित्त, खरं म्हणजे रूपाच्या अश्रूंनी लोकांची मनं द्रवली. मग आणखी एक कल्पना पुढे आली. या कथेवर दूरदर्शनसाठी चित्रपट बनवला तर खूप मोठा प्रेक्षक वर्ग मिळेल. दूरदर्शनसाठी मी नाटकं आणि सीरियल्स बरीच लिहिली होती, पण टेलिफिल्म ही एक वेगळी कला. त्याचं अर्थशास्त्रही वेगळंच. ईश्वराच्या अस्तित्वाची निशाणी मलाही शोधायचीच होती! मी स्क्रिप्ट लिहून दूरदर्शनला दिलं आणि मनातनं काढून टाकलं. काहीच अनुभव नसताना प्रोड्यूसरचं काम मला कोण देणार होतं?

पण एकाएकी तारच आली. स्क्रिप्ट स्वीकारलं गेलं होतं आणि प्रॉडक्शन खर्चासाठी अमुक एक रक्कम दूरदर्शनकडून मिळणार होती. प्रसिद्ध दिग्दर्शक आणि

माझे खूप जुने स्नेही हनी छाया यांना मी सांगितलं की, आता हे तुम्ही कसं ते पार पाडा. पैसे मिळाले नाहीत तरी चालेल, नुकसानीत गेलो नाही म्हणजे झालं. मोजके पैसे न् मदतनीस माणसांचा तांडा घेऊन आम्ही बडोद्याजवळच्या श्रममंदिरमध्येच जाऊन राहिलो आणि तिथेच शूटिंग केलं. खर्च अफाट होता. इतक्या सगळ्या लोकांचा रोजचा खर्च, टेक्निकल खर्च, अभिनेत्यांचा, पार्श्वसंगीताचा, एडिटिंगचा– हे सगळे खर्च– पण नाव तडीपार झाली खरी! करसनदास माणेकचं भजन संपूर्ण मिळवलं. भजनातल्या भावना आणि शब्द जणू रूपाच्या आयुष्याचं प्रतिबिंब असावेत तसे! प्रसिद्ध संगीतकार गौरांग व्यास यांनी ते स्वरबद्ध केलं, न् कविता कृष्णमूर्ती आणि जयदीप स्वादिया या दोघांनी इतक्या उत्कटतेनं ते गायलं, की रेकॉर्डिंगच्या वेळी सगळ्यांचे डोळे पाणावले होते.

पण– मला तर कादंबरी लिहायची होती. कथेमध्ये रूपाला तिच्या प्रश्नाचं उत्तर सापडलं होतं, पण माझ्या दृष्टीनं तिच्या प्रश्नाचं उत्तर अजून मिळायचं होतं, अजूनही मला ते शोधायचंच होतं. का? का या वेदना? का ही अवहेलना? शरीरावरील क्षतांमधून वाहणाऱ्या रक्त आणि पू यांच्याबरोबर माणसामाणसांमधले संबंधही जणू वाहून जातात. रोग्याच्या शरीरापेक्षाही खोल घाव त्याच्या मनावर होतात, जे कधी भरून येतच नाहीत. काहीही अपराध केलेला नसताना या रोग्यांना त्यांचे निकटचे आप्त घराबाहेर काढतात किंवा बेवारशी वस्तूसारखे आश्रमात टाकून जातात आणि मग कायमचंच त्यांच्यासाठी त्यांच्या घराचं आणि आप्तजनांच्या हृदयाचं दार बंद होऊन जातं.

संपूर्ण बरे झाल्यानंतरसुद्धा वीस-वीस वर्षं श्रममंदिरातच राहत असलेल्या व्यक्तींना मी भेटले आहे आणि त्यांनी जे काही सहन केलं, त्याच्या कहाण्या ऐकून माझा थरकाप झाला आहे. मरायच्या आधी एकदा तरी आईचं तोंड बघायला तळमळणाऱ्या मुलीला शेवटचं भेटायलाही तिची आई फिरकलीसुद्धा नाही. —आईला महारोग झाला आहे हे समजल्यावर तिला दारू पाजून जिवंत पुरून टाकणारे मुलगे मला ठाऊक आहेत. —पाच मुलगे असलेली आई आश्रमात झुरून झुरून मेली तेव्हा तिला अग्नी द्यायलासुद्धा कोणीही फिरकलं नाही. —रोगी पतीला आश्रमात टाकून निघून जाणारी पत्नी आहे आणि —पत्नीच्या अंगावर एक व्रण झाल्याबरोबर भरल्या घरातून तिला हाकलून देऊन भिकेला लावणारा नवराही आहे. —संपन्न घरातल्या पंधरा-सोळा वर्षांच्या मुलाला या रोगाची चिन्हं दिसताक्षणी कीड लागलेल्या धान्यासारखं त्याला घराबाहेर काढून हॉस्पिटलमधे पोचवून दिलं आणि पुढे वेड लागून, अपघात होऊन तो मेला तोपर्यंत कोणीही त्याला भेटायलाही आलं नाही.

आणि दुसरीकडे असेही कितीतरी लोक भेटले, जे रोग्यांच्या वाहत्या जखमांचं

ड्रेसिंग करत असत, त्यांची शुश्रूषा करत असत. आश्रमाच्या हॉस्पिटलच्या बाहेरच्या व्हरांड्यात मी दुपारची जाऊन बसत असे. औषध घेऊन जायला आलेल्या रोग्यांची मोठी रांग व्हरांड्याच असायची. कितीतरी दूरदूर अंतरावरनं त्यांतले काही जण, जगायच्या, बरं व्हायच्या आशेनं धडपडत इथपर्यंत आलेले असायचे. प्रत्येक चेहेऱ्यामागं जाणवायची एक पोकळी आणि त्यात कोंडून बंद करून टाकलेली पूर्वायुष्यं आणि तेव्हाची नातीगोती! इथं त्यांना खेचून आणलेलं असायचं ते बरं होऊन नवं जीवन जगण्याच्या आशेनं. शुश्रूषा करणारी मंडळी मुळीच किळस न दाखवता मायेनं त्यांची विचारपूस करत, दिलासा देत. त्या रोग्यांशी या मंडळींचं थेंबभर रक्ताचंही नातं नव्हतं. पण वादळात उन्मळून पडलेल्या वृक्षाला आधार देऊन परत जमिनीत रुजवायचा प्रयत्न करावा, तसं या रोग्यांना ही माणसं प्रेमानं, आपुलकीनं, प्रसन्न चेहेऱ्यानं मदत करत होती. तर मग या जगात कुठलं नातं खरं? रक्ताचं? की प्रेमाचं?

आजीवन कारावासाच्या शिक्षेसारख्याच या रोगाची भयानकता आणि यातना असतात, त्या साध्यासुध्या नव्हेतच. सिंहासारखं तोंड होणं, अंधत्व येणं, नाक सडून जाणं, हातापायाची बोटं वळून वाकडी होणं– हे रोगाचं चित्र अत्यंत दारुण असतं. हातापायाला पट्टे बांधून भीक मागणाऱ्या भिकाऱ्यांपासून चट्‌दिशी दूर सरकून आपण एखादं दुसरं नाणं त्यांच्या दिशेनं फेकतो आणि त्याच वेळी आपल्या मनात घृणा दाटून येते. अगदी पौराणिक काळापासून आपल्याकडेच नाही, तर जगात सगळीकडेच कुष्ठरोग हा महाभयंकर समजला जातो आणि रोग झालेल्यांचा तिरस्कार करून त्यांना दूर ढकललं जातं. युरोपमध्ये पूर्वी महारोग्यांना एका जहाजात घालून प्रशांत महासागराच्या एखाद्या लांबच्या निर्जन बेटावर सोडून येत असत. मग कधीतरी एखादं जहाज जाता येता तिथं किनाऱ्यावर शिधासामग्री उतरवून जाई, पण मागे वळून कोणी बघतही नसे. फ्रान्समध्ये रोग्यांच्या गळ्यात घंटा व हाताला एक टोपली बांधून जंगलात सोडून देत असत, तर काही देशांमध्ये वस्तीपासून दूर कुठेतरी खोल खड्ड्यांमध्ये या रोग्यांना टाकून देत असत. 'बेनहर' चित्रपटातलं ते केविलवाणं दृश्य कोण विसरू शकेल? आपल्याकडेही अशा रोग्यांना गळ्यात दगड बांधून नदीत किंवा समुद्रात फेकून देत असत.

हे सगळं होत असे, तेव्हा महारोगावर औषधच नव्हतं. मनुष्य अत्यंत अंधश्रद्ध होता व दैवी शापावर विश्वास ठेवत असे. अशा वेळी नॉर्वेचे एक तरुण उत्साही डॉक्टर हेन्सन यांनी महारोगाचं कारण शोधायला संशोधन सुरू केलं. हे काम करत असताना त्यांना जे सहन करावं लागलं ती एक वेगळी कथा होऊ शकेल. हे असं संशोधन करणं अनैतिक आहे म्हणून नॉर्वेमधल्या हॉस्पिटलमधून त्यांना काढून टाकण्यात आलं, पण हॅन्सननं काम बंद केलं नाही. इ. स. १८७० मध्ये त्यांनी

हा शोध लावला की, महारोग हा जंतुघ्न रोग आहे. त्यांच्या या शोधामुळे रोगावर औषध शोधण्याच्या कामाला जोर आला. आज महारोग झालेला माणूस रोगमुक्त होऊन मानाचं जिणं जगू शकतो. रोगाच्या सुरुवातीलाच औषधयोजना झाली, तर घरी राहूनच इलाज करता येतो, कुठलीही कुरूपता न येता बरं होणं शक्य असतं. हा रोग आनुवंशिक नाही, संसर्गजन्यही नाही असं म्हणता येईल. कारण भारतातल्या कुष्ठरोग्यांपैकी १५ ते २० टक्के रोगीच असे आहेत की, ज्यांचा रोग संसर्गजन्य स्थितीत आहे. शिवाय संसर्ग प्रदीर्घ काळ झाला तरच रोग होऊ शकतो. जगात सुमारे दीड कोटी कुष्ठरोगी आहेत व त्यांपैकी २५ लाख भारतात आहेत. अर्थात् हे आकडे फसवेही असू शकतात. रोग लपवून ठेवणारे रोगीही असतील. अजूनही प्रचंड अज्ञान, अंधश्रद्धा, पूर्वजन्मीच्या पापाची फळं वगैरे समजुती आहेत. कित्येक महारोगी भीक मागतात, हॉस्पिटल, फूटपाथ, झोपडपट्ट्या असे इकडून तिकडे फेकले जाता जाता, असह्य मानसिक यातना आणि घोर निराशा यांच्या भोवऱ्यात सापडून आत्महत्या तरी करतात किंवा टाकून दिलेल्या धान्यासारखे सडत पडतात, शेवटी मरतात. कित्येक नातलग, रोग्याला हॉस्पिटल, आश्रम अशा ठिकाणी ठेवून येतात. हे रोगी कधीही समाजात परत येऊ शकत नाहीत. रोगमुक्त झालेल्या माणसांना प्रेमानं परत स्वगृही कोणीही घेऊन जात नाही, हे कठोर सत्य आहे.

परंतु या ब्रह्मांडातली कुठली तरी अदृश्य शक्ती तराजूची दोन्ही पारडी समतोल ठेवत असतेच.

सहा रुग्ण आणि फक्त चौदा रुपयांचं भांडवल घेऊन महारोग्यांसाठी काम करायला बाबा आमट्यांनी सुरुवात केली. अन्यायाविरुद्ध त्यांचा विराट लढा आहे; पण मानवी मूल्यं रसातळाला पोचवणारं हे कलियुग आहे असं बाबा मानत नाहीत. एका कवितेत त्यांनी लिहिलं आहे की, शूद्रांना हृदयाशी धरून आजचं कलियुग गाईल मनुष्यायन. राम किंवा कृष्णासारख्या अवतारी पुरुषांचं अयन नाही, साध्यासुध्या माणसांचं मनुष्यायन! अन्याय आणि उच्चनीच भाव नव्हता कधी? पण कलियुगाच्या मनुष्यायनाचं वैशिष्ट्य हे की, आजचा माणूस त्यांच्याविरुद्ध लढा द्यायला जागृत झाला आहे.

पू. बापूजींनी खूप पूर्वी म्हणजे १९३९ मध्ये कुष्ठरोगानं ग्रस्त झालेल्या परचुरे शास्त्रींना आश्रमात ठेवून त्यांची शुश्रूषा केली होती. विनोबाजींच्या आश्रमात त्यांनी तेथील जमिनीत सापडलेल्या कितीतरी भग्न मूर्ती ठेवल्या होत्या. ते म्हणायचे, या मूर्ती बघून मला मनोहरजींच्या दत्तपूर कुष्ठधाममधल्या रुग्णांची आठवण होते. या ईश्वराच्या खंडित मूर्ती, त्या खंडित मानव मूर्ती.

आज गुजरातभर अनेक प्रसिद्ध, अप्रसिद्ध समाजसेवकांनी या कामाला जीवन वाहिलं आहे. बडोद्यापासून थोड्याच अंतरावर श्रममंदिर वसाहत आहे. पण तेथे

राहणारे रुग्ण जसे काही समाज आणि संस्कृती यांपासून दूरदूर फेकले गेलेले आहेत. सुरेशभाई आणि इन्दिराबेन सोनी सत्कर्मांची बीजं लावत आहेत. साबरकाठा जिल्ह्यातील राजेन्द्रनगरजवळ त्यांनी कुष्ठरोग्यांसाठी एक नवी मानवमंदिर वसाहत उभी केली आहे.

'अणसार' कादंबरी क्रमशः 'जन्मभूमीप्रवासी' मध्ये प्रसिद्ध होत गेली तेव्हा तिला खूपच चांगला प्रतिसाद मिळाला. खूप वाचकांची पत्रं यायची; विचारायचे, की कथा इतकी करुण का आहे? आप्तस्वकीय इतक्या निर्दयपणे आपल्याच माणसांना असं सोडून देतील, असं खरोखर होऊ शकेल?

पण यात अशक्य किंवा आश्चर्याचं वाटण्यासारखं काय आहे? ज्या समाजात टीव्ही, स्कूटर अशा वस्तूंसाठी किंवा काही हजार रुपयांसाठी पत्नीला किंवा सुनेला अत्यंत क्रूरपणानं जिवंत जाळलं जातं, तिथं कुष्ठरोग झालेल्या आप्ताला कसल्यातरी घाणेरड्या कचऱ्यासारखं उकिरड्यावर टाकून दिलं गेलं, तर त्यात काही नवल आहे? श्रममंदिरातल्या काही रोग्यांनी त्यांच्या झिजलेल्या, वाकड्या झालेल्या बोटांनी त्यांच्या हृदयद्रावक सत्य कहाण्या लिहिल्या आहेत. खरं सांगायचं तर रूपाची कथा मी लिहिली आहे त्याहूनही करुण आहे; पण माझे शब्द जणू थिटे पडले. बरीचशी पात्रं, प्रसंग खरेच घडलेले आहेत. कोणीसं विचारलं होतं, की शिकलीसवरलेली रूपा स्वतःचं औषधपाणी स्वतः का नाही करू शकली? मला असं सांगा, की आपल्या माणसांमध्ये राहत असताना, प्रेमानं त्यांची शुश्रूषा केली जात असतानाही, असाध्य रोगानं पीडित लोक हताश होतात, तर दुनियेच्या या भयंकर जंगलात जिला एकटीला सोडून दिलं गेलं अशी एकाकी स्त्री काय करू शकेल? नारी निकेतन, रिस्क्यू होम्स, सरकारी वा अर्धसरकारी आश्रयगृहं अशा ठिकाणी मन आणि पाय जायला तयार झाले तर ठीक; पण अभागी स्त्रिया आणि मुलांच्या केस हिस्ट्रीच्या वह्या उघडल्या तर तिथेही जीवनाचं भयंकर रूप नजरेला पडतं!

असो! कुष्ठरोगाबद्दल वैद्यकीय माहिती देण्यासाठी प्रचारसाहित्य म्हणून मी ही कादंबरी लिहिली नाही आणि पुराव्यांची जरूर तरी काय? निरपेक्ष सेवा करणाऱ्या संस्थांची तीर्थस्थानं ठिकठिकाणी आहेत. समाजाच्या एका अंधाऱ्या कोपऱ्यात एक मोठा मानवसमूह त्याचा काहीही गुन्हा नसताना सडत पडला आहे. तो समूह जरी बरा झाला, तरी केवळ 'निगेटिव्ह' सर्टिफिकेटच्या कागदाच्या होडीत बसून हा भावसागर पार करणं, हे त्याला मदतीच्या हातांशिवाय शक्य आहे का? झिडकारून दूर ढकललेल्यांच्या हृदयांमध्ये उसळणाऱ्या अश्रूंच्या समुद्रातला, ही कथा हा फक्त एक थेंब आहे. मदर तेरेसा म्हणतात तसं जगातला सर्वांत मोठा रोग कॅन्सर किंवा कुष्ठरोग नाही; पण जगात कोणाला माझी गरज नाही, मी कोणाला आवडत नाही

आणि कोणालाही माझी पर्वा नाही अशी भावना मनात निर्माण होणं, ही सर्वांत महाभयंकर व्याधी आहे.

एक कादंबरी लेखक म्हणून माझी ही कैफियत नाही. ज्या पात्रांबद्दल, प्रसंगांबद्दल मी वाचलं, बघितलं, काहींना प्रत्यक्ष भेटले, त्यांची कथा सांगण्याचा हा प्रयत्न आहे. ज्ञान विस्फोटाचं हे युग आहे. दूरच्या कुठल्यातरी देशातल्या नदीची लांबी किती आहे, किंवा कुठल्या क्रिकेटिअरनं कुठल्या वर्षी किती धावा केल्या होत्या, असल्या माहितीपासून ते अतिआधुनिक विज्ञान व तंत्रज्ञानापर्यंत सर्व तऱ्हेची माहिती पुस्तकांमधून मिळते. ही पुस्तकं विकत घेतली जातात, क्विझ शो होतात, मोठाली बक्षिसं मिळतात; परंतु आयुष्यात जे खरोखर समजून घेण्यासारखं आहे, जे मूलभूत पायाचे म्हणता येतील असे विचार आहेत, त्याबद्दल क्वचितच सांगितलं, शिकवलं जातं. त्याबद्दल खूप अज्ञान असतं. चूक-बरोबरचे तराजूच मुळात चूक आहेत की बरोबर, ते कोणी ठरवायचं?

कोठपर्यंत आपण अवतारी पुरुषाची वाट बघणार आहोत? तो तर 'संभवामि युगे युगे' असतो. रोजच्या जीवनाच्या या जीवघेण्या धकाधकीत माणसांनीच एकमेकांना हात द्यायचा आहे. ही माणसं म्हणजे कोण? कुठली? मनुष्ययोनीत जन्म झाला एवढ्यानंच माणूस 'माणूस' होतो का? आपलं 'माणूसपण' माणसासारखं वागून सिद्ध केलं पाहिजे ना? माणसानं 'माणसा'सारखं जगणं ही एक फार मोठी गोष्ट आहे. चंडीदास म्हणतो, 'सबार उपरे मानुष सत्य, नाहार उपेर नाई' (मनुष्य खरोखर सर्वश्रेष्ठ आहे) पण तो माणूस म्हणून वागेल तेव्हा ना?

माझ्या समग्र लेखनात मी या 'माणसा'कडे वेगवेगळ्या दृष्टिकोनांतून बघून त्याला समजून घेण्याचा, त्याचं मूल्यांकन करण्याचा प्रयत्न केला आहे. व्हिएतनाम युद्धावर आधारित 'आतश'; कारागृहाच्या आतील जीवनावरील 'बंदिवान', अपंग आणि मंदबुद्धी बालकाची 'खरी पडेलो टहुको' आणि एका सच्च्या समाजसेवकाची पुरुषार्थ गाथा 'गाठ छूट्यानी वेळा' या सगळ्या कथा अशाच लिहिल्या गेल्या. आपल्या स्वतःच्या वर्तुळाच्या, अस्तित्वाच्या बाहेर विशाल मानवसागर उचंबळत असतो, तो जाणून घ्यायचा प्रयत्न तर केला पाहिजे! या कथेची नायिका जे प्रश्न विचारते त्याची उत्तरं आपण सगळ्यांनी शोधायची आहेत. त्या उत्तरांचा शोध म्हणजे आपल्या अस्तित्वाचाच शोध आहे. निदान माझ्या बाबतीत तरी तसं घडलं. पण निव्वळ एक कथा म्हणून, आपल्याला अपरिचित अशा विश्वात डोकवण्यासाठी म्हणून जरी कोणी ही कादंबरी वाचली, तरी एक लेखिका म्हणून माझे श्रम तरी नक्कीच सार्थकी लागतील.

—वर्षा अडालजा

१

"**बा**ईसाब, ह्यो पत्ता बगून देता का वो जरा?"

क्षीण आवाजात बाहेरनं कुणीतरी विचारत होतं. स्वयंपाकघराच्या खिडकीतनं रूपा बाहेर डोकावली आणि मग बाहेर पोर्चमध्ये आली. एक म्हातारा माणूस बरंच मोठं गाठोडं डोक्यावर घेऊन धापा टाकत उभा होता. गाठोडं जड असावं. रूपानं चिठ्ठी बघायच्या आधीच त्यानं कसंबसं ते खाली टाकलं न् तो बसलाच. खूपच थकला होता बिचारा.

"कोण आहे?" विचारत वनलताबेनही बाहेर आल्या आणि त्या म्हाताऱ्याकडे बघून जरा चिडक्या आवाजातच म्हणाल्या, "कोण कुठली अनोळखी माणसं न् सरळ आपली घरात घुसतात, हल्ली सोसायट्यांमध्ये मुळी..." "मम्मी, हे तर तुमच्या महिला मंडळाचंच पार्सल आहे!" "हांहा, असं होय! पण पार्सल दुपारी यायचं होतं ना, म्हणून मला वाटलं हा कोणी तरी दुसराच घुसलाय् इथं आत्ता! अरे रघू, हे पार्सल घेऊन जा बरं आत."

वनलताबेन आत निघून गेल्या. चिठ्ठी हातात धरून रूपा त्या म्हाताऱ्याकडे बघत होती आणि जणू त्यानं खरंच काही आगळीक केली असेल तसा ओशाळल्या चेहेऱ्यानं खाली बघत तो खोकत होता, खोकला दाबायला बघत होता. "काका, (गुजरातमध्ये वडीलधाऱ्या माणसांना काका म्हणतात, आपण आजोबा म्हणू तसं.) पाणी हवं का?" तिनं आपुलकीनं विचारलं. म्हाताऱ्यानं खोकता खोकताच नुसते हात जोडले. रघू गाठोडं आत घेऊन गेला. रूपा स्वयंपाकघरातनं थंड पाण्याचा

लोटा भरून घेऊन बाहेर आली. म्हातारा वरूनच पाणी प्यायला आणि थोडं पाणी त्यानं तोंडावर मारलं.

काही न बोलता लोटा दाराशी ठेवून त्यानं पुन्हा हात जोडले, तेवढ्यात त्याला परत खोकल्याची उबळ आली. तसाच उठून तो जायला निघाला. "तुम्हाला खूपच खोकला येतोय काका." पायऱ्यांशी थबकून त्यानं मागे वळून पाहिलं. सुरकुतलेल्या चेहेऱ्यावरच्या खोल खोबणींमधल्या बारीक डोळ्यांमध्ये पाणी तरळलं. "तेची तर सवय पडून ग्येलीय बाईसाब." "थांबा जरा, मी औषध देते," रूपाच्या तोंडून पटकन निघून गेलं. पटदिशी आत जाऊन हॉलमधलं औषधांच्या सॅम्पल्सनं भरलेलं कपाट तिनं उघडलं, खोकल्याच्या औषधाची एक बाटली घेतली आणि बाहेर येऊन, अवघडून उभ्या असलेल्या म्हाताऱ्याच्या हातात ठेवली. "काका, दिवसातनं तीनदा ह्यातनं चमचा चमचा घ्या, बरं वाटेल तुम्हाला." "रूपा, अगं काय करतेयस अजून तिकडे तू?" आतून वनलताबेननी मोठ्यानं विचारलं. हातात बाटली घेऊन तिच्याकडे बघत म्हातारा तसाच उभा होता, त्याच्याकडे बघून ती जरा हसली आणि आत गेली.

"काय झालं गं बेटा? गेला का नाही तो अजून?" वनलताबेननं स्वयंपाकघरातनं विचारलं. "हो, मम्मी, गेला. त्याला खूप खोकला येत होता ना, म्हणून–"

"देण्याबद्दल काही नाही गं, पण हे असलेच लोक ढोंगं करून घर बघून घेतात आणि मग चोऱ्या करतात."

"अहो मम्मी, त्या बिचाऱ्याला चोरी करायची असली तरी शक्तीच नाहीये! किती लांबनं ते एवढं जड गाठोडं घेऊन..."

"रूपा, कुठे, आहेस कुठे तू?" वरून शैलेशची हाक आली. "जा बाई, जा, शैलेशचं काम असेल काही तरी आणि तुझी आंघोळ पण व्हायचीय ना अजून? यश उठला तेवढ्यात म्हणजे आणखी पंचाईत. सकाळच्या कामाच्या वेळात त्या माणसानं वेळ घेतला. अनूप एवढ्यात आला तर नाश्त्यासाठी घायकूत घालेल."

रूपा भराभरा वर आली. अधीर झालेला शैलेश म्हणाला, "अगं, केव्हाची वाट बघतोय तुझी रूपा, तुझं आंघोळीचं गरम पाणी काढून ठेवलंय मी." "हळू, हो! मम्मींना ऐकू जाईल ना!" तिचा हात पकडून तिला आपल्याजवळ झोपाळ्यावर ओढत शैलेश म्हणाला, "जाऊ दे की! ती म्हणेल, मुलगा समजूतदार आहे हो माझा, मी लोकांची सेवा करते न् माझा मुलगा त्याच्या बायकोची सेवा करतो! बरोबर आहे ना?" "चला! चावटपणा पुरे!" "चला तर चला, हा मी चाललो!" "ऊंऽऽ" करत रूपानं त्याच्या गळ्यात हात टाकले. "चांगलं ठाऊक आहे तुम्हाला, मला करमत नाही तुमच्याशिवाय ते! यशच्या वेळी जेमतेम महिनाभर दादा-वहिनीकडे राहिले; पण तेवढंसुद्धा दूर राहणं जिवावर आलं होतं माझ्या!" "ह्या पामराची पण

तीच गत होती ना, म्हणून तर ब्लडप्रेशरचा बहाणा करून–'' ''अस्सं! छान! म्हणजे तो नुसता बहाणाच होता काय?''

''ब्रेव्हो! ब्रेव्हो!'' दारात उभा राहून मोठ्यानं टाळ्या वाजवत अनूप म्हणाला, ''भाई! मला माहीतच नव्हतं की तुला प्रेम करता येतं म्हणून!'' शैलेश ओशाळून जरा दूर सरकला न् झोका घेऊ लागला. रूपाला हसू आलं पण लटक्या रागानं ती अनूपला म्हणाली, ''थोरल्या भावाची न् भाभीची थट्टा करायला काही लाज वाटतेय की नाही?'' ''अहं! मुळ्ळीच नाही! मी तर पहिल्यापासनं बेशरमच आहे! हा भाई कसा शहाणा, गरीब स्वभावाचा, मवाळ; आणि आमची स्वारी लहानपणापासून दांडगोबा न् हट्टी! रोज हात जोडून सांगायला बघत असतो, की हे दयामूर्ती भाभी, माझ्या बाळपणाच्या पराक्रमांच्या गाथा ऐका ना! पण छे! दाराशी आलेल्या कुण्या म्हाताऱ्यासाठी तिला वेळ आहे, माझ्यासाठी नाही!''

''अरे, अनूप! हे सगळं रे तुला कोणी सांगितलं?''

''आपले हीरो– रघू! आज सकाळच्या ताज्या बातम्या प्रसिद्ध झाल्या त्यात पहिल्या पानावरची हेडलाइन हीच होती!'' ''अहो भाऊजी! तुमच्या पराक्रमांची गाथा मी कितीदा ऐकलीय सांगा पाहू! आणि आपल्याला आर्मीत जायचं होतं हे मला ठाऊक आहे, पण आत्ता ह्या घटकेला दारात जे सोल्जरसारखे उभे आहात ना, ते बाजूला व्हा बघू, मला आंघोळीला जायचंय!'' ''हो की! रूपा, पाणी निवून जाईल हं! ए अनूप, जाऊ दे रे तिला. मलाही दवाखान्यात जायला उशीर होईल.''

उंचनिंच, मजबूत बांध्याचा अनूप सबंध दरवाजा अडवून उभा होता. ''हे परमेश्वरा! लोक बर्फातनं चढत एव्हरेस्ट सर करतात आणि आमच्या भाभीजींना रोजची आंघोळही गरम पाण्याशिवाय करता येत नाही! मी आत्तापासून सांगून ठेवतोय हं भाभी, यशला मी लेचापेचा, शेळपट होऊ देणार नाही. पोलादी छातीचा झाला पाहिजे तो! आणि बरं का भाई, आणखी एक पण सांगून ठेवतोय आत्तापासनंच, की तो तुमच्यासारखा औषधांची प्रिस्क्रिप्शन्स लिहीत बसणार नाही. पप्पा एक तसेच होते, आता तू. बस झाली ह्या घरात डॉक्टरी आता!'' ''अस्सं? मग काय होणार आहे बाबा तुझा यश?'' गंमत वाटून शैलेश म्हणाला, ''थट्टा नाही भाई! तो पायलट होईल पायलट. म्हणजे आकाशात आणि आयुष्यातसुद्धा कसा उंच उंच भराऱ्या मारेल, समजलं?'' ''अरे हो बाबा, सगळं समजलं. सकाळी सकाळी तुला आकाश न् भराऱ्या कुठल्या आठवल्या? चला, आटपलं पाहिजे, मला दोन व्हिजिट्स आहेत.''

''मला ना? मला आज अचानक ब्रह्मज्ञान झालं की माझ्या लाडक्या पुतण्याचा पहिला वाढदिवस जवळ आलाय् आणि तो मी मोठ्ठी पार्टी देऊन साजरा करणार आहे!''

''अरे अनूप, बाबारे, मला खरंच उशीर होतोय!'' आत्ता कुठे अनूपनं घड्याळ

बघितलं, "बापरे! खरोखरच उशीर झाला की! माझा एक क्लायंट यायचाय थेट भावनगरहून. भाभी, मी पळतो, आता एकदम रात्रीच घरी येईन हं!" दोन दोन पायऱ्यांवरून उड्या मारत अनूप धडाधड जिना उतरून खाली गेला.

"चला, वादळ गेलं!" म्हणत रूपा पाळण्याशी आली तेव्हा यश जागा झाला होता. आई दिसली तशी त्याला खुद्कन हसू आलं, आणि उचलून घ्यावं म्हणून तो हात-पाय उडवून हुंकार भरायला लागला. त्याला उचलून घेऊन रूपा बाथरूममध्ये गेली. टॉवेल हातात घेऊन शैलेश अनिमिष नजरेनं तिच्याकडे पाहत राहिला.

"का? आता नाही वाटतं उशीर होत?" "अगं ते तर अनूपला कटवून लावायला! खरं म्हणजे आज कुठे जायचा मूडच नाहीये!"

यशचा आंघोळीला सक्त विरोध होता! त्यानं मोठ्यानं गळा काढून आपला निषेध नोंदवला. "अगदी तुझ्यासारखा आहे भित्रा! आंघोळ म्हटलं की स्वारीला ब्रह्मांड आठवतंय! चल यश, ये राजा इकडे." ओल्यानंच यश त्याला बिलगला. रूपा टॉवेल त्याच्या खांद्यावर टाकून बाथरूमचं दार बंद करायला लागली तर शैलेश मध्येच उभा राहिला– मस्ती चढली होती त्याला!

"अशीच किती सुंदर दिसतेय्स! ये ना बाहेर!" "हाक मारू का आता मोठ्ठ्यानं मम्मींना?" म्हणत रूपा पट्दिशी दार लावायला लागली, शैलेशनं तो हातानं परत ढकलला न् या दंगामस्तीत पायाशीच असलेली गरम पाण्याची बादली लवंडली, पाणी रूपाच्या पायावर सांडलं. शैलेश घाबरला. चट्दिशी बादली सरळ करत तो म्हणाला, "रूपा, राणी भाजलं ना तुला? लवकर इकडे ये– औषध–" "मला मुळ्ळीच भाजलं नाहीये, पण ह्या यशला मात्र अशानं नक्की सर्दी होणारेय्!"

रूपा आंघोळ करून बाहेर आली तेव्हा शैलेश यशला कपडे घालत होता. रूपाला भाजलं त्याची त्याला काळजी वाटत होती. "रूपा, बघू गं पाय तुझा, कितपत भाजलाय् ते! क्रीम लावू या त्याला." "अरे रामा! घरचा डॉक्टर असला ना म्हणजे एक पंचाईतच असते! अहो मला काही भाजलंच नाही, पण तरी तुम्ही नेहमी सांगता तसं गार पाणी ओतलं मी त्या पायावर; मग झालं ना?"

खालून वनलताबेनची हाक आली, "अरे, किती वेळ आहे अजून तुम्हाला अं? खायचं केलेलं गार होतंय सगळं!" "तुम्ही जा पाहू खाली, यशला द्या रघूजवळ, तो दूध पाजेल त्याला. मी कपडे करते न् येतेच." शैलेशला ढकलतच रूपानं खाली पाठवलं. यश तिच्याकडे झेप टाकायला बघतच होता! जराशानं रूपा खाली आली तेव्हां शैलेश बाहेर पडायच्या तयारीतच होता. वनलताबेन स्वयंपाकघरातनं चहाचा ट्रे घेऊन येता येता म्हणाल्या, "हुश्श्! निघाले सगळे एकदाचे! आता आपण दोघी स्वस्थपणं चहा-नाश्ता करू या!"

"होय ना? सासूबाई न् सूनबाईंना आता स्वस्थपणा मिळेल! मी न् अनूप

असलो की त्रास न् अडगळ होते नाही का तुम्हाला?'' शैलेश हसत म्हणाला.

तो जायला निघाला तेव्हा यश हट्ट करेल म्हणून रघू त्याला मागच्या बाजूच्या बागेत घेऊन गेला. शैलेश गेल्यावर रूपानं चहाचे दोन कप भरले, तेवढ्यात फोन वाजला. ''माझाच असेल.'' म्हणत वनलताबेन उठल्या. ''हॅलो! मी वनलता बोलतेय. मंजरी? हां, अच्छा, ठीक. अगं साड्यांचं पार्सल सकाळीच येऊन पडलंय. किती वाजता जायचं ठरलंय? मीटिंगनंतर ना? बरं. पण संध्याकाळी घरी परत जायची घाई करू नको, काय? बराय मग, आवजे!''

''आज मीटिंग आहे मम्मी?'' ''हं. रूपा, असं करतेस का, मंडळाच्या हॉलवर चाराच्या सुमाराला तू हे सारं सामान घेऊन ये. मीटिंग संपली की आम्ही सगळ्या वृद्धाश्रमात जाणार आहोत, तूही ये आमच्याबरोबर, हं?''

रूपानं प्लेटमध्ये नाश्ता काढून वनलताबेनना देत म्हटलं, ''अहं. नको मम्मी. मी सांगितलं ना तुम्हाला, असलं हे काम माझ्या कुवतीबाहेरचं आहे!'' ''अगं, एकदा चल तर खरी! बघ तरी एकदा कशा कठीण परिस्थितीत, कशा कशा दुःखांना तोंड देत त्या बायका जगत असतात!'' ''नको मम्मी! तुम्हाला माहीत आहे मी किती भित्री न् हळूबाई आहे ते. कुणाचं दुःख बघणं सहनच होत नाही मला. तुमच्या म्हणण्याला मान द्यायचा म्हणून आपलं केव्हा तरी एखादा दिवस....'' ''झालं तर! आजच तो 'केव्हा तरी एखाद दिवस' आहे असं समजू या ना, काय? सुवर्णाबिन पण म्हणत होत्या, की तुम्ही केवढं काम करता समाजाचं, अन् तुमची सून का घरात बसून राहते? मी म्हटलं आमची रूपा भोळ्याभाबड्या पारव्यासारखी आहे, खुट्ट वाजलं तरी छाती धडधडायला लागणारी!'' ''बरं, येईन आज, मग तर झालं?''

रूपा चहाचा ट्रे घेऊन स्वयंपाकघरात गेली न् तिनं भाजी चिरायला घेतली. तिनं यायचं कबूल केलं म्हणून वनलताबेन खूष झाल्या होत्या. ''बरं झालं बाई! मंडळाच्या बायका आता माझा जीव नाही खाणार! असं कर, तू ना, येताना बाजारातनं थोडी सफरचंदं घेऊन ये आणि दोन डझन पोस्टकार्डं पण आण. लीला म्हणून एक बाई आहे ना त्या आश्रमात, तिला मी कबूल केलं होतं की आज तुझ्या मुलाला मी पत्र लिहीन तुझ्या वतीनं.'' ''पण मम्मी, कमाल आहे! ती लीला तिच्या भाषेत काय उंडुगुंडु बोलते ते तुम्हाला समजतं कसं? अन् तेसुद्धा पत्र लिहायला?''

''अगं रूपा, ह्या बायकांचं एकाकीपण, त्यांच्या कुटुंबातल्या माणसांनी त्यांना दूर ढकलल्याची वेदना, हे समजायला भाषेची जरूरच काय? अगं, मी तिच्या मुलाला तिच्या वतीनं, तिच्या मनात काय असणार ते समजून घेऊन लिहीन. आणि भिंतीवर लावून ठेवलेल्या तिच्या मुलाच्या त्या फोटोकडे भरल्या डोळ्यांनी बघत ती गप्प बसून राहील!''

रूपाचं मन हेलावलं अन् तेवढ्यात कामाकडे लक्ष न राहिल्यानं हातातल्या सुरीनं तिचा अंगठा कापला, रक्त आलं.

"अगं रूपा, बाळ, जरा सांभाळून काम करावं! बघ केवढं कापलं ना!" वनलताबेननी तिच्या अंगठ्यावर हळद दाबली. "मम्मी, मीटिंग चार-साडेचारला संपेल ना, मी येईन तिथेच." तिच्या हातातून भाजीचं ताट न् सुरी घेत वनलताबेन म्हणाल्या, "बरं आणि अगं, यशच्या पार्टीची तयारी तर अजून बाकीच आहे सगळी, उद्या 'सिल्क पॅलेस'मधून साड्या मागवून घेऊ या का घरीच पसंत करायला?"

बाहेर कंपाऊंडच्या गेटचा आवाज आला. "कोण?" विचारत वनलताबेन बाहेर पोर्चमध्ये गेल्या तर समुआत्या हळूहळू पायऱ्या चढत होत्या. "अरे वा! समुआत्या तुम्ही? या! या!" "होच तर! आलेच ना ही काय?" म्हणत हाशहुश करत समुआत्यानं सोफ्यावर अंग टाकलं. पदराच्या टोकानं घामेजलेलं तोंड पुसलं आणि अंबाड्याचं सुटलेलं टोक परत गुंडाळता गुंडाळता एका दमात बोलायला लागल्या– "तुमची काय बाबा, गावाबाहेर बंगल्यात राहायची मजा, पण इथं यायचं म्हणजे येणाऱ्याला खरा त्रास आहे! तुम्हाला कोणाला फुरसतच नाही तिकडे गावात यायलाऽऽ मोठ्ठी माणसं झालात ना तुम्ही आता– तू, न् तुझा मुलगाही!" "असं कसं म्हणता आत्या?" पाणी घेऊन येता येता रूपा म्हणाली. "मीच यशला तुमच्या पाया पडायला घेऊन येणारच होते–" "हं? बोलण्यात मिठ्ठास तर तुझ्या सासूसारखीच हं तुझी! आवाजातही तुझ्या तर इतका गोडवा! अगं म्हणूनच आज त्याच तर कामासाठी आलेय! माझ्या मानसीच्या लग्नाला तसा अवकाश आहे अजून, पण सांगून ठेवायला आले आत्तापासनंच, की लग्नाचे रासगरबे गायला तर तूच आलं पाहिजे!"

"अहो, सूनच आहे ना ती तुमची समुआत्या! नक्कीच येईल. आणि यशच्या वाढदिवसाच्या पार्टीलाही तुम्ही यायचंच आहे!"

"तुला खरंच सांगते वनलता," पुढे सरकून बसत, काही तरी नवं, विशेष गुपित सांगत असतील अशा थाटात समुआत्या म्हणाल्या, "तू जिंकलीस हो खरोखर! अगं रूपा, तुला ठाऊक नसेल; पण एक वेळ अशी होती, की सगळे टरकायचे हो तुझ्या सासूला! भारी वचक होता बरं हिचा!"

"समुआत्या, कशाला आता त्या जुन्या पोथ्या काढून बसताय?" "अगं वनलता, त्या जुन्या पोथ्या तू लिहिल्यास म्हणून तर तुझ्या घरात आज ही समृद्धी, बंगला, गाडी, सगळं आलं! लहान वयात नवरा गेला तुझा, न् दोघा थोरल्या दिरांनी सगळी इस्टेट बळकावली, दवाखान्याची जागासुद्धा! पण तुला सांगते रूपा, ही तुझी सासू अशी भक्कम मनाची, तेजस्वी न् हिंमतवान, की कोर्टापर्यंत जाऊन, केस

लढवून, सिंहाच्या जबड्यातला घास जणू काढून घेतलान्, आणि मुलाला डॉक्टर करून त्याच दवाखान्यात बसवलंन्! आणि आता तर तुझ्यासारखी गुणी सून आहे, सोन्यासारखा नातूही आहे! काळाचा महिमा बरं हा वनलता!''

रूपानं आग्रहानं मग समुआत्यांना नाश्ता घ्यायला लावला. एकीकडे वनलताबेन न् रूपानं हळूच एकमेकींकडे नजरेनं इशारा करून हसूनही घेतलं. खरंच, काळाचा महिमा होता तर खराच! कारण एक वेळ अशी पण होती, की समुआत्या वनलताला नावं ठेवता ठेवता थकत नव्हत्या! त्यांच्याबद्दल नात्यागोत्याच्या माणसांजवळ चहाड्या पण करत होत्या. आज आता वारे बदलले होते अन् त्याबरोबर समुआत्याच्या होडीनं पण दिशा बदलली होती! मात्र एक होतं, ह्या सगळ्याचा राग येण्याऐवजी वनलताबेनना हाही त्यांचा एकपरीनं विजय आहे, असंच वाटायचं. त्यांनी आत्यांना पुन्हा आग्रह केला. ''आत्या, तुम्ही एरवी कोणाकडे जात नाही पार्टीबिर्टीला ते ठाऊक आहे मला, पण ह्या माझ्या रूपाराणीच्या राजपुत्राच्या वाढदिवसाला मात्र यायलाच पाहिजे, हं?''

चहा-नाश्तापाणी संपवून एक मोठी ढेकर देत आत्या म्हणाल्या, ''तू सांगतेय्स एवढी तर येऊ, पण खरं म्हणजे आता ह्या वयात कसली पार्टी न् कसलं काय? हां; आणि बरं का गं, माझ्या दिनेशला जरासं बरं नसतं बघ अलीकडे. काय गं हे अलीकडचे अभ्यास म्हणजे– मुलांची डोकी भणभणणार नाहीत तर काय होईल? तुझी तर मुलं छान शिकली म्हणा. एक डॉक्टर न् दुसरा ते काय म्हणतात–''

''सी.ए. झालेत अनूपभाई.'' रूपानं सांगितलं. ''तेच ते काय असेल ते, शिकला तर खरा नं? हा माझा दिनेश– शैलेशला सांग ना जरा, की तो येईल त्याच्याकडे दवाखान्यात म्हणून? चल तर मग, निघू आता?''

आत्या निघाल्या अन् निघता निघता पुन्हा थबकल्या. ''बाकी वनलता, पेपरातनं तुझे फोटे येतात ना, तेव्हा जिवाला कसं बरंऽऽ वाटतं बघ!''

आत्या गेल्यावर वनलताबेन नि रूपा दोघींनाही हसू फुटलं. ''कित्ती हो स्वार्थी आहेत कमालीच्या! यशचा जन्म झाला, तर बघायला सुद्धा आल्या नाहीत. आणि आता त्यांच्या मुलीच्या लग्नात मात्र मी गरबे गायले पाहिजेत म्हणे! आणि मेंदी पण मीच काढायची असेल सगळ्यांना– फुकटच अर्थात!'' ''हं! आणि दिनेशला औषधपाणी, डॉक्टरी सल्ला तरी फुकटच की! अगं माझ्या तर किती तऱ्हेच्या चहाड्या करायच्या ह्या गावभर– की नवरा गेलेला, पण वनलता बांगड्या, कुड्या सगळं घालते, स्टार्च केलेल्या साड्या नेसते, पुरुषांशी बोलते– काय न् काय! आणि आज? आल्या ना माझ्या बंगल्याचे उंबरे घासायला?''

''तुमचा मोठेपणा मम्मी, म्हणून चालवून घेता तुम्ही!''

दुपार झाली तेव्हा बंगला शांत होता. बडोद्याच्या गावाबाहेरच्या ह्या सोसायटीत

अजून तशी थोडीच घरं बांधली गेली होती. त्यामुळं आसपासच्या हिरव्यागार झाडीत कोकिळ पक्ष्याचे आवाज अजून ऐकू यायचे; फांद्यांवर वाऱ्यानं सळसळणाऱ्या पानांचा आवाजसुद्धा ऐकू यायचा. रोज शैलेश दुपारी जेवायला यायचा तेव्हा ती दोघंच घरात असायची. पण आज कोणीच नव्हतं घरात. स्वयंपाकघरातलं आवरून रूपा वर आली तेव्हा जागा झालेला यश कुरकुरत होता. तिनं त्याला चट्दिशी पाळण्यातनं उचलून छातीशी धरलं, प्रेमानं त्याचे पापे घेतले. पण बाळराजांना जब्बर भूक लागली होती, त्यांना नुसते लाड नको होते! यशनं मोठ्यानं भोकांड पसरलं!

"लुच्चा कुठला. पठाणी वसुली असते तुझी म्हणजे!" तिनं यशला पदराखाली घेतलं. शांत होऊन यश पीत राहिला न् रूपा तृप्तीत आकंठ बुडून डोळे मिटून पडून राहिली.

शैलेश खूपदा तिला चिडवायचा, "अगं, तू बाळाला पाजतेयस का समाधी लागलीय तुझी?" आपल्याच सुखात मग्न असलेली ती हसून म्हणायची, "शैलेश, आई होणं म्हणजे काय, ते आई झाल्याशिवाय नाही हो समजायचं! एका स्त्रीलाच कळू शकेल, की पोटात बाळ हलतं, लाथा मारतं तेव्हा आणि जन्मल्यावर छातीशी बिलगून दूध पितं, तेव्हा कसं वाटतं ते!"

"नाही बाबा, आपल्याला मुळीच स्त्री व्हायची इच्छा नाही! अगं मीच स्त्री झालो तर तू मला कशी मिळशील?"

"तुम्हाला फक्त मीच मिळाले; पण मला तर तुम्ही मिळालात आणि शिवाय आणखी किती तरी मिळालं शैलेश! एक हक्काचं घर, मम्मी, अनूप आणि हा यश!" "काय तू रूपा, कुठल्या कुठे गोष्ट नेऊन पोचवतेस." असं म्हणत सहजपणा दाखवता दाखवता त्याचाही गळा दाटून आला होता. "शैलेश, मी उगीच नाही म्हणत, खरंच सांगतेय! बघा ना, मला ना आई ना वडील; एकच भाऊ. तो न् वहिनी, त्यांच्याजवळ राहून मोठी झाले. किती म्हटलं तरी तो दुसऱ्याचा संसार, दुसऱ्याचं घर. मनात खोलवर कुठे तरी सारखी बोचणी असायची की आपण उपऱ्या आहोत, दुसऱ्या कुणाच्या घरी, त्यांच्या संसारात राहतोय!"

"आणि आता?" "आता? आता हे सारं माझं, हक्काचं!"

दूधभिजल्या जिवणीनं यश तिच्याकडे पाहत गोड हसत होता आणि हात-पाय नाचवत होता. "लबाडा! आता तुला खेळायचंय् काय? पण मला आडवं व्हायचंय जरा त्याचं काय, अं?" "मग झोप नं भाभी, मी ह्या सोन्याला खेळवते." नाचत बागडत आत येत तोरल म्हणाली आणि तिनं यशला उचललं. "अगं, बयाबाई, हळू! हळू! आत्ताच प्यायलाय् तो, उलटी करेल–" "काऽही होणार नाही! तुम्ही ना भाभी, ह्याला शामळूभाई तरी करून ठेवाल, नाही तर कुंभकर्ण तरी!" त्याला कडेवर घेऊन खेळवत, हातातल्या हातात उडवत तोरल गंमत, मस्ती करायला

लागली. यश खिदळत होता. ''भाभी, तुम्हाला काय ठाऊक आहे? माझा यश आहे ना, टेनिस खेळेल आणि मी मी म्हणणाऱ्यांची हुर्ये उडवेल, हो किनई रे यश?'' ह्यावर यशनं नुसतेच तोरलचे केस दोन्ही हातांत धरून ओढले.

''सोड रे केस माझे, ए यशुड्या! भाभी, आणि आमचे यशराजे विम्बल्डनला खेळत असतील ना, तेव्हा तुम्ही काय करत असाल– सांगू?'' ''मी नको सांगू म्हटलं तरी तू सांगणारच ना! पण माझा हा लेक तिकडे खेळत असेल तेव्हा तू काय करत असशील ते पण बोल ना!'' ''तुम्ही ना भाभी, ढोकळा उकडायला लावत असाल!'' हसत खिदळत धापा टाकत तोरल पलंगावर पडली आणि यश तिच्या अंगावर पडला. ''वा ग वा तू! लबाड! माझ्या हातचा नाश्ता खायला टपकत असतेस येता जाता न् चेष्टा करतेस काय वर? थांब जरा तू!'' ''मग? नशीबवान आहे की नाही? तय्यार नाश्ता मला कसा नेमका मिळून जातो! खरं सांगू भाभी, आम्ही इथं राहायला आलो ना तेव्हा रोज माझं घरी साऱ्यांशी भांडण व्हायचं; असल्या उजाड जागी राहायला मला नाही आवडत म्हणून मी चिडायची आणि नशीब फळलं तर कसं बघा, शेजारणीऐवजी भाभीच मिळाली, तीही तुमच्यासारखी!'' ''हं? लावा, मस्का लावा! खरंच, आज का आली नाहीस गं तोरल? उपमा केला होता.'' ''आज ना, उठायलाच खूप उशीर झाला, मग आंघोळसुद्धा न करता पळाले कॉलेजला!'' एवढं म्हणेपर्यंत एकदम काही तरी आठवलं तशी जीभ काढून तोरल झट्दिशी उभी झाली– ''बापरे! भाभी, सांभाळा ह्या तुमच्या कन्हैय्याला– घरात कोणी नाहीये, न् मी घर उघडंच टाकून इकडे नुसतं डोकवायला आले ती इथंच बसले. आईला कळलं ना, तर–''

भराभर जिन्यावरनं उड्या मारत हरणासारखी तोरल पळाली. दिवसाकाठी दहादा तरी ह्या घरातनं त्या घरात पळापळी केल्याशिवाय तोरलचा दिवस जात नसे. एवढ्या गोंगाटातही यशला झोप लागली होती. हळूच त्याच्या गालाचा हलकासा पापा घेत रूपा त्याच्याजवळ आडवी होऊन झोपून गेली.

दुपार टळत आली तशी साड्यांचं पार्सल, फळं वगैरे सगळं घेऊन रूपा महिला मंडळाच्या हॉलवर पोचली तेव्हा मीटिंग संपली होती आणि सगळ्या बायका वृद्धाश्रमात घेऊन जायच्या वस्तू एका ठिकाणी करत होत्या. दोघी-तिघींच्या गाड्या न् बाकीच्या रिक्षांमध्ये मिळून सगळं सामान भरून त्या सगळ्या आश्रमात पोचल्या, तेव्हा आश्रमातल्या बऱ्याचशा बायका अंगणात त्यांची वाट बघतच बसल्या होत्या.

नाही तरी आयुष्याच्या कलत्या संध्याकाळी, गावापासून दूर, त्या आश्रमातल्या एकलकोंड्या आयुष्यात वाट बघण्याखेरीज दुसरं उरलं काय होतं? अंधाराच्या तुकड्यांची बांधली असेल तशी काळ्या दगडांनी बांधलेली एक प्रचंड इमारत, रुक्ष, थंडगार, लांबच लांब एकाकी दुपार कशीबशी घालवून, आपलेपणाच्या थोड्याशा उबेसाठी आसुसलेल्या ह्या बायका इमारतीच्या आवारातल्या बागेत जाऊन बसायच्या,

कोणी एकमेकींना आधार देत तिथं फिरायच्या. अमर आत्म्यासारखा इथं समय पण अमर झाल्यासारखा, संपायचाच नाही. इथं कोणी बाहेरचं माणूस येणं हा सगळ्या जणींना अगदी आनंदाचा प्रसंग असायचा. महिलामंडळातल्या ह्या बायका महिन्यातनं एक दिवस न चुकता यायच्या, म्हणून त्या दिवशी आश्रमातल्या बायका आनंदात असायच्या. नीट केस विंचरून, कपडे बदलून कोणी तरी भेटेल अशा त्या एक तासाची आतुरतेनं वाट बघायच्या. नियतीच्या क्रूर नांगरानं नांगरल्यानं रेघांचं जाळं पडलेल्या, शुष्क चेहऱ्यांवरच्या थकल्या डोळ्यांमध्ये चिंतेची आग मात्र धुगधुगताना दिसायची!

महिलामंडळाच्या भगिनींना त्या बायकांनी गराडा घातला. आणलेल्या वस्तूंचं वाटप झालं. गप्पागोष्टी झाल्या, क्षेमकुशल विचारून झालं. जरा वेळ सगळं वातावरण जिवंत झालं.

रूपा लांब उभी होती. धगधगत्या उन्हाचे चटके कमी होऊन आता संध्याकाळचा सौम्य उजेड पडला होता. आपल्याच मस्तीत उंच आभाळात डोलणाऱ्या वृक्षांच्या लांब लांब सावल्यांपलीकडे दूर, आवाराच्या एका कोपऱ्यात एक वृद्धा बसलेली दिसत होती. निघून गेलेल्या वर्षांचा हिशोब मनाशी जुळवत असेल कदाचित्! तिच्याजवळ जाऊन बोलावसं खूप वाटूनही रूपाला तेवढा धीर झाला नाही.

वनलताबेननी दुरून तिला एक-दोन हाका मारल्या; पण त्या ऐकल्या न ऐकल्या करत रूपा त्या इमारतीकडे बघत बघत उगीचच आत शिरली. इमारतीचं छत खूप उंच होतं आणि दरवाजे पण मोठाले.

त्या मोठाल्या खोल्यांमध्ये संध्याछायेसारख्या निस्तेज मिणमिण दिव्यांमुळे वातावरण आणखीच धूसर वाटत होतं. एक अनामिक भीती रूपाच्या मनात दाटून आली. असं काहीतरी वाटत होतं की आणखी एक पाऊल पुढे टाकलं तर ती जणू खोल दरीत पडली असती! त्या चमत्कारिक भीतीनं गारठून रूपा जागच्या जागीच उभी राहिली. त्या प्रचंड हॉलमध्ये ओळीनं खाटा टाकलेल्या होत्या. बायका सगळ्या बाहेर असल्यानं खाटा रिकाम्याच होत्या. रूपा परत बाहेर जायला वळणार तेवढ्यात कुणाचा तरी कण्हण्याचा आवाज ऐकू आला. जणू तिलाच तो आवाज बोलवत असेल तशी रूपा त्या आवाजाच्या दिशेनं जाऊ लागली अन् एका खाटेपाशी पोचली. त्या आवाजानं जणू तिला खेचून तिथपर्यंत आणलं होतं. एकीकडे तिला तिथून पळत सुटावंसंही वाटत होतं. पण तेवढ्यात एक अगदी क्षीण आवाज आला, "कोण आहात तुम्ही?" आणि उत्तराची वाट न पाहता तो धपापणारा, कापणारा आवाज पुढे म्हणाला, "ताई, त्या गोळ्या आहेत तिथं द्याल मला? अन् थोडं पाणी..." रूपानं त्या गोळ्या त्या अंधूक उजेडात सावलीसारख्या दिसणाऱ्या त्या स्त्रीच्या हातात दिल्या. तिला चटका बसला. "तुम्हाला ताप आहे की खूप." "ताप मला सोडतच नाहीये हो! नर्स औषधे देते, इंजेक्शनं देते, पण... खरे म्हणजे त्यापेक्षा गळा दाबून टाकेल तर..." क्षीण, कापरा

आवाज आणखी क्षीण होत बंद झाला. त्या प्रचंड खोलीत पुन्हा शांतता पसरली.

रूपा घाबरली. इथं कुणीसुद्धा नव्हतं. सगळ्या बाकीच्या खाटा रिकाम्या होत्या, फक्त ह्या खाटेवरचा हा जीव वेदनेनं आणि एकटेपणानं तडफडत होता. आवाज...तिचा आवाज का बंद झाला? पळून जावं इथून, त्या बाईच्या वेदना आपल्या होण्यापूर्वी पळून जावं... पण तेवढ्यात त्या बाईनं रूपाचा हात पकडला. पुन्हा रूपाला चटका बसला. "ताई, मला एक पत्र लिहून द्याल?" "अं? हो, कुणाला लिहायचं?" आवाज गदगदला "सोन्यासारखी दोन मुलं तिकडे दूर अमेरिकेत– पैसे पाठवतात मला. पण मला तिकडे जायचंय... त्यांच्याकडे... अमेरिकेला. ताई, त्यांना लिहा, की तुमच्या आईला घेऊन जा. मुलगी-अं-" "तुम्ही जास्त नका बोलू, मी कुणाला तरी बोलावून आणते हं तुम्हाला औषध द्यायला." रूपा आपला हात सोडवून घ्यायला बघत होती. "औषधं हीऽऽ एवढी पडलीत– नकोयत्– मला पत्र लिहायचंय, पत्ता डायरीत–" पुढचे शब्द जोरानं लागलेल्या खोकल्याच्या ढाशीत अडकले. रूपाला तिथून पळ काढायचा होता, पण तिचे पाय शिळेसारखे जड झाले होते. म्हातारीनं धडपड करत उशीखाली चाचपडत किल्ल्यांचा जुडगा काढला. त्या जुडग्याचा आवाजसुद्धा केवढा मोठा वाटला त्या खोलीत! त्या आवाजानं तिथली निःशब्दता थरथरली. भिंतीवर बसलेले असंख्य निःश्वासांचे पोपडे उखडू लागले, छतावर चिकटू लागले, तशी अंधाऱ्या कोपऱ्यात सापासारखं वेटोळं करून दबून बसलेला मृत्यू एकदम फणा काढून बाहेर आला. म्हातारीच्या कृश हातात कुठली शक्ती आली होती कोण जाणे! पण एखाद्या साखळदंडासारखं रूपाचं मनगट तिनं घट्ट पकडून ठेवलं होतं. त्या खोलीतल्या अनेक अतृप्त आशा न् इच्छांच्या अदृश्य माळाच्या माळा तिच्याभोवती गोल गोल फिरायला लागल्या!

रूपाला किंचाळायचं होतं, पण तिंची किंकाळी तिच्या घशातच अडकून राहिली. पळायला बघितलन्; पण म्हातारीच्या घट्ट पकडीतनं हात सुटेना. जिवाच्या आकांतानं ती खाली वाकून हात सोडवू बघत होती; पण सुटेना, तशी तिचं म्हातारीच्या चेहऱ्याकडं लक्ष गेलं आणि अत्यंत घाबरून जाऊन ती मोठ्यानं किंचाळली. म्हातारीच्या अर्ध्या उघड्या तोंडातनं न् उघड्या डोळ्यांतनं चेतना पक्ष्यासारखी उडून गेली होती. वाळक्या काटक्या जोडून ठेवाव्यात तसा तिचा कृश निष्प्राण देह दिसत होता! प्रचंड धक्का बसलेली रूपा जिवाच्या आकांतानं किंचाळत पळत सुटली अन् तिचं मनगट पकडून ठेवलेला तो निष्प्राण देह तिच्याबरोबर ओढला जाऊन खाटेवरून खाली पडला. मरणाच्या आकांतानं रूपानं आपला हात सोडवला आणि ती धडपडत पळत बाहेर आली. तिच्या इतक्या जवळून मृत्यूनं झडप घालून एक घास घेतला होता! कित्येक वर्षांपूर्वी पण मृत्यूनं तिला असाच धक्का दिला होता. हाता-पायांतलं त्राण जाऊन रूपा मट्‌दिशी खाली बसली न् हुंदके देऊन रडायला लागली.

२

सकाळी जाग आली तेव्हा रूपाचं डोकं खूप दुखत होतं. उठून खाली जावंसंही वाटेना. ती बाल्कनीत येऊन उभी राहिली.

छान प्रसन्न ऊन पडलं होतं. वाऱ्याच्या झुळकेबरोबर तुळशीच्या मंजिऱ्यांचा वास येत होता. समोर दिसत होता त्या गुलाबाच्या दोन कळ्या उमलल्या होत्या. आजूबाजूला आताशाच बांधल्या गेलेल्या तुरळक घरांमधनं रोजच्या आयुष्यक्रमातली रोजचीच कामं चालली होती. झाडलोट, झाडांना पाणी घालणं, कपडे धुणं. समोरच्या मोठ्या झाडावरून खारी तुरूतुरू खालीवर पळत होत्या. रोजच्यासारखीच आणखी एक सकाळ. सगळं तसंच होतं. काहीच बदललं नव्हतं.

खरंच काहीच बदललं नव्हतं. मग कालचा तो अनुभव काय एक भयंकर स्वप्नच होता? रूपानं तिच्या हाताकडे पाहिलं. अजून लाल ओरखडे दिसत होते. त्या ओरखड्यांतून निघालेल्या रक्ताची आठवण मनात साखळली होती. जीवन-मृत्यूच्या सरहद्दीवर उभ्या असलेल्या एका अत्यंत एकाकी अन् असहाय स्त्रीनं तिचा हात पकडला होता, याचना केली होती, आणि तिच्या महाप्रयाणाच्या त्या क्षणाची ती एकटीच साक्षी होती.

"भाभी, भाभी, खाली बलावत्यात तुमास्नी." रघू सांगून गेला.

रूपा खाली आली तेव्हा खूपच उशीर झाला होता. पहिला चहा होऊन गेला होता आणि नाश्त्यासाठी सगळे तिची वाट पाहत होते. शैलेश पेपर वाचत होता आणि अनूप न् तोरल कप-बश्यांच्या किणकिणाटातून सुंदर संगीत कसं वाजवता

येईल ह्याचे प्रयोग करीत होते. रूपा चुपचाप टेबलाशी बसली. वनलताबेननी लगेचच विचारले, "कसं वाटतंय रूपा आता? डोकं दुखतंय?" अनूप बशीवर चमचा वाजवत त्याच्यावर आवाज काढून म्हणाला, "अगं मम्मी, त्यांच्या डोक्याला काय झालंय? आमच्या डोक्याचं विचार! काल रात्री रडून गोंधळ घालून आमची डोकी खाल्लीत त्यांनी!" "खरंच, बापरे!" तोरलनं दुजोरा दिला, "भाभी, काय दशा झाली होती काल तुमची! शैलेशभाईंनी झोपेची गोळी दिली नसती तर सारी रात्रच तुमचा रडायचा प्रोग्रॅम चालला असता!" ओशाळून खाली बघत बिचारी रूपा म्हणाली, "मला काहीसुद्धा आठवत नाहीये!" "बरं, बरं, उकरून आठवायची काही जरूर पण नाही हं माते जगदंबे! काल रात्री धड जेवलोही नाही आम्ही. आता नाश्ता करू द्याल ना धड? भूक लागलीय खूप!" अनूपनं नाटकीपणानं तिच्यासमोर डोकं वाकवून हात जोडले न् मग आपली नाश्त्याची प्लेट परत भरली!

शैलेशनं आग्रहानं रूपाला आणखी थोडा चहा पाजला. "चल बरं, चहा पी थोडा अजून आणि खाऊन घे पोटभर. असं इतकं भावनेच्या आहारी जाऊन कसं चालेल बरं? त्या बाईचा मृत्यू तेव्हा व्हायचा होता तो झाला, हा केवळ योगायोग. तू का मारलीस तिला वेडाबाई! आणि आपला न् तिचा संबंध काय इतका मनस्ताप करून घ्यायला- अं?"

रूपा दुखावल्या आवाजात म्हणाली, "डॉक्टर असून तुम्ही असं कसं म्हणता शैलेश?" शैलेश जरा वरमला. पण मग थोडं हसून म्हणाला, "रूपा, तू आमच्या दृष्टीनं जरा विचार कर. रोजच्या रोज किती दुखणाईत, किती दुखणी, किती अपमृत्यू, सगळ्याला सामोरं जावं लागतं आम्हाला!"

चमचा कपात हलवून 'संगीत' निर्माण करत तोरल म्हणाली, "बस, पुरे! नाटकाचा 'द एन्ड' झाला, पडदा पडला! सकाळी सकाळी असल्या गोष्टींवर चर्चा बंद!" अनूपनं तिचा कान ओढला. "एऽऽ मिनी म्याऊ! एक तर रोज इथं नाश्त्याला हजेरी लावायची न् वर उपदेश!" कान सोडवून घेऊन तोरल पळू लागली... तिच्या मागे अनूप! घरात जरा वेळ भरपूर आरडाओरडा, पळापळ, हशा, असं चाललं. उतरलेल्या चेहऱ्यानं रूपापण जराशी हसली. धापा टाकत तोरल आता शैलेशच्या मागे दडली. "वनलतामावशी, तुम्ही हा एवढा मोठा भयंकर बोका घरात पाळलाय ना, त्याला द्या ना पाठवून तिकडे सरहद्दीवर! शत्रूसमोर जाऊन करू देत गुरगुर म्हणजे ते घाबरतील सगळे!" "नीघ भाईच्या मागून बाहेर, मग दाखवतो!" अनूप ओरडला न् त्यानं इतक्या जोरात टेबलावर मूठ आपटली की रूपाची नाश्त्याची बशी त्या धक्क्यानं उसळून आडवी झाली न् सगळीकडे बटाटे पोहे सांडले.

आता वनलताबेन चिडल्या, "अरे काय चालवलाय रे अनूप पोरकटपणा? तुमच्या या धमालीत बिचाऱ्या रघूचं काम वाढवून ठेवता तुम्ही!" मग शैलेशनं हात

उंच करून 'युद्ध' संपल्याचं जाहीर केलं न् म्हणाला, "चला पाहू. ज्याला जिथं जायचं असेल, त्याला आज तिथं सोडीन, मला आज सवड आहे." "वा वा! मग मी पट्दिशी तयार होते!" म्हणत तोरल घरी पळाली. शैलेश त्याची बॅग घ्यायला वर गेला. रघू यशला बागेतनं आत घेऊन आल्याबरोबर त्याला वनलताबेननी उचलून घेतला. रूपा चहाच्या रिकाम्या कपाकडे बघत बसली होती. अनूप तिच्याजवळ येऊन बसला.

"भाभी, तुम्हाला कोणी सांगितलं होतं त्या आश्रमात जायला? ह्या घरात एक समाजसेविका आहेत तेवढ्या पुरे आहेत! तुम्हाला ठाऊक आहे ना, मला तर ह्या महिला मंडळं न् असल्या संस्थांची चीडच आहे ते!" "तसं नाही अनूपभाऊजी, त्याचं काय झालं–" "बस, जाऊ दे आता. तो विषय बंद! खरंच, किती दिवसांत तुमचं गाणं ऐकलं नाही भाभी!" "किती दिवस झाले नाही, खरंच? किती दिवसांत मी सतारीचा रियाझ पण नाही केला!" "मग काय म्हणतोय तर मी? करण्यालायक कामं करत नाही, आणि चलो, आज रातको हो जाय?"

वनलताबेन तेवढ्यात यशचे कपडे बदलून त्याला घेऊन आल्या आणि त्यांनी त्याला रूपाच्या मांडीवर ठेवलं. अनूपचं पुन्हा सुरू झालं. "मम्मी, तुझीच चूक खरं म्हणजे. आता पुन्हा म्हणून भाभी तुझ्या त्या मंडळात येणार नाहीत." यश अनूपकडे जायला उसळ्या मारायला लागला तसं अनूपनं त्याला उचलून घेऊन आपल्या खांद्यावर बसवला. "अरे, पण मी कुठे म्हणते हिला चल म्हणून? कालसुद्धा तिला मी चल म्हटलं खरं; पण म्हणजे आत जाऊन तिथं झोपून राहिलेल्या बायकांना भेटून यायला मी का सांगितलं होतं तिला? आम्ही तरी कुठं जातो आत? बाहेर बागेत बसतो, बोलतो आणि वस्तू देतो त्यांना काहीबाही!" रूपाला हे बोलणं जरा लागलं. ती जरा उत्तेजित आवाजात म्हणाली, "तुम्हाला असं वाटतं का मम्मी, की त्या बायकांना फक्त त्या निर्जीव वस्तूंची जरूर आहे? प्रेमाची नाही? सहानुभूतीची नाही? ठाऊक आहे तुम्हाला? त्या-त्या बाईजवळ किती तऱ्हेच्या वस्तू होत्या ते? तिला हवं होतं स्वतःचं, हक्काचं, प्रेमाचं कोणी माणूस, स्वतःचं घर!"

शैलेश तेवढ्यात खाली आला. धांदल घाई करत म्हणाला, "कशाला आता तेच तेच परत परत उकरून काढताय तुम्ही? चला बरं, उशीर होतोय मला. ती मनीम्याऊ तोरल उभी असेल बाहेर! मम्मी, सोडायचंय तुला कुठे? अनूप तुला?"

"हो तर! त्याचं काय आहे भाई की माझी स्पेशल मर्सीडिस बनतेय अजून फॅक्टरीत, तोवर तुमच्या खटाऱ्यात बसेन मी! चल ए बंदर, कूदो उपरसे!" "तो बिचारा हिमालयावरनं खाली उडी कसा हो मारणार?" म्हणत रूपानं यशला अनूपच्या खांद्यावरनं उतरवून घेतलं. सगळे निघून गेले. घर शांत झालं. पण रूपाच्या मनात त्या क्षीण आवाजातल्या कण्हण्याचा, रडण्याचा आवाज घुटमळत

राहिला. त्याचेच पडसाद कानात घुमत राहिले. नंतर कितीतरी दिवस, कधी ती दचकून झोपेतनं जागी व्हायची, तर कधी संध्याकाळी तुळशीपाशी दिवा लावता लावता एकदम थबकायची. युगानुयुगांच्या अनंत पटावर पसरलेल्या प्रत्यक्ष काळदेवतेच्या चरणांशी खळखळणाऱ्या ह्या संसारसागराच्या तीरावर उभ्या असलेल्या एका एकाकी जीवानं अशाच एका मावळत्या संध्याकाळी थोड्याशा दयेची, करुणेची याचना केली होती; परंतु सागरानं करुणा दाखवली नव्हती. एक प्रचंड लाट आली होती न् त्या जीवाला कुठल्या कुठे ओढून घेऊन गेली होती!

आणि- मृत्यू! खूप खूप वर्षांपूर्वी मृत्यूचा हादरवून टाकणारा अनुभव तिला आला होता. अशीच एक संध्याकाळ. आईला सकाळपासनंच बरं नव्हतं वाटत. थोरल्या भावाजवळ हट्ट करून ती त्या दिवशी शाळेत गेली नव्हती. आईवर तिचा फार जीव होता. वडिलांना तर बघितलेलेही आठवत नव्हते. थोरला भाऊ तिच्यापेक्षा खूप मोठा. स्वतःच्या आईवर सगळ्यांचाच जीव असतो. पण तिची आई- तिची आई तिचं सर्वस्व होती. आईपण, मैत्रीणपण. सगळं काही. केस छान विंचरून देणारी, आवडतं काय काय करून खाऊ घालणारी, ती अभ्यासाला बसेल तेव्हा तिला सोबत म्हणून तिच्याजवळ बसून काहीतरी वाचत बसणारी. त्या संध्याकाळी आईची तब्येत एकदमच जास्त बिघडली. आईचं डोकं मांडीवर घेऊन ती बसली होती आणि आईचा हात घट्ट धरून ठेवला होता. आईची एकदमच तडफड व्हायला लागली. मोठा भाऊ पट्दिशी जाऊन डॉक्टरांना घेऊन आला आणि हॉस्पिटलमध्ये नेण्याची व्यवस्था केली. पण तोपर्यंत आई कितीतरी दूरदूर निघून गेली होती. तिच्या अर्धमिटल्या ओठांवर शेवटी रूपाचं नाव होतं. रूपा विस्फारल्या डोळ्यांनी तिच्या आईच्या निष्प्राण शरीराकडे बघत राहिली होती. आईचा हात तर तिनं घट्ट पकडून ठेवला होता. मग कोणती अदृश्य शक्ती तिच्या आईला तिच्यापासून ओढून घेऊन गेली होती? कशी? कुठे?

मग सारं घर माणसांनी गजबजलं होतं. ती कुठंतरी बसली होती– कोपऱ्यात फेकली गेल्यासारखी. ज्यांना आधी कधी बघितलंही नव्हतं तिनं, अशी कोण कुठली माणसं घरात बसून रडत होती. ती संतप्त, दिङ्मूढ. आई तर तिची होती, तिची. या लोकांचं कोणीसुद्धा मेलं नव्हतं. त्या गर्दीतनं मुकाट्यानं बाजूला होऊन ती गच्चीवर गेली न् एका कोपऱ्यात लपून बसली. तिला बोलायचं नव्हतं, जागचं हलायचं नव्हतं, रडायचंही नव्हतं. एका प्रचंड भीतीनं, जीवघेण्या दुःखानं ती थिजून दगडासारखी झाली होती. आईला तिरडीवर घालून लोक घेऊन गेले होते. ...ती आता कधीही परत येणार नव्हती.

रात्री थोरला भाऊ तिला शोधत वर आला. "रूपा, तुला केव्हाचा शोधतोय मी! इथं का येऊन बसलीस बाळ?" थोरल्या भावाच्या गळ्यात पडून ती कसंबसं

म्हणाली, "दादा, आई-आई-" भावानं तिला जवळ घेतलं, तिच्या डोक्यावरनं हात फिरवला, मग आकाशाकडे बोट दाखवलं; "आई देवाकडे गेली रूपा. आता एक छान चमचमणारी चांदणी होऊन तिथं राहील ती, तिथून बघेल तुझ्याकडे. आणि मी आहे ना तुझ्याजवळ, अं?"

दादा होता, हे तर खरंच. त्यानं मग लवकरच वहिनी पण आणली होती. आईची जागा घेण्याचा वहिनीनं आपल्याकडून खूप प्रयत्न केला होता– पण आई ती आईच होती. हळूहळू दादा-वहिनींच्या वाढत्या संसारातून ती बाजूला ढकलली जात होती– जाणूनबुजून तर नव्हे; पण आपोआपच. तसं तिला कमी काहीच नव्हतं– कपडे...खाणंपिणं... वहिनी सगळं भरपूर द्यायची. दादा पैसे द्यायचा. आणि तरी भरल्या घरात तिला आपलं एकटेपण जाणवत राहायचं. रात्री अभ्यास करत बसली असली आणि थकून टेबलावर डोकं टेकलं तर आईचा हात डोक्यावरून फिरल्याचा भास होऊन ती दचकायची. विव्हळ मनानं, चांदण्यांनी चमचमणाऱ्या आकाशाकडे ती टक लावून बघत राहायची. यातली कुठली चांदणी तिची आई असेल?

आणि मग एक दिवस शैलेशशी भेट झाली. शांत, सरळ व्यक्तिमत्त्व, बेताची उंची, गोरा रंग, अत्यंत भावदर्शी डोळे. तिच्याकडे एक दिवस बघत राहिला न् मग एकदम म्हणाला, "रूपा तुम्ही– तुम्ही खूप आवडता मला!" तारुण्यातल्या तिच्या एकाकी विश्वात कोणीतरी खूप जवळ येऊन साद घातली होती! सासूनं तर तिच्या वहिनीला म्हटलं होतं, "गरब्यात नाचताना मी रूपाला बघितलं होतं ना, तेव्हाच मनात ठरवलं होतं की हिला आपली सून करून घ्यायचं!" सासूसुद्धा कशी? दुरूनसुद्धा एकदम लक्षात येईल असं व्यक्तिमत्त्व. उंचनिंच, केसांचा छान अंबाडा, साडी, चपला पर्स सारं काही वैशिष्ट्यपूर्ण, आगळं. उंचनिंच, दणकट बांध्याचा आणि लहान मुलासारखा अवखळ धाकटा दीर अनूप. तोरल अशी तर शेजारची मुलगी, पण सख्ख्या नणंदेसारखीच. आणखी काय हवं होतं? देवानं भरभरून दिलं होतं.

वास्तूचा घडा स्वतःच्या हातानं नव्या बंगल्यात ठेवून, रुमझुम पैंजण वाजवत तिनं तिच्या नव्या घरात प्रवेश केला होता, नव्या आयुष्याला सुरुवात केली होती. सुखाचा एक सुरक्षित तट जणू तिच्याभोवती उभा झाला होता.

आणि त्या दिवशी एकाएकीच त्या तटाला एका बाजूला सापडलेल्या भोकातनं, एका एकाकी दुःखी स्त्रीनं जगाचा निरोप घेता घेता तिचाच हात पकडला होता. तसं पाहिलं तर तिनं नव्हता का तिच्या आईचा हात पकडून ठेवला? पण तरी आईच्या शरीरातलं चैतन्य कापरासारखं उडून गेलं होतं– आठवणींचा सुगंध फक्त मागे ठेवून!

यशच्या वाढदिवसाच्या पार्टीची सगळे जण हौसे हौसेनं तयारी करत होती.

वनलताबेननी त्याच्यासाठी हिऱ्याचं लॉकेट असलेली साखळी करवून घेतली होती आणि रूपासाठी पानाच्या आकाराचा, हिरे न् पाचू बसवलेला कानातल्या टॉप्सचा जोड. अनूप लटक्या रागानं म्हणाला होता, "हे बरं आहे हं मम्मी! सगळं आपलं भाभीलाच! माझी काय वाट?" "उतावळा नको होऊ! तुझ्यासाठी गाडी घेऊ या ना!" "वा व्वा! ये हुई ना बात!" एक उडी मारून अनूप म्हणाला होता, आणि अगदी गंभीर चेहेरा करून तोरलनं विचारलं होतं, "मावशी, एवढं मोठ्ठं जंगली अस्वल मावेल एवढी गाडी बनवतात आपल्याकडे?"

कपडे, दागिने, निमंत्रण पत्रिका, संगीत, भोजन-समारंभ– शैलेशनं एक दिवस हात जोडले न् म्हणाला, "आता बस करा बाबांनो! तुम्हाला संधी मिळाली तर कुबेराचा खजिनाही रिकामा कराल तुम्ही!"

"हे बघ, पैशाची काळजी मी आता करणार नाहीये! शेवटची एक विम्याची पॉलिसी मॅच्युअर होईल आता, ते पैसे तुला देऊन टाकले की मी मोकळी! मग तुम्ही दोघं भाऊ काय ते करा, मी त्यात पडणार नाही!"

"ते करू गं, पण ही एवढी मोठ्ठी पार्टी कशाला?" "हे बघ शैलेश, सारं आयुष्य मला हात आखडता ठेवून जगावं लागलं– तुमच्या दोघांचं सगळं व्हायचं होतं ना! आता साऱ्या काळज्या संपल्या. आता कोण जाणे यशचं लग्न बघायला मी असेन की नसेन! तेव्हा आत्ता हा पहिला वाढदिवस खूप मोठ्ठाच करायचा."

"एक मिनिट– एक मिनिट– मला कोणी बोलू द्याल?"– अनूप. "का? एकदम व्यासपीठावर उभे असाल तसे बोलायला लागलायत ते?"– रूपा "मग? प्रसंगच तसा आहे! भाभी, मम्मी बघ ना, असं बोलतेय् की जणू काही या घरात दुसरं काही शुभकार्य घडणारच नाहीये! हा वाढदिवस, ते थेट यशचं लग्नच? वा रे वा! माझ्या लग्नाचं काय? आँ?"

"अरे अनूप, मला नाही का त्याची काळजी? मी तेच तर पुढे म्हणणार होते, की सगळं व्यवस्थित जमवता आलं, तर यशच्या पार्टीच्या वेळीच आपण तुझं लग्न ठरवून नक्की करून टाकू!" अनूप खूष होऊन म्हणाला, "रीतीप्रमाणे आता मी लाजलं पाहिजे, नाही का? भाईसारखं संकोचून बसलं पाहिजे!– पुरे– बस हं भाई, बचावाचं भाषण करायची काऽही जरूर नाही! मला आठवतंय् ना चांगलं, भाभीला पहिल्यांदा फिरायला घेऊन गेलास तू, तेव्हा कसा गोरामोरा लाल लाल चेहेरा झाला होता तुझा! पण– सॉरी, विसरलोच! मला जरा लाउडस्पीकरवरनं एक बातमी जाहीर करायची आहे!" असं म्हणत अनूप खुर्चीवर उभा राहायला लागला, तेव्हा रूपानं त्याला थांबवला! "पुरे हं अनूप, खुर्ची तुटेल! आणि मी तुमच्यासाठी एक झकास पोरगी शोधून ठेवलीय्, माझी धाकटी जाऊ म्हणून, काय समजलं?" "माझ्या पण मनात एक मुलगी आहे"– शैलेशनं उत्साहानं म्हटलं.

"आणि जी मुलगी माझ्या मनात आहे ना, तिला बघितलस की त्या क्षणी लग्नाला उभा राह्यला तयार होशील तू!" वनलताबेन.

अनूप चढलाच शेवटी खुर्चीवर आणि त्यानं जोरात टाळ्या वाजवल्या. "ऐका! ऐका! ऐका! सगळ्यांना माझ्याबद्दल वाटणारी कळकळ बघून माझं हृदय कसं भरून आलं आहे! अत्यंत आभारी आहे मी आपणा सर्वांचा. पण आता खरं असं आहे, की तुम्हाला कोणाला तसदी घेण्याची जरूर नाही, कारण मी माझी पसंती नक्की केली आहे!"

एकदम शांतता. हवेत इतका वेळ गुंजणारे गमतीचे, थट्टेचे आवाज एकदम गप्प! दोनच क्षण. मग रूपाला हसू आलं. "चला, बरं झालं, अनूप! मग तर प्रश्नच नाही की! मी माझ्या जावेचं छान स्वागत करीन!"

मग शैलेशला आवाज फुटला. "अरे! मग तू आत्तापर्यंत बोलला नाहीस ते? आणि मला आपलं वाटायचं की तुला फक्त आकडेमोडीतच मजा वाटते म्हणून!"

"खरं सांगू भाई, माझी प्रॅक्टिस नीट सुरू होऊन घरात खर्चासाठी काही पैसे मी देऊ शकेन अशी स्थिती होईपर्यंत– नाही म्हणजे– आत्तापर्यंत तूच सगळा भार उचलतोय्स त्यात आणि लग्न करून भर टाकणं मला बरोबर वाटत नव्हतं!"

"काय बोलतोय्स मूर्खासारखं अनप्या! अरे तुझा भार आहे का मला?"

शैलेशनं अनूपच्या खुर्चीजवळ जाऊन हात पुढे केला, तो धरून अनूप खाली उतरला आणि शैलेशच्या जवळ उभा राहिला. किती वेगळे होते ते दोघं! प्रकृती, व्यक्तिमत्त्व, रूप– सगळं तसं पाहिलं तर वेगळं, आणि तरी हे भाऊ भाऊ आहेत हे ओळखू यायचं.

"कोण आहे ही मुलगी?" एकाएकी तीक्ष्ण सुरात वनलताबेनचा प्रश्न आला. आवाज जरा बदललेला– थोडा रागीट, थोडा अधीर–

अनूप हात बांधून भिंतीशी टेकून उभा होता. वनलताबेनकडे टक लावून बघत त्यानं उत्तर दिलं– "तिचं नाव मारिया. गोव्याची ख्रिश्चन आहे. माझ्या ऑफिसात टायपिस्ट आहे."

खण्णदिशी एखादं काचेचं भांडं फुटावं आणि काचांचे तुकडे सगळीकडे पसरावेत, तसे अनूपच्या शब्दांचे बारीक बारीक अणकुचीदार तुकडे खोलीत पसरले. तो पुढे म्हणाला– "तिच्या आई-वडिलांचा घटस्फोट झाला आहे. दारूड्या बापाशी मारियाचं कधीच पटत नव्हतं. आणि आईनं मग दुसरं लग्न केलं म्हणून मारिया नोकरीच्या शोधात मुंबईला आली. नोकरी मिळाली तरी राहायचं कुठे हा प्रश्न होताच. कुणाची तरी शिफारशीची चिठ्ठी घेऊन ती आमच्या ऑफिसात आली होती. आता एक छोटं घरही मिळालंय भाड्यानं, तिथं राहते."

"म्हणजे– तू एका– " पुढे वनलताबेनना बोलवेना. काचेसारख्या निस्तेज

झालेल्या डोळ्यांनी त्या खुर्चीच्या हाताकडे नजर लावून बसल्या. "का बरं मम्मी? काय झालं? मारियाच्या नावाशीच जीभ अडखळली तुमची? ती व्यक्ती म्हणून कशी आहे, हे नाही विचारणार? तिला कधी भेटाल तुम्ही, ते नाही सांगणार?" अनूपचा आवाज नकळत चढत होता. त्याला उत्तर मिळालं नाही.

"भाई, तुम्ही का काही बोलत नाही? आणि भाभी तुम्ही? अरेच्या! कमाल आहे! तुम्ही सगळी एका व्यक्तीला न बघता, न भेटताच, तिच्या अपरोक्षच तिला झिडकारून टाकणार?"

रूपानं धीर केला न् ती म्हणाली, "नाही हो अनूपभावजी, असं नाही. काय आहे, की असं एकदम, अनपेक्षित– तुम्ही– तुम्ही मारियाला घरी घेऊन तर या. तुमच्या पसंतीची, म्हणजे विचारायलाच नको– छानच असणार, हो की नाही मम्मी?"

वनलताबेननी तिला काहीच उत्तर दिलं नाही. शेवटी तोंडातनं निघणाऱ्या शब्दांना धक्के मारत जबरदस्ती बाहेर काढत असतील तशा एकदम जवळ जवळ ओरडून त्या अनूपला म्हणाल्या "अरे त्या ख्रिश्चन मुलीला तू घरात आणणारेस अनूप? तुला दुसरं कोणी नाही मिळालं? अरे कशाचाच विचार नाही केलास?"

"कशाचा विचार करायचा मम्मी? माझा तर तुमच्या सगळ्यांच्या पाठिंब्यावर भरवसा होत; पण तुम्हाला माझ्यावर विश्वास नाही, हे मला ठाऊक नव्हतं." त्याच्या चेहऱ्यावर दुखावलेला भाव होता. "म्हणजे...म्हणजे मम्मी, मला वाटत होतं, की माझ्या पसंतीवर तुमचा भरवसा असेल, तुम्ही मारियाला घरी बोलवाल आणि प्रेमानं तिचा, आमच्या प्रेमाचा स्वीकार कराल; इतर सगळ्या लोकांच्या विरोधाला भक्कमपणानं तोंड देऊन तुम्ही मारियाला या घरी घेऊन याल."

वनलताबेन अतिशय त्रस्त झाल्या होत्या. कशा कशा कठीण प्रसंगांना त्यांनी तोंड दिलं होतं. अत्यंत कठीण परिस्थितीशी सामना करत त्या जगल्या होत्या. आयुष्याची उरलेली वर्षं, जे हवं होतं ते सगळं मिळाल्यावर सुखासमाधानात जातील अशी स्वप्नं त्या बघत होत्या– आणि आज या घटनेनं क्षणात सारं उलटंसुलटं झालं होतं!

"अनूप– तुला कळत कसं नाही? म्हणजे तू न् ती– शक्य तरी आहे का? इतका मूर्खपणाचा विचार–"

"माझ्या आयुष्यातली इतकी महत्त्वाची गोष्ट, हा तुम्हाला मूर्खपणाचा विचार वाटतो मम्मी? पण लग्नासारख्या गोष्टीला मी मूर्खपणा मानत नाही. आणि मग तुमच्या महिला मंडळातर्फे दोन महिन्यांपूर्वी शालिनी नावाच्या एका वेश्येचं तुम्ही लग्न लावून दिलं, तिचं घर मांडून दिलं, तुम्ही सगळ्यांनी तिचं अभिनंदन केलं, या घटनेला तर मूर्खपणाचा विचार जरी नाही तरी एक जबरदस्त मोठा तमाशा

म्हटलं पाहिजे, होय ना?''

"अनूप! तू मला असं बोलतोयस? तू?'' त्यांचा आवाज चिरकला; छातीत जळजळ होऊ लागली, दोन्ही हातात तोंड खुपसून त्यांनी हुंदका दिला.

अनूप जवळ आला. वनलताबेनचे हात हातात घेऊन त्यानं त्यांचे डोळे पुसले आणि हळुवारपणे म्हणाला "खूप वाईट वाटलं ना मा! मी जे बोललो, त्याचं वाईट वाटण्यापेक्षा, मी तुझा मुलगा, तुला असं बोललो, याचं तुला जास्त वाईट वाटलं, होय ना? कारण माझ्यावर तुमचा जो विश्वास होता तो आज डगमगला. मम्मी, हेही तितकच खरं, की माझा तुमच्यावर जो विश्वास होता, तो खोटा निघाला ना, त्याचं मलाही असंच, अत्यंत दुःख झालं!''

शैलेश खूपच अस्वस्थ झाला होता. लहानपणापासूनच, मम्मी न् अनूप बारीकसारीक बाबतीतसुद्धा वादविवाद, भांडणं करायचे; पण जरा वेळानं सगळं शांत व्हायचं. आजचा प्रसंग वेगळाच होता. तो अनूपला म्हणाला, "हे बघ अनूप, जरा शांतपणानं विचार कर, उगीच डोक्यात राख घालून काय होणार?'' "सॉरी भाई, तुम्ही मम्मीलाही शांतपणानं विचार करायला सांगू शकला असतात! आणि विचार करणं याचा अर्थ विचार बदलणं असा असेल, तर माझा निर्णय पक्का आहे, हे आत्ताच सांगून टाकतो!''

अनूप पट्दिशी उठून घरातनं बाहेर पडला. पाण्यानं भरलेला एखादा काळा ढग घरावर न बरसता नुसता ओथंबून राहावा, तशी त्या घरावर एक काळसर सावली पडल्यासारखं झालं. तसं बघितलं तर सगळं नेहमीसारखं चाललं होतं. तोरलची दंगामस्ती, यशचं पावलं टाकायला लागणं, पार्टीसाठीच्या लहान-मोठ्या खरेद्या, आणि तरी, हळूहळू ऋतुमानाप्रमाणे बदलत जाणाऱ्या हवेसारखं घरातलं वातावरण बदलत होतं. लक्ष लावून ऐकलं तर येणाऱ्या बदलाची चाहूल ऐकू यावी; पण बदल नेमका दाखवायचा म्हटला तर दाखवता येऊ नये, असं होत होतं! सगळे जण एकमेकांशी बोलायचे, एकत्र जेवायखायचे- जणू काही तो प्रसंग घडलाच नव्हता! मारियाचं नाव कोणी कधी घेत नसे; पण जशी काही ती तिथंच असेल, असं तिचं अस्तित्व सतत जाणवायचं.

कधी कधी रूपा शैलेशला म्हणायची, "मला तर भीती वाटते आता काय होईल याची. अनूप रोजच उशिरा येतो आताशा. एक-दोनदा विचारलं मम्मींनी, तर म्हणाला खूप काम असतं म्हणून.'' "उगीच काळजी करतेयस तू रूपा. यशची पार्टी होऊन जाऊ दे, निघेल नंतर काहीतरी मार्ग. तुझं तर अनूप नक्कीच ऐकेल. अन् उशिराचं काय, मला नाही का दवाखान्यातनं यायला किती उशीर होतो बऱ्याचदा?''

त्या रात्री उशिरापर्यंत अनूपच्या खोलीत दिवा दिसला म्हणून काहीतरी खायचं

घेऊन रूपा त्याच्या खोलीत गेली. "थोडं खाऊन घ्या हं मग, ठेवतेय् इथं. आणि रोज अशी जाग्रणं केलीत, तर आजारी पडाल."

"तुम्ही शुश्रूषा करायला न् भाई औषध द्यायला असताना आजारी न पडणाराच अभागी, होय की नाही भाभी?"

"मम्मी पण शुश्रूषा करतील हं अनूप!" हलकेच हसत रूपा म्हणाली.

अनूपचा आवाज बदलला. "भाभी, प्रत्येक माणसाच्या हृदयात एक आरसा असता ना, तर किती छान झालं असतं किनई? त्या प्रतिबिंबानंच माणसाची ओळख पटली असती!" "अनूप, मला मारियाचा फोटो नाही दाखवणार?" "अरे वा! का नाही? नाहीतरी तुमच्याशिवाय कुणालाच तिच्यामध्ये इंटरेस्ट नाहीच आहे. द्या हात इकडे, तुमच्या हाती मारियाला सोपवतो!"

अनूपनं तिचा हात हातात घेऊन पंजा पसरला. "अरे! भाभी, हे लाल लाल काय झालंय तुमच्या हातावर? भाजलं का कशानं?" "चऽऽला! माझी चौकशी तरी केली म्हणायची! मला वाटलं होतं की आता मारियाशिवाय दुसरं काही सुचतच नसेल!" "भाभी, उडवाउडवीची उत्तरं नकोयत्. भाईला बाहेरच्या पेशंट्सशिवाय दुसरं काही दिसतच नाही मला वाटतं!" "तुमचे भाई म्हणतात की, काही नाही झालेलं, व्हिटॅमिन्स कमी आहेत– पण मी तर रोज गोळी घेते त्यांनी सांगितलीय् ती, व्हिटॅमिन्सची. चला, नाश्ता करा पाहू." "भाभी, मला एक वचन द्याल? मी कुठेही असलो, कशाही स्थितीत असलो, तरी मारियावर असंच प्रेम कराल ना तुम्ही? तिला मी न् तुम्ही सोडून कुण्णीच नाहीये!" "हे दिलं वचन, बस?" एवढं बोलेपर्यंत रूपाचे डोळे भरून आले, तशी ती मोठ्यानं हसली. "मला तिला भेटायची खूप इच्छा आहे, तूर्तास हा फोटो चालेल!" रूपानं फोटो उचलला. एक कृश, फिका चेहेरा असलेली मुलगी झाडाची फांदी पकडून उभी होती. फुला फुलांचं डिझाइन असलेला फ्रॉक आणि खांद्यापर्यंत कापलेले केस. विशेष असं काहीच तिच्या चेहऱ्यात नसतानासुद्धा कागदावरच्या त्या निर्जीव चित्रामधून तिचं प्रेमळ व्यक्तिमत्त्व जाणवत होतं. "अनूप, सांभाळा हं हिला. नाजूक आहे. उगीचच फार गरम झालात, तर पहाटेच्या दवासारखी नाहीशी होईल! खरंच असं वाटतं, की कितीतरी वर्षं मी हिला ओळखतेय!"

"खरंच भाभी? खरंच?"

"तर काय, खरंच! एकटेपणाचा मला अनुभव आहे अनूप, म्हणून तिचं एकटेपण मी समजू शकते. एक सांगू?"

"सांगा ना भाभी. मारियाबद्दल काहीही बोलायला मला आवडतंच. आणि शिवाय हे खाणं संपवेपर्यंत तुम्हाला मी जाऊ देणार नाहीच!"

"तुमचं मारियावर जे प्रेम आहे, त्याच्या मुळाशी दया किंवा सहानुभूती नाही

ना? तसं असेल तर मात्र दोघंही दुःखी व्हाल.''

''तोही विचार केलाय. तिच्यापासून दूर राहायचा प्रयत्नही केला मी, पण–''

''पुढचा काय विचार केलायत मग?'' मनात घोळत असलेला प्रश्न शेवटी रूपानं विचारून टाकला.

अनूप गंभीर झाला. मारियाच्या फोटोकडे बघत राहिला; मग डोकं एकदा जोरात हलवलंन्. शेवटी म्हणाला,

''यशाच्या वाढदिवसाची पार्टी होईपर्यंत मी मम्मीला विचार करायला वेळ देईन. मम्मीवरही माझं खूप प्रेम आहे भाभी, तिनं आमच्या सुखासाठी खूप त्याग केलाय, खूप सहन केलंय. तिला असा धक्का देताना मला आनंद का होणारे? पण म्हणून केवळ तिच्या मर्जीखातर मी मारियाला धोका नाही देऊ शकणार!''

''समजा, मम्मींनी नाहीच ऐकलं, तर?''

''तर मी घर सोडून जाईन भाभी!'' शांत, थंड आवाजात अनूप म्हणाला अन् रूपा स्तब्ध उभी राहिली.

३

थोडे क्षण तसेच, हवेसारखे वाहून गेले. अनूप खाली मान घालून बसला होता, स्वस्थ, शांत. त्याच्या कुरळ्या केसांवरून रूपानं हात फिरवला. "हे काय बोलताय् अनूप भाऊजी? हे घर- आपलं घर सोडून जाल?"

"मग काय करू दुसरं, भाभी?" त्याच्या शांत चेहऱ्यामागे दडलेली त्याच्या मनाची खळबळ तिला दिसत होती. रूपाचा हात हातात घेऊन तो लगेचच पुढे म्हणाला, "मला आहे ना भाभी, चर्चा, भांडणं, रडारड, वादविवाद असं सगळं घरात होणं आवडत नाही. माझा हा स्वभाव ठाऊक आहे तुम्हाला. मी गुपचूप घरातून निघून जाईन; पण परत फिरकणार मात्र नाही!"

"अनूपभाऊजी, गाव, घर सोडून गेलात म्हणून काय मनातूनही जाल?"
"चार्टर्ड अकाउंटंट आहे ना भाभी, आकडेमोडीचं काम! चुकीचा आकडा खोडून टाकायचा, बरोबर आकडा तिथे लिहायचा!" "फाऽर हट्टी आहात तुम्ही!"
"मम्मी न् मी काय आज पहिल्यांदाच असे आमने सामने झालोय थोडेच! एकदा शाळेत असताना टीचरनी कुठल्या तरी विषयावर नोट्स तयार करायला सांगितलं. तो विषय कोर्समध्ये नव्हता, रेफरन्स बुक्समध्ये नव्हता, पाठ्यपुस्तकांमध्येही नव्हता. मी म्हटलं मी नाही नोट्स तयार करणार."

"मग?"

"मग स्कूलच्या शिक्षक, प्रिन्सिपॉल, सगळ्यांशी जणू युद्ध सुरू झालं! प्रिन्सिपॉल म्हणाले, "माझी आज्ञा म्हणून लिहिलंच पाहिजे." मम्मीला न् भाईला

त्यांनी बोलावून घेतलं, दोघांनी मला खूप समजावलं. भाई म्हणत होता माफी माग, नाहीतर काढून टाकतील शाळेतून. मम्मी खूप रडली.''

"आणि? केलंत काय तुम्ही शेवटी?''

"काय केलं असेल?''

"शाळा सोडून दिली असेल!''

"बरोब्बर! फुटबॉलचा उत्तम खेळाडू होतो म्हणून दुसऱ्या शाळेत प्रवेश पण मिळाला. मला जे पटलं नाही ते नाहीच केलं मी.''

"अनूपभाऊजी, सगळ्या गोष्टींत असं वागून चालतं का?''

"भाभी! जिला मी वचन दिलंय त्या मारियाचं काय? ही काय मस्करी थोडीच आहे? तुम्हाला असं वाटतं की हे घर, हे माझं कुटुंब सोडताना मला यातना होणार नाहीत? मला... जाऊ दे भाभी. यशची पार्टी होईपर्यंत कुणाला काहीही सांगणार नाही ना? वचन द्या मला. आणि दुसरं, कुणाहीजवळ रदबदलीही करू नका माझ्यासाठी!''

रूपाला रडू फुटलं.

आज समुआत्याच्या मानसीचं लग्न. मांडव मुहूर्त सकाळी, त्यासाठी वनलताबेन आणि रूपाला लवकर जायलाच हवं होतं. शैलेश न् अनूपला दुपारी जेवायला तिकडेच बोलावलं होतं, अन् संध्याकाळी लग्नाला. भरजरी बनारसी साडी आणि त्याला शोभेसे दागिने घातलेली रूपा खूपच सुंदर दिसत होती. तोरलनं तिला नवी हेअरस्टाईल पण करून दिली होती आणि यशलाही नटवून तयार केला होता. रेशमी झब्बा खास लग्नासाठी शिवला होता त्याच्यासाठी. बाहेर जायचं म्हणून यशही खुशीत होता. अनूप चहा-नाश्त्यासाठी खाली आला न् त्यानं यशला बघितलं. "अरे वा! आमचा राजकुमार तर काय हॅन्डसम दिसतोय ना!''

"अनूप, यशला द्या इकडे, उशीर होतोय आम्हाला.''

"नाही भाभी, यश येणार नाही.'' बाहेर येता येता वनलताबेननी हे संभाषण ऐकलं न् त्यांना नवलच वाटलं. "अरे! काय झालं पण आता?''

"असल्या नातेवाइकांकडे यशला कशाला घेऊन जाताय?''

"अनूप बेटा, असं करून चालत नाही; अरे, जावं लागतं.''

"असंच करून चालतं. त्या समुआत्याचं तोंड बघितलंयस नीट कधी? घाणेरडे, किडके दात, ओठांच्या वर मिशांसारखी लव आणि हनुवटीवर काहीतरी टेंगूळ आलेलं. कोण जाणे काय झालंय् ते, पण यशला आवळून आवळून लटकं काहीतरी लाडं लाडं बोलत पाप्या घेत सुटतील– शी! नाही म्हणतोय् ना, त्याला मुळीच नाही न्यायचा. समुआत्याला तुमचे करू देत काय लाड करायचेत ते!''

अनूपनं यशला खांद्यावर बसवलं. ही यशची आवडती जागा! तो हसत हसत

अनूपचे केस ओढायला लागला. "पण अनूपभाऊजी, नात्यागोत्यातली मोठी माणसं घेतात लहान मुलांच्या पाप्या, नका घेऊ, का म्हणता येतं?"

"का नाही म्हणता येत? तुम्ही आई आहात त्याच्या, स्पष्ट सांगावं की आधी तोंड स्वच्छ धुवून या!" रूपा न् अनूप यावर हसत सुटली तशी वनलताबेन जरा चिडून म्हणाल्या, "थट्टामस्करीलासुद्धा काही काळवेळ असतो का नाही रे? जा पाहू रूपा, शैलेशला बोलावून आण, जेवायला तिकडे या. संध्याकाळी उशिरा आलात जरा तरी चालेल."

"मम्मी, तुला चांगलं ठाऊक आहे, की मी काही येणार नाही."

"अरे! पण मी तिथं सांगू काय सगळ्यांना अनूप?"

"तू उत्तर द्यायला बांधलेली नाहीस मम्मी! हे जे सगळे नातेवाईक आहेत ना आपले, त्यांनी आपण कफल्लक झालो होतो तेव्हा आपल्याला झिडकारून टाकलं होतं. थोरल्या काकांच्या डोक्यात काय काय भरवून देणाऱ्यांमध्ये या समुआत्याचे पतिदेव आणि त्यांचा वकील मित्र हेच सामील होते, हे तुम्हाला ठाऊक नाही? तू कोर्टाचे हेलपाटे घालत होतीस, तेव्हा तुला मदत करायला या आपल्या आप्तेष्टांपैकी एकानंसुद्धा बोट तरी उचललं होतं? आणि तुला आज त्याच आप्तेष्टांचा पुळका येतोय!"

"अरे, आपल्याला तर ठाऊकच आहे की ते सगळे अत्यंत स्वार्थी आहेत, पण आज खाली मुंडी घालून बोलावतायत् ना मलाच!"

"अगं! ते सारे तुझी तोंडावर खोटी खोटी स्तुती करतात अन् त्यानं तू खूष होतेस मम्मी?"

"अनूप!" वनलताबेनच्या वर्मी घाव लागल्याचं त्यांच्या आवाजावरनं समजत होतं. "तू कधीही मला समजून घ्यायचा प्रयत्न का करत नाहीस रे?"

अनूपचा जरा चढा स्वर वरच्या मजल्यावरील रूपानं ऐकला म्हणून ती पटपट जिना उतरून खाली आली आणि म्हणाली, "मम्मी, मला तुमची हिऱ्याची अंगठी देता घालायला?" वनलताबेन त्यांच्या खोलीत गेल्या. अनूप यशशी खेळत होता. रूपाला कळत होतं, की चर्चा तेवढ्यापुरती थांबली असली तरी त्याच्या अदृश्य धाग्याचा ताण होताच वातावरणात. अलीकडे होणाऱ्या प्रत्येक लहानसहानही वादाचं कारण गवताच्या काडीसारखं हलकं होऊन हवेत उडून जायचं, पण मनात त्याचा भार मात्र जाणवत राहायचा. अशी वेळ येऊच नये म्हणून रूपा सारखी आपल्याकडून प्रयत्न करत असायची. म्हणून आत्ता ती म्हणाली, "खरं सांगू अनूपभाऊजी, मला पण यशला घेऊन जायची मुळीच इच्छा नाहीये. मला स्वस्थपणानं बसू देणार नाही मुळीच; पण मग रघूजवळ तरी सबंध दिवस कसा ठेवायचा, नाही का? त्यापेक्षा आणा इकडे पार्सल आमचं, घेऊनच जाते!"

"हात्तिच्या! एवढंच ना! यशला सबंध दिवस मी सांभाळीन, मग तर झालं?"

यशला हातातल्या हातात नाचवत अनूप बाहेर निघूनही गेला. रूपानं वळून बघितलं तर वनलताबेन एकटक त्याच्याकडे बघत होत्या. रूपाला ठाऊक होतं, की अपमानाचा हा कडू घोट त्यांच्या गळ्यात अडकलेला राहील आणि त्याचा कडवटपणा त्या कधी विसरणार नाहीत. तिनं लटकंच हसून बघितलं. "हुश्श! चला, यशची झोपही नीट होईल आणि आपल्यालाही स्वस्थपणा मिळेल. शैलेशना का उशीर लागला?" काही तरी निमित्त शोधून ती परत वर त्यांच्या खोलीत आली. तोवर शैलेश तयार झालाच होता.

"चला, तयार आहात तुम्ही मंडळी?"

"हो! आमच्या पायी तुम्हालाही लवकर निघावं लागणारेय् ना?"

"अरे बाबा, रूपाराणीचा हुकूम आहे ना, मग? रूपा, काय झालं गं? तोंडं का उतरलंय् तुझं? बरं नाही का?"

रूपा खुर्चीत बसलीच. "शैलेश, यशला घेऊन जायला आम्ही तयार केला, पण अनूप त्याला घेऊनच जाऊ देत नाहीयेत. तुम्हाला ठाऊकच आहे या सगळ्या नातलगांवर त्यांचा किती राग आहे ते, आणि–"

शैलेश जोरात हसायला लागला. "अगं रूपा! एवढ्याशा या गोष्टीसाठी तुझ्या डोळ्यांत पाणी?"

"शैलेश तुम्ही....तुमच्या लक्षात येत नाहीय काय–" शैलेशनं तिचा चेहेरा वर उचलला अन् तिचं चुंबन घेतलं. मग म्हणाला, "रूपा, अगं मला समजत का नाही तुला काय वाटतंय् ते? पण मी आपला तराजूच्या दांडीसारखा समतोल राहायचा प्रयत्न करत असतो, कारण मम्मी किंवा अनूप कोणालाच नाराज करण्याची हिम्मत माझ्यात नाही!"

खालून आवाज आला "अरे शैलेश, रूपा! चला रे लवकर!"

"चल, ऊठ रूपा, ठीक होईल सगळं काही." शैलेशनं तिचा हात धरून तिला उभी केली तेव्हा परत त्याचं लक्ष गेलं.

"तुझ्यासाठी मी जर्मनीहून नवं औषध मागवलंय् रूपा, कालच दवाखान्यात येऊन पडलंय्; घेऊन येईन. दिवसातनं तीनदा लावत जा म्हणजे हे डाग जातील."

"डॉक्टरी नंतर करा! आत्ता मूडही नाही न् उशीर होतोय, चला बरं."

दोघं खाली आली तेव्हा वनलताबेन गाडीपाशीच त्यांची वाट बघत उभ्या होत्या. काहीच झालं नसेल तसं हसून त्या म्हणाल्या, "चांगलाच उशीर झाला– मांडवमुहूर्त संपून ग्रहशांती चालली असेल आता."

"सॉरी मम्मी!"

"शैलेश, तू तरी दुपारी जेवायला येशील ना तिकडे? का तुलाही नातेवाइकांची

चीड आहे?''

''नक्की येईन.''

दोघींना लग्नघरी उतरवून शैलेश पुढे गेला. समुआत्या वनलताबेनचा हात हातात घेऊन त्यांना मांडवात घेऊन गेल्या. ''किती गं उशीर केलास! बरं हे बघ, तुझ्या अनूपसाठी एक खूप छान मुलगी बघून ठेवलीय् मी. माझ्या नात्यातलीच आहे. आज बघशीलच. हिरकणी आहे हिरकणी. दुपारी अनूपला दाखवून ठेव. त्याच्याच लाइनमधलं काहीसं शिकली आहे. बघूनच तुझा अनूप विरघळला नाही तर सांग! रूपाची बरोबरी करेल अशी आहे अगदी. रूपा, तू जा आत, मानसी तुझी वाटच बघतेय.''

रूपा मानसी होती त्या खोलीत आली, तेव्हा ती मैत्रिणींच्या घोळक्यात बसली होती. ''या भाभी, यश कुठाय्? नाहीच ना आणलात?'' मग रूपाला जवळ बसवून तिच्या कानाशी लागत म्हणाली,'' ती तिकडे उभी आहे ना, ती मधुरी तुमची होणारी धाकटी जाऊ! मी तिला अनूपभाईंबद्दल सांगितलय. खूप अधीर आहे ती त्यांना भेटायला! दुपारी ना, माझ्या खोलीतच घेऊन या अनूपभाईंना. भेट घडवू या इथंच, अन् बक्षीस काय द्याल मला इतकी छान जाऊ मिळवून दिली त्याबद्दल, अं?''

रूपानं मधुरीला डोळे भरून बघून घेतली. खूपच सुंदर, चपळ पण अदबशीर, गोरीपान, पिंगट केस, छान स्टाइलचा सलवार कमीझ. रूपाला मारियाचा फोटो आठवला अन् तिनं एक निःश्वास टाकला. तिला वाटलं, आधीच ताणलेल्या माय-लेकांच्या संबंधाला मधुरीच्या निमित्तानं आणखी एक निरगाठ पडणार मध्ये!

रात्री घरी आल्याआल्याच वनलताबेननी रघूला विचारलं ''यश आला?''

''हो. अनूपभाईंच्या खांद्यावरच झोपून गेला होता. ते स्वतःही खूप दमले होते असे सांगून ते त्यांच्या खोलीत निघून गेले.''

रूपा वर आली तेव्हा शैलेश अजून आला नव्हता. ती अनूपच्या खोलीत आली. यशला थोपटता थोपटता तो काहीतरी वाचत होता. ''या भाभी. तुमची ठेव अगदी सुरक्षित आहे बरं! साऱ्या दिवसात तुमची आठवण पण नाही झाली त्याला, ठाऊकाय? खोटं बोलतोय् असं वाटत असलं तर–''

''का थांबलात? रघूला विचारा, असंच ना?''

''हं, तेच, त्यानंच तर सांभाळला. झूमधे, बागेत, तळ्याच्या काठी, खूप मजा केली आम्ही न् तुमच्या चिरंजीवांनी!''

''तुमचे भाई अजून नाही आले?''

''बसला असेल कुठल्या पेशंटची नाडी पकडून! त्याच्यासारखा गरीब बिचारा सज्जन डॉक्टर मिळाला, तर पेशंट कशाला त्याला लवकर जाऊ देईल? पण खरं कारण सांगू भाभी?''

झोपलेल्या यशला उचलून घेऊन जाता जाता रूपा थांबली आणि अनूप हळूच म्हणाला, "कदाचित् मुद्दाम उशिरा येत असतील"

"का?"

"त्याला ठाऊक आहे ना, की आज घरात वातावरण तंग असणारे. मम्मी मला समजावायसाठी त्याला आग्रह करेल आणि तो ना मम्मीला नाराज करू शकणार, ना मला. भाभी, कधी कधी मम्मीपेक्षा भाईसाठी मला जास्त वाईट वाटतं!"

रूपा जाऊ लागली. अनूप तिच्यामागे आला. "भाभी, रागावलात?"

"कशाला रागवू? समजा तुमचं मन वळवायचं काम मम्मींनी माझ्यावर सोपवलं, तर? तुम्ही काय कराल? ऐकाल माझं?"

"अरे! मग तर मी जिंकलोच समजा! तुम्हाला हरवण्यात काय मोठं अवघड आहे? हुतूतू खेळतो तसं तुमचा हात पकडून माझ्या साइडला खेचून आणीन की झालं! तुम्ही तर खूप समंजस आहात भाभी, माझी समजूत घालायचं पाप तुम्ही करणारच नाही!"

रूपा तिच्या खोलीत आली, अनूपही पाठोपाठ आला. यशला खाली ठेवून त्याची झोप न मोडता हळूच त्याचे मळके कपडे बदलता बदलता ती म्हणाली, "पाप? पाप कसलं?"

"ह्या इतर लोकांसारखा दोन प्रेमी जीवांच्या मध्ये येण्याचा जुलूम तुम्ही करणार नाही भाभी!"

"बाप रे! हा तर काव्यमय स्वप्नांच्या दुनियेत रमणारा जीव बोलतोय्! आणि हा आकडेमोडीच्या जंजाळात काय करत असतो? बाकी अनूपभाऊजी, आज तुमच्यासाठी तिथे जी मुलगी बघितली ना ती अगदी परीसारखी सुंदर आहे– आणि मधुरी नावासारखीच गोड! अरेच्या! हो, हो, बेतानं! उगारलेली तलवार म्यानात घाला भाऊजी, न् आता परत फिरा बरं. मी एक तर दमलेय् अन् मला अजून कपडे पण बदलाय्चेत!"

"मग मी अक्षता घेऊन आलो नव्हतो माझ्या खोलीत बोलवायला?" असं तावातावानं बडबडत धाड्कन दरवाजा बंद करून घेत अनूप निघून गेला.

कपडे बदलून रूपा यशला कुशीत घेऊन आडवी झाली. पहिल्यांदाच सबंध दिवस दूर राहिला होता तो तिच्यापासून. दूध भरून ठणका लागला होता तिलाही. यश झोपेतच तिच्याजवळ सरकून पिऊ लागला. केवढं सुख होतं त्याला असं पाजण्यात! यशचं मस्तक हुंगत तिनं त्याला कुरवाळलं. पूर्वजन्माच्या कुठल्या देण्याघेण्यांमुळे या जन्मी आपल्या पिंडातून तिनं त्याचा हा पिंड घडवला होता.

आणि हे घर! थोड्या वर्षांपूर्वीपर्यंत हे घर, माणसं तिला संपूर्ण अनोळखी,

अपरिचित होती आणि अचानक एक दिवस हे सगळं तिच्या अस्तित्वाचा अतूट हिस्सा बनून गेलं होतं!

एकदम तिला अनूपचे शब्द आठवले, ''हे घर सोडून निघून जाईन आणि मग मागे वळूनही पाहणार नाही!''

तिला एकदम एक शंका आली, मग ती बळावली आणि ती घाबरून गेली.

यशच्या पार्टीपर्यंतचे दिवस कसे गेले कळलंच नाही. पत्रिका छापून आल्या, पत्ते लिहिले जाऊन पोस्टात पडल्या. शैलेश अन् अनूपच्या मित्रांसाठी गच्चीवर एक दिवस पार्टी ठेवली होती, त्या दिवशी रूपाचा गाण्याचा कार्यक्रम ठरवला होता. दुसऱ्या दिवशी वनलताबेनच्या मंडळातल्या बायका आणि स्नेहीसंबंधी, आप्तेष्ट. खूप धावपळ, गडबड चालू होती. अनूप न् तोरल कधी दिवाणखान्यातले पडदे बदलत असायचे तर कधी गच्चीवर छोट्या दिव्यांचं तोरण. रूपाच्या मनात यायचं, या पार्टीमध्ये आनंदाबरोबरच विषाद पण मिसळलाय् असं का वाटत राहतं? खरंच का पार्टीनंतर अनूप मारियाचा विषय काढेल? मम्मी ऐकतील? का मग अनूपभाऊजी खरंच घर सोडून... रूपा अत्यंत बेचैन व्हायची. तिला नवल वाटायचं, मम्मी न् शैलेश या गोष्टीचा विचारच नाही करत? का पण? विसरून गेले असतील? कालच वनलताबेननी परत तिला सांगितलं होतं, की त्यांनी पार्टीला मधुरीलाही बोलावलं होतं आणि तिची न् अनूपची ओळख करून द्यायचं काम रूपानं करायचं होतं!

कधी कधी अस्वस्थ होऊन ती शैलेशला म्हणायची, ''मम्मींना समजावा ना शैलेश तुम्ही. काय ते ठरवून टाकू दे एकदाचं, असं अधांतरी, अनिश्चित ठेवू नका सगळं; एकदा तरी ऐका ना माझं!'' शैलेशला हसू आलं. ''रूपाराणी, मी अनूपला चांगलं ओळखतो. अगं, माझ्यासाठी जीव देईल तो! तो असं एकदम टोकाला जाऊन काही करणार नाही एवढं नक्की, आणि शिवाय, घाईतरी काय आहे एवढी? पार्टी होऊन जाऊ दे, मग आपण सगळी स्वस्थपणानं बसून सगळी चर्चा करू या. अगं किती तरी लोक आता प्रेमविवाह करतात, सगळ्यांच्या घरी काय भांडणं का होतात त्यावरनं?''

पण रूपा अन् अनूपची कधी दृष्टिभेट झाली, तर तिला आतून जाणवायचं की अनूपनं आपल्याला जे सांगितलंय ते तो तंतोतंत अमलात आणेलच. कसा काय मम्मींना स्वतःवर इतका विश्वास आहे कोण जाणे! अनूपचा निश्चय पक्का आहे हे उघड होतं. हा एखादी परीक्षा देणे किंवा नातेवाइकांशी संबंध ठेवणं असला प्रश्न नव्हता– तसंच पाहिलं तर प्रश्न मारिया या मुलीशी लग्न करणं न करणं एवढाचही नव्हता; कदाचित जीवनाकडे बघण्याच्या दृष्टिकोनाचा होता! अनूपच्या मनात हा विचार ठाम आहे हे इतकं एखाद्या दिव्यासारखं स्वच्छ नि स्पष्ट दिसतंय आणि ते

शैलेशच्या आणि मम्मींच्या कसं लक्षात येत नाहीये?

शेवटी पहिली पार्टी मित्रांसाठी होती तो दिवस उजाडला. गच्चीवर केलेल्या रोषणाईनं सगळीकडेच झगमगाट झाला होता. तऱ्हतऱ्हेचे खाद्य पदार्थ, फुलं, प्रेझेंट्स, आशीर्वाद, अभिनंदनं– यशला मांडीवर घेऊन वनलताबेन जरा दूर बसल्या होत्या आणि संतुष्ट समाधानी नजरेनं मुलाकडे न् सुनेकडे पाहत होत्या. खूप तपश्चर्या केली होती त्यांनी, मुलांसाठी खूप झिजल्या होत्या, पण सगळ्या श्रमांचं चीज झालं होतं, हा फुलासारखा नातू– त्यांनी यशला आणखीच जवळ ओढलं. बस्स– आता फक्त अनूपनं आपलं म्हणणं ऐकलं, की... मनात एक अनामिक भीती दाटली– अनूप त्यांचं कधी ऐकत होता? प्रत्येक लहान-मोठ्या गोष्टीत त्यांचे मतभेदच व्हायचे न् तो त्याच्या स्वतःच्या मनासारखंच वागायचा– पण ही काही लहानसहान गोष्ट नव्हती, काही सामान्य बाब नव्हती. या बाबतीत तरी नक्कीच तो आपलं ऐकेल. शैलेशही समजावेल त्याला. उद्या आता त्यानं मधुरीला बघितलंन म्हणजे– त्यांनी हे सगळे विचार, प्रयत्नानं मनातनं काढून पार्टीत लक्ष गुंतवलं.

दुसऱ्या दिवशी सगळे नातलग, स्नेही अशी मंडळी जेवायला यायची होती. अनूपनंसुद्धा शैलेश अन् रूपाच्या बरोबरीनं पाहुण्यांना आग्रह करकरून जेवायला घातलं. वनलताबेन खूष झाल्या. रूपाला त्यांनी सांगितलं होतं, तशी रूपानं मधुरीची आणि अनूपची ओळख करून दिली, तेव्हा अनूपनं व्यवस्थित शिष्टाचार पाळून तिच्याशी थोड्या गप्पागोष्टी केल्या आणि ते वरून बघणाऱ्या वनलताबेनचा जीव भांड्यात पडला. एखादं संकट टळावं तसं त्यांना सुटल्यासारखं वाटलं.

एक एक करून पाहुणे सगळे जाता जाता बराच उशीर झाला होता. घरची सगळी खूप थकली होती. दोन दिवस खूप काम झालं होतं. यश रघूच्या मांडीवर झोपून गेला होता. सगळीकडे फुलांचे गुच्छ आणि रंगीबेरंगी फुगे पडले होते. शैलेश यशला उचलून घेऊन वर गेला तेव्हा वनलताबेननी खालूनच त्याला सांगितलं, "शैलेश, जरा अनूपला पाठव बरं खाली ही प्रेझेंट्स सगळी जागच्या जागी ठेवू देत."

"राहू दे ना मम्मी आता. सगळीच जणं खूप दमलीयत्. उद्या हे सगळं करू या ना, हं?" रूपानं समोरचं दार बंद करता करता म्हटलं.

"मम्मी, अनूप वरती नाहीये." वरून शैलेशचा आवाज आला. "झोपला असेल इथं खालच्या खोलीत. चला, मी पण जाते झोपायला." त्या वर गेल्या.

रूपा काही बोलली नाही. शैलेशचे शब्द ऐकताच तिला धस्स झालं होतं. वनलताबेन वर गेल्यावर ती पट्दिशी खालच्या बेडरूमकडे गेली न् तिनं लाइट लावला. ती पाहुण्यांसाठीची बेडरूम होती– पलंग रिकामा होता! रूपा बाहेर आली, स्वयंपाकघर, कोठीची खोली सगळीकडे बघून आली, मग पळत धापा टाकत ती

वर आली. शैलेश पडल्या पडल्या वाचत होता. "रूपा! तुझीच वाट बघत होतो, ये... आँ? रूपा! काय झालं ग?"

धास्तावलेल्या आवाजात रूपा म्हणाली, "शैलेश, अनूप घरात नाहीये!"

"अगं, काहीतरी काय बोलतेस रूपा? आत्ता होता अन् एवढ्यात जाईल कुठे? आत्ता नाही का कॉन्ट्रॅक्टरची व्हॅन आली, त्यात त्यांची भांडीबिंडी सगळं भरलं अन् मग...." रूपाला स्तब्ध उभी राहिलेली पाहून शैलेशलाही आता धसका बसला. "रूपा! रूपा, तुला वाटतंय् की अनूप घर सोडून..." वाक्य तसंच सोडत शैलेश भराभर जिना उतरून धावत खाली आला, दार उघडून कंपाउंडमध्ये आणि गेटचं कुलूप उघडून रस्त्यावर आला. चारी बाजूला गाढ शांतता. रस्त्यावरच्या मंद दिव्याभोवती रात्री उडणाऱ्या टोळांचा एक थवा नाचत होता. शेजारच्या घरांमधले दिवे विझलेले; त्यामुळं तो अंधूक उजेड अन् आसपासचा अंधकार जास्तीच भयाण वाटत होता. तो लांबच्या लांब रिकामा रस्ता खायला उठला असेल, तसा बावरलेला शैलेश परत वळून धावत घराशी आला. पोर्चच्या पायऱ्यांवर रूपा उभी होती. शिळेसारखे जड झालेले पाय कसेबसे उचलत शैलेश त्या पायऱ्या चढला आणि मग मट्दिशी खालीच बसला. रूपा त्याच्या शेजारी बसली आणि त्याच्या खांद्यावर तिनं डोकं टेकलं. अत्यंत दुखावलेल्या स्वरात शैलेश कसंबसं बोलला, "रूपा, खरंच अनूप आपल्याला सोडून निघून गेला? मला खरंच वाटत नाहीये!"

"मला माहीतच होतं असं काहीतरी होईलसं, आणि तुम्हाला न् मम्मीना मी सांगितलंही होतं. पण तुम्ही दोघांनीही थट्टेवारीच नेलं!"

"पण... पण तो असा... अशा तऱ्हेनं निघून जाईल–"

शैलेशचा कंठ दाटून आला, त्याला बोलवेचना.

"तुम्हाला अजून त्यांची ओळख नाही पटली? त्याच्यासारखा मुलगा अशा तऱ्हेनंच जाईल... एक घाव न् दोन तुकडे करून सारे संबंध एकदम तोडूनच–"

"तू उगीच घाबरतेय्स, अग तो नक्की परत येईल बघ. रूपा, मी घेऊन येईन त्याला."

"जो हरवला असेल त्याला शोधता येतं शैलेश, पण तो स्वतःच आपल्या पाऊलखुणा पुसून टाकत निघून गेला असेल, त्याला शोधता नाही येत!"

"नाही! नाही रूपा! असं होणार नाही. थोड्या दिवसांनी रुसवा गेला म्हणजे आपण होऊनच येईल तो परत. फार तर लग्न करून पाया पडायला येईल. मग मम्मी पण त्यांना स्वीकारेल, असंच तर होत असतं सगळीकडे!"

"शैलेश, तुम्ही बोलायचं म्हणून बोलताय; पण तुम्हाला स्वतःलाही ठाऊक आहे की हे आपलं आपल्यालाच खोटं खोटं समजावताय तुम्ही! मला जर अनूपभाउजींची बरोबर ओळख पटली असेल, तर मला नाही वाटत ते कधीही परत

ह्या घरी येतील.''

शैलेशनं रूपाचा हात घट्ट पकडला. त्याचा हात कापत होता. तो म्हणाला, ''कितीदा तरी असं झालंय रूपा, की माझ्या मनात असेल ते मला बोलता येत नसे, नाइलाजानं गप्प बसावं लागायचं. कारण मी दोघांपैकी कोणालाच असं नाही असं म्हणून दुखवू शकत नसे. पण मला चांगलं माहीत आहे की, अनूप खूप खूप प्रेमळ स्वभावाचा आहे.''

''आणि मम्मी?''

''मम्मीसुद्धा...पण-पण...''

''पण त्यांच्या प्रेमावर त्यांच्या अहंचं आवरण असतं, खरं ना? आणि त्यामुळं तुम्ही त्यांना किंवा अनूपलाही काही म्हणून शकत नव्हता!''

शैलेशची नजर खाली झुकली. रूपानं त्याचा चेहरा प्रेमानं, मायेनं वर उचलला. रात्रीचा अंधार जणू त्याच्या डोळ्यांत उतरला असेल तसे त्याचे डोळे निस्तेज दिसत होते! दिवाणखान्यातला उजेड थोडथोडा इथपर्यंत येत होता, त्या अंधूक उजेडात शैलेशच्या डोळ्यात असहायता आणि लाचारीच्या खुणा दिसत होत्या.

''रूपा, चल माझ्याबरोबर, मम्मीला उठवलं पाहिजे.'' रूपा उभी झाली अन् तिच्या आधारानं शैलेश उठला. पाय फरपटत रूपाच्या मागेमागे तो वनलताबेनच्या खोलीत आला. रूपानं दिवा लावला तशी दचकून वनलताबेन जाग्या झाल्या. त्या दोघांना असं रात्रीचं त्यांच्या खोलीत आलेलं बघून घाबरून गेल्या.

''काय झालं रे शैलेश? काय झालं? तुम्ही दोघं अशा अपरात्री- अरे बोल ना!''

रूपाच शेवटी म्हणाली, ''मम्मी, अनूपभाऊजी घरात नाहीत!''

वनलताबेन अवाक् होऊन दोघांकडे टकमक बघत राहिल्या.

''म्हणजे...म्हणजे तू काय सांगतेयस काय?''

शैलेश त्यांच्या पलंगावर बसला. ''मम्मी, अनूप घर सोडून निघून गेलाय.''

काही उमजतच नसेल तशा वनलताबेन शैलेशकडे बघत राहिल्या. मग डोक्यात प्रकाश पडल्यासारख्या एकदम उठून उभ्या झाल्या.

''अनूप घर सोडून निघून गेलाय? काय बोलतोयस काय तू? म्हणजे त्या दिवशी त्या कोण मारिया नावाच्या मुलीचं म्हणत होता- तिच्यासाठी- देवा रे! अनूपनं हे असं काय केलं रे? अरे असल्या कोण कुठल्या मुलीसाठी तो तुला न् मला सोडून देईल असं कसं होईल? अरे असं कसं होईल?''

त्यांचे डोळे भरून आले आणि अश्रू वाहू लागले. रूपा हळुवार आवाजात म्हणाली, ''आपण मारियाचा स्वीकार केला असता तर ह्यातलं काही झालं नसतं! पण मला वाटतं आता फार उशीर झाला.'' हुंदके देत वनलताबेन उद्वेगानं म्हणाल्या,

"पण मला काय कल्पना की तो म्हटल्यासारखं खरंच करेल, मला सोडून निघून जाईल? शैलेश लवकर जा. त्याच्या सगळ्या मित्रांकडे जा, ज्या जागा तुला ठाऊक असतील तिथं जा. अनूप नक्की तिथंच कुठंतरी असेल."

"पण मारिया त्याच्याबरोबर असली तर मम्मी?" रूपानं जरा दबकत विचारलं. आणि वनलताबेनच्या आसवांनी डबडबलेल्या डोळ्यांमध्ये बघता बघता निखारे फुलले!

"मारिया-मारिया-मारिया! कालची पोरगी ती-तिच्यासाठी हे सगळं घर सोडून देईल तो? डोकं फिरलंय की काय त्याचं? आजपर्यंत मी जे सगळं केलं ते काय गेलं काय चुलीत?"

तोंड फिरवून वनलताबेन पडून राहिल्या. त्यांच्या केसावरनं जरा वेळ हात फिरवून शैलेश उठून बाहेर गेला. रूपानं दिवा बंद करताकरता मागे वळून पाहिलं, वनलताबेन चुपचाप रडत होत्या.

रूपानं खूप आग्रह केला. समजावलं. तेव्हा कुठे अनूपच्या मित्रांकडे जाऊन तपास करायला शैलेश तयार झाला. तो गाडी घेऊन गेल्यावर रूपा त्यांच्या खोलीत येऊन बाल्कनीत उभी राहिली. गाढ अंधाराचा अनंत समुद्र सभोवती पसरला होता. कुठून काही ओळखीची साद की चाहूलही येत नव्हती. काही अगम्य भीतीनं ती थरथरली आणि परत खोलीत आली. तिनं यशला जवळ घेतलं. तीही एक आई होती. यश तिच्या रक्तामांसाचा गोळा! खूप अस्वस्थ होऊन ती परत उठून बसली. शेवटी दिवा लावून ताटकळून वाट बघत बसून राहिली.

पहाटे शैलेश परत आला. कुणालाच अनूपबद्दल काहीच ठाऊक नव्हतं. सुधीर फक्त म्हणाला होता की दोनतीनदा अनूप त्याच्याजवळ बोलला होता तो कुठेतरी परदेशी नोकरीसाठी जाणार होता असं. पण सगळं उडतउडतच बोलणं झालेलं, त्यात अनूपचा थट्टेखोर स्वभाव. त्यामुळे ही पण एक थट्टाच असेल असं वाटून सुधीरनं फारसं मनावर घेतलं नव्हतं.

त्या शांत आणि अंधाऱ्या रात्रीसारख्या कितीतरी रात्री मग गेल्या. रोज सूर्य उगवायचा तसा उगवत असे, दिवसभराचा प्रवास संपवून संध्याकाळचा थकून अस्ताला जात असे. चांदण्या चमचमायच्या, रात्रीच्या अंधकारात वाऱ्याच्या सुगंधित झुळका येत राहायच्या. वृक्षांवरची हिरवीगार पालवी हळूहळू सोनेरी होत गळून जायची. पण जो निघून गेला तो परत आला नाही. आणि आला नाही एवढंच नव्हे तर त्याचा काही ठावठिकाणाही समजला नाही!

अनूपनं त्याची प्रॅक्टिस तर खूप आधीपासूनच त्याच्या भागीदार मित्राच्या नावे केलेली होती असं कळलं. मारियाचं घर शोधून काढून रूपा तिथं गेली होती, पण घरमालकाला ती कुठे गेली आहे हे काहीच ठाऊक नव्हतं. मग अनूपचा फोटो

दाखवल्यावर मात्र म्हणाला की हा तरुणच तर आला होता घरभाडं चुकतं करून सामान घेऊन जायला. ती दोघं लग्न करणार होती असं जाताना म्हणाला होता.

खूप मोठं वादळ व्हावं आणि सगळं उद्ध्वस्त करून शमून जावं, तसं मन आणि मनातल्या भावना उद्ध्वस्त झाल्या होत्या

ती रात्र! अनूप निघून गेला ती रात्र! त्यानंतर क्वचितच कधी रूपा बाल्कनीत एकटी उभी राहत असे. कसल्या तरी अनामिक भीतीनं अजूनही तिचा थरकाप होत असे. परत एखादं वादळ तर नाही ना होणार? पुन्हा वादळ? झंझावाती? झालं तर ते काय ओढून घेईल तिच्यापासून?

४

रूपाला घरात अगदी एकटं एकटं झालं होतं. शैलेश नाहीतरी कमीच बोलका आणि आता तर त्यानं स्वतःला कामात जणू बुडवून घेतलं होतं. रविवारी सकाळीही तो आताशा चॅरिटी हॉस्पिटलमध्ये जाऊ लागला होता. वनलताबेनना अलीकडे हायब्लडप्रेशरचा त्रास होत होता. बरं असेल तेव्हा त्या यशला घेऊन फिरायला निघून जायच्या. एवढ्या मोठ्या पण सुमसाम बंगल्यात एकटेपणा रूपाला खायला उठायचा.

कोणी उठून घर सोडून निघून गेलं तरी त्यानं तिथे जे आयुष्य घालवलं ते काही ती व्यक्ती गोळा करून घेऊन जाऊ शकत नाही. काळाच्या शिळेवर कोरलेला आठवणींचा शिलालेख पुसला कसा जाणार? अनूपचं हसणं हसवणं, दंगामस्ती सारं जणू घरात जिकडेतिकडे विखुरलेलं होतं. सकाळी चहा पितापिता वनलताबेनच्या हातात तसाच राहिलेला चहाचा कप किंवा वर्तमानपत्राच्या एकाच पानावर उगीचच टिकून राहिलेली शैलेशची नजर, असल्या गोष्टी त्यांच्या मनातल्या वेदनांची तीव्र जाणीव देऊन जायच्या. पण सगळं चुपचाप! कुणीच काहीच बोलत नसे ह्या विषयावर. कधीकधी दुपारी स्वयंपाकघरातली झाकपाक करून वर जाता जाता रूपा वनलताबेनच्या खोलीत डोकावली तर त्या वर्तमानपत्राची पानं काही शोधण्यासाठी उलटत असतील तशी बघत असायच्या. त्यांनी रूपाला त्यांच्याकडे बघताना पाहिलं तर चोरी पकडली गेली असेल तशा एकदम भराभरा, निरर्थक काहीतरी बोलायला लागायच्या, विचारायच्या, "काही काम होतं?" अन रूपा नुसतंच नकारार्थी मान

हलवत त्यांच्याकडे बघत राह्यची. मग तिची ती अंतरंगात शिरू बघणारी तीक्ष्ण नजर जणू गिरमिटासारखी त्यांच्या मनात शिरेल म्हणून त्या एकदम पाठ फिरवायच्या.

आणि तोरल! तिच्या प्रश्नांच्या तोफमाऱ्याला तोंड देणं सोपं नव्हते! "अरेच्या पण! असे रातोरात कसे काय अनूपभाई गल्फ देशात निघून गेले? यशच्या पार्टीच्या वेळी कितीतरी वेळ आम्ही बरोबरच तर असायचे, तेव्हा काहीच बोलले नव्हते ते, आणि सकाळी अचानक गायब. असं कसं? आणि का पण?"

आणि मग थोड्या दिवसांनी साहजिकच तिसरा प्रश्न– "त्याचं पत्र कसं आलं नाही? पत्ता सांगा ना मला, मीच लिहिते!"

हळूहळू प्रश्न कमी होत होत बंद होतात. पण त्यांचे प्रतिसाद मनात घुमत राहतात! आणि कितीतरी दिवस झाले, ना कुणा मित्रांकडे जाणे-ना पार्टी-ना पिक्चर!

एका रात्री शैलेश असाच उशिरा घरी आला तेव्हा त्याचा हात हातात घेऊन जड मनानं रूपा म्हणाली, "शैलश, तुम्ही असे वागता ना, मी फार एकटी पडते हो!"

"सगळी माझीच चूक? मीच अपराधी? मी लाख मनात ठरवलं होतं की अनूपसाठी दुसरं घर घ्यावं, म्हणजे मम्मीला ती दोघं इथं राहणं पसंत नसेल तरी हरकत नाही. पण... पण तो तर- बघतेयस ना, काही पत्र नाही, निरोप नाही, काही नाही! दूर निघून गेला म्हणजे माणसानं सगळे संबंध तोडले पाहिजेत असं थोडंच आहे?"

शैलेशचा आवाज त्याच्याही नकळत चढत होता... उद्वेगानं, मनस्तापानं. रूपा गप्प बसली. बोलण्यासारखं होतं तरी काय? तिला ठाऊक होतं की शैलेश आतल्या आत खूप दुखावला होता. ते दुःख असं केव्हातरी उद्रेक होऊन बाहेर येत होतं. रूपानं जवळ येऊन त्याला कवेत घेतलं. गोंजारलं, "बस. आता शैलेश, नको जिवाला त्रास करून घेऊ. जिथं कुठं असतील भाऊजी तिथं सुखी असतील बरं! आपल्याजवळ नसले म्हणून काय झालं? अगदी आपल्याला सांगूनसवरूनसुद्धा गेले असते समजा परदेशी, तरी असेच दुरावले असते ना आपल्यापासून?"

"तसं नाही गं रूपा! हे बघ, आता कसं सांगू तुला?...मी ...जाऊ दे!" रूपानं मुकाट्यानं त्याच्या पाठीवरून हात फिरवला. तिला समजत होतं की, शैलेशला अपराधी वाटत होतं. अनूपच्या अशा तऱ्हेनं जाण्यानं झालेल्या ह्या जखमेची बोच कायमच राहणार होती. आणि मम्मी? त्यांना काय वाटत होतं? त्यांच्याविषयी नक्की काही तर्क करणं अवघड होतं.

शैलेश म्लानसा हसला. त्याच्या पाठीवरचा रूपाचा हात धरून त्यानं तिला जवळ ओढली. गाढ प्रेमाच्या उबेत रूपा सुखावत होती. तेवढ्यात शैलेशचं एकदम

लक्ष गेलं. "रूपा, तुला त्या व्हिटॅमिन्सच्या गोळ्या घ्यायला सांगितल्या आहेत त्या का घेत नाहीस नियमानं?"

"आत्ता एकदम काय आठवण झाली पण? घेते ना रोज, एखादाच दिवस राहते, नाहीतर–" "हा बघ मानेवरचा भागपण लाल झालाय. औषध विसरून कसं गं चालेल? त्वचा सुकी पण झालीय तुझी."

"तुमच्या औषधांचा कंटाळा आलाय खरंच शैलेश!"

"उद्याच तुझी ॲलर्जी टेस्ट करून घेऊ या हं. बरं, हास बरं जरा आता." बोलता बोलता शैलेशचे डोळे ओलावले होते.

सकाळी उजाडतच शैलेशला फोन आला. त्याच्या एका पेशंटचा ताप खूपच वाढला होता. शैलेशला लवकर व्हिजिटवर जायला हवं होतं. शैलेश निघायच्या तयारीला लागला. रघूला नाश्ता तयार करायला सांगून रूपानं शैलेशसाठी दाढीचं पाणी गरम केलं आणि शैलेशला हाक मारली.

"हे देवा! तू दाढी हा प्रकार का चिकटवलास माणसाला?" बेसिनवरच्या आरशात बघून हनुवटीवर हात फिरवत शैलेश बडबडला. "आम्ही बायका काही देवाला बोल लावत नाही की हे देवा आम्हालाच का फक्त गर्भाशय दिलास म्हणून!" रूपा हसतहसत म्हणाली. त्यावर शैलेशनंही हसतच उत्तर दिलं, "तुम्ही नाही बोल लावत, तर ती काय आमची चूक? चल चल, पाणी आण बरं लवकर!"

रूपानं चिमट्यानं पाण्याची ती लहानशी पातेली पकडली आणि ती भराभरा येत होती तेवढ्यात लापट झालेला तो चिमटा निसटला अन गरम पाणी रूपाच्या पायावर पडलं. शैलेश घाबरून धावतच आला न् तिचा हात धरून भराभरा तिला बाथरूमकडे नेऊ लागला. चल चल लवकर रूपा, गार पाणी ओतू या पायावर. रघू, पट्‌दिशी फ्रिजमधनं गार पाण्याची बाटली दे अन् मग बर्फाचा ट्रेपण काढ."

शैलेशचा आरडाओरडा ऐकून वनलताबेनपण धावत आल्या. "काय झालं शैलेश? काय झालं?"

रूपा तर तशीच उभी होती. ती हसून म्हणाली, "मम्मी! अहो मला काऽऽही झालं नाहीये! जरा पाणी सांडलं त्याचं शैलेश केवढं करतायत!" शैलेश आश्चयानं म्हणाला, "अगं, पण पाणी तर गरम होतं! चल ना बाथरूममध्ये–" रघूनं थंड पाण्याची बाटली दिली. बाथरूममध्ये जाता जाता रूपा म्हणाली, "अहो शैलेश, खरंच मला नाही भाजलं." वनलताबेन खाली पडलेली वाटी उचलायला गेल्या न् 'स्सऽऽ" करून त्यांनी ती हातातनं खाली टाकली. त्या अत्यंत आश्चर्यानं रूपाकडे बघत राहिल्या.

शैलेश खाली बसला आणि रूपाचा पाय नीट बघायला लागला. मग घाबराघुबरा होऊन उभा होत त्यानं रूपाला हात धरून ओढलं. रूपा हसतहसत काही थट्टा

करणार होती तेवढ्यात एकदम कोरड्या आवाजात तो म्हणाला, "जरा चूप बसशील?" रूपा एकदम गप्प झाली. शैलेश भराभरा तिचे हात, गळा सगळं तपासायला लागला.

"शैलेश! काय बघतोयस एवढं? आँ?" असं विचारता विचारता शैलेशच्या चेहऱ्याकडे बघून वनलताबेन एकदम गप झाल्या. शैलेशनं रूपाचा हात सोडला आणि तो वर निघून गेला. रूपा न् वनलताबेन आश्चर्यानं एकमेकींकडे बघत राहिल्या आणि मग स्वयंपाकघरात जाताजाता पुटपुटल्या, "कोण जाणे काय होतंय ह्या घरात!"

"भाभी, भाईंचा नाश्ता." रघू प्लेट घेऊन आला. "आण इकडे." प्लेट घेऊन रूपा वर पोचली तेव्हा शैलेश फोनवर बोलत होता. आवाज जरा कर्कश आणि अस्वस्थ, आणि शब्द त्याहूनही अस्वस्थ करणारे होते. "हॅलो! डॉ. शेठ? मी डॉ. देसाई बोलतोय, शैलेश देसाई. गुडमॉर्निंग! अरे काम आहे तुझ्याकडं माझं. अर्जंट अपॉइंटमेंट हवीय, हो अर्जंट. नाही पेशंटसाठी नाही, माझ्या बायकोसाठी. रूपासाठी. अच्छा संध्याकाळी पाच वाजता- ठीक. येतो आम्ही. बाय!"

रूपा घाबरीघुबरीच आत आली. "शैलेश, तुम्ही काही बोललाच नाहीत मघाशी, वर निघून आलात, आणि ही अपॉइंटमेंट?"

"तुझ्यासाठी रूपा. कितीतरी दिवसांपासून तुझ्या स्किनला हे काही ना काही तरी होतंय. पण मी पुरतं लक्ष दिलं नाही. आज मला वाटलं की तुला स्पेशॅलिस्टकडेच चेकअपला न्यावं."

"पण तुम्ही इतके अस्वस्थ का झालायत त्याच्यामुळं?"

"अगं, लवकर जायचं होतं ना व्हिजिटला! सचिनचा ताप किती दिवस झाले उतरत नाहीये. आज जरा जास्तीच झालाय. त्यातच मला झाला उशीर!"

पट्‌दिशी आंघोळ उरकून काही न खाताच शैलेश निघून गेला. उतरलेल्या चेहऱ्यानं रूपा खाली आली, तेव्हा वनलताबेन तिची वाटच पाहत होत्या. "काय झालं रूपा? काय म्हणाला शैलेश?"

"काही नाही म्हणाले मम्मी. नाश्तापण नाही घेतला." रूपाकडे एक दृष्टिक्षेप टाकून काहीच न बोलता वनलताबेन यशला उचलून बागेत घेऊन गेल्या. रूपा दुखावल्यासारखी झाली. अनूप निघून गेला न् तिच्या संसारावर जी सावली पडली ती आणखीच लांब लांब होत चालली होती! उघड उघड तर काहीच नव्हतं बोट ठेवण्यासारखं- ना भांडणं, ना तिरस्कार, ना प्रश्न, ना चर्चा आणि तरी घरातलं वातावरण असं काही होत चाललं होतं की बर्फाच्या गुहेत कोंडलं जावं तशी तिला आतून शिरशिरी आली.

दुपारी शैलेश जेवायला आला. तिघं बरोबर जेवली न् मग वनलताबेन महिला

मंडळात निघून गेल्या. शैलेश जरा आडवा झाला. रूपा मागचं आवरून यशला घेऊन त्यांच्या खोलीत गेली. यश तिच्या पदराशी पिण्यासाठी झोंबू लागला. शैलेश जागा झाला आणि यशला तिनं पाजायला घेतलेला बघून म्हणाला, "रूपा, यश आता वर्षाचा होऊन गेला. कितीदा सांगितलं तुला, त्याला सोडव आता अंगावरनं म्हणून!" यश त्याचे गोरे गुबगुबीत पाय नाचवत होता. त्याच्या मऊ कोवळ्या पावलाचा पापा घेत रूपा म्हणाली, "माझा सोनुला खरं म्हणजे रात्री झोपतानाच फक्त एकदाच दूध मागतो. आजच त्याला लहर लागली म्हणून आत्ता. बघ ना किती हट्ट करतो!"

"तू डॉक्टरची बायको आहेस रूपा. तो दूध प्यायचं सोडत नाही तोवर जेवायला शिकणार नाही नीटपणानं. बरं, हे बघ. मी जाईन तेव्हा तुला झोप लागली असली तर, म्हणून आताच सांगून ठेवतो. संध्याकाळी साडेचारला दवाखान्यावर ये."

"तुम्ही–?"

"मी लवकर जातोय, सचिनला ॲडमिट करायचंय हॉस्पिटलमध्ये."

दुपारी रूपाला जाग आली तेव्हा शैलेश निघून गेला होता. तिला उगीचच विषाद वाटला. यशला रघूबरोबर बाहेर पाठवून ती शैलेशच्या दवाखान्यात पोचली आणि तिथून ती दोघं डॉ. शेठच्या क्लिनिकवर आली. फार वाट बघावी लागलीच नाही. डॉ. शेठनी त्यांना थोड्याच वेळात आत बोलावलं. खुर्चीत बसता बसताच रूपानं विचारले, "काय झालं असेल मला डॉक्टर? शैलेशना खूप काळजी वाटतेय. हे डाग जातच नाहीत!"

"रूपा, झाली नेहमीसारखी तुझी एक्स्प्रेस ट्रेन सुरू? अग, त्यांना तपासू तर दे!" डॉक्टर शेठ हसले.

"दोघांच्या ट्रेन्स नका सुरू करू. नाहीतर टक्कर होईल. चला रूपाताई आत. हाऊ इज यश?"

डॉक्टरांनी रूपाला तपासलं. डॉक्टर आणि शैलेश त्यांच्या कॉलेज जीवनाच्या, वैद्यकीय विषयातील नव्या संशोधनाच्या, पुस्तकांच्या अशा अवांतर गप्पा मारत होते. थोडक्यात म्हणजे, रूपाचा आजार सोडून इतर सगळ्या विषयांवर बोलत होते. म्हणजे आपल्याला विशेष घाबरण्यासारखं काही झालंच नसणार, असं वाटून तिला जरा हलकं वाटलं. शैलेशचा चेहराही हसरा दिसत होता. सबंध दिवस कसले नाही नाही ते विचार येत होते तिच्या मनात- उगीचच की म्हणजे...

टेबलावरनं रूपा खाली उतरली तेव्हा डॉक्टर तिला म्हणाले, "काळजीचं काही कारण नाही रूपाताई, स्किन प्रॉब्लेम आहे जरा. अगदी नियमित औषधं घ्या. बरा होऊन जाईल, ओ.के."

"औषध तर किती दिवसांपासून घेतेय. कसली कसली ऑइंटमेंटस् पण

लावली. पण काही फरकच पडत नाही. कंटाळा आलाय अगदी."

"हो ना? पण आता या औषधानं लवकर बरं वाटेल हं!"

"थँक्स शेठ." शैलेश म्हणाला. "अरे! तू आता मला थँक्स वगैरे म्हणायला लागलास होय?"

डॉक्टर दारापर्यंत पोचवायला आले. रूपाला घरी पोचवून शैलेश दवाखान्यात गेला. रूपा घरात शिरली. तेव्हा वनलताबेन देवाजवळ दिवा लावत होत्या. "काय म्हणाले गं डॉक्टर?"

"काही फारसं नाही म्हणाले मम्मी, स्किन ॲलर्जी की कायसं म्हणाले." "बऽरं. पण तरीसुद्धा तू बाई यशला जरा दूरच ठेव हं!" "आता तर त्याला पाय फुटलेत तर पळतो बघ कसा बघा नं, हा आलाच पहा!" 'मऽम्मी' बोबडं बोलत आणि दुडक्या चालीनं धावत येऊन यश रूपाला बिलगलाच.

रात्री उशिरापर्यंत जागत रूपा वाचत बसली. साडेदहा वाजून गेले तेव्हा कुठे शैलेश आला. खूप थकलेला. बाहेरच जेवलो म्हणाला. "मी हॉस्पिटलमध्ये होतो, सचिनला बरं नाहीये ना! अं? काय? हं, ताप अजून उतरला नाही त्याचा." उडत उडत उत्तरे देत कपडे बदलून शैलेश लगेच जाऊन झोपलाच. रूपा त्याच्याजवळ येऊन बसली. "शैलेश, स्वतःच्या प्रकृतीकडे नको का बघायला जरा? पेशंट्सची दुखणी तर चालायचीच."

"बरं, बरं. आता तू झोप. दोघंही आजारी पडलो तर यशला कोण बघणार, नाही का?" असं म्हणत त्यानं कूस बदलून तोंड फिरवले. त्याचा चेहरा मायेने कुरवाळण्यासाठी उचललेला रूपाचा हात तसाच अधांतरी राहिला. ठेच लागावी, तसं तिचं मन दुखावलं. पण तरी तसंच खाली वाकून तिनं त्याच्या गालाचं हलकंच चुंबन घेतलं. अनूप म्हणायचा ते खरंच होतं. तिचा शैलेश अतिच सज्जन आणि भोळा होता- दुसऱ्यांची- त्याच्या पेशंट्सची दुःखं बघूनसुद्धा किती त्रास करून घेत होता स्वतःला! मम्मींनी लहानपणापासून त्याच्या डोक्यात डॉक्टरच व्हायचं हे भरवून दिलं नसतं तर तो आपण होऊन ह्या धंद्यात पडलाच नसता!

आणखी थोडे दिवस सचिनची काळजी करण्यात गेले- शैलेशचे अन त्याच्यामुळे सगळ्यांचेच. वनलताबेनही शेवटी एक दिवस कावल्या. "शैलेश, अरे काय आहे काय हे? धड जेवतही नाहीस. अस्वस्थसा दिसतोस. दुसरी काही काळजी तर नाहीये ना तुला? अनूपची तर काही बातमी नाही ना आली मला न सांगण्यासारखी?"

कित्येक दिवसांनी अनूपचं नाव त्यांच्या बोलण्यात आलं होतं! शैलेश हसला. "कमाल आहे मम्मी तुझी! मी कधी काही लपवलंय का तुझ्यापासनं?"

त्या रात्री रूपा लवकर झोपून गेली होती. जरा ताप होता तिला अन् डोकंही दुखत होतं. शैलेश वाचत बसला होता. फोन वाजला. शैलेशनं तो उचलला.

कुणाचा तरी फोन होता, त्या माणसाला त्याच्या मुलाला मेडिकल कॉलेजात घालायचा होता. त्याबद्दल काही माहिती हवी होती.

खाली बैठकीच्या खोलीत वनलताबेन हातात फोनचा रिसीव्हर पकडून स्तब्ध उभ्या होत्या आणि ऐकत होत्या. शैलेश झोपला असेल असे वाटून खाली त्यांनी फोन उचलला होता आणि वरती शैलेशनंही. अन् मग शैलेश जे बोलत होता त्यानं स्तिमित होऊन त्या ऐकत राहिल्या होत्या! फोन सचिनच्या वडिलांचा होता आणि सचिनच्याच मेडिकलच्या ॲडमिशनबद्दल ते चौकशी करत होते! म्हणजे सचिनचा आजार, हॉस्पिटलमध्ये असणे, हे सगळं खोटं होतं? पण का? शैलेश त्यांच्या अस्वस्थतेचं खोटं कारण का सांगत होता? आणि मग– खरं कारण काय होतं?

वनलताबेन वर आल्या. मुलांच्या खोल्यांमध्ये त्या क्वचितच यायच्या. अनूप निघून गेल्यावर तर त्यांनी घराच्या ह्या भागात यायचं बंदच केलं होतं.

"मम्मी? तू आत्ता? अजून जागीच आहेस?"

"हो. रूपा झोपलीय ना? इकडे ये बरं मग जरा." शैलेशच्या खोलीच्या समोर असलेल्या अनूपच्या खोलीकडे जात त्या म्हणाल्या, आणि दोन क्षण त्या बंद दाराकडे बघून त्यांनी दार उघडले. आश्चर्य वाटून शैलेश बाहेरच उभा राहिला. अनूप गेल्यापासून ही खोली जवळजवळ कायमच बंदच असायची. शैलेशला आत यायची खूण करून त्या उभ्या होत्या. तो पटकन आत आला न् त्यानं दार लावून घेतलं.

"काय आहे मम्मी? तू अशी इथं?"

कोरड्या थंड आवाजात वनलताबेन म्हणाल्या, "शैलेश सचिन तर चांगला ठणठणीत बरा आहे, त्याला काही होत नाहीये, मग तू का खोटं सांगतोयस एवढे दिवस?"

"मम्मी..." "शैलेश, खरं काय असेल ते सांग. रूपाला काय झालंय?" खरी काळजी कशाची आहे ते उमजलं असल्याची खात्रीपूर्वक जाणीव त्या आवाजात होती.

जरा वेळ शैलेश खाली बघत राहिला. मग सगळं धैर्य एकवटत वर बघून म्हणाला, "रूपाला रक्तपित्त झालंय मम्मी, लेप्रसी."

वनलताबेनवर भयंकर आघात झाला– एखाद्या अणकुचीदार दगडानं कुणी मारावं तसा. "तू, तू काय बोलतोयस शैलेश? असली जीवघेणी क्रूर थट्टा?"

"नाही! ही थट्टा नाही मम्मी, खरंच सांगतोय!"

त्या दगडानं झालेल्या जखमेनं आगआग आणि वेदना होता होता आता त्यातून रक्त वाहू लागलं. असे शब्द तोंडातनं बाहेर काढायलाही घाबरत असतील, तशा त्या जेमतेम एवढंच बोलू शकल्या. "आपल्या रूपाला? तू– अरे तुझी चूक होतेय

काहीतरी!''

शैलेश अनूपच्या कॉटवर बसून हातानं गादीवर रेघोट्या मारीत जणू स्वतःशीच बोलत होता, ''मलाही असंच वाटत होतं मम्मी! गंभीर आजार, अपघात, ऑपरेशन असं सगळं दुसऱ्या कुणाच्या तरी आयुष्यात होत असतं, असं माझ्यासारख्या खूप डॉक्टरांना वाटत असतं. त्या भ्रमात राहून मी तिला कसली कसली साधीच औषधं देत राहिलो! त्या दिवशी तर शेवटी डॉ. शेठकडे गेलो होतो मम्मी आम्ही.''

शैलेश अजून खालीच बघत होता. डोळ्यात जमा झालेले अश्रू अनूपच्या गादीवर पडले अन आत शोषले गेले.

शांतता, भयानक शांतता. घोंघावणाऱ्या समुद्राच्या खोल तळाशी असते तशी प्रगाढ शांतता. चहूकडून प्रचंड दाब असलेली. छातीवर अफाट दडपण आणि पाय जणू समुद्रतळाशी असलेल्या कुठल्या भयंकर प्राण्यानं पकडून ठेवलेले. त्या प्रचंड भीतीनं वनलताबेनना धाप लागली. लेप्रसी शब्दातून निघणाऱ्या अनेक अर्थांनी त्यांना वेढून टाकलं होतं. कुणी संमोहन केलं असेल तशा त्या स्वतःच्याच अंतरंगात खोल खोल शिरल्या अन् मग खूप लहानपणची एक भयानक आठवण झाली. जी आजपर्यंत त्या पूर्णपणे विसरल्या होत्या. त्या मग स्वतःशीच बोलू लागल्या. ''आज आठवतंय मला. खूप लहान होते न् आजोबांबरोबर वेरावळला गेले होते. अपरात्री केव्हातरी एका स्त्रीच्या किंचाळ्या आणि ऐकून छाती फाटेल अशा रडण्याओरडण्यानं मी जागी झाले. घरातल्या सगळ्यांबरोबर मीही काय झालंय ते बघायला बाहेर गेले आणि एक भयंकर दृश्य बघितलं. रात्रीच्या अंधारात कंदील घेऊन त्या अरुंद रस्त्यावरून काही लोक चालले होते. एका बांबूला त्या बाईला बांधली होती आणि तिला उचलून घेऊन जात होते. बांबूच्या दोन्ही टोकांना दोन कंदील लटकत होते. त्या झुलत्या कंदिलांच्या प्रकाशात मी ती बाई बघितली. भयंकर दृश्य होतं ते. सारं शरीर सडलेलं, झडलेलं, रक्त, पू वाहत असलेलं. मी मामीला विचारलं, 'कुठं नेतायत तिला?' 'समुद्रात फेकायला' मामी म्हणाली. लोक तिला पापीण, चांडाळीण अशा शिव्या घालत होते. काही लोक रामधून म्हणत होते. ती रडत किंचाळत होती. ते सगळे दूर दिसेनासे होईपर्यंत मी बघत राहिले. रात्रभर मग झोप आलीच नाही. सकाळी शेजारच्या धनीबेनला विचारलं, 'मग काय झालं असेल तिचं रात्री?' ती म्हणाली, 'बिचारीच्या बांबूला मोठा दगड बांधून उंच खडकावरून तिला समुद्रात...'

अनावर हुंदके देत वनलताबेननी जमिनीवर बसकण मारली. शैलेशनं त्यांच्या पाठीवरून हात फिरवत त्यांना शांत केलं. उभं केलं.

''मम्मी, ते सगळं फार वर्षांपूर्वी होत असेल. आता तसं राहिलं नाही. लेप्रसी बरी होऊ शकते. आता अशी औषधं निघाली आहेत की रोग्याला घरीच ठेवूनही

त्याचा इलाज करता येतो.''

''नाही!'' वनलताबेन एकदम किंचाळल्याच. ''नाही, नाही!'' अंधाऱ्या रात्रीत बांबूबरोबर झुलणारे कंदील, त्यांच्या फिक्कट पिवळ्या उजेडात जास्तच भीतिदायक वाटणारा गल्लीतला अंधार, त्या बाईचा आकांत, तिच्या नातलगांची रामधून- लहानपणच्या त्या सगळ्या सुप्त आठवणी एकदम जाग्या होऊन त्यांच्यावर चालून आल्या असतील तशा त्या हताश, पराजित, गर्भगळित होऊन, खचून खाली बसल्या अन् तशातही पुढे म्हणाल्या, ''नाही शैलेश, रूपा इथं या घरात नको.''

''मम्मी, काय म्हणतेयस काय तू?''

''खरं ते म्हणतेय बेटा. उद्या, हो उद्याच तू तिला माहेरी पोचवून ये. तेच तिचं घर आहे, ही जबाबदारी त्याच लोकांची आहे.''

''तुला झालंय तरी काय मम्मी? तुला ठाऊक आहे की माहेरी रूपाला फक्त भाऊ न् भावजय आहेत, भावजयीची तब्येत ठीक नसते. त्यांच्या मुलाला पोलिओ झाला होता लहानपणी. तो जरा अपंगच आहे. रूपा यशच्या वेळी तिकडे गेली तेसुद्धा त्यांना फारसं नकोच होतं. अन् मी जाऊन तिला परत घेऊन आलो होतो. आठवतंय ना हे सगळं? आता तर बिचारीला हे दुखणं झालेलं असताना, बरी होईपर्यंत दोन-तीन वर्षं ते लोक थोडेच सांभाळतील? आणि का म्हणून?''

''सांभाळतील का नाही, ते आता मी काय सांगू? पण ह्या ह्या घरातनं तिला बाहेर घेऊन जा.'' ''मम्मी! रूपा ह्या घरची सून आहे. हे घर तिचं हक्काचं आहे आणि औषधपाणी व्यवस्थित केलं म्हणजे बरी होईल ती.''

जिवावर बेतली असेल तसा आकांत करत वनलताबेननी शैलेशचे खांदे पकडले अन् त्या बोलत सुटल्या, ''ठाऊक आहे मला तू खोटा दिलासा देतोय्स ते! अरे, देवळांबाहेर कुष्ठरोग्यांची ती किळसवाणी टोळकी नाही पाहिलीस? अन् फूटपाथवर? झोपडपट्ट्यांमधनं? सडलेले, झिजलेले घाणेरडे देह घेऊन बसलेले असतात, कोणी कोणाचं नाही बाबा अशा लोकांना, नातीगोती सगळं संपलेलंच. अरे, ही तर ईश्वराचा शाप असलेली माणसं! नाही शैलेश, रूपा माझ्या घरात राहणार नाही!''

त्या मोठमोठ्यानं रडायला लागल्या, हे काय झालं होतं? कोणाची दृष्ट लागली होती त्यांच्या सुखाला? जी इमारत बांधायला त्यांनी रात्रीचा दिवस करून कठोर परिश्रम केले होते, त्या इमारतीच्या विटा अशा एकेक करून ढासळायला का लागल्या होत्या? इतके दिवस त्या झोपेत तर नव्हत्या? आता जाग्या झाल्या होत्या? सुखाचे दिवस बघायचं स्वप्न झोपेबरोबर उडून जाणार होतं? तर मग शेवटी त्यांच्या हातात काय राहणार होतं? फक्त सगळ्या आशा-आकांक्षांची राखरांगोळी?

"मम्मी, तू परक्या लोकांची, समाजाची सेवा करणारी आणि स्वतःच्या सुनेला घरातून हाकलून देशील तू?"

"तर मग काय घरादाराची राखरांगोळी करू? तिचं पाप तिला भोगावं लागणार, त्याचा आपल्याशी काही संबंध नाही, समजलास? अरे विचार कर जरा, समाजामध्ये, नातेवाइकांमध्ये, तोंड दाखवायला तरी जागा राहील? कोणी आपल्या सावलीला नाही उभे राहणार, माहीत आहे? आणि तुझ्या करिअरचं काय? आणि– आणि– यशचं काय?"

यशचा विचार मनात आल्याबरोबर त्या एकदम घाबरल्या अन् धावत शैलेशच्या खोलीत गेल्या. रूपाच्या कुशीत यश शांत झोपला होता. तिचा हात त्याच्या छातीवर विसावला होता. तिच्या हाताखालून हळूच वनलताबेननी त्याला सरकवून उचलला अन् चोरट्या पावलांनी बाहेर पडून भराभर जिना उतरून खाली गेल्या. आपल्या पलंगावर त्याला झोपवून त्या त्याचे हातपाय उलटेसुलटे करून निरखून बघू लागल्या. पाठोपाठ आलेला शैलेश लगेच म्हणाला, "अगं, हे काय चालवलंयस मम्मी? रूपाचा रोग इतका संसर्गजन्य नाहीये, यशला काही होणार नाही!"

"मग हे काय झालंय् लाललाल या पायावर बघ?"

"अगं घामोळं आहे थोडं, आणखी काही नाही!"

"हे बघ, ते मला काही ठाऊक नाही. यशला जर काही झालं ना, तर–"

"अगं पण, मम्मी तू तरी असं बोलतेय्स की रूपानंच काही गुन्हा केलाय्– तिचीच जणू काही चूक आहे!"

वनलताबेनच्या डोळ्यांना पुन्हा धारा लागल्या. "चूक तिच्या नशिबाची म्हणायची– त्याला तू तरी काय करणार न् मी तरी काय करणार? अरे, माझ्यावर एवढाली संकटं कोसळली, तेव्हा मी तरी नशिबाशिवाय कुणाला दोष दिला होता? अरे बाबा विधाता जो षष्ठीचा लेख लिहून ठेवतो, तो कुणाला चुकणार सांग!"

"प्लीज मम्मी–"

वनलताबेननी डोळे पुसले आणि त्या सावरल्या. मग दृढ निश्चयानं ताठ बसल्या. यशकडे पुन्हा एकदा नजर गेली, न् क्षणभर हृदय द्रवलं पण क्षणभरच. मग त्या भक्कम निर्धारानं म्हणाल्या, "हा दिवस बघायला तुला मी एकटीनं वाढवला, शिकवला शैलेश? हे बघ, मी एकदाच, शेवटचं सांगतेय्, रूपा मला या घरात नको. आणि तिला तू इथं ठेवणार असलास, तर हे घर सोडून यशला घेऊन मी कुठेतरी निघून जाईन, एवढं नक्की!"

आणि त्यांनी शैलेशच्या तोंडावर धाड्दिशी दरवाजा बंद केला. आयुष्याची सगळीच दारं बंद झाली असतील तसा दिङ्मूढ होऊन शैलेश त्या बंद दाराकडे बघत राहिला!

५

जागी झाली तेव्हा रूपा घामानं चिंब भिजली होती. जरा वेळ तशीच पडून राहिली. मग हळूच तिनं अंगाखालची गादी चाचपडून पाहिली. तिची नेहमीचीच मऊ मुलायम गादी होती. तिनं मग चोहीकडे नजर फिरवली आणि निर्धास्त वाटून ती उठून बसली. स्वतःच्याच खोलीत सुरक्षित होती ती! म्हणजे मग– ते स्वप्नच होतं तर! अंधारं, गारठलेलं दगडी बांधणीचं घर, त्यात ओळीनं टाकलेल्या कॉट्स आणि एका कॉटवर झोपलेल्या बाईनं तिचा हात घट्ट पकडून ठेवणं! ती पळत सुटली तशी त्या बाईचा देह तिच्याबरोबर ओढला जाऊ लागला– ती बाई मरण पावली होती! आणि नंतर पुन्हा– ती खडबडीत कच्च्या रस्त्यावरनं दगडधोंडे, खड्डे चुकवत पळत होती, खूप दाट जंगल– त्या भयानक जंगलात, अंधारात ठेचाळत ती आत जात होती– हिंस्त्र श्वापदं तिला खायला धावत होती– आसपास विखुरली होती हाडं, रक्त, मांस– दुर्गंधीनं तिचं डोकं फुटेलसं वाटत होतं, आतडी बाहेर निघतील इतक्या जोरात तिला पोटात ढवळून उलटी होणार होती– अन् तेवढ्यात ती जागी झाली होती!

हबकलेली रूपा उभी झाली आणि खिडकीशी जाऊन उभी राहिली. छान, स्वच्छ, प्रसन्न सकाळ होती. लहानग्या तान्हुल्याच्या गुलाबी पावलासारखं आकाश– यश? यश कुठे आहे? शैलेश खाली घेऊन गेला वाटतं. तिला आज फार उशिरा जाग आली होती. काल ताप होता, डोकं दुखत होतं. आता ताप उतरलासा वाटत होता– म्हणूनच इतका घाम आला असेल न् थकवा वाटत असेल– पण अंग तर

गरम लागत होतं.

ती खाली आली तेव्हा बैठकीच्या खोलीत कोणीच नव्हतं. टेबलावर चहाचा ट्रे पडला होता. तिनं स्वयंपाकघरात जाऊन चहा केला. शैलेश बाहेर येऊन पडलेलं वर्तमानपत्र घेऊन आला न् मुकाट्यानं टेबलापाशी बसला. "मम्मी कुठं दिसत नाहीत शैलेश?"

"अं?" शैलेशनं ऐकून न ऐकल्यासारखं नुसतच 'अं?' केलं.

"शैलेश, काय झालं, ठाऊक आहे? अहो पहाटे जागी झाले न् बघते तर यश माझ्याजवळ नव्हता! आणि आहे ना, जाग यायच्या आधी इतकं भयंकर स्वप्न पडलं होतं ना, त्यामुळं मी तर घाबरूनच गेले होते. मग खाली येऊन मम्मींच्या खोलीत पाहिलं तर आजी न् नातू इतके छान आरामात झोपले होते ना! ते पाहिलं न् मग कुठे माझ्या जिवात जीव आला!"

वनलताबेन यशला घेऊन आल्या. रूपाला बघितल्याबरोबर यश तिच्याकडे जायला उसळ्या मारायला लागला. हसत रूपानं हात पुढे केले, "ये माझ्या राजा–"

"रघू, यशला घेऊन जा रे, मातीत खेळलाय, कपडे बघ किती मळवलेत ते!"
"मम्मी पहिल्यांदा त्याला दूध देते, मग मी–"

"तो दूध प्याला मघाच." वनलताबेन रुक्ष आवाजात म्हणाल्या. रूपा एकदम हिरमुसली, पण मग ती शैलेशला म्हणाली, "शैलेश चहा?" आणि किटलीतनं कपात चहा ओतून तिनं कप पुढे केला, शैलेशनं तो घ्यायला हात पुढे केला. "शैलेश राहू दे तो चहा. मघाशी तू म्हणत होतास ना दुसरा कप तुला वेलदोडा घातलेला चहा हवाय म्हणून? मी तो बनवून ठेवलाय्." रूपाला नवलच वाटलं. ती शैलेशकडे बघत राहिली पण तो मुळी पेपरातनं डोकं वर काढतच नव्हता! वनलताबेननी आतून चहा आणून शैलेशसमोर ठेवला. रूपाला कसंसच वाटलं. "पण मम्मी, तुमचा चहा...?"

"दुसऱ्यांदा चहा प्यायचं सोडलंय् मी रूपा. फार सवय लागली होती."

रूपा आई न् लेकाकडे बघतच राहिली. हे होतं तरी काय सगळं? आज घरातलं वातावरण असं अवघडलेलं, कोंदटलेलं का वाटत होतं? छान लख्ख ऊन पडलेला दिवस अचानक असा सावट आल्यासारखा का वाटायला लागला होता? एकदम ताप उतरल्यावर व्हावं तशी रूपा परत घामानं चिंब झाली. मग तिला पोटात पीळ पडल्यासारखं व्हायला लागलं, एकदम उबळ आली तशी तोंडावर हात दाबून धरत ती बाथरूमकडे पळाली. उलटी करून टाकायचा प्रयत्न केला पण झाली नाहीच. या सगळ्या श्रमांनी, मळमळण्यानं आणि मनावर आलेल्या ताणामुळं डोळ्यांसमोर एकदम अंधेरी आली. जराशानं डोळे उघडले तेव्हा बेसिनच्या वरच्या आरशाकडे तिची नजर गेली. अश्रूभरल्या डोळ्यांत ही छबी कुणाची? शैलेश! तो

बाथरूममध्ये येऊन उभा होता. "उलटी होईलसं वाटतंय का?" मायेनं तिच्या पाठीवर हात फिरवत त्यानं विचारलं. "हुं. रात्रीपण असंच होत होतं. तापही होता. बघा नं घाम किती आलाय् तो!"

"घाबरू नको हं, बरं वाटेल, चल औषध देतो."

शैलेश बाहेर आला. वनलताबेन नाश्ता घेऊन आल्या न् तेवढ्यात तोरल नेहमीसारखी पळत पळत आली. "वा! मावशी, कशी वेळेवर आले की नाही? अरेच्या शैलेशभाई? तुमच्या नाश्त्यात मी वाटा घातला तरी तुम्ही काही म्हणतच नाही? अनूपभाई असते तर लग्गेच...." काहीतरी चुकलंच हे लक्षात येऊन तोरल ओशाळली नि खाली मान घालून खाऊ लागली. वनलताबेन स्वयंपाकघरात निघून गेल्या. रूपा तेवढ्यात बाथरूममधून बाहेर आली न् टेबलाशी बसली.

"भाभी!" तोरल लगेच उठून तिच्याजवळ आली न् तिनं पाठीकडून रूपाच्या गळ्यात हात टाकले. "चला ना भाभी, दुपारी पिक्चर बघायला जाऊ या! अरे! अज्जून तुमच्या हातावरचे डाग नाही गेले? कसले तुम्ही डॉक्टर शैलेशभाई! भाभी, हे तुमचे पतिदेव काही चांगले डॉक्टर दिसत नाहीयेत, त्यांचं औषध सोडून द्या आणि चला बरं माझ्याबरोबर माझ्या डॉक्टरांकडे!"

तोरलचं हे अर्धवट थट्टेवारी अर्धवट खऱ्या काळजीनं चाललेलं बोलणं स्वयंपाकघरातनं बाहेर येता येता वनलताबेननी ऐकलं न् त्या एकदम थबकल्या. शैलेशची न् त्यांची नजरानजर झाली, रूपाच्या ते लक्षात आलं न् का कोण जाणे तिला कोणीतरी जोरात चपराक मारल्यासारखं वाटलं. तिला काही समजेचना, त्या नजरभेटीत एक मौन संकेत झाला होता, त्यानं त्या दोघांचं एक वेगळं वर्तुळ तयार झालं होतं, आणि तिला धक्का मारून त्या वर्तुळातून बाहेर ढकलण्यात आलं होतं. तिला एकदम परक्यासारखं वाटलं. मग हे विचार बाजूला सारून तिनं तोरलचा हात पकडून तिला समोर ओढली न् खुर्चीत बसवली. "तोरल, आज नाही येत, परत येईन केव्हातरी, नक्की! कॉलेजला उशीर नाही का होतोय् तुला?"

"आज रविवार आहे भाभी, विसरलात?"

"अरे खरंच!"

वनलताबेन भाजी ताटात घालून निवडायला घेऊन आल्या. "का मावशी? आज तुमची टर्न वाटतं?"

"तोरल, तुझ्या आईला सांग, की कोणी चांगला स्वयंपाकी असला तर हवाय् आम्हाला."

"स्वयंपाकी? आणि तुमच्या घरी? सकाळी सकाळी मस्करी तर नाही करत माझी? भाभीच्या हातात तर अमृत आहे, न् स्वयंपाकी कशाला मावशी?"

"असं आहे, की रूपाला सध्या जरा बरं नाहीये, आणि एरवी पण स्वयंपाकी

असला तर बरं की, मलाही जास्त फुरसत मिळेल." "बराय्. अच्छा मावशी! आवजो– अहो शैलेशभाई, तुम्हाला आवजो म्हणतेय् मी, लक्ष कुठंय तुमचं?"

तोरल आली होती तशीच धावत पळत घरी निघून गेली. स्तब्ध शांतता. एखाद्या चित्रकारानं काढलेल्या निर्जीव निश्चल रेखाचित्रासारखे सगळे. एखाद्या घटनेचा महत्त्वाचा अंतिम क्षण यावा तसा तो क्षण.

रघू यशला थोपटत बाहेरून घेऊन आला. त्याच्या खांद्यावर तो झोपून गेला होता. वनलताबेन भाजी निवडत बसल्या. शैलेश वर्तमानपत्राची पानं उलटत राहिला. निश्चल झालेली हवा जरा हलल्यासारखी वाटली.

"रघू, यशला माझ्या पलंगावरच झोपव जा. आत्ता उठेलच परत जराशानं."

पोहता येत नसताना कोणीतरी धक्का मारून खोल पाण्यात ढकलावं तसं रूपाला गुदमरायला झालं. पुन्हा तिला जोरात उबळ आली, धावत ती बाथरूममध्ये गेली. उलटी काही झाली नाही. बेसिन हातांनी घट्ट पकडून डोळे गच्च मिटून ती जरा वेळ उभी राहिली न् मग तोंड धुवून बाहेर आली तशीच सरळ जिना चढून वर गेली. जिन्याच्या अर्धगोल वळणावर तिचं मागे लक्ष गेलं, तर वनलताबेन टक लावून तिच्याकडेच बघत होत्या. ती बाथरूममध्ये गेली न् कितीतरी वेळ थंड पाणी अंगावर घेत आंघोळ करत राहिली, पण तरी मन काही प्रसन्न होईना. बराच वेळ मग ती कॉटवर पडून राहिली. शैलेश मध्ये जरा वेळ येऊन गेला. तिच्याजवळ बसला, डोक्यावरून हात फिरवलान् औषध दिलं न् मग आंघोळ वगैरे उरकून व्हिजिटवर जायचं होतं तिकडे गेला. रघू 'जेवायला चला' म्हणून सांगायला आला, तेव्हा 'भूक नाहीये' असं सांगून तिनं खाली जायचं टाळलं.

सारा दिवस असाच गेला. वनलताबेन यशला घेऊनच बाहेर गेल्या होत्या, कुणा मैत्रिणीकडे. रविवार होता, त्यामुळं रघू पण दुपारनंतर सुट्टीवर होता. खाली दिवाणखान्यात टीव्ही चालू होता आणि शैलेश टीव्हीसमोर बसलेला होता. उंचावर घट्ट बांधलेल्या दोरावरनं चालावं, तसा हा ताण, ही मनातली भीती, सारं असह्य झालं, तेव्हा रूपा काही निश्चय करून खाली आली अन् तिनं टीव्ही बंद केला. "अगं रूपा! हे काय? पिक्चर चाललंय–"

"तुम्ही खरंच बघत होतात ते पिक्चर शैलेश?" शैलेश निरुत्तर होऊन नुसताच बसून राहिला. "शैलेश, इकडे वर बघा– माझ्याकडे. मला काय झालंय् सांगा!"

ज्या क्षणाला तो मागे मागे ढकलायला बघत होता, तो क्षण आडमुठ्यासारखा जबरदस्तीनं समोर येऊन उभा राहिला होता आणि त्यानं शैलेशला भिंतीशी ढकलून तिथं अडवून धरलं होतं. तरीही त्यानं सटकायचा प्रयत्न केला. "काय म्हणतेयस? व्हायचं काय रूपा?" "तेच विचारतेय मी शैलेश, की झालंय तरी काय? मम्मींचं

वागणं एकदम पार बदललंय. तुमच्या मनावर कसलं तरी मोठ्ठ ओझं आहे. काय केलंय मी? माझी एवढी मोठी काय चूक झाली आहे की मम्मींनी यशला पण माझ्याकडून घेऊन टाकलाय? काय गुन्हा तरी काय आहे माझा?'' बोलता बोलता ताण असह्य होऊन ती हुंदके देऊन रडू लागली. ''तुझा काही गुन्हा, काही चूक नाहीये रूपा! तू... तुला–''

''मला काय? सांगा ना शैलेश! मला– काय?''

''तुला रक्तपित्त झालंय रूपा– लेप्रसी!''

हतबुद्ध होऊन डोळे विस्फारून रूपा शैलेशकडे बघत राहिली. लेप्रसी! त्या शब्दानं जोरात एक डंख मारून विषाची कुपी ओतली. तिच्या अंगाला झिणझिण्या येऊ लागल्या, डोळ्यांसमोर अंधारी आली. मानसिक वेदना असह्य होऊन ती हेलपाटली. कशाचा तरी आधार शोधायला तिनं हात वर केला, तो टेबलावरच्या काचेच्या फ्लॉवरपॉटला लागला न् तो खाली पडून खळ्ळकन फुटला. त्याचे बारीक बारीक तुकडे तिच्या शरीरात घुसल्यासारख्या तिला वेदना होतायतसं वाटलं. शेवटी जवळच्या सोफ्यावर ती मट्दिशी बसली.

''म्हणजे तुम्ही माझ्यावर नाराज आहात, मम्मीचं वागणं बदलेलं आहे कारण मला एक रोग झालाय!– तो गुन्हा आहे माझा?''

''प्लीज रूपा, गैरसमज नको करून घेऊ–''

''माझा गैरसमज होत असेल, तर माझे पती म्हणून, माझे डॉक्टर म्हणून, तुम्ही समजावा ना मला की मला हा रोग झाला असेल, तर त्याला मी काय करू? मला हिडीस फिडीस का करताय् तुम्ही दोघं?''

''तुला कुठे कोण हिडीसफिडीस करतंय् रूपा? तुला उगीचच वाटतंय तसं!''

''उगीच वाटतंय् मला? मग माझ्या नजरेला नजर देऊन सांगा मला, की घरात हे सारं जे चाललंय ते समजण्यातही माझीच चूक होतेय? उगीचच वाटतंय मला तेही?''

''चूक कोणाचीच नाहीये रूपा!''

''मम्मींना कसं कळलं की मला– मला हा रोग झालाय्?''

डोक्याला हात लावून बसलेला शैलेश हा प्रश्न ऐकून चांगलाच चपापला. हा प्रश्न रूपाकडून येईलसं त्याला वाटलंच नसावं!

''मला उत्तर हवंय शैलेश!''

''मी– मला–''

''माझे रिपोर्टस् आणि चेक-अपवरनं जे निदान झालं ते तुम्ही प्रथम मम्मींना सांगितलंत, खरं ना?''

''नाही नाही– असं नाही रूपा!'' जे काही घडलं होतं, ते सारं काही म्हणजे

दुःखाची एक मालिकाच होती, पण ही जी कलाटणी मिळाली, ती मात्र अगदीच अनपेक्षित होती– पण कदाचित् तेच सत्य होतं का? का ते असत्य पण सत्य होतं?

"आणि त्यांनी काय सल्ला दिला तुम्हाला? मला घराबाहेर काढायचा? मी म्हणजे जणू एक विषारी साप, तुम्हा सगळ्यांना माझी विषबाधा होईल, म्हणून काठ्यांनी झोडपून मला मारून टाकायचा? माझं घर, माझा मुलगा, माझं सारं आयुष्यच माझ्यापासून हिरावून घ्यायचा? सांगा ना शैलेश, काय सल्ला दिला त्यांनी?"

हृदय पिळवटत होतं. पोटात ढवळत होतं. यशचा जन्म झाला तेव्हांच्या प्रसूतिवेदनांची तिला आठवण झाली. कोणीतरी एखाद्या लांब धारदार चिमट्यानं पोटातले अवयव पकडून दाबत असेल तसं तेव्हा वाटत होतं. शरीराचा एकूण एक अवयव वेदनामय होता, पण त्या वेदनांमध्येही एक अनोखं सुख होतं. आज? आज तशाच एखाद्या चिमट्याच्या दोन पट्ट्यांनी जणू तिचं सारं अस्तित्वच दाबून धरलं होतं. असह्य मानसिक वेदना होत होत्या– पूर्णतया दुःखद– सुखाचा त्यात अंशही नव्हता. तिचा हात हाती घेऊन तिला दिलासा देणारी, सांत्वन करणारी, तिची आपली, अशी कोणीही व्यक्ती आज तिच्याजवळ उभी नव्हती!

"रूपा, घाबरू नको तू, मी काय सांगतोय् ते ऐक. तुला वाटतंय् तसं काहीएक नाहीये. आताशा या रोगावर कितीतरी औषधं निघालीयत; तू नक्कीच बरी होशील रूपा!"

"तुम्ही या बाबतीत मम्मींना पटवून दिलयत? त्यांना ते पटलंयसं दिसत नाहीये, कारण नाहीतर त्या असं वागल्याच नसत्या."

"सगळं ठीक होईल रूपा, तू उगीचच काळजी करतेस." रूपा संथपणानं म्हणाली, "शैलेश, तुम्ही हेच शब्द अनूपच्या वेळीही वापरले होतेत ना? काहीही 'ठीक' झालं का? शैलेश, अहो, सारा जन्म हे असं तराजूच्या दांड्यासारखं स्थिर राहायला बघणार आहात का तुम्ही? कुणाचंच पारडं तुमच्या दृष्टीत कधी झुकणार नाहीये का? बोला हो शैलेश, कधीतरी काहीतरी बोला ना!" आवेगानं तिनं शैलेशचे खांदे पकडले न् ती म्हणाली, "शैलेश, मी पत्नी आहे तुमची, माझाही काही अधिकार आहे ना तुमच्यावर? हे असे वागलात तर माझी काय वाट? माझ्या-आपल्या बाळाचं काय?" एवढं बोलता बोलता रूपाचं अवसान गळालं, हातपाय जणू लुळे पडले, ती मट्दिशी खाली बसली आणि डोकं आपटून घेत आक्रोश करायला लागली– "कोणीच नाही का माझ्या मदतीला येणार? सारं काही लुटलं जातंय माझं– काय करू? कुठं जाऊ हो मी?" आणि तशीच भुईवर सरपटत ती पूर्णपणे विकल, हताश होऊन, दिङ्मूढ होऊन उभ्या असलेल्या शैलेशच्या पायाशी पडली!

"मला हाकलून नका हो देऊ शैलेश! कुठं जाऊ मी? कशी जगू? तुमच्या घरात एखाद्या कोपऱ्यात मला जागा दिलीत थोडीशी, तरी तिथं मी चुपचाप, तोंड लपवून पडून राहीन. माझ्या बाळाचं तोंड तरी बघता येईल मला! मी इथून कुठंही जाणार नाही शैलेश– कुठ्ठे नाही जाणार– नाही जाणार!"

एकीकडे तिला वाटत होतं की आताच, असाच, इथंच, जीव गेला तर किती बरं होईल! ही दाहक वेदना, ही अवहेलना, साऱ्यातून एकदमच मुक्ती! ना अश्रू, ना हास्य, ना पती, ना पुत्र! पण... हे म्हणजे– प्रसववेदनांच्या अगदी अखेरच्या क्षणी गर्भाचं कण्हणं, रक्ताच्या चिळकांड्या उडणं आणि एका शेवटच्या प्रचंड वेदनेबरोबर मांसाचा तो गोळा बाहेर पडणं, आणि तरीही सुटका नाही, पीडांमधून मुक्ती नाही, असं! का? कारण या वेदनांच्या गर्भाची नाळ कधी कापलीच जात नाही!

"रूपा! ए रूपा!" शैलेश तिला हलवत होता. तिनं डोळे उघडले. त्याचा चिंताग्रस्त चेहेरा तिच्या चेहेऱ्यावर झुकला होता. ती भानावर आली न् तिच्या लक्षात आलं की ती जमिनीवर पडलेली होती, केस, कपडे अस्ताव्यस्त होते. कसंबसं स्वतःला सावरत ती उठून बसती झाली अन् समोर बघते तो यशला कडेवर घेऊन वनलताबेन दारात उभ्या होत्या आणि रोखून तिच्याकडे बघत होत्या! मनोमन तिला तिथल्यातिथं मरून जावंसं वाटलं. जमिनीवर हात टेकत ती उभी राहू बघत होती, तेवढ्यात शैलेशनं हात देऊन तिला उभी केली. यश तिच्याकडे बघून खुदुखुदू हसत होता, तिच्याकडे झेपावत होता. शेवटी वनलताबेनच्या हातातनं सटकून तो दुडदुडत आला न् तिला बिलगला. रूपाला भरून आलं, स्तनांमधून दूध झिरपू लागलं. यश पण तिच्या पदराशी झोंबू लागला. आवेगानं रूपानं त्याला उचलून घेतला न् भराभरा ती माडीवर निघून गेली. जोरात दार ओढून घेतल्याचा आवाज आला.

वनलताबेन असहाय, हतबुद्धशा, जिन्याकडे बघत राहिल्या, मग म्हणाल्या, "शैलेश, अरे ती पाजणारे त्याला, थांबव ना तिला!"

"मम्मी, काय करू तरी काय मी? माझी दोन्हीकडून फरपट होतेय!"

"काय करू म्हणजे काय? तिला ताप आहे, उलट्या होतायत, मळमळतंय, आणि– आणि–" लेप्रसी हा शब्द उच्चारायलासुद्धा त्यांची जीभ उचलेना! "तू डॉक्टर आहेस, तुला समजत नाही का?"

"सांगेन मम्मी मी तिला. जरा धीर धर गं! मी बाहेर जातोय्– जेवायला माझी वाट बघू नको!" शैलेश बाहेर पडला.

...आता घराचे जणू भाग पडले होते आणि प्रत्येक जण वेगळ्या भागात जगत होता! रूपा क्वचितच खालच्या मजल्यावर येत असे. वनलताबेन क्वचितच बाहेर

जात असत. सावधगिरीनं, लक्ष ठेवून असल्यासारख्या त्या वावरत असायच्या आणि या लपंडावात यश त्यांच्या हाती लागला रे लागला की त्या त्याला घेऊन बाहेर निघून जायच्या.

रूपाच्या गढूळलेल्या, खळबळून उठलेल्या मनात जणू आता पाणी पुन्हा स्थिरावलं होतं. तळाशी बसला होता चिखल आणि वर नितळ, पारदर्शक सत्य. सत्य काय होतं? एवढे दिवस अश्रूंच्या पडद्यातून तिला सत्याचा चेहेरा दिसत नव्हता. आता डोळे कोरडे पडले होते आणि त्यांमध्ये मातीचा कण खुपावा तसं खुपत होतं सत्य. सुरक्षिततेचं कवच उचकटून फेकून दिलं गेलं होतं– आता ती होती निर्वस्त्र– निराधार. कुठूनही तिच्यावर प्राणघातक हल्ला होऊ शकत होता. या घराबाहेर पाय टाकला की तिच्यावर जीवघेणे प्रहार होतील आणि ती त्यातून वाचणार नाही, हे निश्चित होतं.

असे विचार मनात आले की त्या धसक्यानं ती अंथरुणात उठून बसायची. भोवताली अपरात्रीचा गाढ अंधार असायचा. ती पलंगावर पाय पोटाशी घेऊन बसून राहायची. डोळे बंद करायची तिला भीती वाटायची; कारण मग तिला डोळ्यांसमोर हात-पाय-नाक झडलेल्या विद्रूप माणसांची टोळकीच्या टोळकी दिसायची. शेजारी चाचपडून बघितलं तर यश जवळ नसायचा. हातभर पलीकडे असलेला शैलेश– तो जणू शेकडो योजनं दूर होता! तिचं, असं कोण होतं? मग एकदमच कधी तिला अनूपची आठवण यायची. त्याचे शब्द तिच्या कानात गुंजायचे. "विश्वासभंगाच्या पीडेनं एखाद्या खोल जखमेपेक्षाही जास्त वेदना होतात भाभी!" आता तिला समजत होतं अनूपला काय वाटलं असेल ते! ती परत आडवी होऊन डोळे मिटायची. "रूपा, झोप नाही लागत?" शैलेश उठून बसायचा– बहुतेक त्यालाही झोप येत नसावी!

"नाही." तो जवळ सरकायचा आणि तिच्या केसांवरून हळुवारपणे हात फिरवायचा. रूपाच्या भरल्या डोळ्यांवर मग गुंगी यायची.

अशीच एक रात्र. तिच्या केसांवर हात फिरवता फिरवता शैलेश म्हणाला, "तू उगीचच काळजी करतेयस, बरी होशील तू रूपा, अगदी पहिल्यासारखी, सगळं ठीक होईल!" रूपा काही बोलली नाही, गप्प पडून राहिली. खूप नाजूक वाटत होता तो क्षण– त्याला धक्का तर नाही ना लागणार? आणि तसंच झालं!

"तू जागी आहेस ना रूपा? मी काहीतरी सांगतोय तुला, नीट ऐक. तुला लेप्रसी हॉस्पिटलमध्ये ठेवायची मी व्यवस्था केलीय!"

"हॉस्पिटल?" धसका बसून रूपा उठून बसली. शैलेशनं कॉटजवळचा टेबललँप लावला. त्याचा पिवळा प्रकाश खोलीत पसरला. "हो रूपा. तिथे हॉस्पिटलमध्ये तुझे उपचार नीट शांतपणे, काळजीपूर्वक होतील. औषधं नियमितपणे

दिली जातील, आणि अगदी भराभर सुधारेल तुझी तब्येत.''

रूपा मुकाट्यानं ऐकत होती. म्हणजे सगळं ठरलंच होतं. आता? आता तिनं काही म्हणायचं बाकीच काय राहिलं होतं? आता तिचे डोळेही भरून येत नव्हते, की नव्हती ती क्रोधानं खवळून उठत! अनूप नव्हता का चुपचाप निघून गेला. थांगपत्ताच नव्हता लागला त्याचा– जणू अदृश्य झाला होता! त्याचं सामान, त्याचंही असलेलं हे घर, या घराशी न् घरातल्या माणसांशी त्याचं नातं– सारं काही तिथल्या तिथं राहून गेलं होतंच ना? होय. पण तो पुरुष होता, कुठंही आपल्या पायांवर उभा राहू शकेल असा, निरोगी आणि तडफदार होता– आणि– मुख्य म्हणजे त्याच्याबरोबर होती त्याची मारिया! तिचा केवढा आधार असेल त्याला! आणि ती? एक एकाकी स्त्री, आजारी, अशक्त, जगाच्या या जंगलात वाट फुटेल तिकडे जायला सोडून दिली गेलेली, निराधार!

''रूपा, कसला विचार करतेयस? अगं, खरंच सांगतोय तुला मी, हॉस्पिटलमध्ये तुझी नीटपणे ट्रीटमेंट होईल, लवकर बरी होशील तू, आणि अगं तू इतकी घाबरतेयस कशाला, मी अगदी नियमित तुला भेटायला येईनच ना, तुला हवं असेल ते सगळं आणून देत जाईन. कसलंही टेन्शन राहणार नाही तुझ्या मनावर!''

''तुम्हाला असं म्हणायचंय खरं म्हणजे, की मम्मींना टेन्शन नाही राहणार!'' तिचं तोंड कडू झालं होतं, ताप पुन्हा जरा चढला होता. ''हे बघ, हा निर्णय मी तुझ्या हितासाठी घेतलाय. बरं, झोप नाही लागत ना, ही गोळी घे.''

शैलेशनं दिलेली गोळी न् पाणी घेऊन तिनं मुकाट्यानं गोळी घेऊन टाकली. शैलेशनं दिवा मालवला. पुन्हा अंधकार! दूर रस्त्यावर असलेल्या दिव्यांचा थोडासा उजेड खिडकीतून आत येत होता. त्या अंधूक प्रकाशात असं एकटंच जागं असणं आणखीच घाबरवणारं होतं. रूपाला खूप खूप ओक्साबोक्शी रडून घ्यावंसं वाटलं; छाती पिटून ओरडून आरडून रडावंसं वाटलं– पण! डोळ्यात पाण्याचं टिपूसही नव्हतं– कोरडेच होते तिचे डोळे! जराशानं मग उघड्या डोळ्यांसमोर अंधाराचे काळे काळे खूप ढग जमा झाले अन् ती झोपून गेली.

सकाळी जाग आली तेव्हा खोलीत ती एकटीच होती. उशीर झाला असावा. खिडकीबाहेर नजर टाकली तर उन्हं चांगली पिवळीधमक होऊन डोळ्याला खुपत होती. जाग येता येता क्षणभर तिला वाटलं, किती उशीर झालाय हा! यशला दूध द्यायचंय, शैलेशचा नाश्ता करायचाय, स्वयंपाकघरातलं सगळं काम– भराभरा ती केस सारखे करायला आरशापाशी आली आणि येता येताच तिच्या लक्षात आलं– ती खाली जाऊन काय करू शकणार होती? तिनं तर कशाला हात लावायचा नव्हता! स्वतःच्या प्रतिबिंबाकडे ती बघत राहिली. बारीक झाली होती थोडी, गाल जरा खाली गेले होते– गाल? तिनं चमकून पुन्हा नीट बघितलं. लाल दिसत होते

गाल जरा? का तिला भास होत होता? तिचे पाय थरथरायला लागले न् ती ड्रेसिंग टेबलासमोरच्या स्टुलावर मट्दिशी बसली. आता कुठे तिला नीटपणे आठवलं शैलेशनं रात्री काय सांगितलं होतं ते! सगळं आठवलं– शब्द न् शब्द! डोळ्यातली व्याकुळता– स्पर्शातली द्विधा मनःस्थिती. शैलेशच्या शेजारी ती झोपली होती, झोपेची गोळी घेऊन! तिला हॉस्पिटलमध्ये पोचवायचं शैलेशनं ठरवूनच टाकलं होतं.

खालून तोरलच्या अन् यशच्या खिदळण्याचे आवाज आले. मग जिन्यावर दडादडा पावलं वाजली आणि तोरल धावत वर येऊन पोचली. "भाभी! कसंय आज तुम्हाला?"

"मला– बरंय् तोरू."

"मुळीच बरं दिसत तर नाहीये! मावशीना न् शैलेशभाईंना खडसावलंच पाहिजे चांगलं. माझ्या भाभीला लवकर बरं का नाही करत?"

"असं का बोलतात वेडाबाई!" रूपानं उठून कपाट उघडलं. हँगर्सवर ओळीनं कितीतरी भारीभारी साड्या लटकत होत्या. फिक्या किरमिजी रंगाची जरीबुट्ट्यांची एक साडी घेऊन ती तोरलपाशी आली. "तोरल, ही माझी साडी तुला खूप आवडते ना? तू घे ही. तुझ्या भाभीची आठवण म्हणून!" तोरल खळखळून हसली– "अरे भाभी! तुम्ही पण! एकदम अगदी हिंदी पिक्चरमधल्या ट्रॅजेडी क्वीन हिरॉइनसारखंच बोलताय की! जसं काही तुम्ही न् मी परत कधी भेटणारच नाही आहोत!"

"तू मला छोट्या बहिणीचं, नणंदेचं प्रेम दिलंयस तोरल, आज बस् एकदमच वाटलं तुला ही साडी देऊन टाकावी असं! तुला काही द्यायचा मला हक्क नाही का?" डोळ्यांत जमू पाहणारे अश्रू लपवायला ती खाली मान घालून साडीची घडी उलगडू लागली. "वा भाभी! हक्क तर आहेच, नाही कसा? द्या बरं इकडे ती साडी!" तोरलनं साडीचा पदर डोक्यावर लपेटून घेत आरशात पाहिलं अन् मग 'राजाकी आएगी बरात... मगन मैं नाचूंगी' असं गात, गिरक्या घेत, साडी हातात घट्ट पकडून ती आली होती तशीच पळत खाली गेली. रूपाला तिचं बोलणं ऐकू येत होतं, "मावशी, ही पाहिलीत, भाभीनं काय मस्त साडी दिलीय् मला! अहो शैलेशभय्या, माझ्या भाभीला लवकर लवकर बरं करा सांगून ठेवतेय नाहीतर– माझे मामा डॉक्टर आहेत ना, त्यांच्याकडे घेऊन जाईन हं मी!"

तोरल निघून गेली असावी. भांड्यांच्या आवाजाखेरीज बाकी शांतता. आज तोरलनं विचारलं. मग रघू, समुआत्या-दुसरे कितीतरी. सगळीच विचारतील. काय उत्तरं द्यायची? घरातली शांतता असह्य झाली होती. वनलताबेनची नजर, शैलेशचा स्पर्श, यशचं हसणं सारं तिच्या अंगावर चालून येत होतं जसं काही. हे घायाळ होणं...हे तडफडणं- जिन्यावर पावलं वाजली. हलकी धीमी. शैलेश चहाचा ट्रे घेऊन आला. हसण्याचं नाटक करत म्हणाला, "उठलीस रूपा? मी चहासाठी

खाली तुझी वाट बघत होतो. पण आली नाहीस म्हणून मीच इकडं आलो मग. घे, गार होईल नाहीतर, आणि हे औषध.''

''मी कशी येणार खाली? तुम्हाला तर ठाऊक आहे.'' वाक्य तसंच सोडून मग एकदम अस्वस्थपणानं तिनं विचारलं, ''केव्हा जायचंय मी हॉस्पिटलमध्ये?''

६

आज जायचं होतं. शहरापासून हॉस्पिटल फार दूर नव्हतं; पण रूपाला वाटत मात्र होतं, खूप लांबच्या प्रवासाला निघाल्यासारखं.

आदल्या रात्री ती डोळे मिटून अंथरुणात पडून होती; झोप लागलीच नव्हती. मध्यरात्रीच्या सुमाराला हळूच ती कॉटवरून उठली. शैलेश गाढ झोपला होता. रस्त्यावरनं आत येणाऱ्या अंधूक उजेडात ती जिना उतरून खाली आली अन् सगळ्या घरभर नजर फिरवत घडीभर तशीच स्तब्ध उभी राहिली.

घर! माझं घर! त्या शब्दानं अंतरंगात एक तरंग उठला न् समुद्राच्या उसळत्या लाटेसारखा जणू तिला संपूर्णपणे चिंब भिजवून गेला. आणि आज हे तिचं घर तिला सोडायचं होतं! व्याकूळ होऊन ती घरभर फिरत राहिली आणि सगळ्या वस्तूंवरून हात फिरवत राहिली. हे डायनिंग टेबल, हा सोफासेट, हे स्वयंपाकघर, टी.व्ही. शोकेसमधली ती बुद्धाची मूर्ती, फ्लॉवर व्हासमधली सुकवलेल्या फुलांची सुंदर रचना. किती हौसेहौसेनं घर सजवायची ती. काचेच्या नळ्यांचं हे तोरण बनवायला पुरे दोन महिने लागले होते. नाजूक डिझाईन असलेलं टीव्हीचं कव्हर- रात्री जागून जागून सुरेख रंगांनी तिनं ते भरतकाम केलं होतं. घराच्या ह्या भिंती- हे सारं काही सोडून निघून जायचं होतं. एवढंच नव्हे, तर समोर दिसत होतं त्या बंद दारामागं झोपलेल्या यशलाही सोडून जायचं होतं!

संथ पावलांनी ती हळूच जिना चढून वर आली न् पुन्हा कॉटवर बसली. झोपेची गोळी घेतली असती तर बरं झालं असतं. किंवा शैलेशनं घट्ट मिठीत घेतली असती

तरी त्याच्या उष्ण श्वासोच्छ्वासाच्या उबेत थोडी भीती तरी विरघळून गेली असती. अशा तंद्रीतच रात्र एकदाची कशीतरी संपली होती. पहाटे लवकर उठून शैलेश उठायच्या आधीच तिनं आंघोळ केली. सकाळी उपाशीपोटी औषधं घ्यायचं असायचं न् मग त्यामुळं बेचैनी, उलट्या, बारीक ताप, खूप घाम येणं, असं सारं व्हायचं. एवढीशी ती गोळी- तेवढी गोळी काय तिला तिचं हरवू पाहणारं सर्वस्व परत मिळवून देणार होती? विश्वास नव्हता, इच्छा नव्हती, पण नाइलाजच होता. त्यामुळे तिनं गोळी घेतली अन् मग अंग आखडून घेऊन चुपचाप बसून राहिली.

शैलेश जागा झाला. "अरे! रूपा! तू उठलीससुद्धा? हात लांब करून त्यानं रूपाला जवळ ओढली, तिच्या कपाळाचं एक चुंबन घेतलं आणि मग तो खाली गेला. रूपाला फार फार वाटलं की खाली जावं, सगळ्यांबरोबर चहा नाश्ता करावा, यशला खेळवावं, दंव पडलेल्या ओल्या लॉनवर बसून भाजी निवडावी- पाय पोटाशी घेऊन ती पडून राहिली. जराशानं शैलेश चहाचा ट्रे घेऊन वर आला, ट्रे तिच्याजवळ ठेवून बाथरूममध्ये गेला. घोटभर चहा पिऊन ती खाली सोडलेले पाय हलवत खिडकीबाहेर बघत बसली. केव्हा निघायचं असेल? हॉस्पिटल कुठं असेल? अनेक प्रश्नांची गर्दी होती मनात. पण प्रत्येक प्रश्न जणू एक बॉम्ब होता! फुटला एखादा तरी रक्तबंबाळ होईल ह्या भीतीनं तिला कशाचंच उत्तर नको होतं! शैलेश बाथरूममधून बाहेर आला न् ड्रेसिंग टेबलसमोर बसून दाढी करायला लागला. रोजच्यासारख्या पेशंट्सच्या, मित्रांच्या, इकडच्या तिकडच्या गप्पा मारायला लागला. मध्येच आरशातल्या प्रतिबिंबामध्ये दोघांची नजरभेट झाली. तशी मात्र शैलेशनं नजर झुकवली आणि तो गप्प झाला. त्यानं कपडे केले. मग रूपापाशी येऊन बसला आणि जरा अडखळत म्हणाला,

"एक-दोन अर्जंट कामं आहेत, ती आणि व्हिजिट्स संपवून परत येईन, मग दवाखान्यात नाही जाणार. घरीच थाबेन हं रूपा?" रूपाचा हात एकवार आपल्या हातात घेऊन त्यानं दाबला न् मग तो भराभरा जिना उतरून खाली गेला.

दुपारी रघू जेवण देऊन गेला. थोडंसं खाऊन ती अस्वस्थशी पडून राहिली. दुपारी शैलेश जरा उशिराच परत आला. थकलेला भागलेला दिसत होता. आल्याआल्याच 'जरा वेळ पडू का मी? मग रात्री'– असं उडत उडत काहीतरी म्हणत कपडे न बदलताच तो झोपून गेला. सबंध दिवस अंथरुणात राहून रूपाचं शरीर आंबलं होतं. ती गच्चीत येऊन उभी राहिली. दुपार टळली होती, पण गच्चीत अजूनही उन्हाचं एक सोनेरी तळं होतंच. कुंड्यांमधली रोपं वाऱ्याबरोबर डोलत होती. चकाकणाऱ्या निळ्या आकाशाला आता शाई सांडावी तसा काळसर रंग येऊ लागला होता. खुर्ची घेऊन ती तिथं बसून राहिली. हालचाल जाणवली म्हणून चमकून तिनं बघितलं तर शैलेश शेजारी उभा होता न् कठड्याशी वाकून खाली बघत होता. चेहरा उतरलेला,

फिका दिसत होता. आणि पँट कमरेशी सैल झाल्यासारखी वाटत होती. खरंच? का तिला भास होत होता? तो थकला होता- मनानं? त्याच्याही मनाला वेदना होत होत्या, तिच्या जाण्याचं दुःख होतं? सारं स्वच्छ समजू शकतं तर किती चांगलं होतं! मनावरचं हे दडपण तरी कमी झालं असतं!

संध्याकाळचे रंग पसरत, विरत नाहीसे झाले. अंधूक अंधार आता गडद झाला. रस्त्यात, आसपासच्या घरांत सगळीकडे दिवे झगमगत होते. खालच्या सगळ्या खोल्यांमध्ये दिवे लागले होते आणि खिडक्यांमधून तो प्रकाश बाहेर लॉनपर्यंत पोचला होता. गच्चीवरच्या अंधारात ती दोघं एकमेकांपासून जरा दूर उभी होती. त्या निःशब्द वातावरणात देवापासच्या घंटेचा आवाज आला. मम्मी सांजवात करत असणार, यश हात जोडून बसला असेल. रूपाच्या गालांवर अश्रूंची धार लागली. तिनं ओठ घट्ट मिटून घेतले जाता-जाता रडायचं नव्हतं तिला. खूप वर्षांपूर्वी आईनं सांगितलं होतं ते तिला अचानक आठवलं, "बेटा, जाताना कधी रडू नाही, अपशकुन होतो." तिला हसावंसं वाटलं आणि मग डोळ्यांतून धारा वाहू लागल्या.

"रूपा!" शैलेशनं तिच्या खांद्यावर हात ठेवला. "तू-तू रडतेयस? वाईट नको वाटून घेऊ रूपा. तुला नक्की बरं वाटेल. आता पूर्वीसारखं राहिलेलं नाही. नवी औषधं निघालीयत. थोड्याच दिवसांचा प्रश्न आहे. तू बरी होशील, मी तुला परत घेऊन जायला येईन. यशच्या वाढदिवसाची केली तशी मोठ्ठी पार्टी करू या आपण– अ सेलिब्रेशन!"

मनोमन ती आंक्रदली, 'शैलेश! आत्ताच का मला वाजत गाजत घेऊन जात नाही हो? द्या ना आत्ताही मोठी पार्टी, बोलवा सगळ्या नातेवाइकांना, मित्रांना, डॉक्टरांना, आणि करा सेलिब्रेट! सांगा ना सगळ्यांना की माझ्या बायकोला कुष्ठरोग झालाय म्हणून! या म्हणावं सर्वांनी! आम्ही घरची सगळी माणसं तिला हॉस्पिटलमध्ये हाकलून देतोय ना, म्हणून पार्टी आहे– अ सेलिब्रेशन!'

पण नाही! चुपचाप निघून जायचं होतं अर्ध्या रात्री, चिमणा-कावळ्यांनासुद्धा कळलं नाही पाहिजे ना, की या घरच्या सुनेला हा रोग झालाय म्हणून! मोठं, खानदानी, नावाजलेलं घरं! लाख मोलाची अब्रू! तिनं महाप्रयासानं सारे विचार दूर ढकलले.

"मी काय काय सामान घेऊन चलू बरोबर?" पण हे विचारता विचारता तिच्या लक्षात आलं की, तिचा हा प्रश्न अगदीच निरर्थक वेड्यासारखाच होता. ती काय कुठे हिलस्टेशनला का आणखी कुठे सुट्टीवर निघाली होती? एका लहान बॅगमध्ये तिनं मग दोन-तीन साड्या, टॉवेल, गाऊन असं सगळं ठेवलं. मग घरातली साडी सोडून कपाट उघडून उभी राहिली. कुठली साडी नेसू? गुलाबी भरतकाम केलेल्या साडीकडे हात गेला न् ती पुन्हा थबकली. ती काय पार्टीला नाहीतर पिक्चरला का

चालली होती? आज तर गुन्हेगारासारखं तोंड लपवून पळून जायचं होतं. हाताला लागली ती साधी साडी नेसून रूपा स्वतःकडे आरशात बघत राहिली. कानातल्या चमचमणाऱ्या हिऱ्याच्या कुड्या, पायातली जोडवी,विरवली, सोन्याच्या बांगड्या, हिऱ्याची अंगठी, सारं तिनं काढून ठेवलं. मंगळसूत्र काढता काढता मात्र हात अडखळला अन् मग ते तिनं तसंच राहू दिलं. केसांवरून नुसता कंगवा फिरवला. कपडे, दागिने, पर्सेस, लिपस्टिक्स, सेंट्स, लग्नातल्या फोटोंचे आल्बम, बँकेची पासबुक्स, सेफ डिपॉझिट व्हॉल्टच्या किल्ल्या, चांदीचे ग्लासेस, नवऱ्यानं तिच्या नावानं घेतलेले शेअर्स आणि फिक्स्ड डिपॉझिटांच्या पावत्या– एका साध्यासुध्या गृहिणीनं हौसेनं जमा केलेल्या कितीतरी वस्तूंनी कपाट भरलं होतं! कपाट बंद करून तिनं चांदीचा नक्षीदार झुमका कमरेला लावला. आरशात पुन्हा एकदा पाहिलं. आत्तापर्यंत याच आरशात बघितलेली तिचीच हजारो प्रतिबिंबं तिला दिसतायत असा भास झाला– ती मागे सरकली.

दारावर हलकेच थाप पडली. अज्ञात भविष्य साद घालत होतं. ती किती वेळ दार बंद ठेवू शकणार होती? डोळे भरून एकदा खोलीकडे बघून घेतलं तिनं. कोपऱ्यात यशचा रिकामा पाळणा ठेवला होता. यश आता मोठा झाला, पाळण्याची सवय मोडली पाहिजे म्हणून पाळणा इथंच ठेवून यशला खाली स्वतःच्या जवळ पलंगावरच झोपायची सवय वनलताबेन लावत होत्या. दारावर पुन्हा थाप पडली. तिनं दार उघडलं शैलेश बाहेर उभा होता.

"झालीस तयार रूपा? नाही– म्हणजे उशीर होतोय असं नाही, पण..." अगदी सहजपणानं वागायचं ठरवून तसा आटोकाट प्रयत्न करत ती म्हणाली, "तुम्हाला कपडे नाही बदलायचे?"

"अंहं! ठीक आहेत की, तोंड धुतो जरा, बस," जरा वेळानं तो बाहेर आला. डोळे कशानं लाल झाले होते त्याचे? जागरणानं? की,– पैसे भरलेलं एक पाकीट त्यानं रूपाला दिलं, "हे ठेव तुझ्याजवळ, कशाला लागले तर असूं देत. तसं तर म्हणा मी आणीनच सगळं तुझ्यासाठी, पण– घे!" खाली बघत तिनं ते पैसे मुकाट्यानं घेतले. शैलेश निघायचं म्हणून वळला तशी रूपानं त्याच्या पाठीवर हलकेच हात ठेवला, "शैलेश, तब्येत सांभाळा!" शैलेशनं तिला झट्कन घट्ट जवळ घेतली अन् मग लगेच दूर होऊन तो भराभरा जिना उतरून खाली गेला. पैसे बॅगेत ठेवून तीही खाली गेली. डोकं खूप दुखत होतं, पण महाप्रयासानं तिनं मनावर ताबा ठेवला. खाली उतरता उतरता तिला दिसलं की वनलताबेनच्या खोलीचं दार उघडं होतं आणि खोलीतल्या लहानशा देव्हाऱ्याशी निरांजन लावलेलं होतं. या घरचा तो रिवाज होता. कोणी प्रवासाला निघालं की न चुकता निरांजन लावलं जाई, निघणारा देवाला नमस्कार करून प्रसाद घेऊनच जाई. ती आत गेलीही नाही न् तिला

कोणी प्रसादही दिला नाही.

वनलताबेन खाली मान घालून कॉटवर बसून होत्या न् शेजारी यश झोपला होता. जवळच्या टेबलावर दुधाची बाटली पडली होती. रूपा दुरूनच यशकडे पाहत राहिली. मग आत गेली. कॉटच्या पायाच्या बाजूचा कठडा पकडून ती उभी होती. पण खरं म्हणजे तिला तिथं उभ राहवतच नव्हतं. सर्वांगाचे तुकडे पडतील अशा तीव्र वेदना आतून आतून होतायतसं वाटत होतं. त्या वेदनांनी, भयंकर उद्रेकानं ती तुटून पडेल आणि मग असं रडू येईल जे थांबणारच नाही, या भीतीनं तिनं पट्दिशी पाठ फिरवली न् ती खोलीबाहेर निघाली. त्या हालचालीनं कमरेला लावलेला किल्ल्यांचा जुडगा वाजला तशी आठवलं– गेल्याच वर्षी लग्नाच्या वाढदिवसाला अनूपनं भेट दिला होता तो! आज आत्ता या क्षणी अनूप असता तर त्यानं काय केलं असतं? तिनं जुडगा काढला, खाली वाकून कॉटच्या कडेला हळूच ठेवला.

ती खोलीबाहेर पडली तशी वनलताबेन उभ्या राहिल्या. बॅग हातात घेऊन ती भराभरा पोर्चच्या पायऱ्या उतरली. गाडी बाहेर काढून ठेवून शैलेश उभा होता. ती गाडीचं दार उघडून आत बसली, शैलेशनं मोठं गेट उघडलं न् गाडी स्टार्ट केली. पोर्चमध्ये कोणी उभं होत, का अंधारात भास झाला? दोन्ही हात तिनं एकात एक घट्ट अडकवून मांडीवर ठेवले होते. हात उंचावून निरोप घ्यायचा नव्हता, स्मित वदनानं 'आवजो' म्हणायचं नव्हतं, की कोणी दुसरं म्हणणारही नव्हतं!

सामसूम असलेल्या रस्त्यावरून गाडी वेगानं चालली होती. मधून मधून जाणाऱ्या एखाद्-दुसऱ्या ट्रकशिवाय दुसरी वाहतूकही नव्हती. गाडीच्या खिडकीला डोकं टेकून रूपा बसली होती. आसपास अंधार, दोघं गप्प. बोलायसारखं राहिलं काय होतं? बडोद्यापासून थोड्या अंतरावर असलेल्या एका खेड्याजवळच्या मोठ्या मोकळ्या जागेत हे हॉस्पिटल होतं. पोचायला जरा वेळ तर लागणारच होता.

गाडी एकदम कच्च्या रस्त्यावर वळली तशी रूपा दचकून जागी झाली. तिचं तिला नवल वाटलं, की इतक्या उद्विग्न मनःस्थितीत डोळा लागला तरी कसा? हायवेवरून गाडी बाजूच्या खडबडीत कच्च्या रस्त्यावर आली तेव्हा तांबडं फुटत होतं. पक्ष्यांची किलबिल आणि हालचाल सुरू झाली होती. हळूहळू उजळणाऱ्या आभाळाकडे नजर लावून रूपा बघत होती, तेवढ्यात ब्रेक लावून गाडी थांबली तशी दचकून तिनं समोर पाहिलं, तर हॉस्पिटल आलं होतं! मोठं आवार, आवाराच्या उंच भिंती, त्यांच्या भोवताली ओळीनं लावलेले मोठाले वृक्ष. प्रवेशद्वाराच्या कमानीवर मोठ्या अक्षरात फलक होता 'मातुश्री काशीबा लेप्रसी हॉस्पिटल' बॅग घेऊन शैलेश पुढे झाला. धडधडणारा जीव मुठीत घेऊन रूपा पायऱ्या चढून व्हारांड्यात आली. खूप मोठा लांबलचक व्हरांडा होता, तिथं बाकं होती. दोघा-चौघाचे कंपू करून पेशंट्स बसलेले.

"रूपा," शैलेशनं मागे वळून हाक मारली. ती डोळे फाडून त्या लोकांकडे बघत होती. शैलेशनं तिचा हात धरला आणि दोघं जिना चढून वर गेली. इथंही एक तसाच लांबरुंद व्हरांडा. टोकाशी तो जिथं वळत होता तिथं ऑफिसच्या दोन-तीन खोल्या होत्या. घाबरलेली रूपा खाली मान घालून शैलेशच्या मागे-मागे ऑफिसमध्ये गेली. मनाच्या न् शरीराच्या साऱ्या संवेदना जणू बोथट होऊन गेल्या असतील तशी ती जड शिळेसारखी उभी होती. काहीतरी चर्चा चालली होती. तिनं काय बोलताहेत ते ऐकण्याचा प्रयत्नही केला नाही. रजिस्टरचे कागद उलटसुलट केल्याचा आवाज येत होता. छताशी पंखा गोलगोल फिरत होता, बाहेर व्हरांड्यात लोकांच्या पावलांचे आवाज येत होते. ती पूर्णपणे गांगरली होती, भीतीनं गारठली होती, कुणी गळा दाबत असेल तशी गुदमरत होती. शैलेश ऑफिसच्या बाहेर पडला तशी कशीबशी ती त्याच्या मागेमागे आली.

आता 'तो' क्षण आला होता. निरोप घेण्याचा. वेगळं होण्याचा. तिच्या आयुष्याचे दोन तुकडे करणारा. त्या दोन तुकड्यांमध्ये पडलेल्या फटीत लपून बसलेला तो भयंकर रोग छद्मीपणानं हसत तिच्याकडे बघत होता.

रूपाच्या पाठीमागून पावलांचा टपूटप् आवाज आला तशी रूपा शैलेशला बिलगली. "मला इथं सोडून नका जाऊ शैलेश!"

"हे बघ रूपा, तू तर हिंमतवान आहेस, होय ना? असं घाबरून कसं चालेल? मी तुला भेटायला येईनच ना! स्वतःची नीट काळजी घे, आणि लवकर बरी हो, हं!"

नर्स जवळ आली. शैलेशनं हातातली बॅग खाली ठेवली. हुंदका देत देत रूपा एकदम म्हणाली, "शैलेश समजा तुम्हाला झाला असता हा रोग आणि मी तुम्हाला इथं अशी सोडून गेले असते, तर काय केलं असतं तुम्ही?"

"काय?" शैलेश चांगलाच चपापला. नर्सनं जवळ येऊन रूपाचा हात धरला. "चलो बाई, फीमेल वार्ड इधर के साइडपे-"

खाली मान घालून शैलेश भराभरा जिना उतरला. रूपानं जिवाच्या आकांतानं हाक मारली "शैलेश!"

तिची ती जोरात मारलेली हाक जिन्यावरनं गडगडत खाली येऊन खाली आपटली. नर्सचा हात सोडवून रूपा व्हरांड्याच्या कठड्याकडे धावली. तोवर शैलेश प्रवेशद्वाराच्या बाहेर पोचलासुद्धा होता! थोड्याच मिनिटांत गाडी स्टार्ट केल्याचा आवाज आला न् मग बघता बघता गाडी दिसेनाशीही झाली! कठडा घट्ट पकडून रूपा तिकडे बघत सुन्न होऊन उभी होती. नर्स जरा रागानंच म्हणाली, "बाई, आता तरी आत येणार आहेस का? गेला ना नवरा तुझा तुला इथं सोडून? चल आता. इथं कोणी थांबतं थोडंच! चल लवकर, सकाळची कितीतरी कामं उरकायचीय्

माझी. अगं चल ना, इतकं सांगतेय तरी तू आपली तशीच उभी?'' रूपानं यंत्रवत् बॅग उचलली अन् पाय ओढत ती नर्सच्या मागोमाग जात बायकांच्या वॉर्डमध्ये पोचली.

सारं दृश्य अत्यंत भयानक आणि किळसवाणं होतं. एका प्रचंड झंझावाती वादळानं धक्का मारून तिला या भलत्याच दुनियेत फेकलं होतं. तिनं तोंडावर गच्च हात दाबून धरल्यानं बाहेर पडू न शकलेली किंकाळी तापलेल्या शिशासारखी तिला जाळत तिच्या शरीरात घुसली. आजपर्यंत तिनं स्वतःच्या दुःखाच्या एकाच बाजूचा विचार केला होता. तिच्या हे कसं लक्षातच आलं नव्हंत, की जो भयानक रोग एखाद्या दुष्ट प्रेतात्म्यासारखा तिच्या अंगात शिरला होता, तो तिला एक ना एक दिवस ती बघत होती त्या बायकांसारखा विद्रूप करून टाकणार होता? एक दिवस तशा किळसवाण्या रूपात ती अशीच इथं बाकड्यावर बसलेली असेल? नाही-नाही-नाही! पळून गेलं पाहिजे इथून आत्ताच, या क्षणी!

"हं, ही तुझी कॉट ४४ नंबरची. अगं, देवाचे उपकार मान, की तुला ॲडमिशन मिळाली इथं. ती मिळायलाच किती जण धडपडत असतात ठाऊक आहे? तुझी बॅग ठेव तुझ्या कॉटखालीच. हे तुझं कपाट. डॉक्टर राउंडवर येतील तेव्हां चेकअप होईल तुझा, मग तुझे केसपेपर्स तयार होतील. अगं एऽऽ हमीदा! क्या है? सुबह सुबह चालू हो गई? तुम क्या झगडनेही आई हो यहाँ?''

पडल्या पडल्याच भांडण होऊन मारामारीवर आलेल्या दोन बायकांकडे नर्स धावली. पलीकडे एका कॉटवर बसलेल्या दोघीचौघीही तिकडे धावल्या, व्हरांड्यातून वॉर्डबॉय अन् आणखी एक नर्स धावत आले.

रूपाला एकदम जोरात उबळ येऊ लागली. हे वातावरण तिच्या कल्पनेपलीकडचं होतं, त्याचा आणखी परिणाम झाला. तोंड कडू-तुरट होऊन गेलं. बाचाबाची, मारामारी, मग लाह्या फुटत असतील तशी शब्दांची फेकाफेक-उबळ जास्तच येऊ लागली, आतडी पिळवटून निघाली, चक्कर येऊ लागली. बॅग हातातनं खाली टाकून ती कोपऱ्यात बेसिन दिसलं तिकडे धावली आणि तिला जोरात उलटी झाली. भणभणत होतं. बेसिन पकडून खाली डोकं करून ती तशीच उभी होती. जराशानं धाप कमी झाली तशी तिनं डोकं वर करून बेसिनच्या वरच्या तडे गेलेल्या आरशात बघितलं– तिला 'रूपा' दिसलीच नाही– ती नव्हतीच! मग 'ती रूपा' कुठे नाहीशी झाली होती? आणि मग उरली होती ती कोण होती?

स्वतःला सावरत, बावरलेली रूपा परत फिरली. लंबचौरस आकाराचा तो मोठा वॉर्ड होता. ओळीनं मांडलेल्या कितीतरी कॉटस् होत्या. मघाशी हाणामारीवर आलेल्या त्या दोघींना बाजूला तर केलं होतं कोणीतरी; पण आपापल्या कॉटवर बसून शाब्दिक मारामारी चालूच होती. कंटाळून नर्स न् वॉर्डबॉय परत निघून गेले

होते. बाकीच्या बायकाही विखुरल्या होत्या. इकडे तिकडे फिरत एकमेकांशी बोलत होत्या. दोघी जणी एकमेकींच्या डोक्यातल्या उवा-लिखा काढत होत्या! तेवढ्यात चहा-नाश्त्याची ट्रॉली आली. तशी सगळ्या जणी धावत-पळत आपापल्या कॉटवर जाऊन बसल्या.

"ए स्वयंपाकीबाबा! आज काय केलंय?" एकीनं विचारलं.

"रोज आपलं कांजी एके कांजी?" त्यावर स्वयंपाकीबाबा डाफरला– "तर काय तुझ्या बापाच्या बाराव्याचे लाडू हवेत की काय?"

"एऽऽ तोंड सांभाळून बोल, नाहीतर तुझंच बारावं जेऊ आम्ही, काय समजलास?"

"वा हमीदा! असंच बोललं पाहिजे या नालायक माणसाला!"

"चारी बाजूंनी प्रशंसा न् प्रोत्साहन मिळतंय म्हटल्यावर हमीदाला आणखीनच जोर चढला. उंच, जाडजूड देहाची हमीदा डोलत डोलत बाबा होता तिकडे निघाली! आधीचं भांडणं विसरलं होतं न् हे नवं काहीतरी सापडलं होतं! हमीदाला आपल्या अंगावर येताना पाहून महाराज ट्रॉली तिथेच टाकून बाहेर पळाला. सगळ्या बायका खूष होऊन टाळ्या वाजवायला लागल्या! हमीदानं मग ओरडून सांगितलं, "एऽऽ सविता, चल पाहू आज तू नाश्ता दे सगळ्यांना." सविता उठली न् भराभरा आली. जेमतेम अठरा वर्षांची असेल ती. सुकलेल्या झाडासारखी वाळकुडी, अशक्त, पायांवर अन् कोपरांवर बँडेज बांधलेली. हमीदा ट्रॉली सगळीकडे फिरवू लागली आणि सविता सगळ्यांना चहा-नाश्ता द्यायला लागली. हमीदा रूपाजवळ आली. रूपा गुडघ्यात तोंड खुपसून बसली होती. हमीदा म्हणाली, "एऽऽ बाई, चाय लेले. नयी है क्या?" रूपा अंगाचं मुटकुळं करून तशीच बसून राहिली. "एऽऽ सुनाई नही देता क्या? ट्रॉली जाएगी, बादमें कुछ नही मिलता इधर. रूपानं कसाबसा नकारार्थी हात हलवला. हमीदानं ट्रॉली पुढं ढकलली न् बडबडली "नव्या नव्या येतात तेव्हा सगळ्या जणी असली नाटकं करतात! बादमे देखना कैसी सीधी आती है!" हमीदा बाहेर पडली. दुसऱ्या कोणीतरी तिच्याजवळ येऊन विचारलं, "ए बाई, नाव काय तुझं? अगं ऐकू येतंय् का तुला?" रूपानं वर बघितलं न् कशीबशी म्हणाली "रूपा."

"नावं तर चांगलं आहे." शेजारच्या कॉटवरची बाई जवळ येऊन उभी होती. मग डोळे बारीक करत ती म्हणाली, "तुला नसलं खायचं तर नको खाऊ, मला देऊन टाक. नको कशाला म्हणतेस? इतकी भूक लागते मला तर!" रूपानं 'बरं' अशा अर्थी डोकं हलवलं. साऱ्या जणी भराभरा खात होत्या. कोणीतरी हसतहसत म्हटलं, "ती बघा तर खरी ललिता– सदा न् कदा भुकलेली! त्या नव्या बाईला जाळ्यात पकडायला बघतेय् आता!"

"आज सकाळपासनं काय मांडलंय सगळ्यांनी?" एक मोठा पहाडी आवाज आला, तशी सगळा वॉर्ड एकदम शांत झाला. हमीदासुद्धा चुपचाप आपल्या पलंगावर जाऊन बसली, न् म्हणाली, "सिस्टर, स्वयंपाकीबाबा शिव्या देतो, वाटेल तसं बोलतो–" सिस्टर मग जरा नरम आवाजात म्हणाली, "मला सांगायचंसना मग! तुम्हीच परस्पर त्याला धमक्या द्याल न् धिंगाणा कराल, तर ते नाही चालायचं. मग सगळ्याच वॉर्ड्समध्ये असंच होईल. आणि समजा, अशानं मग तो स्वयंपाकी निघून गेला, तर?"

"सॉरी सिस्टर! तुम्ही रजेवर होतात, म्हणून–"

"म्हणून तर तुला जास्त नीट वागलं पाहिजे. बरं, नवी केस कोण आहे?" हमीदानं बोट दाखवलं तशी सिस्टर रूपाजवळ आली.

"का तू नाश्ता नाही खाल्लास? दाखव बरं तुझे हात. पाय लांब कर. ठीक आहे, डॉक्टर नंतर येतील." आणि ती निघून गेली. खाणं संपवून मोठी ढेकर देत ललिता काहीतरी गुपित सांगावं तशी रूपाला म्हणाली, "एक हीच सिस्टर चांगली आहे. व्हॅलेरी नाव आहे तिचं. बाकी सगळ्या नुसत्या डाकिणी आहेत, डाकिणी, माहीताय?"

दडादडा धावत कोणीतरी आलं न् त्यानं रूपाच्या पलंगावर चढून तिच्या गळ्यात हात टाकले. रूपा घाबरून किंचाळली. ललिता खळखळून हसली. "अगं घाबरू नकोस, छगन आहे हा छगन! एऽऽ खाली उतर पाहू रे!" छगन खाली उतरून रूपासमोर उभा राहिला आणि तिच्याकडे टक लावून बघत राहिला. मग समाधानानं हसत म्हणाला, "ठाऊकाय? माझा मॅट्रिकचा रिझल्ट आला.. सांगू किती मार्क मिळाले मला? शंभरातले शंभर! आता झेवियर्स कॉलेजमध्ये फॉर्म भरायला जायचंय्! संध्याकाळी पेढे देईन, हं?"

छगनची पाठ असताना ललितानं डोक्याला हात लावून रूपाला खुणावलं. धक्का बसून रूपा बघत राहिली. सतर-अठरा वर्षांचा कोवळा तरुण पोरगा– देखणा निष्पाप चेहरा, पण बोथटलेलं नाक, जाड ओठ, गबाळ्यासारखे कपडे.

"मावशी, पेढे आणीन हं, खाल ना?" आणि टाळ्या वाजवत धावत तो बाहेर गेला. रूपाच्या जिवात जीव आला. "असा हा वेडा मुलगा इथं या हॉस्पिटलमध्ये असाच ठेवलाय?"

"काय करेल तो बिचारा जीव? सख्खे आई-बाप येऊन उकिरड्यावर कचरा टाकावा तसे टाकून गेलेत! लेप्रसी झालेला न् शिवाय वेडा! इथं हॉस्पिटलमध्ये आहे आपला पडलेला!"

रूपा पलंगावर मुटकुळं करून पडून होती. यश काय करत असेल? दूध भरून आल्यानं तिच्या छातीला ठणका लागला होता. त्याच्या आठवणीनं ब्लाऊज ओलं

झालं होतं. यश! यश रे! माझ्या बाळा!

वनलताबेन दर रविवारी सकाळी यशची दृष्ट काढून शेगडी पेटवून त्यात मीठ-मोहोरी टाकायच्या. अनूप खूप थट्टा करायचा! "मम्मा, तुझ्यासारखी बाई आणि असल्या गोष्टींवर विश्वास ठेवते! अगं, आपला यश सात समुद्र ओलांडून जाईल, आकाशातल्या ग्रहांवर जाईल, अन् तू–!" वनलताबेन म्हणायच्या, "तुला नाही कळायचं. माझ्या संसाराला कुणाची तरी दृष्ट लागेल इतकं चांगलं आहे सगळं!" पण शेवटी दृष्ट लागलीच होती ना! शेगडीत भडभड पेटून मोहोरी तडतडून जळून गेली होती.

रूपाला पुन्हा ताप चढत होता, पोटात ढवळायला लागलं होतं. पाण्याबाहेर काढलेल्या मासळीसारखी तिची एकदम तडफड होऊ लागली. हजारो सुरुंग एकदम फुटावेत तसा प्रचंड आवाज होऊन आभाळच कोसळलं! भीषण धरणीकंपाचे हादरेही बसत होते. सगळी घरं तुटून मोडून चक्काचूर झाली होती, चारी बाजूला आगी लागल्या होत्या, डोंगरसुद्धा कोलमडून पडत होते, समुद्र रौद्र स्वरूप घेऊन उसळत होता. "मी– मी– रूपा बुडतेय होऽ माझा हात धरा कोणीतरी– माझं घर वाहून गेलंय. यश-शैलेश- ती पाहा मोठ्ठी लाट येतेय्– अग आई गऽऽ"

घाबरून ललितानं सगळ्यांना हाका मारल्या "ए हमीदा, गुलाब, अगं पट्दिशी सिस्टरना बोलवा जा-जा लवकर– ही नवी बाई तर लाकडासारखी झालीय्– मेलीबिली का काय?" गुलाब धावत सिस्टरना बोलवायला गेली.

७

किती वाजले असावेत? रात्र होती? का दिवस? आणि कुठे होती ती? पृथ्वीवर... आकाशात... का मध्येच अंतराळात? खाली डोकं आणि वर पाय करून लटकत होती? ...वटवाघळासारखी. मग इथं चिखलात कशी फेकली गेली होती ती? आत आत का रुतत होती ती? पाताळात जात होती? ओहोहो! इथं तर प्रचंड राजवाडे होते! चारीबाजूला झगमगाट, रंगीत कारंजी, रंगीबेरंगी मासे, बागबगीचे– सोन्यारुप्यानं, हिऱ्यामाणकांनी मढलेली सोन्याची सिंहासनं, ही स्वारी कुणाची येतेय? मत्स्यकन्यांनी पालखी उचललीय... पालखीत ही कोण इतकी सुंदर लावण्यवती? खोल पाण्यात एखादा अद्भुत मोती सापडावा तशी ही– कोण? आणि अगदी बारीक पाण्याच्या धारेचा यावा तसा नाजूक सुरेल आवाज आला- 'रूपाराणी पधार रही हैऽऽ!'

"ऊठ आता! तू तर खरंच राणीसारखी गाढ झोपून गेलीस हो!" रूपानं प्रयासानं डोळे उघडले; पण जड झालेल्या पापण्या पुन्हा बंद झाल्या. किती तऱ्हांचे आवाज येत होते– बोलण्यांचे, खोकण्याचे, ट्रॉलीच्या चाकांचे, आणि हे औषधांचे वास? तिने डोळे उघडले– अरे! कुठे होती ती? हे काय आहे सगळं? त्या मत्स्यकन्या... हिरेमाणकं... पाणी... सोन्याची पालखी... माझं सिंहासन- कुठं गेलं सारं? मी...मी रूपाराणी– मी इथं कुठे आलीय? पळा, पळा इथून, पळा! ती एकदम उठून उभी झाली, तशी जोरात चक्कर येऊन ती मट्टदिशी परत खाली बसली. सारा वॉर्ड तिच्याभोवती गोल गोल फिरत होता.

"चक्कर आली ना?" शेजारच्या कॉटवरच्या ललितानं विचारलं. जेमतेम

होकारार्थी मान हालवून रूपा आडवी झाली. "चक्कर, येईल नाहीतर काय होईल गं बाई? कालपासून बेशुद्ध होतीस तू..." "कालपासून? मी कालपासून बेशुद्ध आहे– म्हणजे होते?" "नाहीतर काय?" ललिताला हसू आलं. "मी सिस्टरला बोलावलं, त्यांनी औषध दिलं, इंजेक्शन दिलं, दुपारी मग डॉक्टर आले, तुझ्या केसपेपरवर सारं लिहून गेले. रात्री पुन्हा तू उठली होतीस ते नाही आठवत तुला? राणी-राणी असं बडबडत होतीस मग परत तुला झोपेचं इंजेक्शन दिलं."

रूपा निर्जीव गोळ्यासारखी पडून राहिली. शरीराचे सगळे अवयव जणू बधिर होऊन गेले होते. ललिता उठून बसली. "हे बघ बाई– काय नाव सांगितलं होतंस तुझं– हां– रूपा. हे बघ रूपा, जरा नीटपणी राहा. जे मिळेल ते खायचं, प्यायचं. नाहीतर बरी कशी होशील? आणि चक्कर तर येतेच ना गं! पहिल्या पहिल्यांदा सगळ्यांना असं होतं, मग सवय होते. ती अठरा नंबरची कॉट आहे ना, तिथे रेखा नावाची बाई होती. तिला तिचे घरचे इथे ठेवून गेले न् तिचं हार्टफेलच झालं त्या धक्क्यानं! पोचली स्वधामाला! कुणाचं काय बिघडलं त्यानं? तिचाच जीव गेला ना? समजलीस?"

चहा-नाश्त्याची ट्रॉली आली. वॉर्डमध्ये जरा खळखळ झाली; पण स्वयंपाकीबाबा आज चुपचाप काम करत होता. "आज कसा आलाय् वठणीवर!" हमीदा ओरडली, तशी बाकीच्या काही जणी मोठमोठ्यानं हसल्या. कोणी कॉटवर आपटून टाटांचे आवाज केले. तो चिडला. "चूप बसा. जास्त गडबड केलीत तर मी मोठ्या साहेबांकडे तक्रार करीन. तुमच्या बापाच्या बगीचात फिरायला आलाय्त जणूं! मी निघून गेलो ना काम सोडून, म्हणजे कळेल– महारोग्यांचं काम करायला कोण यायला बसलंय् दुसरं ते– सांगून ठेवतोय!"

सगळ्या गुपचूप. फक्त ट्रॉलीचा खडखडाट आणि कपात ओतल्या जाणाऱ्या चहाचा सरसर आवाज. "घे, ए बाई, ऊठ." रूपा कुशीवर वळून पडून राहिली. "एकेका कॉटशी इतकाला वेळ थांबायला मला वेळ नाही!" ट्रॉली पुढे सरकली. "दे इकडे मला, मी खाऊ घालीन तिला." ललिता म्हणाली, तशी तिला रूपाच्या वाटणीचं महाराजनं दिलं.

जराशानं ललिता येऊन तिच्यापाशी कॉटवर बसली.

"रूपा, ऊठ. खा थोडंसं, चल बरं. अगं, हसत का रडत, आपलं आपणच भोगायचं आहे ना? मग असा त्रागा करून काय उपयोग?" दुसऱ्या दोघी-तिघीही तिच्या कॉटपाशी येऊन उभ्या राहिल्या. सांगू लागल्या. "खरं आहे ललिताचं. माझंच बघ ना. तीन-तीन चांगले धट्टेकट्टे मुलगे आहेत मला. हा आजार झाला तशी बैलगाडीत घालून इथं आणून टाकली मला- सडलेल्या गव्हाच्या पोत्यासारखी! आणि घर, शेत सारं बळजबरी त्यांच्या नावावर लिहवून घेतलं, माझ्याकडनं!"

रूपा ऐकत होती. गुलाब. धर्मिष्ठा, जीवीबेन– सगळ्यांच्या कथा न् व्यथा, अंगावरच्या व्रणांमधून निघणारं रक्त-पू, होणाऱ्या वेदना, आणि मनावर झालेले खोल घाव. सडून गेलेल्या संबंधांची, नात्यागोत्यांची दुर्गंधी, भावनांच्या नाजूक त्वचेवर पडलेले व्रण आणि त्यावर आलेल्या गाठींच्या कथा– या वेदना कमी करायला कुठल्याच गोळ्या नसतात का? इंजेक्शनंही नसतात? प्रचंड वेगानं आलेल्या वादळातल्या उन्मत्त वाऱ्यानं वृक्ष मुळापासून उखडून पडले होते आणि त्यांच्या हवेत भिरभिरणाऱ्या पानांसारख्या त्या साऱ्या जणी इथं येऊन पडल्या होत्या.

हबकून गेलेली रूपा उठून बसली. पण मन मानेना! ते चीत्कार करून उठलं– नाही! नाही! तिची कथा अशी नाहीच होणार! तिचं तर सुंदर घर आहे, बाळ आहे, सासू आहे, पती आहे. शैलेश तिला भेटायला येत जाईल. ती बरी झाली, की प्रेमानं तिला परत घेऊन जाईल. स्वतःचा घरसंसार ती पुन्हा सांभाळू लागेल. तिच्या बाळाला वाढवेल. अंगणात रांगोळी घालेल, तुळशीपाशी दिवा लावेल, नवरात्रीत गरबे गाईल, नाचेल!

"बघ आता– परत गप्प झालीस? अगं, असं केलंस, तर तब्येत इतकी बिघडेल तुझा, की परत उभी नाही राहू शकणार, समजलीस ना?" सगळ्यांनी पुन्हा ललिताला दुजोरा दिला.

ललितानं नाश्त्याचं ताट तिच्यासमोर धरलं. हे? हे खायचं? थंडगार झालेला काळामिचकुट चहा न् पाव. तिनं तोंड फिरवलं. पण खूप भूक तर लागली होतीच. कुशीला वळवत नव्हतं इतका अशक्तपणा वाटत होता. कापऱ्या हातांनी तिनं ते ताट घेतलं. चंपा खूष होऊन म्हणाली, "आता कशी आलीस लायनीवर! अगं, तू दोन दिवस उपाशी राहिलीस, मी तर चार दिवस नव्हतं खाल्लं! घरी तर सकाळी गरमागरम भाकरी न् दूध खायची मी. म्हैस आहे माझ्या घरी, ठाऊक आहे? या माझ्या हातांनी रोज चरव्या भरून ताक वाटलंय गावाला मी. एकदा कुंभमेळा होता ना, तेव्हा नाशिकला अन्न क्षेत्रात दोनशे किलो गहू दिले मी! आता बनारसला यात्रेला जाईन एकदा, असा विचार..."

दोघी-तिघी टाळ्या वाजवत खीखी करून हसल्या!

"त्याच त्या बढाया मारायचं बंद कर ना आता! आत्ता या घटकेला तर तू इथंच आहेस ना आमच्यासारखीच? तुझी श्रीमंती राहिली तुझ्या घरी! माझं घर म्हणजे नुसतं झोपडं आहे, म्हणून काय फरक पडला? इथं तर आपण दोघी सारख्याच ना?"

चंपाचं तोंड उतरलं, मान खाली गेली. रूपानं पावाचे कोरडे तुकडे तोंडात

घातले; पण चहा मात्र तिच्यानं पिववला नाही. पाण्याच्या घोटांबरोबर कसेबसे ते तुकडे तिनं गिळले. बायका सगळ्या इकडचं तिकडचं काहीबाही बोलत बसल्या होत्या. गायींचा कळप जसा बसल्या बसल्या रवंथ करत असतो, तशा भूतकाळातल्या त्याच त्याच आठवणी पुन्हा पुन्हा एकमेकींना सांगत होत्या. रूपा कुशीवर वळली न् डोळे मिटून पडून राहिली. तिला काहीही बोलायची इच्छा नव्हती. कुणीतरी म्हणालं "खडूसच दिसतेय् ही!" मग सगळ्या तिथून उठून गेल्या. निःशब्दतेच्या एकाकी बेटावर रेतीत उलट्या पडलेल्या होडीसारखी ती पडून राहिली.

कुणाचा तरी चेहरा तिच्या चेहऱ्यावर झुकला होता. केसांच्या झिंज्या तिच्या गालांना चिकटत होत्या. रूपानं डोळे उघडले. छगन होता. त्याला दूर ढकलत रूपा उठून बसली. लेंग्याची नाडी एका हातानं पकडून छगन बावळटासारखा तिच्याकडे बघत उभा राहिला. "कशाला आलायस? इथं काय काम आहे तुझं?" घाबरलेल्या रूपाचा आवाज ओरडता ओरडता चिरकला तसा छगन घाबरला, कावराबावरा होऊन इकडंतिकडं बघू लागला. नंतर मग म्हणाला, "पण आज मला परीक्षेचा फॉर्म भरायचाय, शेवटचा दिवस आहे आज!" शेजारची ललिता समजुतीच्या सुरात त्याला म्हणाली, "आज नाही रे, उद्या शेवटचा दिवस हं? जा बरं आता!" समजूत पटलेल्या शहाण्या मुलासारखा छगन परत गेला. "त्या वेड्यावर बिचाऱ्यावर कशाला ओरडतेस गं?" असं म्हणत म्हणत ललिता उठून व्हरांड्यात गेली न् लगेच धावत आत आली. "रूपा, बघ, बघ, तीऽऽ सविता चाललीय्!" "कुठे चाललीय?" दबक्या आवाजात ललितानं सांगितलं, "पुरुषांचा वॉर्ड आहे ना, त्यात रमणलाल म्हणून आहे, अठरा नंबरच्या कॉटवर. त्याच्या बरोबर, सविता....कळलं ना? कुणाचं लक्ष नसलं की अशी सटकते!" तेवढ्यात गुलाबही ललिताजवळ आली, न् तिनं पुस्ती जोडली. "पाहिलंस ना? आणि रमण कोण आहे जातीनं माहित्येय? कुंभार आहे कुंभार! पण महारोग्याकडनं कोण घेणार माठ? मग खेळण्यांची गाडी घेऊन फिरवत होता; पण तेही जमेना, कोऽणी घेईना त्याच्याकडनं. शेवटी मग इथे येऊन पडलाय. अन् आताशा या सविताशी सूत जमलंय! घरी बायको आहे चांगली धडधाकट!" बोलत बोलत दोघी व्हरांड्यात गेल्या. हळूहळू मावळणाऱ्या दिवसाच्या उजेडात रूपा कॉटवर बसून होती. तिला खूप अस्वस्थ वाटत होतं. ताप चढतोयसं वाटत होतं. सिस्टरकडे जावंसंही वाटलं; पण ती तशीच बसून राहिली.

या संध्याकाळच्या वेळी वॉर्डमध्ये खूप शांतता असायची. एरवी बडबड्या, चहाडखोर वाटणाऱ्या बायकाही गप्प असायच्या. आपल्याच विचारात मग्न असायच्या साऱ्या जणी. गुडघ्यावर डोकं ठेवून रूपा नवलानं बघत असायची. सगळ्या व्यवस्थित केस विंचरून कपडे ठाकठीक करून बसायच्या. वाकड्या झालेल्या

बोटांनी केसांना तेल लावून कंगव्यानं विंचरायची खटपट करायच्या. कुणी बॅगेतनं बांगड्या, कुड्या काढून घालायच्या, तर बेसिनवरच्या फुटक्या आरशात बघून कोणी भांगात शेंदूर भरायची! मग व्हरांड्यात दोघी-चौघी गटागटानं उभ्या असायच्या, तर काही आपापल्या पलंगावर बसून दाराकडे नजर खिळवून असायच्या.

रूपाला त्यांच्याकडे बघताना बघून ललितानं एक उसासा टाकत माहिती पुरवली "भेटायला येणाऱ्यांसाठी ही वेळ ठरवलेली आहे, म्हणून सगळ्या जणी नीटनेटक्या होऊन वाट बघतात रोज! खोट्या भ्रमात असतात बिचाऱ्या!"

पण रूपाला ही उत्सुकता अधीरता समजायची. थोडा वेळ का होईना भेटणं– त्यात मिळणारं चिमुटभर सुख, उरलेल्या साऱ्या दिवसांच्या अफाट वैराण वाळवंटातली हिरवळ होईल ना! वाट बघण्याचे क्षण सुरू व्हायचे अन् सगळ्या जणी कान लावून ओळखीची चाहूल, एखादा स्पर्श, एखादी प्रेमाची नजर, दोन-चार प्रेमाचे शब्द, यांसाठी चातकासारखी वाट बघत राहायच्या. हळूहळू सूर्यास्ताबरोबर भेटीची वेळ टळून जायची. वातावरणात असलेला संध्याकाळचा रक्तिमा थोड्या वेळानं ओसरून मग काळा अंधार पसरायचा.... बरोबर आणायचा उदासीनता. केलेला सर्व शृंगार निस्तेज व्हायचा. नजर अंधूक व्हायची. कुठून तरी अस्फुट हुंदका ऐकू यायचा. कुठून हलके, दबके सुस्कारे. खुल्या व्हरांड्यामधून येणाऱ्या वाऱ्याबरोबर आलेली निराशा जाणवेल इतकी गाढ होऊन जायची.

रूपाची आशाही लाजरीच्या रोपासारखी मिटून जायची. आज रविवार होता, तरीही शैलेश आला नाही? 'अगं, काम असेल,' तिचं मन म्हणालं. सर्दी-तापाचे दिवस आहेत ना सध्या; मग अशा दिवसांत नेहमीच त्यांना उशीर नाही का होत? रविवारीसुद्धा व्हिजिटवर जावं नव्हतं का लागत? कुणाला नाही म्हणणं त्यांना जमतच नाही ना! आणि नाही का आठवत तुला? वनलताबेन लवकर झोपायच्या. ती शैलेशची वाट बघत टेपरेकॉर्डरवर कॅसेट ऐकत बसायची. कधी कधी तर जेवायच्या टेबलाशी बसून वाट बघता बघता तिचा डोळा लागायचा–

गालाला हळूच झालेल्या ओठांच्या स्पर्शानं ती चमकून जागी व्हायची. तिच्या चेहेऱ्यावर झुकलेला असायचा त्याचा चेहरा! प्रेमभरानं तिचं चुंबन घेऊन तो म्हणायचा, "अशीच इथं झोपली आहेस, तसाच फोटो घेतो तुझा, किती गोड दिसत होतीस!" "हो क्का? रोमान्स करायला आत्ता का वेळ मिळाला डॉक्टरसाहेब? चला बरं जेवायला मुकाट्यानं!" तिचा चेहरा आपल्या दोन्ही हातांमध्ये धरत तो म्हणाला, "माझ्याशी लग्न केल्याचा पश्चात्ताप होतोय का गं आता?"

"उं हूं! तो कसा होईल? पण जर कधी मी आजारी पडेन ना, तर मात्र चोवीस तास तुम्ही माझ्याजवळ बसून राहिलं पाहिजे! अस्सेच, फक्त तुम्ही न् मी!" "त्याच्यासाठी आजारी कशाला पडायला हवं ते! थोडे दिवस बाहेरगावीच पळून

जाऊ या ना कुठे तरी एखाद्या हिलस्टेशनला. तुझ्याऐवजी पेशंट्स माझी वाट बघू देत थोडे दिवस!"

"खरंच?"

"तुझी शपथ!"

"सांगू मला कुठं जायचंय? हिमालयातल्या एखाद्या खूप सुंदर ठिकाणी, बर्फ पडलेले डोंगर मला गंगाकाठी बसून बघायचेत. खूप खूप इच्छा आहे माझी. नाही गेलो ना, तर मी मेल्यावर भूत होईन!"

"चूप! पुन्हा असं बोललीस तर बघ!"

"घेऊन जाल ना? मग नाही बोलणार! वचन द्या!"

"अरे! वचनाचं काय मोठंसं? रघुकुल रीत सदा चली आई–"

"ओ. के, ओ. के राजा रामचंद्र! आता जेवण गरम करते न् वाढते. आज तुम्हाला आवडणारे दोन पदार्थ एकदम केलेत, पुरणपोळी आणि मटरची कचोरी!"

"यू आर ग्रेट डिअर!"

पण हिमालयाच्या पायथ्याशी फिरायला जायचं कधी जमलंच नाही. ओसरणाऱ्या भरतीसारखं ते जाणं नेहमी मागे मागे ढकललं गेलं. कधी कुणाचं ऑपरेशन निघालं तर कधी वनलताबेन आजारी पडल्या. ...मग यश व्हायचा होता. मग यश! यश– यश काय करत असेल? आई हवी म्हणून रडत असेल? बाटलीचं दूध पीत असेल? आत्ता स्वयंपाकाची वेळ. फ्रिज उघडून वनलताबेन विचार करत असतील ही भाजी करावी का? दूध उरलंय, आटवावं का श्रीखंडासाठी दही विरजावं?

ट्रॉलीच्या चाकांचा कुच् कुच् आवाज यायला लागला होता. ताटांचे आवाज, नर्सेसचं इकडून तिकडे जाणं-येणं, रात्रीची औषधं "एऽ रूपा!" ललितानं तिला हाक मारून भानावर आणलं आणि तिची ताटवाटी घेऊन त्यात तिचं जेवणं घेतलं. "घे, जेवायचं नाही का तुला? मग झाकून ठेव, नंतर भूक लागेल."

"नाही."

बकाबका घास घेत ललिता जेवणावर तुटून पडली. ते बघण्याचा उबग येऊन रूपा तिथून उठली न् व्हरांड्यात येऊन उभी राहिली. औषधाची गोळी घेतली होती त्यानं डोकं भणभणायला लागलं होतं. पदरानं तोंड पुसत हमीदा तिच्याजवळ येऊन उभी राहिली. "खाना खाया?" रूपा गप्प राहिली.

"असं नको करू बाई. या दुनियेत ना, कोणी कोणाचं नाही बघ. आपणच काय ते आपले, काय समजलीस? मी किती सडपातळ आणि सुरेख होते– काय सांगू तुला? रस्त्यानं जायचे तर पोरं शिट्ट्या वाजवायची. लग्नही ठरलं होतं माझं. पिक्चर बघायची फार आवड मला. नेहमी पहिल्या दिवशीचा पहिला शोच बघायची. देव आनदंवर जीव टाकायची मी! सुंदरशी लग्न ठरलं होतं माझं. आई नाही म्हणत

होती. मी म्हटलं, हिंदू असला तर काय बिघडलं? पण एक दिवस घर लिंपायचं होतं म्हणून गावाबाहेरून माती आणायला गेलो. माती खोदून काढता काढता दरड एकदम कोसळली न् मी आत अडकले. कंबरेचं हाड मोडलं! सहा महिने हॉस्पिटलमध्ये पडून होते. साला तो सुंदर एक दिवससुद्धा भेटायला नाही आला! त्यात आणि डॉक्टरानं सांगितलं की आता कुणा पुरुषाला मी काय कामाची नाय! ते पण कमी होतं जणू, म्हणून पुरुषाशी लग्न व्हायचं तर राहिलं बाजूला; पण या राक्षसी रोगाशी लग्न झालं! बघ ना, माझं नाक खाऊन गेला मेला हैवान!''

खूप वेळ बोलून थकली तशी मान टाकून ती मग गप्प बसली. जरा वेळ दोघी तशाच उभ्या– चारी बाजूला गाढ शांतता– भीती वाटेल इतकं सगळं शांत. दाट अंधार पडला होता. सारे आवाज बंद झाले होते. मधूनच कुणाच्या कण्हण्याचा आवाज यायचा, नाहीतर कुणाचं हलक्या आवाजातलं बोलणं. संथ पाण्यात काहीतरी पडावं त्याचा दबका आवाज यावा तसा कुणाचा तरी दबका हुंदका. दूरच्या डोंगरावरनं उडत जाणाऱ्या विमानाचे लुकलुकणारे दिवे किंवा पलीकडच्या हायवेवरून भरधाव जाणाऱ्या ट्रकचा आवाज. रूपाला त्या साऱ्या वातावरणाची खूप भीती वाटत होती; पण पाय जमिनीला चिकटले असतील तशी ती कुठेतरी नजर लावून निश्चल उभी होती. पाय उचलून आत जायचीही तिला भीतीच वाटत होती. कारण डोळे मिटून झोपायचा प्रयत्न केला की तिला भयंकर स्वप्नं पडायला लागायची.

एकदम व्हरांड्यातले दिवे लागले आणि खाली आवारात वॉर्डबॉय, नर्सेस धावाधाव करताना दिसले. ''अरे रूपा, कुछ गडबड लगती है'' हमीदा म्हणाली. वॉर्डमधून दोघी-तिघी धावत बाहेर आल्या तेवढ्यात सिस्टर व्हॅलेरी घाईघाईनं आली. ''तुम्ही कोणी छगनला बघितलं?''

''संध्याकाळी पाह्यला होता, माझ्याजवळ आला होता.'' रूपा म्हणाली. बाकीच्या सगळ्याही म्हणाल्या की संध्याकाळनंतर त्याला कुणीच पाहिलं नव्हतं– पुरुषांच्या वॉर्डमध्ये नव्हता का तो? पण तो कुठे कॉटवर झोपून राहायचा?– सारा दिवस हॉस्पिटलभर या कॉटपाशी त्या कॉटपाशी, करत असायचा इ. इ. ''रोज थकतो न् लवकर झोपून जातो.'' व्हॅलेरी म्हणाली, ''औषध द्यायलासुद्धा कसाबसा उठवावा लागतो. पण आज त्याचा कुठे पत्ताच नाहीये, पळून गेलासं वाटतंय!''

कुणीतरी सुस्कारा टाकत म्हटले, ''बिचारा कोण जाणे कुठं भटकत असेल! किती छान आहे खरं म्हणजे दिसायला; पण त्याच्या आईचं नशीबच खोटं अन् त्याचंसुद्धा! जे नशिबात असेल ते काय चुकतंय!''

खाली आवारात चौकीदार टॉर्च घेऊन सगळीकडे फिरत होता, शोधत होता. बायका आपल्या वॉर्डमध्ये आल्या. जरा वेळ चर्चा चालली. ज्यांची झोप मोडली त्या रागवायला लागल्या. हवेत जरा गारठाही होता.

"झोपायचं नाही?" रूपानं हमीदाला विचारलं. "झोप येतेच कुठे मुळी? तीही वैरीण झालीय! दिवसा इतके आवाज चालू असतात, तरी झोप लागते न् मग रात्र संपता संपत नाही! आमच्या घरी रात्री आजूबाजूचे सगळे जण बाहेर खाटा टाकून गप्पा मारत बसतात. शेजारचे रज्जूमियाँ खूप ठिकाणी हिंडून आलेत यात्रा करून. घर विकून हजला पण जाऊन आले. ते ठिकठिकाणच्या गोष्टी सांगतात. गारठा असला तर चहा बनवतो सगळ्यांसाठी. रात्र पडली, की सगळ्या आठवणी येतात, न् झोप म्हणून लागत नाही.

रूपाच्या मनात यशच्या खुदुखुदु हसण्याचे पडसाद उमटायला लागले. बेडरूम-बाथरूम-एअर कंडिशनर-ड्रेसिंग टेबल-शैलेशचा स्पर्श– तऱ्हतऱ्हेच्या पदार्थांनी भरलेलं जेवणाचं टेबल– सारं एकदम खूप आठवायला लागलं. घरी परत जायची प्रबळ पण अशक्य इच्छा झाली न् मग इथून पळून जावंसं वाटलं.

"हमीदा, तू-तू घरी का नाही जात?" हमीदा प्रथम तर खदाखदा हसली न् हसता हसता तिचे डोळे भरून आले. घसा खाकरून साफ करत ती म्हणाली, "रूपा, तू बहोत नादान लगती है– तू दुनिया देखेला नही है ऐसाच लगता है. देख रूपा, इधर जो आता है, वो कभी घर नही जाता है, समझी?"

हमीदानं एकदम तिचा हात खेचला. फिरवून फिरवून बघायला लागली. गळा, गाल सगळं बारकाईनं बघत राहिली. "रिॲक्शन येते का तुला?" रूपाच्या चेहेऱ्यावरनं 'येते' असं समजलं तशी हमीदा कडवट हसली. "एवढंही माहीत नाही, न् घरी जायच्या गोष्टी बोलतेय! हा रोग म्हणजे पिंजरा आहे पिंजरा, माझे बाई, यात अडकला तो अडकलाच! समझ मे आया कुछ? आणखी चार-पाच महिने राहिलीस ना इथे, म्हणजे सगळं समजेल!"

हमीदा आत निघून गेली. रूपा थरथर कापत होती. थंडी होती म्हणून? का भीतीनं? भय! तो तर इथला शंभर डोक्यांचा राक्षसच होता जसा काही! एक डोकं कापलं तर त्यातून आणखी शंभर निघतील असा! हमीदा हे सगळं काय सांगत होती? ती काय कायमचीच या पिंजऱ्यात अडकून पडणार होती? तिचं घर, तिची माणसं, विशाल निळं आकाश, वाऱ्याच्या झुळुका, पक्ष्यांच्या पंखांचा फडफडाट, हे सारं आता कधीच नाही दिसणार?

समोर हात पसरून पसरला होता गाढ काळा काळा अंधार. तिचं परिचयाचं जग त्यात कुठे तरी हरवून गेलं होतं!

या क्षणाच्या उंबऱ्यावर ती एकाकी, एकटी उभी होती. खाली-वर चारी बाजूंना अभेद्य भिंती आणि त्यांच्या मधोमध ती उभी होती. प्राचीन खंडित मूर्तीसारखी! भव्य भूतकाळाचा एक अवशेष! तिला वर्तमानकाळ नव्हता, भविष्यकाळ नव्हता!

पुरातत्त्ववेत्त्याचं एक संपलेलं स्वप्न! एकाकीपणाच्या लोखंडी पंजांनी तिला घट्ट पकडलं होतं. धापा टाकत तिनं डोळे गच्च मिटून घेतले. अश्रूंच्या धारांनी तिचे गाल भिजून गेले– काळवृक्षाची गळून पडणारी पानं सुकून जातील, त्यांच्या ढिगाखाली ती झाकली जाईल, तिच्यावर रानगवत हवं तसं वाढेल. नाव, वर्ष, तारीख सारं कोरलेल्या शिलालेखावर शेवाळ जमेल आणि त्यावरची प्राचीन लिपी कोणाला वाचताही येणार नाही. धरणीकंपाचा एक धक्का बसेल आणि शिलालेखाची ती जड शिळा कोसळून माझ्या छातीवर... अरे कोणी ही शिळा काढा... कोणी मला बाहेर काढा... वाचवा!

डोळे उघडले, ती भानावर आली. व्हरांड्याच्या कठड्याला घट्ट पकडून ती धापा टाकत होती, घामानं चिंब भिजली होती, डोकं खूप दुखत होतं, अंगाला झिणझिण्या येत होत्या. कशीबशी स्वतःला सावरत ती आत जाऊ लागली अन् तिथल्या तिथंच थांबली. सगळीकडचे दिवे एकदम लावले गेले होते. नर्सेस आणि इतर माणसं इकडून तिकडे लगबगीनं जात होती. सगळ्या गडबडीनं जाग्या झालेल्या बायका उठून बाहेर येत होत्या. आणि मग त्या साऱ्यांनी एक भयंकर दृश्य पाहिलं.

आवारात एक ढकलगाडी उभी होती न् त्यावर रक्तबंबाळ, छिन्नभिन्न झालेला एक मृतदेह. आवारातल्या मोठमोठ्या दिव्यांच्या प्रकाशात ते दृश्य जास्तच भयंकर दिसत होतं. सविता धावत खाली जाऊन बघून आली होती अन् तिनं बातमी आणली होती की तो मृतदेह वेड्या छगनचा होता! हॉस्पिटलमधून पळून जाऊन किंवा असाच भटकत भटकत तो हायवेपर्यंत पोचला असणार आणि रात्री भर वेगानं जाणाऱ्या एका ट्रकखाली चेंगरला होता.

शेवटी पिंजऱ्यातनं एक पक्षी असा उडाला होता. 'अजिंक्य खिलाडी' असलेल्या या रोगाला 'हरवून' एक वेडा पोरगा शेवटचा डाव जिंकून गेला होता!

८

एखादं मोठं सावज गिळून सुस्त पडलेल्या अजगरासारखं हॉस्पिटल सुस्त पडलं होतं.

फक्त कुष्ठरोग्यांसाठीच चालवलेलं हॉस्पिटल होतं हे. खूपच मोठं होतं. सरकारी मदत आणि देणगीदारांच्या उदारतेवर सारा खर्च भागत होता, त्यामुळे साहजिकच साधनसामग्री बेताची, स्टाफवर अगदी मोजकी माणसं, असं असणारच. उपचारासाठी येऊ इच्छिणाऱ्या रोग्यांची प्रतीक्षयादी मात्र लांबत असायची. एक तऱ्हेची रस्सीखेच इथं मुकाट्या मुकाट्यानं चालू असायची. हॉस्पिटलमध्ये दाखल केले जाणारे रोगी तिथं जास्तीत जास्त दिवस राहायच्या प्रयत्नांत असत आणि हॉस्पिटल चालवणारी मंडळी ते रोगी लवकरात लवकर परत जावेत, अशा प्रयत्नांत असत! ते तरी काय करणार? आलेल्या रोग्यांपैकी ज्यांचा रोग संसर्गजन्य अवस्थेतून बाहेर पडला असेल, त्यांना नियमित घेण्याची औषधं देऊन परत पाठवत असत. ज्यांचा रोग मुळातच संसर्गजन्य अवस्थेला पोचलाच नसेल, त्यांना तपासून औषधोपचार करून व औषधं बरोबर देऊन परत पाठवत.

एकही कॉट कधी रिकामी नसायचीच. रिकामी झाली रे झाली, की पृथ्वीमोलाची संपत्ती असेल तशी त्या कॉटवर जागा मिळवण्यासाठी पडापडी व्हायची- शिविगाळ आणि मारामारीसुद्धा! समाजातल्या प्रत्येक कानाकोपऱ्यातून शोधून काढून, झाडून काढून, दुर्गंध मारत असेल असा कचरा उकिरड्यावर फेकून यावं, तसे कुष्ठरोग्यांचे नातेवाईक, मित्र, त्यांना इथे टाकून जात. तर काही रोगी स्वतःच गळून, थकून

गेलेली मनं अन् शरीरं घेऊन हॉस्पिटलचा पत्ता शोधत येऊन पोचत. हॉस्पिटलमध्ये जागा नसली तरी कुठल्यातरी कोपऱ्यात आम्हाला पडून राहू द्या, म्हणून काकुळतीला येऊन रडत भाकत विनवण्या करत. बहुतेक वेळेला त्यांना निराश, हताश होऊन परत फिरावं लागे. पण ते कसलं परत फिरणं? कुठे जाणार? आशाही सुटत नसतेच म्हणून मग तिथंच आजूबाजूला झोपड्या बांधून राहत असत, केव्हातरी नशीब हात देईल, अन् आत प्रवेश मिळेल या आशेनं!

त्यामुळे हॉस्पिटलमध्ये मिळालेली कॉट म्हणजे रोग्याच्या दृष्टीनं थोड्या दिवसांच्या सुखशांतीचं, खायला-प्यायला मिळण्याचं आणि समाजाच्या पोळून टाकणाऱ्या नजरांपासून स्वतःचा बचाव करण्याचं एकमेव आश्रयस्थान. जखमी जनावर गुहेत किंवा खड्ड्यात घुसून लपून बसावं, तसे हे रोगी आपापल्या कॉटवर हात-पाय पोटाशी घेऊन अंग आक्रसून घेऊन पडून राहत आणि तिथून जायची वेळ आली म्हणजे जणू जग सोडून जायची वेळ आली असेल तसे मनानं विदीर्ण होऊन जात!

आजच सकाळी एक स्त्री एक लहानसं बोचकं घेऊन आली होती, न् बाहेरच्या व्हरांड्यात हाता-पायांतलं त्राण संपल्यासारखी अंगाचं मुटकुळं करून झोपून गेली होती. कितीतरी लांबून, हाती एका चुरगाळलेल्या मळक्या कागदावर कुणीतरी लिहून दिलेलं हॉस्पिटलचं नाव न् पत्ता घेऊन ती इथवर येऊन पोचली होती. पण इथं कुठं जागा होती तिच्यासाठी? खूप समजूत घातली, मग उचलून बाहेर फेकून द्यायचीही धमकी दिली! पण ती रडत राहिली, काकुळतीला येऊन पाया पडत राहिली. तिथून तसूभरही हलली नाही. पायाला वाहत्या जखमा होत्या, त्यामुळे बस किंवा ट्रेनमध्ये कोणी पायही टाकू दिला नव्हता. कितीतरी दिवस पायी रखडपट्टी करत ती कशीबशी इथवर पोचली होती. भुरक्या कोरड्या केसांच्या जटा झालेल्या, मळून बोळे झालेले घाणेरडे कपडे, तापानं अंग फणफणलेलं. आता करायचं काय? शेवटी तिला सांगितलं, की बरं बाई, पड इथंच या कोपऱ्यात; तेव्हा इतका आनंद झाला तिला, की टाळ्या वाजवून वाजवून खुदुखुदु हसली होती ती!

चंपानं मग सिस्टरच्या मागे भुंगा लावून तिला चादर न् ताटवाटी देववलं होतं. तिचे घाणेरडे कपडे बदलायला लावून तिच्याच बोचक्यातले दुसरे कपडे घातले. कुठल्यातरी एका स्त्री पेशंटनं झाकून ठेवलेला पावाचा तुकडा तिला दिला अन् मग कित्येक वर्षांचं जागरण असेल तशी ती झोपून गेली. मोठ्यामोठ्यानं गाण्याचा आवाज कुठूनसा येत होता, तरी तिची झोप चाळवलीसुद्धा नाही. बाकीच्या बायका वॉर्डमधनं कुतूहलानं व्हरांड्यात बघायला आल्या की एवढ्या मोठ्यानं कोण गातंय? भजन चाललं होतं न् त्याबरोबर ढोलक आणि मंजिरांचा आवाज पण येत होता. ललितानं रूपाचा हात पकडून तिला बळेबळे उभं केलं– "चल बघायला. किती दिवस अशी एकलकोंडी राहाशील?"

बाहेर आवारात छगनचं शव पडलं होतं. त्याच्या अंगावर झाकलेल्या पांढऱ्या चादरीवरही रक्ताचे डाग पडले होते. तिथंच शेजारी बसून काही लोक भजनं म्हणत होते. त्यांच्यातल्या एकाला बघून एकदम आनंदलेली सविता उद्गारली, "अरे! ते तर हरिदास मास्तर!",

"कोण मास्तरबिस्तर इथं येणार? कुठले?",

"अगं माझ्या गावचे आहेत. त्यांना पण हा रोग झाला होता. अगं, त्यांचे वडील राजवाड्यावर असायचे खासगीकडे कामाला आणि आजोबा तर दिवाण होते दिवाण! पण हा रोग झाला न् मास्तरांना घर सोडून बाहेर निघावं लागलं! तरी पण त्यातनं बरे झाले आणि तेव्हांपासून फक्त रोग्यांची सेवाचाकरी, भजनं करणं, असंच काम करतात. माझे वडील म्हणायचे की रविशंकर महाराजांनी त्यांना आशीर्वाद दिलेत असं. रविशंकर महाराज हे जुन्या पिढीतले एक थोर समाजसेवक होऊन गेले. समाजातील उपेक्षित, तुच्छ समजल्या गेलेल्या लोकांसाठी त्यांनी खूप काम केलं. मी भेटून येते जाऊन."

सविता धावत खाली गेली, मास्तरांच्या पाया पडली आणि मग परत वर न येता भजन मंडळीत सामील झाली. पुरुषांच्या वॉर्डमधूनही आता काही जण येऊ लागले होते. थोड्याच वेळात तेथे बरीच मंडळी गोळा झाली. दोन-तीनदा सिस्टर, मॅनेजर वगैरे मंडळींनी येऊन सगळ्यांना तिथून उठवून आत पाठवायचे प्रयत्न केले, पण कोणीच हटायला तयार नव्हतं. मृत्यूची मान मर्यादा ते सगळे जण सांभाळणारच होते. छगनसाठी थोडा वेळ भजनं म्हणून त्याला निरोप दिल्याशिवाय कोणीही तिथून हलणार नव्हतं.

हरिदास मास्तरांनी दुसरं भजन म्हणायला सुरुवात केली-

'मारा रामना रखवाला, ओछा होय नही हो' माझा राम सगळ्यांना सांभाळणारा आहे, तो कोणाला उणं लेखणार नाही.

वर व्हरांड्यात बसल्या बसल्या गुलाब हलक्या हातानं टाळीचा ताल धरत हळू आवाजात त्यांच्याबरोबर गात होती. चंपानं चिडून तिचे हात धरले न् म्हणाली, "एऽऽगुलाब, बस्स कर तुझं शिरा ताणणं. त्या रामाला आहे कुठं फुरसत आपल्याला सांभाळायला? लागले सगळे आपले भजन गायला!", "तुझं ग काय जातं? तू आपली बसल्या बसल्या दे ना शिव्या देवाला किती द्यायच्या त्या! अगं बये, मी म्हणते कशाला असं पाप ओढवून घेत्येस ती? या जन्मी कमी का सहन केलंयस, ते आणखी असं वागून..."

आता भांडण सुरू होणार असं वाटून रूपा तिथून जरा बाजूला सरकणार होती; पण तेवढ्यात आवारात एक गाडी आली. घाईघाईनं गाडीचं दार उघडून छाती पिटून आक्रोश करतच एक माणूस निघाला, आणि 'अरे माझ्या लेकरा रे' करून रडत

ओरडत छगनच्या मृतदेहावर तो कोसळलाच! त्याच्या पाठोपाठ गाडीतनं उतरलेली एक प्रौढ स्त्री आणि एक युवती दोघी तसाच शोक करत धावत लडखळत तिथे पोचल्या. भजन गाणारे स्तब्ध झाले होते. मग जमलेल्या लोकांत हळूहळू कुजबुज सुरू झाली. हरिदास मास्तर त्या मंडळींना शांत करायचा प्रयत्न करत होते, पण त्यांचा अनावर शोक थांबेचना. त्या प्रौढेची- छगनच्या आईची तर जणू शुद्धच हरपली होती.

तरुण मुलगी रडत रडतच सांगू लागली, "माझा भाऊ आहे हा छगन. मी शांता आणि हे माझे वडील कांतिलाल शाह. अहमदाबादमध्ये मिल आहे आमची!"——"पण मग या छगनला...?", "त्याच्या अंगावर लेप्रसीचे चट्टे पडले तेव्हा माझ्या आई-वडिलांनी त्याला घराबाहेर काढला! खूप हुशार होता माझा भाऊ, मॅट्रिकला बोर्डात तिसरा आला होता आणि मग मुंबईला सेंट झेवियर्स कॉलेजात शिकायला...." बोलता बोलता शांताचा शोक पुन्हा अनावर झाला.

कांतिलाल शहांनी हरिदास मास्तरांसमोर हात जोडले. "मीच दोषी आहे! मीच चांडाळ म्हणालो त्याला, की माझी अब्रू, माझा धंदा, सारं आता तुझ्या हाती आहे. तुझ्या बहिणीचं अजून लग्न व्हायचंय. मी तुझ्या पाया पडतो आणि एवढी भीक मागतो तुझ्यापाशी, की तू इथून निघून जा. मीच हो, मीच तो पापी, दुष्ट बाप! हा पोरगा बिचारा एक अक्षरही बोलला नाही, की रडला भेकला नाही. मुकाट्यानं निघून गेला हो घरातनं! आणि मी- मीच पेपरात छापायला मजकूर दिला की छगन—काश्मीरला सुट्टीत गेला होता, तिथे अपघातात—!"

"तुम्हाला कळलं कसं छगनला हा अपघात झाला न् तो गेला हे?"

"आज सकाळच्या पेपरात एक बातमी वाचली की कुष्ठरोग झालेला एक मुलगा ट्रकखाली सापडून– आणि का कोण जाणे, मनात आलं, छगनच असला, तर? रात्रंदिवस आठवण तर यायचीच त्याची. तो गेल्यास त्याची आई तर एक वेळ जेवूनच राहते. सकाळपासनं गाडी घेऊन हिंडत होतो शोध करत, कुणीतरी सांगितलं की लेप्रसी रोगी होता तर या हॉस्पिटलात तपास करा आणि इथं माझा छगन..."

दोन्ही हात कानांवर दाबून धरत रूपा आत धावली, न् तिच्या कॉटवर जाऊन पडली. परेमश्वरा! सारी इंद्रियं बोथट का नाही करून टाकत माझी? काही ऐकायला नको, बघायला नको, समजायला नको! किती जणांची कसली कसली दुःखं मनात साठत साठत आत आता जणू गठ्ठा झालाय् त्यांचा- दगडासारखा टणक अन् बोचरा. आतल्या आत तो टोचून टोचून रक्तबंबाळ होतं मन! रक्तबंबाळ—छगनचा रक्तबंबाळ देह- रक्त...'बापरे! अगं रूपा बघ, रक्त निघालं! शैलेश, यू डी कोलोन आण रे लवकर!' वनलताबेन ओरडल्या. रूपा रडायला लागली, 'नको ना मम्मी! झोंबतं किती ते!', 'जरासं झोंबेल बाळ, पण मग लागलंय ते पिकणार नाही, होय

ना? अरे शैलश किती वेळ? लवकर आण ना!'

शैलेश बाटली न् कापूस घेऊन स्वयंपाकघरात आला. 'काय झालं? सुरीनं कापलं? एवढी कसली घाई असते तुला रूपा? जरा लक्ष देऊन, सावकाश करावं ना काम? अरे! अरे! कमाल आहे! एवढंसं यू डी कोलोन लावलं त्यात काय रडायला झालं? अं? बरं चल पाहू, टेट्नसचं इंजेक्शन देऊनच टाकतो.'

'नाऽय् ना मम्मी! सांग ना यांना जरा!' रूपा काकुळतीला आली. 'अगं, तू तर खरंच कमाल करतेस! इंजेक्शन तर घ्यायलाच पाहिजे ना टेट्नसचं, सुरीनं कापलंय् एवढं तर! जा बरं इंजेक्शन घे आणि मग वर जाऊन आराम कर जरा वेळ, स्वयंपाक करून टाकते मी.'

"रूपा, ए रूपा!" रूपा दचकून भानावर आली, आणि आजूबाजूला बघायला लागली. कुठं होत ते स्वयंपाकघर, शैलेश...घर? "अरे, मीच उठवलं गं तुला. का अशी येऊन पडलीस इकडे एकटीच?"

"काही नाही– अशीच." सुस्कारा टाकत रूपा उठून बसली- व्हरांड्याकडे तोंड करून. त्या उघड्या दरवाजानं का कोण जाणे, पण थोडा दिलासा मिळायचा. त्यातून दिसणाऱ्या बाहेरच्या आकाशाकडे ती तास न् तास टक लावून बघत राहायची. पलंगाच्या लोखंडी सळ्या मध्ये असायच्या अन् त्यांच्या पलीकडे दिसायचं निळं आकाश न् हिरवीगार झाडं.

"घराची आठवण झाली ना रूपा? करणार काय, जीव राहत नाहीच ना किती म्हटलं तरी! मला तर फक्त एक मुलगीच आहे. रमा तिचं नाव. सासरी आहे आपल्या. पण तिच्यात घुटमळत राहतो गं जीव! तुझ्या घरी कोण कोण आहे रूपा?"

सुरीनं त्या दिवशी खच्चदिशी कापलं होतं, तसंच त्या प्रश्नानं दुखावलं– मनाची आग, आग- रक्तबंबाळ..

"त्या दिवशी तुला इथं पोचवायला आला होता, तो तुझा नवरा ना? पाहिला होता मी. देखणा आहे. परत फिरकलाच नाही ना?"

रूपाचा जीव एवढा एवढा झाला. कशीबशी म्हणाली, "त्यांना– त्यांना काम असतं ना!" ललिता कडवट हसली. "सगळ्यांनाच मग फार काम निघतं रूपा! एकदा इथं आणून सोडलं पेशंटला, की सगळे जण फारच कामात गुंतून पडतात!", "नाही गं– तसं नाहीये."

"तसंच आहे माझे बाई! आपलं आपल्याला फसवत राहायचं आपणच, एवढंच!"

रूपाच्या घशाला कोरड पडली. खरंच शैलश येणार नाही? कधीच? मग-ती?

हॉस्पिटलमधून एक दिवस बाहेर व्हरांड्यात– तिथून फुटपाथवर– तिथे मग फुटपाथवर– 'बाईसाहेब! ताई! पै पैसा द्या हो! देव तुमचं भलं करेल...'

रूपा उठून उभी झाली, धावत बाहेर गेली आणि व्हरांड्याच्या कठड्याला धरून उभी राहिली. पळून पळून जाणार कुठे होती ती? हरणाच्या मागे शिकारी धनुष्य-बाण घेऊन धावतात, तसे हे विचार तिचा पिच्छा पुरवत होते. कुठे पळणार ती? शेवटी घायाळ होऊन पडणारच होती आणि त्या विचारांच्या ओझ्याखालीच चेंगरून जाणार होती! मनावर त्यांच्या आक्रमणाला भरपूर वाव होता. कारण इथं दुसरं मन गुंतवण्यासारखं होतंच काय? वेळ जाता जायचा नाही. वेळच वेळ...आणि एक अफाट धगधगतं वाळवंट- कधी न संपणारं. तुमच्या जवळची शिदोरी संपली, तुमचा धीर सुटला, शक्ती संपली, श्रद्धा थिटी पडली, तरी वाळवंट संपायचंच नाही. थेट क्षितिजापर्यंत पसरलेलं, लांबच लांब, रणरणत्या उन्हात तापलेलं वाळवंट– तिथं उठणाऱ्या चक्री वादळात उडून डोळ्यात जायचे वेळाचे चमकदार कण–

–कुठेही पळून जाणं शक्य नाही! एक खिडकी कधीही न उघडणारी; खोलीची दारं कधीही न उघडणारी, सगळे रोगी त्या एका खोलीत बंद, स्वतःचा, खासगी, एकट्याचा म्हणता येईल असा एकही क्षण नाही. सगळ्या रोग्यांचं तिथलं आयुष्य वाऱ्यानं फडफडणाऱ्या पुस्तकाच्या पानांसारखं- कुणीही अनोळखी माणसानंही कुठलंही पान वाचावं- कुणाचंही हास्य, अश्रू, विचार, जखमा, व्रण, पीडा- नैसर्गिक क्रियाकर्मसुद्धा कुणापासून लपवणं शक्य नाही! सगळे रोगी सारखे एकमेकांच्या पायात पायात. मग कुरबुरी होतात, ठिणग्या पडतात. एवढ्या तेवढ्यावरनं घटकेत शिविगाळ, भांडण आणि तसंच परत घटकेत प्रेम, सहानुभूती.

संध्याकाळची वेळ वाट बघण्याची. कोणी तरी येईल म्हणून वाट बघायची; यावं म्हणून मनोमन झुरायचं, आतुर व्हायचं आणि मग हळूहळू संध्याकाळ संपून रात्र होईल, तसतसा दाटून येणारा निराशेचा अंधकार!

पण तरी, संध्याकाळचे ते थोडे तास सगळ्यांना उत्साही करणारे. सगळ्यांच्या बरोबर रूपाही रोज संध्याकाळी जरा नीटनेटकी होते. गालांवर पडलेले लाल डाग एकदा आरशात पाहिल्यापासून तिनं आरशात बघायचं बंद केलं होतं. पण केस विंचरून तोंडावर जरा पावडरचा हात फिरवलान् की ललिता तिला कुंकू लावून द्यायची.

आज हमीदा खुशीत होती. धावत येऊन तिनं सगळ्यांना सांगितले, "आज गोड आहे काहीतरी जेवायला."

"हो का?" सवितानं धावत येऊन म्हटलं. "कोणीतरी मिठाई दान दिलीय."

"पण तुला गं कोणी सांगितलं?"

"मी स्वतः बघितलं ना! टोपल्याच्या टोपल्या आल्या; टेम्पोमधनं. टेम्पोचाच तर होता आवाज येत होता तो!" दूरच्या कॉटवरून जीवीबांनी विचारलं, "लाडू आहेत का मोहनथाळ?"

"मला तर लाडूसारखं दिसलं!"

"श्रीखंड असलं कधी तर किती छान होईल, नाही? केशर घातलेलं!" कुणीतरी यावर कुचेष्टेनं, उपहासानं हसलं. "अगं, लाडू तर लाडू. दान मिळालेल्या गायीचे दात मोजायचे नसतात, समजलं?"

"तर काय! बारश्याचे लाडू असोत वा बाराव्याचे, आपल्याला काय फरक पडतोय?"

"साऱ्या शेठ लोकांचं देव कल्याण करो, काय?"

"साले कोणी टीव्ही का नाही देत दान म्हणून?"

"ए रूपा! तू गं का एकदम अशी गप्प गप्प बसलीयस्? अगं, येईल बरं तुझा नवरा! लाडू खा हं आज!"

"मला नकोयत् लाडू!", रूपा चिडून म्हणाली. आपलं स्थूल शरीर सावरत हमीदा डोलत डोलत तिच्याजवळ आली.

"असं? का बरं?" ललितानं तेवढ्यात आपली थाळी काढून पुसली. "नकोय् तर नको खाऊ, पण वाढप्याला सांगू नको नकोयत म्हणून, मी खाईन तुझ्या वाटचे. तुझं नाही तर भारीच हे-"

रूपा आणखी चिडली- "मी धर्मादाय दिलेलं अन्न खात नाही समजलं? फेकून देईन मी मला वाढलेला लाडू, तुला काय पंचाईत?"

हमीदा कुचेष्टेनं टाळ्या वाजवत हसली. दोघी-चौघी बायका उठून तिथे आल्या. हमीदा म्हणाली, "पाह्यलंत ना? शेटाणी बोलतायत बरं या!" रूपाच्या डोक्यात सणक गेली.

"हां! हां! मी मोठ्या घरची शेटाणीच आहे. तुझ्यासारखी भिकारीण नाही, समजलं?" हमीदाही आता भडकली.

"अस्सं? मी भिकारीण, अन् तू मोठ्ठी राणी काय?"

"हो! हो, हो! मी राणी आहे, ऐकलं ना सगळ्यांनी? मी रूपाराणी आहे! या हातांनी कितीतरी दान दिलंय मी!"

आपला स्थूल देह झुलवत, अंगविक्षेप करत हमीदा कुचेष्टेनं म्हणाली, "हो क्का? मग गाडी न् बंगला पण असेल राणीसाहेबांचा?"

"आहेच मुळी!" रूपाचं रक्त चांगलंच तापलं, संताप अनावर झाला, डोळे वटारून हाताच्या मुठी वळून तिनं हमीदावर मूठ उगारली. हमीदाला ही करमणूकच झाली. खूप पाहिलं होतं तिनं आजवर. स्वतःच्या पैशांचा, रूपरंगाचा, समाजातल्या

उच्च स्थानाचा अभिमान हळूहळू पार उतरून जायचा! हताश, हतप्रभ होताना त्यांच्या चेहऱ्यावरच्या वेदना बघण्यात तिला एक क्रूर आनंद मिळायचा– तिच्या मनावर आत आत कुठेतरी भडभडणाऱ्या अग्नीवर जणू गार पाण्याचा शिडकावा केल्यासारखं वाटायचं!

संतापानं थरथर कापणाऱ्या रूपासमोर उभं राहून पुन्हा अंगविक्षेप करत हमीदा कुत्सित हसली. हा तमाशा बघायला आता सगळा वॉर्डच तिथं गोळा झाला होता. स्वतःवरचा ताबा पार सुटलेली रूपा हाताच्या घट्ट मुठी वळून सगळ्यांसमोर नाचवत किंचाळू लागली. शीः! कसल्या नीच हलक्या जातीच्या घाणेरड्या लोकांच्यात येऊन पडली होती ती! तिला जरा बरं वाटलं, की लगेच ती इथून जाणार होती- यांना काय वाटतंय् काय? ती त्यांच्यातलीच आहे? शैलेश तिला नक्कीच लवकरच इथून घेऊन जायला येणार होता, मग तिच्या छानशा घरी ती परत जाणार होती, तिचा यश तिला मिठी मारणार होता—

"अगं बघून घ्या गं सगळ्या जणी! ही राणी आहे हो, राणी! राणीसाहेब, तुमचा मुकुट कुठाय? राजेसाहेब कुठे गेले? आणि हे तुझं सिंहासन का?"

सगळ्या जणी मोठमोठ्याने हसायला लागल्या. कोणी तरी टाळ्या वाजवत गाऊ लागली. 'राजाला राणी आवडली, आवडली! गोवऱ्या थापताना उचलून आणली!' रूपा अनावर संतापानं किंचाळत होती, शिव्या देत होती– 'साल्या! गधड्या!' तिचं डोकं संतापानं फुटून जाईलसं वाटत होतं तिला. डोळे, कान, चेहेरा लाललाल झाला होता. सगळा जोर एकवटून ती हमीदाच्या अंगावर धावली, "अगं, समजतेस काय तू स्वतःला? तुझ्यासारख्या दहा जणींना विकत घेईन, समजलीस काय आं?" हमीदानं तिचा हल्ला उलटवला, "आत्ता दाखवते तुला थांबच तू, फालतू ऐट्या मारतेय् माकडीण! कपडे फाडून टाकीन, काय समजलीस? तिनं रूपाचे कपडे खेचायला सुरुवात केली, रूपानं दोन्ही हातांनी तिचे केस धरून उपटले, दोघी जमिनीवर पडल्या, आणि शिव्यागाळी करत मारामारी करू लागल्या!

सिस्टर धावत आली, "एऽऽ, व्हा बाजूला, सविता, पकड पाहू या हमीदाला, न् बाजूला कर. एऽऽ सरोज, इकडे ये. रूपा, ए रूपा, काय चालवलंयस हे?" मग सगळ्या मधे पडल्या न् सिस्टरनं त्यांच्या मदतीनं दोघींना दोन बाजूला केलं. ललिता आणि चंपानं रूपाला एकीकडे घेतलं. हमीदा परत तिच्या अंगावर धावून आली- "कुत्री! मारतेयस काय मला? थांब जरा दाखवतेच तुला. राहायचंय इथे का जायचंय् 'वर'? पाठवते आत्ताच हवं तर!"

सिस्टरनं हमीदाचा हात पकडून कडक आवाजात म्हटलं, "हमीदा! झगडा क्यूं करती है इधर? हॉस्पिटलमें झगडा? शरम नही आती तेरे को?"

"मग या नकटीला सांगा की. उगगाच ऐट दाखवत असते, अगं, हा रोगच

तुला खाऊन जाईल, मी कशाला काही करायला हवंय? उगीच शिव्या देते मेली!''

"ए रूपा, तुला ठाऊक आहे ना तू किती आजारी आहेस ते? इथं बरी व्हायला आलीस की भांडाभांडी करायला? पडून का नाही राहत गप्प? तुम्हा सगळ्यांचीच खैर नाहीये. आता सांगून ठेवते. मी सरळ ट्रस्टी साहेबांना सांगणारे समजलात रूपाबाई? आणि काय गं, ती ऐट दाखवते न् तू कुठली साधीसुधी आहेस? आं? बघ हं हमीदा, तुझ्याबद्दल फार तक्रारी येतात. मी मोठ्या साहेबांना सांगेन- मग म्हणू नकोस असं का केलं म्हणून!''

सगळ्या जणी गप्प होऊन एकदम तिथून पांगल्या. रूपा उठून व्हरांड्यात निघून गेली. सिस्टरच्या धमकीनं एकदम धक्का बसून हिरमोड झाल्यासारखी हमीदा नुसतीच एका जागी खिळून उभी होती. बापरे! इथून हाकलून देतील? मान खाली घालून ती गेली न् आपल्या पलंगावर पडून राहिली.

तोंडावर हात दाबून धरून रूपा रडत होती. हे काय केलं होतं तिनं? किती खालच्या थराला येऊन पोचलं होतं तिचं वागणं इतक्या थोड्या दिवसांत? भांडणं केली होतीन्, शिविगाळ केली होतीन्, मारामारीसुद्धा! कुठून कुठे येऊन पोचली होती ती? शरमेनं तिची मान खाली गेली.

तिच्या खांद्यावर हलकेच एक हात विसावला. "रूपा!'' हमीदा हळूच म्हणाली. तिला बघून रूपानं तोंड फिरवलं; पण तिचा क्रोध, तिरस्कार सारं तिच्या अश्रूंबरोबर वाहून गेलं होतं.

"देख, तेरेकू सॉरी बोलती हूँ. मै असलमे अच्छी हूँ. कभी गाली नही बोला किसीको. अभी क्या है कि-'' पुढचे शब्द हुंदक्यांमधे विरून गेले. रूपानं एकदम मागे वळून हमीदाचे हात हातात घेतले.

"सॉरी हमीदा! मी पण तुझा अपमान केला–''

"क्या मान-क्या अपमान! इथून बाहेर निघाले म्हणजे कुठे जाईन, काय करीन कोणास ठाऊक! आज घरी– सगळी जणं रोजाचा उपास सोडतील– मी इथं–''

रूपानं धरलेला हात सोडवून घेऊन ती व्हरांड्यातच आणखी पुढे निघून गेली. ललिता व्हरांड्यात डोकावली. तिथं झोपलेली ती स्त्री डोक्यावरनं पांघरूण घेऊन गाढ झोपली होती. ललिता जवळ आली.

"रूपा, तू तरी समजुतीनं घे जरा. भांडण नको काढू. ही बाई बघितलीस ना? रोज खाऊन पिऊन झोपून राहते, औषधे घेते, ओ. पी. डी. मध्ये जाऊन ड्रेसिंग करून येते. तुला तर औषधांनी रिॲक्शन येते- काय? तुला तुझ्याच आजाराचंही काय आहे ठाऊक नाही? या उलट्या होतात ना तुला- त्या रिॲक्शनच्या. मुकाट्यानं पडून राहिलीस तर वर्षभरात निगेटिव्हचं सर्टिफिकेट मिळून जाईल तुला, की झालं! गंगेत घोडं न्हायलं!''

खूप जोराचा वारा सुटला होता. हवेत गारवाही जाणवत होता. वृक्षांच्या फांद्या वाऱ्यानं एकमेकांवर आपटून त्यांचा आवाज त्या शांततेत ऐकू येत होता. रूपा आकाशाकडे बघत होती. खूप खूप वर्षांपूर्वी तिची आई गेली तेव्हा तिच्या थोरल्या भावानं तिला सांगितलं होतं की आई चांदणी होऊन आभाळात राहणार होती न् तिच्याकडे नेहमी लक्ष ठेवणार होती. आई, कुठायस तू आई? तुझ्या ह्या रूपाकडे बघतेयस तू आई? तीही तिच्या आईबरोबर चांदणी होऊन राहिली तर? किती चांगलं होईल! अनंत काळपर्यंत मग आईबरोबर राहायला मिळेल– चमचमणारी चांदणी होऊन!

अर्धवट शुद्धीवर असल्यासारखी, एखाद्या अदृश्य शक्तीनं खेचल्यासारखी ती उठून चालायला लागली. त्या प्रचंड हॉस्पिटलचा तो लांबच्या लांब व्हरांडा इमारतीभोवती गोल गोल फिरत लांबच्या लांब जात होता. चारी बाजूंना खाटांवर पडलेले पेशंट्स. त्या शांत स्तब्ध रात्रीच्या वेळी झोपी गेलेल्या त्या रोग्यांच्या शरीरामध्ये कोट्यवधी सूक्ष्म जंतू आतून त्यांची शरीरं आरामात कुरतडून कुरतडून खात होते ना? रूपा एका जागी उभी राहिली आणि तिच्या स्वतःच्या हाता-पायांकडे चारी बाजूंनी निरखून निरखून बघायला लागली. कुठे लपले असतील ते विषारी सूक्ष्म जंतू?

ती भराभरा चालायला लागली. ही केवढी मोठी खोली होती. किती औषधं भरून ठेवली होती इथं! एक मोठ्ठी बाटली भरून औषध तिनं गटागटा पिऊन टाकलं तर? ते विषारी जंतू मरतील, हवी तर तीही मरेल त्यांच्याबरोबर. पण त्यांना मारून मगच मरेल ती स्वतः! ही अदृश्य लढाई ती जिंकेलच!

"एऽ ! रातको इधर क्या कर रही है?"

रात्रपाळीच्या सिस्टरचा करडा आवाज आला न् ती दचकली. "मी? नाही- काही नाही- अशीच"

"अशीच काय? रात्री कोणी असंच फिरत असतं काय? औषधं चोरायचा विचार होता वाटतं?"

रूपा घाबरून आणखी भराभरा चालायला लागली. व्हारांडा संपतच नव्हता! नागाच्या फणेसारखा झेपावणारा हा अंधार- शरीरात कुठे कुठे वळवळणारे ते सूक्ष्म जंतू- प्रचंड भीतीनं गांगरून, भेदरून ती मग धावत सुटली.

१

"**च**ला, ऊठ–" एका झटक्यात रूपाच्या अंगावरची चादर खेचून काढली गेली. "अरे! ए सिस्टर–" रूपानं दचकून जागं होत म्हटलं. अजून उजाडलं नव्हतं, अंधारच होता बाहेर. पहाटेच्या दवांचा ओला ओला गारवा हवेत होता. रूपाला थंडी वाजू लागली. तिनं चादर परत अंगावर ओढून घेतली न् ती झोपून गेली. उडालेली झोप पंख मिटून परत डोळ्यांमध्ये येऊन बसली.

"अरेच्या, परत झोपलीस तू. काही समजतंय का नाही?" नर्सचा कर्कश आवाज गार पाण्याचा हबका तोंडावर बसावा तसा कानांवर आपटला. रूपा थंडीनं थरथरत उठून बसली. गार पाण्यात बुचकळलेल्या खरखरीत नॅपकिननं नर्सनं रूपाचं अंग पुसायला सुरुवात केली. उरल्यासुरल्या झोपेच्या जीर्ण पोताच्या केव्हाच चिंध्या होऊन गेल्या होत्या. रात्रपाळीच्या नर्सला तिची ड्यूटी संपायच्या आत तिची कामं संपवून घरी जायची घाई असायची, त्यामुळे ही सकाळची शेवटची कामं ती घाईगर्दीनं उरकू बघायची. रात्रीच्या भयानक अनुभवाचं मनावरचं दडपण अजून रूपाच्या मनावरनं गेलं नव्हतं. त्या सामसूम असलेल्या लांबच लांब व्हरांड्यांमधनं जणू ती वर्षानुवर्षं पळतच राहिली होती– केस पिकले होते, दात पडून गेले होते, काठी घेऊन कशीबशी ती थरथर कापणाऱ्या अस्थिर शरीराला आधार देत होती आणि आता पळताही येत नव्हतं, अन् तरी त्या ओसऱ्या संपतच नव्हत्या!

ती त्या मनःस्थितीतून पुरती बाहेर यायच्या आतच स्पंज करून झालाही होता. नर्स कोरडा टॉवेल घेऊन आली. टॉवेल कसला, जुन्या कापडाचा एक मळका

तुकडा. रूपाला उबग आली. कॉटवरून चट्दिशी उठून तिनं आपल्या बॅगमधून घरून आणलेला टॉवेल काढला. तोपर्यंत नर्स निघून गेली होती. रूपानं हलक्या हातानं आपले हातपाय पुसले. सगळ्यांचं नीट, व्यवस्थित सगळं करायला नर्सला वेळही नव्हता आणि करण्याची इच्छाही नव्हती. हॉस्पिटलमध्ये इतक्या पेशंट्सना पुरेल एवढी साधनसामग्रीही नव्हती आणि सगळ्याच पेशंट्सजवळ स्वतःची तरी कुठली असणार?

रूपाला थंडी वाजत होती– ब्लँकेट! एक छान, जाड, उबदार ब्लँकेट असतं तर किती बरं झालं असतं! हॉस्पिटलमध्ये मिळेल असं कोणी तरी सांगितलं होतं, पण थंडी तर आतापासूनच पडायला लागली होती. पहाटे, अन् सरत्या रात्रीसुद्धा वॉर्डच्या मोठ्या आणि सताड उघड्या दरवाजांमधून, ह्या आजाराइतकाच निर्दय, गार गार वारा व्हरंड्यातून आत यायचा. तिला सहन व्हायचा नाही. मग पाय पोटाशी घेऊन, कुशीला वळून, अंगाचं मुटकुळं करून, गर्भाशयात वाढणाऱ्या बाळासारखी ती पडून राहायची.

वारा मग दुपारच्या उन्हाची भट्टी फुंकर मारून मारून पेटवायचा. हवा गरम व्हायची. उंच छतावर अखंड फिरणाऱ्या पंख्यांचा काही उपयोग होत नसे. घरून आणलेलं थोडं फार सामान वापरून संपलं होतं. रूपानं मग तिथं काम करणाऱ्या एका बाईला पैसे दिले होते आणि एक ब्लँकेट, कोल्ड क्रीम, पावडर, बिस्किटं अशा काही वस्तू आणायला सांगितलं होतं. तेवढं काम करून देण्याबद्दल मोबदला म्हणून एक साडीही द्यायचं कबूल केलं होतं. पण ती पैसे घेऊन गेली, न् परत तिनं तोंडच दाखवलं नाही! आणि एवढ्या मोठ्या हॉस्पिटलमध्ये तिचा पत्ता कुठे लागलाच नाही.

त्या दिवशी छान रंगीत साडी नेसलेली एक तरुण मुलगी ललिताचं अंग पुसत होती तिकडे रूपाचं लक्ष गेलं. ललिताला खूप बरं वाटत होतं हे तिच्या समाधानी चेहेऱ्यावरून स्पष्ट दिसत होतं. रूपाला नवल वाटलं. ललिता मग उठून बसली आणि त्या मुलीनं बरोबर आणलेल्या पिशवीतून कपडे काढून ललिताचे कपडे बदलून दिले. मधून मधून मायेनं ती ललिताचं मस्तक कुरवाळत होती. कुतूहलानं शेवटी रूपानं विचारलं, ''ललिता, ही कोण?''

''ही माझी मुलगी आहे, रमा. महिन्या- दोन महिन्यांतनं काही तरी बहाणा काढून येते माझ्याकडे.''

''आई, हात दे इकडे, ह्या बाहीत सरकव बरं.''

''पण हॉस्पिटलचे लोक येऊ देतात? भेटायला यायची वेळ तर संध्याकाळची आहे.'' ओझरतं कडवट स्मित करत रमा म्हणाली, ''येऊ न द्यायला काय झालं? ते नाहीत तर त्यांचा बाप येऊ देईल. पैशानं काय नाही होत? कुत्र्याला भाकरी

टाकली की शेपूट हलवतो ना तो?''

"असं बोलू नये बाळ! पाण्यात राहून माशाशी वैर कशाला करावं?''

जरा संकोचतच रूपानं विचारलं, "तुमच्याजवळ गरम पाणी आहे का हो थोडंसं? बऱ्याचदा आणतात सिस्टरसुद्धा, पण आज गार पाण्यानंच केला स्पंज. थंडी वाजते मग.''

"घ्या ना! आहे पाणी माझ्याजवळ. मी तर सरळ स्वयंपाकघरात घुसून घेऊनच येते.'' रूपाच्या तांब्यात तिनं थोडं गरम पाणी ओतून दिलं. बेसिनजवळ जाऊन रूपानं गरम पाण्यानं तोंड धुतलं तशी तिला खूप बरं वाटलं. मग तो गरम तांब्या दोन्ही हातांनी पकडून ती कॉटवर बसून राहिली. त्याची चांगली ऊब येत होती. तिला आठवलं, आज ज्या गरम पाण्यासाठी ती आस लावून बसत होती, त्या गरम पाण्यानंच तिच्या आयुष्याचा सत्यानाश केला होता! त्या दिवशी शैलेशसाठी तापवलेलं पाणी तिच्या पायावर पडलं अन् मग– तांब्यातल्या पाण्यात डोळ्यातनं टपटपणाऱ्या अश्रूंची भर पडली आणि तिच्याकडे बघत राहिलेलं तिच्या डोळ्यांचं पाण्यातलं प्रतिबिंब विसकटलं!

जोरजोरात घंटी वाजवत ट्रॉली आली. "घे गं बाई, चहा प्यायचाय का?'' वाफ उडून गेलेला चहाचा कप आणि प्लेटमध्ये दोन जाड जाड पोळ्या. लाललाल गारढोण झालेला तो चहा बघून रूपाचं तोंड वाकडं झालं. "मावशी, राहू द्यात तो चहा; हा घ्या मी देते तो.'' रमानं रूपाच्या ग्लासमध्ये गरम गरम चहा थर्मासमधनं ओतला. दोन-तीन घोटांतच रूपानं तो संपवून टाकला. गरम चहा पोटात गेल्यावर जरा आणखी ऊब आली तिला. दुसऱ्या कॉट्सवरच्या बायका हे सगळं बघतच होत्या. शेवटच्या कॉटवरची जीवीबा म्हणाली, "आज तर सोन्याचा दिवस उगवला की गं तुझा ललिता! नशीबदार आहेस बाई! का गं? बोलत नाहीस ती?''

पण ललिता अतीव समाधानानं गुंगी आल्यासारखी डोळे मिटून तंद्रीत पडली होती न् रमा आईचे बदललेले मळके कपडे धुवायला गेली होती. वॉर्ड पाठीमागच्या व्हरांड्यात ते वाळत टाकून ती परत आली. मग ललिताच्या कॉटजवळचं छोटं कपाट तिनं आवरलं, स्वच्छ केलं. कंगवा, पावडर, सेंटची छोटी बाटली, तेल, बिस्किटं, शेवगाठियाची पाकिटं, मिठाईची पुडकी, सगळं नीट लावून ठेवलं. सगळं आटपलं, तरी ललिता जागी झाली नव्हती. रूपाजवळ येऊन हसत रमा म्हणाली, "मी जेव्हा जेव्हा येते, तेव्हा गप्पा मारायचं सोडून आई तर झोपूनच जाते!'' "प्रेमाचा हात फिरला अंगावरनं की झोप येणारच ना!''

"तुमचं नाव काय हो?''

"रूपा- अन् तुमचं रमा, हो नं?''

"अरे! तुम्हाला कसं ठाऊक?''

"तुमच्या आईच्या तोंडून खूपदा ऐकलंय हे नाव, तेव्हा त्या तुम्हीच असणार! इथपर्यंत येऊन पोटच्या पोरीशिवाय दुसरं कोण अशी सेवाशुश्रूषा करणार?"

"तुम्हाला किती दिवस झाले हो इथं येऊन मावशी?"

"महिना दीड महिना तरी झालाच असेल. इथं काय होतं, की दिवस-महिना कशाचं भान राहतच नाही." रूपानं एक निःश्वास टाकून म्हटलं, "मीही अलीकडे आले नाही खूप दिवसांत, मग तुम्हाला कसं बघणार? आईकडे यावंसं खूप वाटतं पण कोण येऊ देणार मला?"

"घरी कोण कोण आहे तुमच्या?"

"एकत्र कुटुंब आहे खूप मोठं. खातंपितं घर आहे. थोरले दीर अन् जाऊबाई, त्यांची मुलं; सासूबाई, मामंजी, एक नणंद आहे लग्नाची, चुलत सासरे आहेत, आजेसासूबाई पण आहेत अजून; चांगल्या धडधाकट आहेत आणि सगळ्यांकडून खूप काम करवून घेतात. सगळ्यांनी मला सांगितलंय् बजावून बजावून, की खबरदार हॉस्पिटलमध्ये आईला भेटायला गेलीस तर, परत घरात पाय नाही टाकू देणार! आई मेलीय् तुझी, असंच समज!"

पदर डोळ्यांवर दाबून धरत रमा रडायला लागली. एवढ्या थोड्या वेळात किती तऱ्हेचं रडणं रूपानं पाहिलं होतं! मुसळधार पाऊस पडावा तसा अनावर शोक, एकटंच बसून टिपं गाळणं, छगनच्या वडिलांचा छाती फुटेल असा आक्रोश, तर कुणाचं चुपचाप कोपऱ्यात लपून हुंदके देणं आणि कुणाच्या कोरड्या ठक्क डोळ्यांमधला अश्रूंचा समुद्र!

रूपाला गलबलून आलं. रमाचं सांत्वन कसं करावं समजेना. दिलाशाचे दोन शब्द खरं म्हणजे किती पोकळ, किती तकलुपी असणार होते! तिचं असं काही समाधान करायचा प्रयत्न करताना आपल्यालाच रडायला येईल, अशी भीती वाटत होती. रूपा गप्पच राहिली. जराशानं मग रमाच शांत झाली. बिस्किटांचं पॅकेट उघडलंन आणि रूपाला दोन बिस्किटं दिली अन्, स्वतःही घेतलीन, मग हळहळू परत बोलू लागली. "मी दोन वर्षांची होते ना, तेव्हा ट्रकचा अपघात होऊन माझे वडील गेले. दुसऱ्यांकडे मोलमजुरी करून आईनं मला लहानाची मोठी केलीन, सहावीपर्यंत शिकवलं. माझ्या शाळेच्या हेडमास्तरांनी माझं लग्न लावून द्यायला मदत केली. नवरा एसटीमध्ये ड्रायव्हर आहे. आईला हा रोग झाला ते लपवून ठेवलं होतं; पण तो काय समजल्याशिवाय राहणार? खेड्यातले लोक तर असे, की तिचं घर जाळून टाकलं, अन् तिला गावाबाहेर हाकलून दिलं. बिचारी गावच्या वेशीपाशी पडून राहायची, कोणी काही पीठमीठ दिलं तर भाकरी भाजून खायची. माझा नवरा एसटीतनं एक दिवस माझ्या गावाकडे गेला होता तेव्हा त्याला कळलं. त्यांना बिचाऱ्याना दया आली न् तिला त्यांनी इथं ह्या

दवाखान्यात आणून सोडलं. मला तरी कोणी येऊच देणार नाही...''

''मग आता कशा आलात?''

''माझी मैत्रीण आहे एक, तिच्या मुलीच्या लग्नाला गेले होते, तिथून लवकर सटकले घरी जातेय म्हणून सांगून. आज दुपारच्या बसनं तर गेलंच पाहिजे परत.'' एक उसासा टाकत ती उभी राहिली. रूपानं कुशीला वळून तोंड लपवलं. यश! यश! छातीच्या प्रत्येक धडकण्यात त्याचं नाव धडकत होतं मनात! काय करत असेल यश? रडत असेल? माझी आठवण काढत असेल? त्याला झोप आली की हातात घट्ट पकडायला नेहमी पिवळ्या रंगाची साडीच हवी असते. लक्षात ठेवून देत असतील वनलताबेन? पहिल्या पहिल्यांदा तर पाजायची वेळ झाली की यश नुसता दिसला किंवा साडीचा पदर त्यानं खेचला तरी दूध भरून यायचं, स्तन दुखायला लागायचे. आता एवढ्या दिवसांत कमी होत होत आटलंच होतं दूध; तरीसुद्धा यशच्या नुसत्या आठवणीनं शरीरात रोमांच उठायचे. शैलेश नीट काळजी घेत असेल ना त्याची?

शैलेश! त्या नावापाशी येऊन विचार नेहमी थांबायचे आणि भोवऱ्यातल्या पाण्यासारखे तिथल्या तिथे घुटमळत राहायचे. शैलेशनं सांगितलं तरी काय असेल सगळ्यांना- मी कुठे गेलेय असं? तोरलच्या प्रश्नांच्या भडिमाराला वनलताबेननी काय उत्तरं दिली असतील?

''बराय तर, मी निघते.'' रमा जवळ येऊन म्हणाली. ''झोप मोडली का मी तुमची हाक मारून? पण काय करू? मला आता गेलंच पाहिजे. इथं जवळ काही बस, रिक्षा पण मिळणार नाही, बरंच अंतर चालावं लागेल.''

रूपा उठून बसली. ''या, हं! तुमच्या आईलाच तर काय, मला पण बरं वाटलं तुम्ही आलात त्याचं.''

रमानं ललिताला उठवलं. ती तर रमाला घट्ट पकडून मुसमूसून रडायला लागली, तिला सोडेचना. हमीदा, चंपा, सगळ्यांनी मिळून तिला बाजूला करायचा खूप प्रयत्न केला; पण ललिता मुलीला सोडेचना. रमा तिची समजूत घालत होती. ''परत पंधरा दिवसांनीच येता येईलसा योग आहे, मी नक्की येईन; घाबरू नको, काळजी नको करू!''

आणि शेवटी रमा निघून गेली. ललिता न खातापिता सारा दिवस सुन्न पडून होती. बाकीच्या बायकांनीही त्या दिवशी थट्टा मस्करी, भांडणं, काही केलं नाही.

आज पेशंट्सना तपासायचा दिवस होता. डॉक्टर आणि दोघी-तिघी नर्सेस प्रत्येक पेशंटच्या कॉटजवळ जाऊन तपासणी व चौकशी करत होते. कुणाच्या स्मिअर टेस्टचा रिपोर्ट, कुणाच्या अंगावर नव्यानं उठलेले चट्टे, इतर बारीकसारीक

तक्रारी इत्यादी प्रत्येकीचं ऐकून त्यावर सूचना द्यायच्या; हे सगळं होता होता दुपार व्हायला आली. ललिताला डॉक्टरांनी नीट तपासलं, चार्ट बघितला आणि मग डॉक्टर इंग्रजीत सिस्टरला म्हणाले, ''ह्या बाईला एक महिन्याची औषधं बरोबर देऊन उद्या डिस्चार्ज देऊन टाका!''

सिस्टरनं ते चार्टमध्ये लिहिलं. ललिता कॉटवर शांतपणे बसली होती. तिला काही कळलंच नव्हतं. रूपा हतबुद्ध झाली. तिचा चार्ट डॉक्टर बघत होते, तेव्हा त्यांचा हात पकडून ती त्यांना विचारायला लागली, ''डॉक्टर! प्लीज, माझं काय ते सांगा ना! मला केव्हा डिस्चार्ज मिळेल? मी बरी होतेय् ना?''

सिस्टर चिडली, ''असा त्रास द्यायचा का डॉक्टरांना?'' डॉक्टरांनी रूपाच्या हातावर जरा थोपटलं अन् हात सोडून म्हणाले, ''सॉरी! अजून अवकाश आहे तुम्हाला डिस्चार्ज मिळायला!''

''खोटं सांगताय तुम्ही!'' रूपा रागानं म्हणाली, ''मी कशाला खोटं सांगू?'' रूपानं जिवाच्या आकांतानं डॉक्टरांचा हात घट्ट पकडला. डोकं फिरल्यासारखी ती बोलायला लागली ''खोटं खोटं सांगून मला इथं डांबून ठेवायचीय् तुम्हाला. पण लक्षात ठेवा, ह्या साऱ्या जणी सहा सहा महिने इथं पडल्यात तशी मी नाही पडून राहणार. मी काही पांजरपोळातील बेवारशी गाय, म्हैस नाहीये, काय समजलात?''

रागानं काही तरी बोलू बघणाऱ्या सिस्टरला डॉक्टरांनी हातानं खुणावून गप्प केही अन् ते म्हणाले, ''एक गोष्ट समजून घे रूपा. ह्या रोगाच्या पेशंटला अफाट धीर न् सहनशक्ती असली पाहिजे. बाहेरच्या कुठल्याही माणसाची काहीही मदत मिळत नसते. फक्त मजबूत इच्छाशक्तीच्या जोरावर तुम्हाला बरं व्हायचं असतं. कुणालाही इथं ठेवण्यात किंवा इथून परत पाठवण्यात माझा काहीही स्वार्थ नाही. हे मी तुला एकटीलाच नाही सांगत, इथल्या सगळ्याच पेशंट्सना सांगतो आणि तुझ्या बाबतीत तर मुख्य म्हणजे तुझे रिपोर्ट्सही चांगले नाहीत.''

डॉक्टर व्हरांड्यातल्या इतर स्त्री पेशंट्सना तपासायला गेले. इकडे रूपा दिङ्मूढ होऊन, डोळे विस्फारून त्यांच्या पाठमोऱ्या आकृतीकडे बघत राहिली. कुणी तरी छातीत खोल खंजीर खुपसावा अन् क्षणभर साऱ्या संवेदनाच बोथट व्हाव्यात, वेदनाच होऊ नयेत, तसं तिला झालं. क्षणभरानं मग झालेल्या आघाताची असह्य वेदना जाणवली. आग आग व्हावी, हाता-पायांत त्राण राहू नये, तशी ती लोळागोळा होऊन गादीवर पडली. साऱ्या वॉर्डमध्ये सगळ्या गप्प झाल्या होत्या. जणू काळा सूर्य उगवला असेल तशा उदासीनतेच्या काळ्या करड्या सावल्या लांब लांब होत सबंध वॉर्डभर पसरल्या होत्या. रोज जराशी अधीर उत्सुकता घेऊन येणारी संध्याकाळही अंधूक, धूसर वाटली.

अंगाची गठडी वळून रूपा तशीच पडून राहिली. रिपोर्ट्स चांगले नाहीत!

म्हणजे काय? ती तशी नेभळटच– तिनं का नाही विचारलं डॉक्टरांनाच, का नाही बोलली त्यांच्याशी स्वतःच्या दुखण्याबद्दल? ह्या सगळ्या अडाणी, अशिक्षित बायकांसारखीच ती पण मुक्यासारखी गप्प का बसून राहिली? मनातल्या मनात तिला त्याचं कारण जाणवत होतं. समजा जाणून घ्यायचा प्रयत्न केला असता, न् नकोच तेच काही तरी समजलं असतं, म्हणजे? त्यापेक्षा नकोच समजायला!

ललिता बसल्या बसल्या हळू आवाजात कुठलंसं भजन गुणगुणत होती. तिला ठाऊकच नव्हतं की उद्या तिला इथून जायचं होतं. रात्रपाळीची सिस्टर आली. "काय गं रूपा? डॉक्टरांशी बोलायची ही काही रीत झाली? कुण्णाला मॅनर्स म्हणून नाहीत. गुपचुप पडून राहायला काय होतं? देव तरी कुठून एकेक नमुने पाठवतो कोण जाणे!" खाली मान घालून मुकाट्यानं रूपानं ऐकून घेतलं.

"आणि तू, ऐक गं ललिता, उद्या सकाळी तुला डिस्चार्ज द्यायचाय, बरं ना? डॉक्टरांनी आजच सांगितलं उद्या तुला घरी पाठवायला. तुझी जायची तयारी करून ठेव. सकाळी सर्टिफिकेट, औषधं, सगळं देईन तुला." आणि भुवया चढवून आपल्या महत्त्वाची सगळ्यांना जाणीव करून देत सिस्टर टक् टक् बूट वाजवत निघून गेली. तिचे ते बूट घातलेले पाय आपल्या छातीवरच पडले असतील तशी ललिता हेलपाटली. जायचं? इथून? ह्या सुरक्षित कवचाबाहेर? कुठे? कुठे जाणार ती? जगणार कशी? होतंच कोण तिला? घर तरी कुठं होतं तिथं जाऊन पडायला? गावाच्या वेशीबाहेर, उजाड माळरानावर तिथल्या दगडधोंड्यांसारखं पडून राहायचं? कोणी दयेपोटी काही दिलं तर खायचं, नाही तर उपाशी राहायचं! पोटात आग पडायची भुकेनं, कासावीस व्हायचा जीव. त्यात थंडी– ऊन– पाऊस साऱ्याला सामोरं जायचं. एकदा किती तरी मेहनत करून वडाखाली एक झोपडी तिनं बांधली होती. दोन चार मोडकी तोडकी भांडी अन् दोन कपडेही गोळा केले होते. खूप बरं वाटत होतं मनाला तेवढ्यानं. पण एक दिवस सरपण आणायला जंगलात गेली न् परत आली तर तिची झोपडी भडाभडा पेटलेली! मग गावातले दोघंतिघं आले न् धमकी देऊन गेले, "खबरदार झोपडं बांधलंस तर! इथं वेशीबाहेर राहू देतो म्हणून माजलीस काय लगेच?"

हमीदा, जीवीबा, नेहमी बडबड करणारी चंपा, गुलाब, सरोज कोणी करता कोणी तिला जरा धीर द्यायला फिरकलंसुद्धा नाही. त्या भरलेल्या खोलीतही आपापले प्रश्न घेऊन त्या एकेकट्याच होत्या– बेटं असावीत तशा, भोवती अथांग समुद्र, वर दाही दिशांना पसरलेली आकाशाची पोकळी– कुणीच कुणाचंच नव्हतं. ललिता आढ्याकडे बघत गप्प पडून होती. बाहेरच्या प्रचंड उसळणाऱ्या समुद्रात, येवढ्याशा कागदाच्या होडीत बसून ती कुठे न् कशी जाणार होती? असंख्य प्रश्न नागांसारखे फणा काढून फूत्कार करत तिच्यासमोर उभे राहिले होते आज. अगदी अवचित,

अनपेक्षितपणे.

ती उठून बसली. अस्वस्थ, भयभीत! ही मऊ गादी, उशी काहीसुद्धा नसेल उद्या- पोटालाच काही नसेल तर अंथरूण पांघरूण कुठलं? तिला भणभणायला लागलं, श्वासोच्छ्वास जलद झाला. वेड्यासारखी झडप घालून तिनं पांघरूण ओढून घेतलं आणि घट्ट पकडून ठेवलं. तिची विचारशक्तीच जणू नाहीशी झाली. पलंगाच्या कडेवर ती उगीचच बोटं फिरवू लागली. हा पलंग, ते छोटं कपाट- तिचं कपाट– इथं कोणी ते जाळायला येणार नव्हतं! तिच्या डोळ्यांसमोर भडाभड जळणारी तिची झोपडी आली. गावच्या लोकांचे रागानं लाल झालेले डोळे– ते उपाशीतापाशी काढलेले दिवस–!

किती छान उंच छत होतं ह्या खोलीला– मोठाले दरवाजे, लांब ओसरी, दगडी इमारत न् चारी बाजूला असलेलं मोकळं आवार, मग लांबलचक खडबडीत रस्ता न् मग तिकडे लांब, बाकीचं जग. कुणी कितीही लांब केले हात तरी इथे तिच्यापर्यंत पोचूच नाही शकणार. ती इथं सुरक्षित– आं? पण ती सिस्टर, ती काय सांगून गेली? इथून जावं लागेल म्हणाली ना? हो, हो, जावं लागेल, उद्याच, असं म्हणाली!

ललिता उडी मारून खाली उतरली न् पलंगाच्या खाली जाऊन लपली. आता कशी सापडेल ती कोणाला? पलंगाचे पाय घट्ट धरून ठेवून तिनं डोळे मिटून घेतले.

रूपा कुशीला वळली न् तिची नजर ललिताच्या कॉटकडे गेली अरे! ललिता? ललिता गेली कुठं? बाथरूमला गेली असेल. रूपाचा परत जरा डोळा लागला. परत आवाज झाला म्हणून ती जागी झाली. हे काय– ललिता अजून नाही आली? इकडे तिकडे बघत मग बाहेर बघून यावं म्हणून ती उभी झाली आणि तिनं एकदा हळूच हाक मारली 'ललिता!'

ललितानं कॉटचे पाय घट्ट धरून दात आवळले. आले का मला घेऊन जायला? मी बसलेय् त्यांना सापडायला! सरोज जागीच होती, ती रूपाजवळ आली. "काय झालं?"

"मला झोप लागत नाहीये. ललिता कुठे दिसत नाही."

"असेल इथंच कुठंतरी जाणार कुठे?"

"अर्ध्या रात्री?" ललितानं एकदम अंग आक्रसून घेतलं. आत्ता सगळ्या गोळा होतील. मला बकोट धरून उचलतील. निगेटिव्ह सर्टिफिकेट देतील अन् मग– जायचं– जायचं–कुठे जायचं?

एकाएकी मग तिचे डोळे विचित्रसे चमकले, नाकपुड्या फुलल्या! 'मी पण बदला घेईन!' तिनं हळूच, मुळीच आवाज न करता कपाटातून चाकू काढला. कधी फळबिळं आणली तर असावा म्हणून रमानं ठेवला होता. ललिता हळूच बाहेर

निघाली न् कॉटवर बसली, चोहीकडे बघितलंन्– वॉर्ड शांत होता. सिस्टर टेबलावर डोकं ठेवून झोपली होती. नीट अंग सावरून घेऊन, सारी ताकद एकवटून ललितानं खसकन् आपल्याच पोटात चाकू खुपसला! दुसऱ्याच क्षणी तिची भयंकर किंकाळी हवेत पसरली. फटाफट दिवे लागले. छाती फाटून जाईल असं ओरडणं, तडफडणारं शरीर! वॉर्डमधून आणि बाहेरून सारे जण धावत आले आणि ते भयंकर दृश्य बघून हतबुद्ध झाले. चादर रक्तानं भरली होती, भिंतीवर, जमिनीवर रक्ताचे थेंब उडाले होते. ललिता आता बेशुद्ध झाली होती. सिस्टर मेट्रनला बोलावून घेऊन आली. ललिताला बघताच तिचा चेहरा पांढरा पडला. ताबडतोब तिला ऑपरेशन थिएटरमध्ये घेऊन जायला सांगून तिनं डॉक्टरांना फोन केला.

घाबरलेल्या सरोजनं रूपाला मिठी मारली. व्हरांड्यात झोपलेल्या बाईनं स्ट्रेचरवर ललिताला घेऊन धावणाऱ्या वॉर्डबॉइजना विचारलं "कसं आहे तिला?" "सरक बाजूला– काही कळतंय् का नाही? साल्या नाटकं करतात एकेक– " "एऽऽ! तोंड सांभाळून बोल" रूपा चवताळली, "ती बिचारी मरायला टेकलीय् न् तुला कुचेष्टा सुचतीय?" मेट्रननं ओरडून हाक मारली तशी दोघं भराभरा स्ट्रेचर घेऊन थिएटरकडे गेले. सवितानं एक दीर्घ उसासा टाकत गुलाबच्या कॉटवर बसकण मारली, "नाटक तर खरंच ना ग बाई! इथून जायचंच नव्हतं तिला म्हणून मग असं करून घेतलंन– दुसरं काय? आठवतंय तुम्हाला जीवीबा, पुरुषांच्या वॉर्डमधल्या हसमुखनं जांघेत चाकू मारून घेतला होतान् आपल्याच, डॉक्टरांच्या समोरच, आता बोला!"

गुळावर बसलेल्या माशांचा थवा मग त्या गोष्टीकडे वळला न् गुंगुं करू लागला. पुरुषांच्या वॉर्डमधून इकडे बघायला आलेले काही जणही त्या चर्चेत सामील झाले. सवितानं इकडे-तिकडे नीट नजर टाकली न् हळूच टोळक्यातनं सटकली. लांब तिकडे व्हरांड्यात टोकाशी पोचून मग दिसेनाशी झाली.

वॉर्डच्या दाराला टेकून रूपा अजूनही हतबुद्ध होऊन उभी होती. ललिताची किंकाळी, तडफडणं, कण्हणं, सारं तिच्या कानात ढोल वाजावेत तसं सारखं ऐकू येत होतं. मिटल्या डोळ्यांसमोर रक्ताच्या चिळकांड्या उडताना दिसत होत्या. कुणीतरी तिला जोरजोरात हलवलं.

"ए बाई! ए ए बाई! तुझं नाव रूपा, ना?" रूपानं डोळे उघडले. व्हरांड्यात पडून राहणारी ती स्त्री तिला हलवून हलवून काहीतरी विचारत होती. रुक्ष आवाजात रूपा म्हणाली, "काय आहे?"

"तू तर त्या बाईला किती लागलंय् ते जवळून बघितलंस ना?"

"मग? त्याचं काय?"

ती बाई आणखी जवळ सरकली. तिच्या कपड्यांना येणाऱ्या दुर्गंधीनं रूपाला ढवळून आलं. तिचे चमकणारे मोठाले डोळे बघून रूपा घाबरून मागे सरकली.

"तुला काय वाटतं? ती वाचेल का मरेल?"

रूपाच्या घशाला कोरड सपडली. ती बाई परत अगदी जवळ आली न् रूपावर रेलून तिनं तिच्या कानात हळूच म्हटलं, "ती आटपली, तर मला तिची कॉट मिळेल ना!"

रूपानं सारी शक्ती एकवटून दोन्ही हातांनी त्या बाईला दूर ढकललं आणि मग सारं बळ संपलं असेल तशी ती शुद्ध हरपून जमिनीवर पडली.

१०

आज सबंध वॉर्डमध्ये एक विचित्र शांतता आहे. एखादं प्रचंड मशिन मुकाट्यानं चालत असावं, तशी यंत्रवत् कामं चालू आहेत. औषधं, इंजेक्शनं न्, बँडेज, जेवण, चहा– वंगण घातलेल्या यंत्राचे सगळे भाग आवाज न करता आपापलं काम पार पाडत असतात.

पण साऱ्यांच्या मनामध्ये मात्र मूक आंक्रदन चालू आहे. इथं तर नेहमीचंच रोग आणि वेदनांचं एकचक्री साम्राज्य आहे. आंक्रदन– पीडा– एकाकीपणा. या सगळ्या शब्दांना इथं एक वेगळाच मापदंड, एक वेगळंच परिमाण लाभलेलं तर आहेच; पण आज तर मृत्यूही उघड उघड, निर्लज्ज होऊन, एखाद्या शिकाऱ्यासारखा ललिताच्या कॉटपाशी आपलं सावज टिपून बसलाय्!

अनेक नळ्या नाकातोंडात घातलेल्या अवस्थेत, ललिता अजून बेशुद्धच होती. तिचा जीव वाचवायच्या सगळ्या प्रयत्नांना, ना तिच्या शरीरानं प्रतिसाद दिला होता, ना मनानं. बेशुद्धीच्या शेवटच्या अवस्थेत, आयुष्याच्या शिडीच्या शेवटच्या पायरीवर ती उभी होती. केव्हा तिथून तिचा पाय निसटेल आणि मृत्यूच्या खोल अंधाऱ्या दरीत ती फेकली जाईल, हे कुणीच सांगू शकत नव्हतं. मात्र दरीतनं हळूहळू वर येणाऱ्या धुक्यासारखा मृत्यू आपले दोन्ही हात पसरून, आपलं सावज पकडायला, हळूहळू, पण निश्चितपणे, पुढे सरकत होता.

त्याच्या पावलांचा आवाज रूपाला ऐकू येत होता. व्हरांड्यात बसलेल्या त्या बाईच्या डोळ्यांत त्याची सावली पडली होती आणि त्याच्या गरम श्वासोच्छ्वासांनी

खोलीतली हवा जणू तापली होती. तो जवळ जवळ येत होता तशा त्याच्या भयंकर, विक्राळ चेहेऱ्यावरच्या रेषा रूपाला दिसू लागल्या– त्याच्या हातांची तीक्ष्ण नखे, लाल निखाऱ्यांसारखे त्याचे अणकुचीदार दात आता ललिताच्या शरीरात घुसणार होते.

रूपा थरथर कापत होती. आजपर्यंत जीवन-मरणाचं असं युद्ध तिनं कधी पाहिलं नव्हतं. उंच बांधलेल्या दोरावर हातात लांब बांबू घेऊन चालणाऱ्या डोंबाऱ्यासारखा ललिताचा जीव तोल सांभाळून स्वतःला वाचवायचा प्रयत्न करीत होता– केव्हा तोल जाईल, आणि खेळ संपेल–

आज इतर स्त्रीरोग्यांपैकी कोणीही इकडे फिरकलंसुद्धा नव्हतं. रूपा एकटीच जागी होती. बाकी सर्व शांत होतं. मेट्रनच्या टेबलावरच्या दिव्यामुळे भिंतीवर लांबलांब सावल्या पडत होत्या. ललिताच्या कॉटजवळ भिंतीवर एक छोटा निळा नाईटलँप लावला होता. तिच्या नाका-तोंडात घातलेल्या नळ्यांच्या सावल्या भिंतीवर फाशीच्या दोरासारख्या झुलत होत्या. ड्यूटीवर असलेली सिस्टर ललिताची सलाईनची बाटली बदलून आत निघून गेली. तिथं अगदी एकटी पडलेली रूपा एकाएकी खूप घाबरली. ती उठून उभी झाली, न् चादर अंगाभोवती लपेटून घेऊन बाहेर व्हरांड्यात धावली. दाट अंधार, सर्वत्र गाढ शांतता. वाऱ्यानं हलणाऱ्या पानासारखी ती थंडीनं कुडकुडत होती. दोन-चार ब्लँकेट्स मिळाली तर कित्ती बरं होईल! छान उबेत ब्लँकटमधे घुसून झोपून जावं. कुणाच्यातरी अगदी कुशीत शिरून खूप खूप रडावंसं वाटलं. आज प्रथमच तिला संपूर्ण सत्य जाणवलं की ती आता अगदी एकटी होती. साऱ्या जगात अगदी अगदी एकटी. विशाल समुद्रात उसळणाऱ्या लाटांवर आपली छोटीशी होडी घेऊन प्रवास करायचा होता, आपला आपलाच. पण या आजारानं त्या होडीला भोक पाडलं होतं. ती आता बुडून जाईल. वृद्धाश्रमातल्या त्या एकाकी स्त्री सारखी, नळ्या लावून ठेवलेल्या ललितासारखी, एकाएकी मृत्यू छापा घालेल गनिमासारखा, आणि जीव घेईल? का मग या दुखण्याच्या असंख्य टाचण्यांनी तिला टोचत टोचत मारेल? सडलेल्या जखमा अंगावर घेऊन, तोंड लपवत, भिकारीण होऊन ती गल्लोगल्ली भटकेल– रोजच्या रोज मरत मरत जगेल न् जगत जगत मरेल?

सहस्र डोक्यांच्या भयंकर राक्षसासारखं अज्ञात भविष्यकाळाचं भय जमिनीतनं वर आल. त्याच्या अट्टहास्यानं दाही दिशा भरून गेल्या. शेषनागाच्या डोक्यावरचा मणी सरकला न् सारी पृथ्वी कापायला लागली. मोठमोठ्या गगनचुंबी इमारती कडाकड आवाज करीत जमीनदोस्त होऊ लागल्या. प्रचंड आकाराचे दगडधोंडे गडगडत खाली येऊ लागले, त्यांच्याखाली ती पुरली जात होती–

"शैलेश, माझा हात पकडा हो, मला वाचवा– "

"रूपा, शांत हो बरं."

विटा, दगड, रेती सगळे ढीग महत्प्रयासानं बाजूला करत धडपडत ती बाहेर निघाली. व्हॅलेरी जवळच उभी होती. रूपानं तिचा हात पकडला.

"मला वाचव व्हॅलेरी!"

"अरे, कुछ नही होगा तेरेकू!"

पलंगाची कड पकडून ती कशीबशी उठून बसली आणि तिनं चारी बाजूंना बघितलं. ती हॉस्पिटलमध्ये होती. बरेच चेहरे उत्सुकतेनं तिच्याकडे बघत होते. "बापरे! तू तर धमाल माजवलीस ना गं!" लांबून हमीदानं हसून म्हटलं. "अशानं तर आमचंसुद्धा डोकं फिरेल!" जरा रोषानंच चंपा बडबडली.

तिला झालं तरी काय होतं? या सगळ्या तिला का रागवत होत्या? ती इथे कुठे येऊन पडली होती? तिचं घर, नवरा, बाळ, संसार– हे सगळं कुठे गेलं? विचार करता करता ती दमून गेली. तिच्या कपाळावर हळुवार स्पर्श झाला कुणाचातरी. हळूहळू सूर्योदय व्हावा आणि अंधारात गडप झालेली ओळखीची दृश्यं दिसायला लागावीत, तशी मग वॉर्डची ती लंबचौरस खोली, ओळीनं ठेवलेल्या कॉट्स, हमीदा, चंपा, जीवीबा सगळ्यांचे चेहेरे– पण शेजारच्या कॉटवरचा चेहेरा नवीन होता– व्हरांड्यात झोपणाऱ्या त्या बाईचा! ती शांत झोपली होती.

म्हणजे ललिता मृत्यू पावली होती! एवढ्या सगळ्यांच्या मधून, पहारा करणाऱ्या इतक्या डोळ्यांच्या समोरून, जीव वाचवण्याची इतकी सारी साधनं असताना त्यांच्या मधूनच, मृत्यूनं ललिताचा घास घेतला होता.

"ती– ती– ललिता?" तिनं व्हॅलेरीला मिठी मारली.

"डरो मत रूपा! देख, तुम्हे बुखार है, आराम नही करोगी तो अच्छी कैसे होगी?"

रूपा परत कॉटवर आडवी झाली. "मला ताप आलाय?"

"अगं! तुला पत्ताच कुठाय् काय झालं त्याचा? रात्रीची एवढ्या कडाक्याच्या थंडीत तिकडे बाहेर काय करत होतीस ती? सारी रात्र तिथे पडली होतीस उघड्यावर! या सिस्टर व्हॅलेरीला पहिल्यांदा तू दिसलीस! केवढा ताप होता तुझ्या अंगात तेव्हा!"

व्हॅलेरी इंजेक्शन घेऊन आली. "देख रूपा, तू तो पढी लिखी है, तू ऐसी हरकत करेगी तो यहांसे निकलेगी कैसे?"

इंजेक्शन देऊन व्हॅलेरी निघून गेली.

इथून बाहेर निघेन– म्हणजे बरी होईन? पण बरी होऊन जाणार कुठे? घर तर आहे ना?– आहे? का होतं? तिथे जाता येईल परत? शैलेश न् वनलताबेन घेतील तिला घरात परत?

धास्तीचा, शंकेचा किडा आतून हळूहळू पोखरत होता. नाहीतर– मग?

ललितासारखा अंत? चाकू आहे का तिकडे औषधांच्या स्टोअररूममधे बघितलेल्या औषधांच्या बाटल्यातून– ? कित्येक वर्षांपूर्वी बघितलेल्या 'बेन हर' या इंग्रजी चित्रपटातलं भयंकर दृश्य आताशा का वरचेवर आठवतं? गावाबाहेर दूर, कुष्ठरोग झालेल्या रोग्यांची वसाहत, खोल दरीत– गावचे लोक वरून अन्न टाकायचे तेवढ्यावर राहायचं. तिथल्या तिथेच, सडून सडून ते रोगी मरायचे–

घाबरीघुबरी होऊन रूपा परत उठून बसली आणि कपडे खालीवर करत स्वतःचं शरीर निरखून बघू लागली. "बघ गुलाब, बघ, माझे पाय लाल दिसतायृत ना? सूज– ? बघ गुलाब माझे हात-बोटं हा बघ लाल चट्टा, अगं बघ ना डोळे फाडून, दिसतंय् ना तुला?"

रूपानं गुलाबला घट्ट पकडून धरलं. घाबरून जाऊन गुलाब सोडवणूक करून घ्यायला धडपडत किंचाळू लागली, "अगं सोड मला! ए हमीदा, अगं एक सरोज, सिस्टरला बोलवा कोणीतरी!"

"का म्हणून? का? का सोडून देऊ तुला? बरोब्बर ओळखून आहे मी तुला! पहारा करतेस काय माझ्यावर? डोळे काय वट्टारतेयृस? तूच हरामखोर, तू न हमीदा सगळ्यांना उठवत असता माझ्याविरुद्ध–"

रूपानं अंगात आल्यासारखी गुलाबच्या थोबाडीत मारली. गुलाब किंचाळून पळत सुटली. रूपा धावत ललिताच्या कॉटपाशी आली आणि त्या बाईला खेचून तिनं खाली पाडलं. "ऊठ! ऊठ इथून– ललिताची कॉट आहे ही. आत्ता येईल ती एवढ्यात– तू आपली खुशाल–"

घाबरलेल्या इतर बायकाही आपापल्या कॉटवरून उठून पळून गेल्या. एकच पळापळ सुरू झाली. "दाखवून देते आता सगळ्यांना!" सगळ्यांनी मिळून त्या ललिताला बिचारीला मारून टाकली, मला इथं हॉस्पिटलमधे आणून टाकलीय्! पलंगाला लटकवलेला केसपेपर्सचा बोर्ड घेऊन तिनं तो धावत येणाऱ्या सिस्टरवर जोरात फेकला! शैलेशला वर येऊ देत नाही ही बया! नीच कुठली! माझा शैलेश– माझा यश पण,– "

दोन सिस्टर्सनी मिळून धरून ठेवलेला हात सोडवून घेऊन ती पळत सुटली– "चंपा, तू माझ्या यशला बघितलंस? केव्हाचा खेळायला गेलाय गं. दूध भरून आलंय् बघ–" स्तन उघडा करून तिला दाखवत ती म्हणाली!

एकदम पाठीमागून बऱ्याच हातांनी मिळून तिला पकडून धरली. रूपानं सुटण्यासाठी खूप धडपड केली, हातपाय झाडले, पण काही उपयोग झाला नाही.

हळूहळू वेडाचा झटका कमी होत गेला, सगळं अंग शिथिल पडत गेलं आणि शेवटी लोळागोळा झाल्यासारखी ती खाली पडली.

— खूप दाट धुकं अवतीभोवती आणि त्यात ती एकटीच लहानशा पायवाटेवरून

चालत होती. धुक्याच्या पडद्यामागे दिशा लपून गेलेल्या. तेवढ्यात दूर हिमाच्छादित पर्वतशिखरावर सोन्याचा मुकुट घालावा तसा सूर्य झगमगला आणि खाली डोंगराच्या पायथ्याशी असलेली छोटी छोटी सुंदर, टुमदार लाकडी घरं, सुरेख मंदिरं आणि त्याच्या शिखरावर फडफडणारी ध्वजा न् त्रिशूल- सारं दिसतंय् न दिसतंय् तेवढ्यात धुकं परत पसरलं आणि काहीच दिसेनासं झालं. मग मात्र ती घाबरली न् एका जागी खिळून उभी राहिली– कारण काही क्षण सगळं दिसलं, तेवढ्यात तिच्या लक्षात आलं होतं की ती दरीच्या अगदी टोकाशीच उभी होती! आता काहीच दिसत नसताना, कुठे पाऊल टाकलं तर ते सुरक्षित आहे, हे समजायला मार्ग नव्हता! हॉटेलकडे परत जाणारा रस्ता कुठल्या बाजूला असेल? धडधडणाऱ्या छातीवर हात धरत तिनं मोठ्यानं ओरडून हाक मारली, 'शैलेश!' 'शैलेश– शैलेश' असा प्रतिध्वनी ऐकू आला न् पाठोपाठ शैलेश येऊन पोचला! त्यानं हळूच पाठीमागून येऊन रूपाला पकडलं. त्याला घट्ट बिलगून मग ती एकाच वेळी हसली होती न् रडली होती! 'बापरे! रूपा, अगं तू इथं कुठं आली होतीस? केव्हाचा मी शोधतोय् तुला!' 'तुम्हाला झोप लागली होती. मला वाटलं जरा पहाटेचं छान डोंगरावर फिरून यावं– पण हे धुकं– रस्ताच दिसेना. कित्ती घाबरले होते मी!' 'अनोळखी ठिकाणी असं का जायचं असतं एकट्यानं कुठेतरी? माझा तर जीव थोडाथोडा होत होता काळजीनं! रूपा, किती थरथरतेय्स थंडीनं? तुला खूप थंडी वाजते, नाही? हा घे माझा कोट, घाल बरं.' प्रणयाच्या धुंद मस्तीत नंतर रूपा म्हणाली, 'शैलेश मी नसते सापडले तर?' 'तर? मग काय हनीमूनच्या मूडमधून सरळ देवदास झाला असता रूपाराणीच्या शैलेशचा!'

— रूपानं हात लांब करून हवेतच चाचपडलं– शैलेश– शैलेश– कुठे गेला? आत्ता तर माझ्या मिठीत होता–! तिनं शैलेश म्हणून ओरडायचा प्रयत्न केला, पण आवाज उमटला नाही. दाट धुकं– धुक्यापलीकडे कोण उभं आहे ते? शैलेश नाहीत– ती तर ललिता आहे–! ललिता तर मरण पावलीय् ना– मग? रूपा! पळ इथून, पळ, ती तुला बोलावतेय्– ते लांबवलेले हात मृत्यूचे आहेत– रूपानं पळू बघितलं, पण पाय जणू काही साखळदंडानं बांधलेले असतील तसं वाटलं तिला. थोडंसंही हलता आलं नाही.

— कळीच्या बाहुलीसारखे रूपानं डोळे एकदम उघडले. अगं आई गं! अंग असं अवघडलंय इतकं कशानं? रूपा मग स्वतःकडे डोळे फाडून बघत राहिली. तिचे हात न् पाय कॉटला बांधलेले होते. ती सुटायसाठी धडपड करू लागली. "सिस्टर, मला सोडा ना! जीवीबा! गुलाब! ए कोणीतरी मला सोडवा गं! का मला बांधून ठेवलीय?"

मेट्रन तिच्याजवळ आली न् जरा दटावत म्हणाली, "हे बघ रूपा, तीन दिवस

तुझा धिंगाणा चाललाय्; आराम करत नाहीस, औषध घेत नाहीस. वेड लागेल अशानं तुला, वेड! ही काय तुझी बरं व्हायची लक्षणं म्हणायची काय? डॉक्टरसाहेब म्हणत होते की तुझी प्रकृती मुळीच चांगली नाहीये, ठाऊक आहे तुला? एक गोष्ट नीट लक्षात घे, स्वतःच्या प्रकृतीची, औषधपाण्याची काळजी तुला स्वतःलाच घेतली पाहिजे!''

जेवणाची ट्रॉली आली. रूपाला नुसतं मुगाचं पाणी द्यायला डॉक्टरांनी सांगितलं होतं. कच्चे मूग शिजवून त्याचं पाणी पचायला सोपं व पौष्टिक असतं. ते रूपाला पाजायचं काम हमीदाकडे सोपवून मेट्रन परत गेली. हमीदानं चमच्यानं ते थोडं थोडं रूपाला पाजलं. तिनं रूपाशी जरा बोलायचाही प्रयत्न केला, पण रूपा गप्पच होती. सिस्टर येऊन पुन्हा झोपेचं इंजेक्शन देऊन गेली, थोड्याच वेळात रूपा परत झोपी गेली.

– एका खूप मोठ्या अंधाऱ्या खोलीत ती शिरली होती. खोलीच्या गुळगुळीत भिंतीवर चाचपडत हात फिरवून ती स्विच शोधत होती, पण कुठेही स्विच नव्हताच, खिडकीही नव्हती. मग शेवटी एक दरवाजा सापडला. तो उघडून ती बाहेर पडली, पण बाहेर कसली! ती दुसऱ्या एका तशाच मोठ्या अंधाऱ्या खोलीत आली होती! आणि मग एकामागून एक तशाच प्रचंड आणि अंधाऱ्या खोल्यांमधून ती जात राहिली. अरे देवा रे! अशा किती खोल्यांमधून जायचं? ही कसली विचित्र कैद? कधी सुटेन यातून? कधी बघेन मी मोकळं आकाश, झाडं, नद्या-सूर्याचा लखलखणारा गोळा–

तिच्या कपाळावर कुणीतरी हळुवारपणे हात फिरवत होतं. तिनं डोळे उघडले तेव्हा खोलीतला प्रकाश तिला एकदम रेतीचा कण डोळ्यात जावा, तसा बोचला.

"कसं वाटतंय आता तुम्हाला?'' स्पर्शासारखाच मऊ मुलायम कोमल आवाज. आहाहा! इतक्या सगळ्या कर्कश, जाड्याभरड्या, किरट्या आवाजांच्या काटेरी कुंपणांमध्ये हा कुणाचा फुलासारखा कोमल सुगंधित आवाज?

ती उठून बसली न् आपल्या हातापायांकडे बघायला लागली– आता ते बांधलेले नव्हते आणि ती कुशीवर झोपली होती. उठून बसली तशी काही क्षण सगळा वॉर्ड गोल गोल फिरतोयसं वाटलं. "एकदम उभं राहायला पाहिलंत तर चक्कर येईल हं.'' तिच्या जवळ एक कृश बांध्याची स्त्री उभी होती. दृष्टी अधू असावी तशी डोळे बारीक करून रूपाकडे पाहत होती. ओठ काळवंडलेले होते आणि नाक बुट्टू झालेलं. नजरेला पडली तर लगेच तोंड फिरवावंसं वाटावं असं रूप होतं, पण ती जरासं हसली तेव्हा तिचा कुरूप झालेला चेहरा तेवढे क्षण एकदम उजळल्यासारखा दिसला. हिला तर आधी इथं कधी पाहिलंच नव्हतं!

"तुम्ही कोण आहात?"

"कुष्ठरोग्याशिवाय इथं दुसरं कोण येणार हो? माझं नाव केशर. सुरेन्द्रनगरची आहे मी." आता रूपानं तिच्याकडे निरखून बघितलं. वीस-बावीस वर्षांची असेल. शरीर कृश, पण बांधेसूद. तिनं रूपाच्या डोक्यावरून हात फिरवला. अगदी शीतल, स्नेहपूर्ण स्पर्श, पण झडलेली बोटं चेतनाहीन!

"आज तीन दिवसांनी ताप उतरला!" रूपा आश्चर्यानं तिच्याकडे पाहत राहिली. "मग? खोटं वाटतंय्? त्या तिकडे टेबलावर कॅलेंडर आहे पाहा, बघा तुम्हीच! सारा वॉर्ड डोक्यावर घेतला होता तुम्ही! धिंगाणा चालला होता नुसता! किंचाळायचात, रडायचात, मग बेशुद्ध तरी पडायचात, नाहीतर नर्स येऊन इंजेक्शन तरी द्यायची!"

रूपा गुपचूप ऐकत पडून राहिली. काय बोलणार ती? शेवटी जराशानं विषय बदलून म्हणाली, "मी तुम्हाला वॉर्डमध्ये आधी केव्हाच पाहिलं नव्हतं, अन् इथे तर जागा रिकामी नाहीच आहे."

"मला येऊन वर्ष होऊन गेलं बाई. या हॉस्पिटलच्या मागच्या बाजूला एक वॉर्ड आहे, तिथे असते मी. संसर्गजन्य अवस्थेतले पेशंट्स तिथे असतात. माझा आजार आता खरं म्हणजे संसर्गजन्य राहिलेला नाही. पण– डोळ्यांनी आता खूप अंधूक दिसतं. ती तिकडे जीवीबाची खाट आहे ना शेवटची, त्याच्या खाली माझं अंथरूण ठेवते मी."

रूपाचा हात खूप दुखत होता. ग्लुकोज सलाइन चढवलेल्या सुयांनी टोचल्या जागी लाल होऊन सुजलं होतं. केशर तिचा हात हळुवारपणे चोळू लागली.

गुलाब आली, "रूपा, बापरे! काय जोरात धपाटा घातलाय्स गं माझ्या पाठीत! आणि केशरनं किती केलंय् तुझ्यासाठी, माहिती आहे? बेडपॅनसुद्धा द्यायची तुला!" रूपा संकोचून, अवघडून खाली बघू लागली. केशरनं तिच्या बोथट बोटांनी चादर सारखी केली न् म्हणाली, "त्यात एवढं अवघड काय म्हणून वाटून घेताय्! आजारपणात काही कमीपणा वाटून नसतो घ्यायचा, काय समजलं? सिस्टरना बिचाऱ्यांना इतक्या पेशंट्सचं करायचं, त्या कशा बसणार रात्रंदिवस एका पेशंटजवळ, हो की नाही? आणि मला दुसरं काय काम आहे? रिकामीच होते, तर केलं थोडंसं, बिघडलं कुठे?"

व्हरांड्यात छान सोनेरी उन्हाचे पट्टे पडलेले असायचे, रूपा तिकडे बघत पडून असायची. गेले काही दिवसांचा आजार, दंगा, आरडाओरडा यांनी तिचं मन न् शरीर पूर्णपणे थकून गेलं होतं. तिचा आक्रोश, क्रोध सगळंच जणू संपलं होतं. शिल्लक होती फक्त हताशा आणि एक अतूट एकटेपण! थाळीत रोज जे समोर यायचं, ते ती पोटात ढकलायची, आणि दिवसभर छताकडे बघत पडून राहायची. संध्याकाळ झाली, की वॉर्डमधल्या सगळ्या स्त्रियांच्या मनात आशेचे अंकुर फुटायचे. जे कधी

येणार नव्हते, त्यांची प्रतीक्षा सुरू व्हायची! रूपाही व्हरांड्यात उभी असायची. आवाराच्या कडेनं असणाऱ्या झाडांपलीकडचा तो लांबच लांब रस्ता, त्याची सगळी वळणं आणि गाव सुरू व्हायचं तिथला तो इथून अदृश्य असणारा एक छोटासा बंगला... हे सगळं ती डोळ्यांसमोर आणत राहायची. हमीदा पुष्कळदा तिच्या पाठीवर थाप मारून म्हणायची,, "आता आलीस ना वठणीवर! आलीस तेव्हा काय रुबाब दाखवायचीस! अगं इथं जे आले, ते सगळे सारखेच, काय समजलीस?"

होय, ती समजली होती! चांगलंच समजून चुकली होती! कटू सत्याचा घोट शेवटी तिनं गळ्याखाली उतरवला होता, पण त्याचं विष तिच्या रोमारोमात भिनलं होतं. धिक्कार आणि घृणेनं आता तिचं मन भरलं होतं. एकदा– फक्त एकदाच, शैलेश भेटायला हवा होता! ती त्याला गदागदा हलवून इतकं आणि असं कठोर बोलणार होती, की तो हादरून गेला असता. आणि वनलताबेनच्या महिला मंडळाच्या बायकांना रांगेनं उभ्या करून ती अशी खरड काढणार होती त्यांची, की–

अलीकडे वारा जोराचा असायचा आणि उघड्या व्हरांड्यात तो अंगाला झोंबायचा. ऋतू बदलले होते. उशिरा उजाडत होतं. खोलीचं दार नीट बंद केलं तरी फटींमधून गार वारा आत शिरायचाच आणि कुडकुडायला व्हायचं. सगळ्या पेशंट्सना ब्लँकेट्स मिळाली होती. पण तेवढ्यानं भागत नव्हतं. प्रत्येकी दोन ब्लँकेट्सची जरूर होती. गुलाब धीट होती. ती सरळ ऑफिसमध्ये तक्रार घेऊन गेली होती; पण तिथून स्पष्ट नकार मिळाला होता. हॉस्पिटलला पैशांची नेहमीच तंगी असायची. इतक्या रोग्यांची औषधं, जेवण, कपडे, स्टाफचे पगार, हॉस्पिटलची डागडुजी– प्रचंड खर्च होते, दोन-दोन ब्लँकेटस् देणार कशी एकेका रोग्याला?

रूपा निराश झाली होती. किती छोटीशी एक जरूर– थंडी वाजायची म्हणून एक जास्तीचं ब्लँकेट– पण तेवढंही मिळत नव्हतं! तिला घरचं मोठं कपाट आठवलं, खाली पाहुण्यांच्या खोलीत ठेवलेलं. त्यात जास्तीच्या गाद्या, ब्लँकेट्स, शाली, उशा, स्वच्छ पांढऱ्या चादरी– खच्चून भरलेलं होतं. आणि त्यांच्या सुंदर सजवलेल्या खोलीतला मऊ मऊ गाद्या असलेला पलंग–!

फक्त निर्जीव वस्तूच थोड्याच मागे राहिल्या होत्या? जीवनाचा एक भागच मागे राहिला होता. हात आणि मन, दोन्ही रिकामं रिकामं झालं होतं! पण आत्ता फार त्रास होत होता तो या झोंबणाऱ्या थंडीचा–

सविता आणि गुलाब तिच्या कॉटजवळ उभ्या राहून ऑफिसमध्ये गुलाबला काय सांगितलं, त्याची चर्चा करत होत्या, ती ऐकता ऐकता रूपा म्हणाली, "ते तरी बिचारे काय करणार? खर्चच केवढा–"

"खर्च? अगं माझे बाई, जिना चढायची शक्ती असली, तर चल माझ्याबरोबर एकदम वरच्या मजल्यावर सगळ्या वस्तूंची स्टोअर्स आहेत. तिथं गाद्या, टॉवेल

ब्लँकेट्स सगळं आहे भरून ठेवलेलं. एक नंबरचे चोर आहेत सगळे! मी, मी या डोळ्यांनी बघितलंय!''

"तू गं वर कधी गेली होतीस?'' डोळे बारीक करत गुलाबनं विचारलं, तशी सविता बिथरली. "गेले होते केव्हातरी, तुला का पंचाईत? पहारा ठेवतेस की काय माझ्यावर?'' आणि तोंड फुगवून तिथून निघून गेली! गुलाब खाली वाकून रूपाच्या कानात म्हणाली, "त्या रमणलालबरोबर गेली असणार!'' आवाजात हेवा, ईर्षा, कुत्सितपणा... काय काय होतं!

रूपाला उबग आला. हा रोग, ही अवहेलना, हे वातावरण– यातून कधी सुटका होणार? कधीच नाही? इथून पळूनच गेलं पाहिजे, नाहीतर कधीच सुटणार नाही– मरेपर्यंत! छगनचं छिन्नभिन्न झालेलं शरीर, आसपास इतके सारे जण असताना पोटात चाकू भोसकून घेऊन आत्महत्या करणारी ललिता... मग– मग रूपा? रूपाचं काय होईल?

नाही– नाही– नाही! ती एकदम उठून बसली. रात्रीचा दुसरा तिसरा प्रहर होता. चारही बाजूंना सारं शांत, स्तब्ध. या इथून, या कोंडवाड्यातनं पळालंच पाहिजे! मृत्यू केव्हातरी येईलच, पण तो येईल तेव्हा मी मोकळ्या निळ्या आभाळाखाली असेन, नाहीतर पावसाच्या धारांमध्ये भिजत असेन; कुठेही असेन, पण इथे नसेन!

ती हळूच पलंगावरून उतरली. पलंगाखालीच तिची बॅग होती. बाकी सगळं सामान तर केव्हाच वापरून संपल होतं. फक्त दोन-तीन साड्या होत्या, आणि पैसे. भराभरा तिनं त्यांचं गाठोडं बांधलं, ब्लँकेट अंगाभोवती लपेटून घेतलं आणि सावधपणे चारीबाजूंना बघत खाली आवारात उतरली. पहारेकरी झोपेत होता, आणि नाहीतरी इथून जाणाऱ्याला कोण कशाला थांबवणार होतं म्हणा!

भराभरा चालत कच्चा रस्ता पार करून ती हायवेला आली. तेवढं चालूनच ती दमून गेली. ब्लँकेट डोक्यावरून पांघरून पाय ओढत ती चालत राहिली. गार वारा भाल्यासारखा अंगाला बोचत होता. एखादा ट्रक मधूनमधून भर्रदिशी शेजारून जायचा. बाकी रस्त्यावर सामसूम होती.

शेवटी तिच्या पायात गोळे आले. अगदीच चालवेना, तेव्हा रस्त्याकडेच्या एका झाडाखाली ती बसली. अंधार– चहूकडे अंधार. तिनं ब्लँकेट डोक्यावरून खाली तोंडावर ओढून घेतलं मनात एक दिवा तेवत होता– घर! तिचं घर! पाय पोटाशी घेऊन, गाठोडं उशाला घेऊन ती तिथं मातीवर झोपी गेली.

११

पक्ष्यांच्या किलबिलाटानं रूपाला जाग आली; पण तिला चट्दिशी उठून बसता आलं नाही– सारी रात्र उघड्यावर, खडबडीत जमिनीवर झोपल्यानं अंग अवघडलं होतं, आखडलं होतं. घशाला कोरड पडली होती.

कशीबशी ती बसती झाली आणि त्या निर्जन रस्त्याकडे पाहत राहिली. कितीतरी दूर जायचं होतं तिला– कशी काय पोचणार होती ती तिथपर्यंत? पाय बधिर झाले होते, सुजले होते, इतकं सगळं अंतर पायी जाणं तर अशक्यच होतं. शिवाय गावाबाहेरचा रस्ताही परिचयाचा नव्हता, गावापर्यंत नेमकं कसं जायचं ते ठाऊकही नव्हतं.

दुरून वाहनांचा आवाज ऐकू येऊ लागला तशी ती सारं बळ एकवटून उठली आणि रस्त्याच्या कडेला येऊन उभी राहिली. दोन-तीन ट्रक भर वेगात निघून गेले. हात वर केला तरी कोणी थांबलं नाही. एका मोटारवाल्यानं त्याची मोटर तिला बघून जरा हळू केली पण तिच्याकडे एकदा बघितल्याबरोबर त्यानं एकदम वेग वाढवून तिथून पळ काढला. शेवटी एकदाची एक माल भरलेली स्टेशनवॅगन थांबली आणि त्या ड्रायव्हरची बरीच अजिजी केल्यावर त्यानं तिला गाडीत बसू दिलं, पण शहराच्या हद्दीपर्यंत आल्यावर तिथं उतरवून टाकलं. आता हा परिसर निदान माहितीचा होता. तिला थोडा हुरूप आला. पण खरं म्हणजे अचानक तिला अशी घरी आलेली बघून शैलेश न् वनलताबेन काय म्हणतील, काय करतील या धास्तीनं तिला खूप भीती वाटत होती, डोकंही भणभणत होतं. सकाळच्या शीतल आल्हाददायक

वाऱ्याच्या झुळकेइतकंच बरं वाटतं होतं ते फक्त यशच्या आठवणीनं!

तिनं रिक्षा केली. चिरपरिचित रस्त्यावरून रिक्षा वेगानं जात होती. तिच्या जिवाची एवढी घालमेल होत होती; पण आसपासच्या जगाला त्याचं काय? जगाच्या दृष्टीनं काहीच बदललं नव्हतं– ही वस्ती, ही दुकानं, रस्त्यातली गर्दी सगळं तस्संच, पहिल्यासारखंच होतं! एक उसासा टाकून तिनं डोळे मिटून घेतले.

रिक्षा एकदम थांबली तशी हिसका बसला– ती घरी पोचली होती. पट्दिशी पैसे चुकते करून ती खाली उतरली. उतरता उतरताच डोक्यावरचं ब्लँकेट मात्र तिनं आणखी पुढे ओढून घेऊन चेहेरा सर्व बाजूंनी झाकून घेतला, आणि ती गल्लीतून आत घराकडे चालू लागली– वर तोंड करून इकडे तिकडे बघायचं धाडस न करता. उजाडलं होतं, घरांची दारं उघडी होती. तिच्या छातीतली धडधड वाढली. डाव्या हाताला वळून ती भराभरा चालायला लागली आणि शेवटच्या बंगल्यापाशी– तिच्या घराशी येऊन थांबली. धपापत्या उरानं कपाळावरचं ब्लँकेट जरा वर सरकवून तिनं वर बघितलं आणि हतबुद्ध झाली!

घराच्या दाराला कुलूप होतं!

काही चूक तर नव्हती होत? हे कसं शक्य होतं? कुलपाकडे बघत बघत ती बाहेरचं गेट उघडून आत गेली न् पोर्चच्या पायऱ्या चढली. सगळीकडे धूळ होती, बागेतली रोपटी सुकून गेली होती. सगळीकडे गवत वाढलं होतं आणि त्यात एक कुत्रं आरामात झोपलं होतं. हे ती बघत होती हे खरं नसेल, ती झोपेत चालत असेल असं वाटून, गोंधळून ती दारं, खिडक्या, पोर्चचा कठडा हात फिरवून बघू लागली!

धडाम् करून काहीतरी पडलं न् फुटलं तशी तिची तंद्री भंग पावली. तिच्या ब्लँकेटच्या धाग्यात अडकून एक कुंडी खाली पडून फुटली होती. ती काहीच न सुचून पायऱ्यांवर बसली. इतक्या सकाळी सगळी कुठे गेली असतील? कुलूप का होतं घराला?

"आणखी किती भ्रमात राहणार आहेस. रूपा? तुला सोडून देऊन निघून गेली आहेत तुझी माणसं–"

कोण बोललं? एक अस्फुट किंकाळी फोडत ती उभी झाली वाऱ्याचा झोत आला न् खाली पडलेली वाळकी पानं इकडे-तिकडे उडाली. कुत्रं जागं होऊन भुंकायला लागलं. तिला खूप तहान लागली होती. बागेतला नळ उघडून तिनं खाली हात धरला पण थेंबभरही पाणी आलं नाही. सुकल्या ओठांवर जीभ फिरवीत ती बाहेर पडली. तेवढ्यात सायकरवरनं दूधवाला आला, तिच्यापासून थोड्या अंतरावर थांबला आणि त्यानं घंटा वाजवली. थोडा वेळ गेला तशी जांभई देत तोरलच्या घराकडे बघत ओरडला, "चला बाई! किती वेळ?"

त्यानं तिला ओळखलीच नव्हती! साडीचा पदर रूपानं परत कपाळावरून

खाली तोंडावरून ओढून घेतला. या दूधवाल्याला ती किती मदत करायची! त्याच्या मुलाच्या शाळेची फी तीच भरायची आणि त्याच्या बायकोसाठी साड्याही द्यायची.

शेजारच्या बंगल्यातून तोरल बाहेर आली, दूध घेऊन आत निघून गेली. तोरलवर किती जीव होता तिचा! तीसुद्धा तशीच. घटकाभरही यशला सोडावंसं वाटत नसे तिला. उजाडलं की त्यांच्या घरी शैलेश, अनूपच्या नाश्त्यात वाटा मागायला, यशला खेळवायला. कधी कधी वनलताबेन तिला म्हणायच्या, ''राहू दे ना बयाबाई! त्याला एवढी सवय लावलीस तुझी, तर तू सासरी गेल्यावर जड जाईल आम्हाला!''

''वा वा! मग मी यशला घेऊनच जाईन! काय? रूपाभाभीला आणू दे दुसरं! काय भाभी? अन् आता या खेपेला मुलगी आणा बुवा!-''

कुत्रं आता रस्त्यावर येऊन भुंकत होतं. रूपा तोरलच्या घरापाशी आली आणि तिनं गेट उघडलं. गेटाची साखळी वाजली तशी तोरलचे बाबा बाहेर आले. ''कोण आहे ते?'' रूपानं मान खाली घातली, पदर आणखी नाकापर्यंत खाली ओढला.

- कोण होती ती? काय ओळख सांगायची? तिनं स्वतःकडे नजर टाकली. विस्कटलेले कोरडे राठ झालेले केस, हॉस्पिटलची मळकी घाणेरडी साडी न् ब्लॅंकेट, आणि डाव्या हाताची जरा वाकडी झालेली बोटं- तिनं हात पदरात लपवला. तोरल झोपाळ्यावर बसून नाश्ता करत होती, तिला ''बघ बरं कोण आहे ते-'' म्हणून तिचे बाबा आत निघून गेले. प्लेट खाली ठेवून तोरल बाहेर आली. रूपानं डोकं खाली घातलं. तोरलनं विचारलं, ''काय पाहिजे बाई तुम्हाला?'' कापऱ्या आवाजात रूपा म्हणाली, ''काही नाही- या शेजारच्या घरातली माणसं-'' तोरलच्या आई तोवर बाहेर आल्या होत्या. त्यांनी डोळे बारीक करत शंकित स्वरात विचारलं, ''का? तुझं काय काम आहे त्यांच्याकडे?''

''मला भेटायचं होतं-''

रूपा आणखी मागे सरकून अंग चोरून उभी राहिली. पण तोरलचं तिच्याकडे कुठे लक्ष होतं? कुठेतरी बघत उदास आवाजात ती म्हणाली, ''ती मंडळी तर मुंबईला गेली. आता घर पण विकून टाकणारेत!''

''मुंबई?''

''ए बाई, तुझं काम काय आहे ते तर बोल!'' तोरलच्या आई जरा चिडून म्हणाल्या. पण शेजारच्या घराकडे बघत राहिलेली तोरल म्हणाली, ''शैलेशभाईंना तिथे एका मोठ्या हॉस्पिटलमधे नोकरी मिळाली म्हणून बडोदा सोडून तिकडे गेले. नाहीतरी त्यांना सगळ्यांना इथं राहणं नकोसं झालं होतं.''

''का?'' असं जेमतेम विचारून रूपा जीव मुठीत धरून ऐकू लागली. तोरलचे बाबा पुन्हा बाहेर आले आणि जरा चढ्या आवाजात म्हणाला, ''तुझं काम

काय आहे पण त्यांच्याकडे? केव्हाची चौकशी करतेयस ती? तुझ्या काय नात्याचे होते का ते लोक?''

एकदम मोठा घोट घशात जावा न् तो गिळताना छातीत दुखावं तशी रूपाच्या छातीत आग आग झाली, डोळे भरून आले. तोरल तेवढ्यात पुढे म्हणाली, ''तुम्हाला वाईट वाटेल ऐकून बाई. शैलेशभाईंच्या पत्नी रूपाभाभी अपघातात वारल्या. त्यांचा मुलगा यश किती झुरत असायचा आईसाठी!''

उंच डोंगराच्या कड्यावरनं एकाएकी कोणीतरी धक्का मारावा तशी ती गडगडत खोल दरीत फेकली गेली, रक्तबंबाळ झाली. लालभडक पेटलेल्या निखाऱ्यांनी सारं शरीर भाजावं तसं तिला वाटलं. रूपा मेली? हो, मेली! मेली! चितेवर तिचं शव ठेवलं गेलं, अंगठ्याला अग्नी दिला गेला, ती भडाभडा जळायला लागली– ! म्हणजे त्या रात्री हॉस्पिटलमध्ये स्वतः मृत्यू पावल्याचा विचित्र अनुभव आला होता, तो खराच होता! तेव्हाच इकडे तिच्या नावाची पणती लावली असेल. वनलताबेननी 'बेसणुं' म्हणजे शोक-सांत्वनसभा ठेवली असेल. आप्तेष्ट, स्नेही, सगळ्यांनी तिचे गुण आठवून स्मरणांजली दिली असेल!

अगदी मनाच्या गाभ्यातून निघालेला एक हुंदका तिच्या गळ्यातून निघाला आणि स्वतःच्या मृत्यूचा शोक करत ती मट्दिशी खाली बसली! तोरलनं आईला हाक मारली, त्या पाणी घेऊन आल्या, पण रूपानं नजर वर केली नाही. ''जे कोणी ऐकेल ना ही बातमी त्याला फार दुःख होतं हो बाई! फारच चांगली न् खूप प्रेमळ होती रूपा!'' तोरल डोळे पुसत म्हणाली, ''रूपाभाभी मला तर सख्ख्या वहिनीसारख्या होत्या. अन् जणू काही पुढचं कळलं असेल, तशी जाण्यापूर्वी थोडे दिवस मला एक साडी दिली होती त्यांनी– पण त्यांना शेवटचं बघायलाही मिळालं नाही हो! बस दरीत कोसळली, अन्–''

''तोरल बेटा, किती दिवस त्रास करून घेशील जिवाला, चल तयार हो बरं! कॉलेजला उशीर होईल!''

''नाही आई, आज नाही जावंसं वाटतं आता.''

''असं किती दिवस करणार बेटा? जे व्हायचं ते होत असतं! नाहीतर कधी कुठे एकटी न जाणारी रूपा देवीचं दर्शन करायला न् नवस फेडायला एकटी जावी, पुलावरून बस दरीत कोसळावी– सगळी ईश्वराची इच्छा आहे!''

''रूपा कोण लागते तुमची?'' आतून तोरलच्या बाबांनी विचारल. रूपा स्वतःची कोण लागत होती? काय नातं होतं तिचं त्या रूपाशी? एक शरीर न् एक जीव– आणि तरी, ती मृत्यू पावली होती अन् ही जिवंत होती, तिच्या मृत्यूवर अश्रू ढाळत होती!

भिंतीचा आधार घेत ती उठली आणि हळूच म्हणाली, ''नातं कसलं आलंय्!

रक्त हल्ली पाण्याहून पातळ झालंय. माझी आई न् तिची सासू यांची खूप चांगली ओळख होती. पण माझं न रूपाचं इतकं छान जमायचं– आता या जन्मी काही ती पुन्हा भेटणार नाही– तिच्या मुलाला एकदा बघायचं होतं–''

तोरलनं एका कागदावर मुंबईचा पत्ता दिला. रूपा ओट्यावरनं उतरत होती तेव्हा तिला जाणवलं की तोरल रोखून तिच्याकडेच बघतेय. चपापून ती भराभरा बाहेर पडली न् मागे वळून न बघता चालू लागली. जवळच्याच गल्लीत पट्दिशी वळून ती मग भिंतीच्या आडोशाला उभी राहिली. आता अंगावर लपेटलेल्या ब्लँकेटनं खूपच उकडत होतं. तिला चक्कर येईलसं वाटत होतं. तहान, भूक, थकवा, भीती, सगळं सहन करत, कशीबशी झोकांड्या खात ती भिंतीच्या आधारानं लपून उभी राहिली आणि हळूच वळून तिनं घराकडे नजर टाकली. तोरल रस्त्यावर येऊन उभी होती अन् इकडे-तिकडे बावरलेल्या नजरेनं बघत तिला शोधत होती! तोरलच्या पाठीमागे रूपाला तिचं स्वतःचं घर दिसत होतं. एके काळी तिचं स्वतःचं होतं ते– आता निर्जीव मातीचा एक ठोकळा! कोणीच नव्हतं आता तिथं– काहीच नव्हतं– ती दिशाच बंद झाली होती तिच्यासाठा. ती तर मेली नव्हती का? आता जगात ती संपूर्णपणे एकटी होती– ना तिचं कोणी होतं, ना ती कुणाची! तिच्या माणसांच्या लेखी मेलेली ती, एकटीच जगणार होती शरीरात लपलेल्या, शरीर कुरतडणाऱ्या त्या भयंकर जंतूंच्या बरोबर!

गल्ल्याबोळ ओलांडत ती मुख्य रस्त्यावर आली, कडेला उभी राहिली. आता? कुठे जायचं इथून? हॉस्पिटलमधे परत जाण्यात तर काही अर्थच नव्हता. तिच्या कॉटवर एव्हाना दुसरी कोणी आलीच असेल. भावाच्या घरी? तिथं तर आधीही हिडीसफिडीस होत असे, आणि नाहीतरी त्यांच्याही माहितीप्रमाणे ती मेलेलीच नसणार का? हं! जिवंतपणी चितेवर चढून जणू सती झाली होती रूपा! कुष्ठरोगाचे हे विषारी जिवाणू अचानक येऊन डसले आणि ती जशी काही अस्पृश्य झाली. ते विष भिनलेलं हे देहाचं भयंकर शव आपल्याच खांद्यावर उचलून कुणाकुणाच्या दारी जाणार होती ती? तिच्या सुतकाचा कुणाकुणाला विटाळ करणार होती? मुंबईच्या पत्त्याची तोरलनं दिलेली चिठ्ठी हातात होती, घामानं भिजून गेली होती. तो चुरगळलेला कागद तिनं उलगडला. परत शैलेश न् वनलताबेनकडे जायचं? जिथं स्वाभिमानाचं, अधिकाराचं आयुष्य जगत होती, तिथं हातापाया पडत, रडत, काकुळतीला येऊन विनवण्या करायच्या? दयेची भीक मागायची? त्या त्या इतक्या स्वार्थी, इतक्या हलकट लोकांसमोर, ज्यांनी तिच्या स्वप्नांचा, तिनं त्यांच्यावर ठेवलेल्या विश्वासाचा खून करून वर तिचं श्राद्धही केलं होतं?

नाही! तो पत्ता तिच्या सुखाचा नव्हता! कागदाच्या त्या चिटोऱ्याची परत घडी करून तिनं ती गाठोड्यात ठेवली. पण हा! त्या लोकांकडे तिची एक मूल्यवान ठेव

मात्र अजून होती– यश! यशला मोठा होताना ती दुरून बघणार होती, कुणाच्या नजरेस न पडता ती त्याच्यावर लक्ष ठेवणार होती. लोक अर्थातच त्याला सांगतील, "तुझी आई खूप चांगली होती हो यश, बिचारी देवाघरी गेली!" उदास होऊन यश भिंतीवरच्या तिच्या फोटोकडे बघेल. कधी रस्त्यात दिसला, जवळून गेला, तरी तो आपल्या आईला ओळखणार नाही! कसा ओळखणार? जिवंत असूनही त्याची आई जिवंत नव्हती, मृत्यू पावली असूनही जिवंत होती!

पण आता? आत्ता काय? कुठे जायचं? उन्हं आता चांगलीच वर आली होती, खूप उकडत होतं. माणसांनी न् वाहनांनी गजबजलेल्या त्या रस्त्याच्या कडेला ती उभी होती– पण एखाद्या निर्जन एकाकी टापूवर एकच झाड उभं असावं तशी! साडीच्या पदरानं तिनं घाम पुसला तेव्हा गळ्यातलं मंगळसूत्र टोचलं. हं! सोन्याच्या साखळीत हे कुणाच्या नावाचे मणी ओवलेले गळ्यात बाळगत होती ती?

तापलेल्या लांबच लांब रस्त्यावर रूपा चालू लागली. पट्दिशी रिक्षाही मिळेना. ...एकदाची मिळाली. सराफाची दुकानं असणाऱ्या शहराच्या भागात ती येऊन पोचली आणि एका मोठ्या दुकानासमोर उभी राहिली. खूप खूप थकली होती ती आणि तहानेनं व्याकूळ झाली होती.

"ए बाई– एऽऽ, इथं काय काम आहे तुझं? चल नीघ!" चौकीदाराच्या शब्दांमधला उपहास तिला चांगलाच बोचला. पण मग त्या चौकीदाराला आश्चर्यात टाकत ती आत शिरली आणि कांऊटरपाशी बसलेल्या गोऱ्यागोमट्या स्थूल शेटजींजवळ जाऊन उभी राहिली. सोन्याच्या एका नेकलेसचं शेटजी वजन करत होते. शेजारी एक तरुण जोडपं उभं होतं, एकमेकांकडे प्रेमानं दृष्टिक्षेप टाकत. वजन करून शेटजींनी मग बिल केलं. लाल मखमलीच्या लांबट पेटीत नेकलेस ठेवून ती पेटी त्या जोडप्याला दिली. युवतीनं ती पेटी उघडली आणि नेकलेस पुन्हा नीट बघितला. नव्या सोन्याचा लखलखाट तिच्या डोळ्यांतल्या आनंदात आणखीनच चमकत होता. हातात हात घालून दोघं बाहेर पडली. जरा दूर उभी असलेली रूपा, अनेक आठवणींचे कडू घोट गिळत मुकाट्यानं ते सारं बघत होती.

"हं, तुम्हाला काय हवंय?" जरा तुसड्यासारखंच शेटजींनी विचारलं. रूपानं काउंटरजवळ येऊन गळ्यातलं मंगळसूत्र काढलं. "मला हे विकायचंय." मंगळसूत्र काउंटरवर ठेवून तिनं झट्दिशी हात मागे घेतला. शेटजींनी ते हातात घेऊन नीट बघितलं न् मग आणखीच जास्त तुसड्यासारखं म्हणाले, "तुमचं आहे हे मंगळसूत्र?"
"म्हणजे?"

"म्हणजे असं, की– ठीक आहे– स्पष्टच बोलतो, आमच्या धंद्यात लफडी फार होतात, नंतर मग पोलिस येऊन हैराण करतात! खरं सांगितलेलं बरं!"

"मी– मला काही समजलं नाही तुम्ही काय म्हणताय् ते!"

"काय बाई अगदी भोळेपणाचा आव आणताय् ते! खरं सांगा पाहू! चोरीचा मला आहे, होय ना?"

"काय बोलताय काय तुम्ही?" अत्यंत क्षुब्ध होऊन एवढं म्हणता म्हणताही तिचा आवाज चढला; "डोकं ताळ्यावर आहे का तुमचं?"

"हो! हो! हो! बेतानं, बेतानं! चोर तो चोर अन् वर शिरजोर!"

"कशाची चोरी? अरे वा! हे माझं स्वतःचं मंगळसूत्र आहे, काय समजलात काय तुम्ही? एका खानदानी कुटुंबातल्या स्त्रीला---"

बोलता बोलता ती एकदम थांबली. ती कोणाची ओळख देत होती खानदानी कुटुंबातली स्त्री म्हणून? नात्यागोत्यांचे लागेबांधे तर साऱ्यांनी तोडून नव्हते का टाकले? या मंगळसूत्राचा एक धागाच काय तो राहिला होता!

"का? बोलता बोलता थांबलीस का गं बाई? आं?" दात विचकत शेटजी म्हणाले, आणि पुढे– "हरकत नाही! आम्ही तर सगळ्या तऱ्हेचा माल घेतो म्हणा!"

शेटजींनी मंगळसूत्र हाती घेतलं, तपासलं, मग सोनं वेगळं करून वजन केलं, हिशोब केला. "५० ग्रॅम वजन आहे पण जुनं सोनं म्हणून ६ ग्रॅमची घट कापून ४४ ग्रॅमचे पैसे देईन तुम्हाला."

रूपा काहीच बोलली नाही. शेटजींनी शंभराच्या नोटा मोजून पुडकं तिच्या हाती दिलं, तशी त्या न मोजताच घेऊन ती पट्दिशी दुकानाबाहेर पडली.

थकलं भागलं शरीर आता तहान आणि भुकेनं कासावीस झालं होतं. एका लहानशा हॉटेलमध्ये शिरून ती पार्टिशनवाल्या लहानशा केबिनमध्ये जाऊन बसली आणि बसल्याबरोबर तिथं असलेलं दोन ग्लास पाणी तिनं पिऊन टाकलं. मग जेवण मागवलं आणि कितीतरी दिवसांनी गरमगरम अन्न पोटभर खाल्लं. मग मात्र आता उठलं पाहिजे हे माहीत असूनही तिला उठवेचना. एकांत, शांत जागा, डोक्यावर फिरणारा पंखा– टेबलावर डोकं ठेवून ती झोपून गेली. ती वेटरच्या आवाजानं दचकून जागी झाली. "ए बाई! ये क्या तेरा घर है की सोती है? चल अब्बी ऊठ, धंदेका टैम है."

बावरून जाऊन ती उठली अन् आपलं गाठोडं घेऊन बाहेर आली. बाहेर खूप गर्दी– कुणाचा तरी धक्का लागला म्हणून ती भराभरा बाजूला व्हायला गेली तर तिचा धक्का कुणाला तरी लागला "अगं ए बया– आंधळी आहेस काय? दिसत नाही?" आणखीच कावरीबावरी होत ती परत उलटीकडे वळली न् सामान लादलेल्या एका हातगाडीवर आदळता आदळता वाचली. फेरीविके, आवाज, धक्के, मोटारी, ट्रक, भरधाव जाणारी दुचाकी वाहनं आणि रिक्षा, रणरणतं ऊन, रस्त्याकडेनं सडणाऱ्या कचऱ्याचा दुर्गंध– सगळं मिळून जणू तिला चारी बाजूंनी ढकलत मधोमध चेंदून टाकत होतं– पळालं पाहिजे इथून दूर–

पण पळायचं– कुठे? कुठे जाणार होती ती? पुन्हा तोच प्रश्न फणा काढून तिच्यासमोर उभा ठाकला, तिची वाट अडवून!

आजपर्यंत तिच्या आयुष्याचा मार्ग दुसरं कोणीतरीच आखत आलं होतं, स्वतःचा निर्णय स्वतः घेण्याची आजवर कधी वेळच आली नव्हती. तिच्या आयुष्याचा दोर तिच्या हातात आजपर्यंत होताच कधी मुळी? पण आज अचानक– हॉस्पिटलमधनं पळून घेण्याचा निर्णय तिनं आपला आपला घेतला आणि– आज आता घराच्या चारी भिंती धराशायी झाल्या होत्या, सगळ्या दिशा तिला मोकळ्या झाल्या होत्या! घराच्या उंबरठ्याशीच आजवर थांबणारी तिची दृष्टी वर उचलून आता ती दूरवर बघू शकत होती. काठोकाठ भरून वाहणारं एखाद्या प्रचंड नदीचं पात्र असावं तसा अफाट मानवप्रवाह अविरत वाहत होता. कुण्या अदृश्य, शक्तिशाली हातांनी तिला उचलून या प्रवाहात फेकून दिली होती. ती बुडून जाईल? का कोणी तिला वाचवेल?

'नजर लागी राजा, तोरे बंगले पर' डोळा मारत पलीकडे उभा असलेला फेरीवाला गाऊ लागला. भानावर येऊन ती पुढे चालू लागली, पण पाय उचलवतच नव्हते, भणभणत होतं. शेवटी चक्कर आली म्हणून ती रस्त्याकडेलाच मट्दिशी बसला. मग जरा बरं वाटलं. पानाची पिचकारी टाकत कोणीतरी शेजारून गेलं म्हणून तिनं मान वर करून बघितलं तर समोर एक पाटी दिसली 'कृष्ण गेस्ट हाऊस' अरे! इथं राहता येईल की मला!

या नव्यानं सुचलेल्या विचारानं तिला जरा उत्साह आला; पण थोडे कपडे वगैरे सामान घेणं भाग होतं. बळ एकवटून ती उठली आणि तिथल्याच आसपासच्या दुकानातून एक लहान बॅग, दोन तीन जोड कपडे, चपला, पर्स असं काहीबाही विकत घेतलन्. घेतलेल्या बॅगेत ते सारं सामान भरून पुन्हा ती कशीबशी त्या गेस्टहाऊसपाशी आली. भीती वाटत होती, संकोच वाटत होता; पण तशीच धीर गोळा करून ती गेस्ट हाऊसच्या ऑफिसमध्ये शिरली.

"मला– मला एक खोली हवीय."

काउंटरच्या मागे बसलेला पेंगणारा माणूस दचकून जागा झाला. लोट्यासारखं गोल डोकं, दोन्ही कानांवर केसांचे झुपके, जाडजूड मानेखालचा विशाल देह तेवढा काउंटरमुळं बराचसा झाकला गेला होता. बिनबाह्यांच्या गंजिफ्रॉकमधून दिसणारं जानवं त्याच्या ब्राह्मणत्वाची निशाणी देत होतं. चिपडं बसलेल्या बारीक डोळ्यांवर कठडा असावा तशा दिसणाऱ्या जाड जाड भुवया वर गेल्या. गोल डोकं हललं. त्यानं रूपाकडे निरखून पाहिलं, मग मान वळवून तिच्या मागून कोणी येतं आहे का ते पाहिलं– कोणीच नव्हतं, ती एकटीच होती. भुवया आक्रसल्या, घाणेरडं मिचकूट झालेलं जानवं हातानं गोल गोल फिरवत त्यानं विचारलं, "तुम्हाला? खोली हवीय?"

रूपानं महाप्रयत्नानं संयम राखला. तिच्या डोळ्यांसमोर पुन्हा अंधेरी येत होती आणि या घाणेरड्या माणसाची नजर तिच्या आरपार जाऊन तिच्याकडे बघत होती. तिनं नुसतच होकारार्थी डोकं हलवलं.

"एकट्याच आहात?" पुढचा प्रश्न. जास्त अणकुचीदार. कुणी नवाच प्राणी बघत असावं तसं कुतूहल अन् नाना शंका चेहेऱ्यावर स्पष्ट दिसत होत्या. नोकरीच्या शोधार्थ येणारी तरुण मुलं, ऑफिसच्या कामासाठी येणारे लोक, सरकारी नोकर आणि कधीकधी गुजराती चित्रपटात फुटकळ कामं करणारे कलाकार इथं येत असत. पण एकटी स्त्री तर आजवर कधीच आली नव्हती. बरोबर कोणी पुरुष असायचाच, असणारच.– रूपा जाम वैतागली होती.

"हो एकटीच आहे. बाहेरगावाहून कामासाठी आले आहे."

जाड भुवयांच्या कमानी परत वर गेल्या. गोल डोकं स्प्रिंग बसवलेलं असावं तसं हललं. 'हरी हरी' म्हणत, बोटांनी जानवं फिरवत मग तो जागचा उठला तेव्हा ठेचून भरलेल्या थैल्यासारखं त्याचं पोट काऊंटरच्यावर आलं. गंजिफ्रॉकवर पिठाचे, वरणाचे डाग होते. रूपाकडे बघत तो किल्ल्या घ्यायला वळता वळता म्हणाला, "नाव, पत्ता लिहा रजिस्टरात."

रूपानं रजिस्टरला अडकवलेलं पेन हातात घेतलं, क्षणभर अडखळली. नाव आणि पत्ता? पण तिचं, असं आता नावही नव्हतं न् पत्ताही नव्हता! जन्मापासून बरोबर असलेलं नाव आणि एक व्यक्ती म्हणून तिची ओळख, तिच्या अंगावरून उतरवून घेतली गेली होती. आता नवं नाव घेणं जरूर होतं. 'कुसुम', पण पत्ता काय लिहायचा?

"लिहिलं?" तो किल्ल्या घेऊन आला. " सिंगल रूम हवी, का डबलरूम? एक डबलरूम रिकामी झालीय आत्ताच. " "सिंगलच द्या." "ठीक. पाचशे रुपये डिपॉझिट, राहायचं भाडं रोजचं नव्वद रुपये. जेवण हवं असलं तर बाई माणूस आहात म्हणून खोलीत आणून देऊ, नाहीतर देत नाही, समजलं ना? नाही, म्हणजे इथे एकेक येत असतात– साले हुकूम करत सुटतात!"

रूपानं मुकाट्यानं रजिस्टर बाजूला ढकललं. पाचशे रुपये काउंटरवर ठेवले न् किल्ली घेतली. वाकडी बोटं झालेला तिचा एक हात तिनं काळजीपूर्वक साडीखाली झाकून घेतला होता.

"धुळा, ए धुळाभाई, ही बॅग घेऊन जा पाहू बावीस नंबरमध्ये." धुळानं बॅग उचलली आणि पदर डोक्यावरून ओढून घेत खाली बघत ती त्याच्या मागे गेली. तिला आजूबाजूला कुठे बघायची इच्छा नव्हती, कुणी तिला बघू नये अशी मात्र इच्छा होती! धुळानं खोली उघडून बॅग आत ठेवली.

"बाई, काही हवं-नको, मला सांगा. ह्या बाजूच्या खोल्यांमधली गिऱ्हाइकं

माझ्याकडे असतात.''

धुळा गेला तशी रूपानं दार बंद केलं अन् कॉटवर अंग टाकलं. आज आत्ता ह्या घटकेला तिला कशाचाही विचार करायचा नव्हता- ना पुढचा, ना मागचा! फक्त खूप खूप झोपायचं होतं, शांतपणे. विचार करायला नंतर वेळच वेळ होता. आता फक्त ह्या एकांतात, मऊ गादीवर तिला शांतपणे झोपायचं होतं!

१२

सकाळी जाग आली तशी ती दचकून उठून बसली. अरे बापरे! किती उशीर झाला होता! यशची बाटली भरायची होती, शैलेशसाठी नाश्ता तयार करायचा होता. रघूला बाजारात पाठवायचं होतं.

रूपा त्या छोट्या खोलीच्या मधोमध गोंधळून उभी होती. खोलीत अंधार होता, शांतता होती. इथं तर कोणीच नव्हतं! तिला आठवल्या होत्या त्या सगळ्या जणू पूर्वजन्मातल्या घटना होत्या! इथं तर ह्या अनोळखी जागी ती भाड्याच्या खोलीत राहत होती. एखाद्या गृहिणीसारखं कमरेला किल्ल्यांचा जुडगा अडकवून तिला तिच्या घरात राज्य नव्हतं करायचं. आता तिला फक्त स्वतःसाठी आणि स्वतःच्याच सोबतीनं जगायचं होतं!

का मग-मरूनच जायचं होतं?

रूपा उद्विग्न झाली. मृत्यू? तिचा मृत्यू?

पण-आपण तर नेहमी जीवनाचीच स्वप्नं बघत आलो!

यशनंतर दुसरं बाळ होईल; मग दोघा मुलांची शिक्षणं, संगोपन-

'शैलेश, आपण यशला काय काय शिकवू या हो? कराटे? हं, आणि क्रिकेट पण खेळेल तो! आणि खूप खूप शिकेल. काय बरं होईल तो? डॉक्टर? का इंजिनिअर? का मग काकांसारखा चार्टर्ड अकाउंटंट? आणि दुसरं बाळ होईल ना, ती तर मुलगीच हवी बरं का! पायल नाव ठेवू या हं तिचं. ती बॅडमिंटन शिकेल, नृत्य शिकेल. आणि काय नेम दोघंही उच्च शिक्षणासाठी हवीतर परदेशीसुद्धा

जातील. आपण ना, दोघांच्या शिक्षणासाठी विम्याच्या पॉलिसीज घेऊन ठेवू या. आणि दुसऱ्याही बचत योजना करून पैसे ठेवू त्यांच्यासाठी. आणि आपल्या घरावर एक मजला आणखी बांधावा लागेल, नाही का? अनूप जिथं असेल ना, तिथून त्याला शप्पथ घालून मी परत घेऊन येईन. खाली, वर, असे आपण बरोबर राहू या. आणि ना, सगळ्या जबाबदाऱ्या जरा कमी झाल्या ना, म्हणजे मी परत गाणं शिकायला सुरुवात पण करेन.' 'हो तर! रूपाराणी परत गायनाचे कार्यक्रम करायला लागेल. रूपा, आपल्या पायलच्या लग्नातसुद्धा तुझं गाणं ठेवायचं हं! पंख फुटतील तशी आपली मुलं दूर उडून जातील. मी मग रिटायर होईन. बागेत तऱ्हेतऱ्हेची झाडं, फुलझाडं, वेली लावीन. मी झाडांना संध्याकाळी पाणी घालत असेन ना, तेव्हा तू पोर्चमध्ये बसून सूर्यास्त बघत जा. तू न मी–'

स्वप्नांचासुद्धा विमा कोणी सुरू केला असता, तर...?

दरवाजा कोणीतरी जोरात ठोठावला. तिनं उघडल्याबरोबर तो काउंटरवरचा घाणेरडा लठ्ठ माणूस आतच घुसला. जानव्यात अंगठा अडकवून तो गोल गोल फिरवत कावळ्यासारखा खोलीत इकडेतिकडे बघत राहिला.

"काय आहे?"

"चहा नाश्ता-जेवणाची ऑर्डर द्यायचीय तुमची? सकाळी तुमची बेल वाजली नाही–"

"चहा नाश्ता." एवढंच सांगून रूपा दरवाज्यापाशी जाऊन उभी राहिली. पण तो तसाच निलाजऱ्यासारखा आपले लांडे हात पोटावर ठेवून उभा राहिला. अन् तोंड वासून हसला. तंबाकूच्या वासानं रूपाला मळमळलं. "काल तुम्हाला सांगितलंच होतं म्हणा, की खरं म्हणजे आम्ही रूम सर्व्हिस देत नाही. पण आता एकटी बाईमाणूस म्हणून-"

शेवटी एका हातानं मांडी जोरजोरात खाजवत खाजवत तो गेला. रूपानं दार लावून घेतलं. सुन्न होऊन ती तशीच उभी राहिली. डिवचलेल्या पोळ्यातल्या मधमाशा गुं गुं करून उडत राहाव्यात तसा एक एक क्षण तिला छळत होता. पलंगावर पडून ती छताकडे बघत राहिली. पुन्हा कोणीतरी दार वाजवलं. तिनं उठून किंचित फट पडेल एवढंच उघडून बाहेर डोकावलं. धुळा ट्रे घेऊन उभा होता. दरवाजा जरासा उघडलेला दिसला तशी त्यानं पायानं तो पुरता उघडला आणि तो आत आला. कोपऱ्यात पडलेलं एक लहान टेबल ढकलत त्यानं पलंगाजवळ आणलं आणि त्याच्यावर हातातला ट्रे ठेवला. मग आपण केलेल्या कामावर आपणच खूष होऊन तो उभा राहिला. "घ्या. हा नाश्ता. वडे गरम आहेत. खरं म्हणजे आमच्या शेठला ना, काही अक्कलच नाही. मी सकाळीच म्हटलं की बाईमाणूस आहे, एकटी आहे. त्या कशा खाली येतील नाश्त्याला? तुम्हीच जाऊन

विचारून या म्हटलं, काय घेणार म्हणून? बरोबर की नाही?''

रूपानं त्याला दोन रुपये दिले. ''नको बाई, नको मला.''

'' घे रे धुळा, तुझे खरंच आभार मानले पाहिजेत.''

पैसे घेता घेता धुळानं हात जोडून म्हटलं, ''काहीपण काम असलं ना बाई, तर मला हाक मारा. लग्गेच येऊन करून देईन. माझे शेट जरा-बरी नाही हो दानत त्याची बाई–! त्यांना सांगू नका हं बाई मी असं बोललो म्हणून! काय करायचं? पोटाला पाहिजे ना!''

धुळा गेला तशी रूपानं खाऊन घेतलं. गार झालेला चहा प्यायली न परत पडून राहिली. हॉस्पिटलमध्ये असताना, घोंगावणाऱ्या माशांसारखी पेशंटस्‌ची गर्दी अन् गोंगाटानं त्रासून गेलेल्या रूपाला आता ह्या हॉटेलच्या खोलीतला एकटेपणा आणि परकेपणा जणू खायला उठत होता. पलंगाची लोखंडी कड हातानं पकडून ठेवून ती डोळे मिटून पडून राहिली.

तिला जाग आली. खोलीतला उजेड कमी झाला होता. डोकं जड झालं होतं. अतिशय अस्वस्थ बेचैन वाटत होतं. ती कशीबशी उठून बसली. मग बेसिनपाशी जाऊन तोंडावर, डोक्यावर खूप पाणी मारलं. तेव्हा तिला जरा वेळ बरं वाटलं. पुन्हा तेच आग होणं न् वेदना होणं. अशा अवस्थेत ती ह्या जागी कुठपर्यंत राहणार होती? कशी राहणार होती? आज ना उद्या पैसे संपतील. मग?

खोलीचं छत जणू एकदम कोसळून अंगावर येत आहे असं वाटून ती घाबरली आणि खोलीबाहेर पडली. संध्याकाळच्या भरगच्च गर्दीकडे आणि रस्त्याच्या कडेनं झगमगणाऱ्या दिव्यांकडे बघत ती जरा वेळ उभी राहिली, अन मग गर्दीबरोबर चालायला लागली. कुठे? अन् कशाला? गर्दीतल्या सगळ्यांना कुठे ना कुठे पोचायचं होतं, तिथं पोचायची घाई होती. वाट बघणारे दोन डोळे प्रत्येकालाच आठवत असणार.

पाठीमागून कुणाचा तरी धक्का लागला तशी ती मान खाली घालून आणखी भराभरा चालायला लागली. हळूहळू गर्दी कमी होऊ लागली. हा रस्ता कुठे जात होता? रस्ता लांबच लांब पसरला होता. मग दिव्यांच्या उजेडात चमचमणारं तलावाचं पाणी दिसलं. ती तलावाकडेच्या कट्ट्याशी येऊन पोचली. फार गार बोचरा वारा होता. ती थंडीनं थरथरू लागली. आजूबाजूला आता हिवाळ्याच्या ह्या रात्री इतक्या उशिरा फारच थोडे लोक होते. दूर दिसणाऱ्या दुकानांमधली आणि खाण्यापिण्याच्या हातगाड्यांवरची गर्दीही कमी झाली होती.

तलावाच्या शांत पाण्यावर कट्ट्याजवळच्या दिव्याच्या प्रकाशाचा सोनेरी वर्ख पसरला होता. पण त्याच्या पलीकडे मात्र होता गाढ अंधार. तिला जरा भीती वाटली न् मग हसायला आलं. जीव द्यायला निघालेल्याला भीती कसली? गार वारा आपले हात लांब करून एखाद्या प्रियकरासारखा वेढून टाकत होता आणि आमंत्रण देत

होता मृत्यू! ह्या भयंकर आणि निरर्थक आयुष्याचा अंत. फक्त एक धपदिशी पाण्यात पडल्याचा आवाज-पाण्यावर वर्तुळं पसरतील, मग शांतता. मृत शरीराला एकटेपणाचं, विश्वासघाताचं, वेदनांचं भय ते काय?

तरी पण भीती तर वाटलीच. खोल बिळात लपून बसलेला साप एकदम बाहेर निघावा तसं माणसाच्या अंतर्मनात खोलवर दडून राहिलेलं मृत्यूचं भय लपलेलं असतं. भयंकर जंगली जनावरानं एकदम गर्जना करत झाडीतून अंगावर उडी मारावी- मोठी आयाळ, तीक्ष्ण दात, लांब लांब नखं असलेले पंजे आणि त्याच्या पिवळ्या डोळ्यांत स्पष्ट दिसणारा आपला मृत्यू! खांबाला बांधलेल्या बळीच्या बकऱ्यानं सुटका करून घेण्यासाठी धडपडावं, तशी ती भयभीत झाली. क्षणभरानं मात्र जिवंत राहण्याच्या तीव्र इच्छेचं सारं बळ पायात गोळा करून ती पळत सुटली. तलावाचा कट्टा तुटून पाण्याचे लोटच्या लोट तिच्या अंगावर येत आहेत या कल्पनेनं घाबरून, श्वास रोखून पळू लागली. वाटेतल्या लोकांना धक्के मारत, धडपडत धापा टाकत ती एकदाची कृष्णा गेस्ट हाऊसपर्यंत पोचली. लोकांची जेवणं चालली होती. खालचा हॉल भरलेला होता. पोळ्यांची चवड ताटात घेऊन जाणाऱ्या पोराला तिचा धक्का लागला. ताट खाली पडून खण्ण असा आवाज आला, तशी सगळ्या लोकांचं लक्ष गेलं. सगळे जण तोंड वर करून तिच्याकडे बघायला लागले. अस्ताव्यस्त शरीर सावरत शेट तिच्याकडे येऊ लागले. पण ती जिना चढून धावतच आपल्या खोलीत शिरली.

कसंबसं कॉटवर अंग टाकून ती हुंदके देऊन देऊन रडू लागली. अश्रूंच्या अनावर प्रवाहात ती जणू बुडून वाहत जात होती.

पोटात कसंतरी होत होतं. डोकं भणभणत होतं. तिच्या गालातून चमका मारत होत्या. शुद्ध जाईल असं वाटत होतं. पण महाप्रयासानं ती शुद्धीवर राहिली. शून्यमनस्क पडून राहिली. मग उरलीसुरली ताकद गोळा करून ओठ दाबून धरत ती कशीबशी उठली, तिनं दिवा लावला. भिंतीवर लटकवलेल्या अर्धा पारा उडून गेलेल्या आरशात तिनं बघितलं. आपलाच चेहेरा तिला त्या आरशात भरल्या डोळ्यांमुळे आणखीच अंधूक दिसला. तिचा आपला चेहरा तिलाच धड ओळखूही येत नव्हता. घामानं भिजलेला हात तिनं चेहेऱ्यावर फिरवला तशी वेदनेनं ती कळवळली. आई गं! गालावर नवा चट्टा पडला होता. तिच्या शरीरात घुसून, लपून बसलेल्या शत्रूनं अचानक नवा हल्ला केला होता!

एक अस्फुट किंचाळी तिच्या तोंडातून निघाली. कुष्ठरोगानं विषकन्येसारखं तिच्या चेहेऱ्याचं चुंबन घेतलं होतं! भिंतीवरून तिनं तो आरसा उतरवून घेतला, आणि कॉटवरच्या गादीखाली घालून टाकला.

एखादी भुतावळ डोळ्यांसमोर नाचावी, तशी सारी रात्र तिला अचानक स्वप्नांवर

स्वप्नं पडत राहिली... हिऱ्याचे दागिने आणि बनारसी शालू घालून यशला कडेवर घेऊन ती गच्चीवर उभी होती. यशचा वाढदिवस! शहनाईची कॅसेट लावली होती, अनूप अन् तोरलनं सारं घर खूप छान सजवलं होतं. शेरवानी चुडीदारमधे यश किती गोड दिसत होता! पाहुण्यांचं आगत-स्वागत करायला शैलेश तिच्याबरोबरच होता. तिच्या खांद्यावर डोकं ठेवून यश कसा निर्धास्त झोपला होता. यशचा पाप घेता घेता शैलेशनं चट्दिशी तिच्या गालांचही चुंबन घेतलं, तशी लाजून ती लालेलाल झाली! मित्रमंडळींच्या आग्रहाखातर तिनं एक गाणं म्हटलं. झगमगत्या वातावरणात ते मधुर स्वर पसरले. डॉक्टर गोस्वामी शैलेशच्या कानात म्हणाले, "शैलेश! नशीबवान आहेस बेट्या! पत्नी नुसती सुंदरच नाही, तर कलाकारही आहे!"

पण एकाएकी हे काय झालं? सगळीकडे आरडाओरडा, किंचाळ्या! कुणीतरी ताकदवान हातांनी तिला भर मैफलीतनं उचललं होतं आणि हॉस्पिटलमध्ये आणून टाकलं होतं! इथं संगीत नव्हतं, झगमगतं वातावरण नव्हतं. इथल्या काळकोठडीत होता अंधार, आजार, गर्दी, जखमा, मलमपट्ट्या, रक्त, वेदना!

ही काळकोठडी आहे. हातून घडलेल्या अपराधाच्या शिक्षेची वाट बघणाऱ्या कैद्यांपैकी ती एक आहे. "माय लॉर्ड, आरोपी बाई रूपानं समाजाचा आणि संस्कृतीचा भयंकर अपराध केला आहे, तिनं कुळाचं नाव बदनाम केलं आहे. सासरच्या घराला कलंक लावला आहे. पती तिचं तोंड बघायलाही तयार नाही. माहेरचे दरवाजे तिच्यासाठी बंद आहेत. या अक्षम्य अपराधाबद्दल तिला शक्य तितकी कडक शिक्षा द्यावी, अशी मी न्यायमूर्तींना विनंती करतो." सर्वत्र सुन्न शांतता. न्यायाधीशांनी शिक्षा सुनावली– "फाशी!"

"मला माझी बाजू मांडायची आहे! कोणीतरी ऐका! ऐका माझं!" आरोपीच्या पिंजऱ्यातील रूपा ओरडून ओरडून सांगतेय!

स्वप्नांनी हबकून रूपा जागी झाली अन् उठून बसली. ती उभी राहायला गेली तशी ती चक्कर येऊन कॉटवरून खाली पडली. जराशानं मग जरा स्थिर वाटलं तसं तिच्या लक्षात आलं, की ती खोलीत मध्येच जमिनीवर पडली आहे. हळू हळू उठून ती बाथरूमकडे गेली. आंघोळ केल्यावर जरा बरं वाटलं. चहा प्यावासा वाटत होता. तिनं खोलीत इकडे-तिकडे बघितलं, बेलचं बटण कुठे नव्हतं. तिलाच बाहेर जाऊन सांगणं भाग होतं. अवघड वाटत होतं, तरी तशीच ती बाहेर आली आणि व्हरांड्यात कुणी आहे का पाहिलं. समोरच्या खोलीचं दार उघडलं अन् श्यामलाल शेट बाहेर आला. रूपा दिसल्याबरोबर धोतराचा सोगा हातात धरून भराभरा तिच्याकडे आला. "काय हवं होतं?"

"चहा, आणि खायला काही असलं तर ते पण."

"अरे वा! इथं रूम सर्व्हिस आहे होय? वा!" म्हणत समोरच्या खोलीच्या

उघड्या दारातनं एक पुरुष बाहेर आला. अंगानं काटकुळा, खूप उंच, भडक रंगांचे कपडे, हातात बिअरचा ग्लास. रूपाकडे नजर गेली तशी त्याचे डोळे विस्फारले. बिअरचा घोट घेत त्यानं परत श्यामलालला विचारलं, "इथं रूम सर्व्हिस आहे तर! छान, फारच छान!"

रूपा लगेच आपल्या खोलीत गेली अन् तिनं धाडकन् दार लावून घेतलं. बाहेरून बोलण्याचा आवाज येत होता. त्या दुसऱ्या माणसाची नजर बंद दारातूनही तिच्यावर खिळलेली असेल असं वाटून तिचा थरकाप झाला. दरवाजा कोणीतरी खटखटला. घाबरत घाबरतच तिनं दार उघडलं तर चहा-नाश्त्याचा ट्रे घेऊन धुळा उभा होता. "घ्या बाई, खाऊन घ्या." आत येऊन त्यानं टीपॉयवर ट्रे ठेवला, मग हसतमुखानं म्हणाला, "तुमची ऑर्डर आहे, असं शेटनं सांगितलं, म्हणून मी स्वतः केलाय् हं चहा!"

"धुळा, त्या समोरच्या खोलीत कोण आहे?" धुळा जरा चाचरतच उत्तरला, "तो पिरमजी म्हणून आहे म्हणतात. कोणी म्हणतं महम्मद– कुणास ठाऊक खरं नाव काय आहे! गुंड आहे एक नंबरचा. हजार धंदे करतो नाही नाही ते, आणि असा उजळ माथ्यानं हिंडत असतो, पण कुणाची टाप नाही त्याला बोट लावायची!"

रूपाचं तोंड एकदम उतरलं. ते बघून धुळा काय ते समजला न् मऊ आवाजात म्हणाला, "काळजी नका करू बाई! काही जरूर वाटली, तर मला हाक मारा, लग्गेच येईन. माझे शेट परवानगी देणार नाहीत म्हणून, नाहीतर इथंच तुमच्या दाराबाहेर झोपलो असतो."

रूपाच्या डोळ्यांत पाणी तरळलं. काहीही ओळखदेख नसताना, हा अडाणी, गावंढळ दिसणारा मुलगा किती ममतेनं बोलत होता तिच्याशी! ट्रे घेऊन निघालेल्या धुळाच्या हातात तिनं शंभराची नोट ठेवली. धुळा इतका दचकला की त्याच्या हातातनं ट्रे पडणारच होता! "शंभर रुपये! बाई, तुम्ही चुकून शंभराची नोट दिलीत! का काही आणायचं आहे?"

रूपा हसून म्हणाली, "नाही रे धुळा, तुला म्हणूनच दिलेत ते. असेच आपले. दोन शब्द कोणी गोड बोललं, तर त्याची किंमत तर नाही ना करता येत?" हे जे ती काय बोलली, ते काही धुळाला कळलं नाही. त्यानं नीट जपून नोट खिशात ठेवली. मग आनंदानं म्हणाला, "नवं पिक्चर लागलंय्, 'जय खोडियार मां' हाऊसफुल्ल असतं, पण आता मी छन् छन् रुपये मोजीन अन् तिकीट मिळवीन!"

धुळा पळाला. रूपानं दार बंद करून घेतलं. आता काय करावं? छोट्याशा खिडकीच्या फ्रेममध्ये बसवला असावा तशा निळ्या आकाशाच्या तुकड्याकडे ती बघत बसली.

वेळ! हं! किती सगळा वेळ एकाएकी तिच्या हातात येऊन पडला होता! एरवी

सगळ्या लोकांच्या दृष्टीनं वेळ ही किती अमूल्य गोष्ट असते! मनगटावर बांधलेलं एवढंसं घड्याळ मोठ्या मोठ्या माणसांना दिवसभर धावत पळत ठेवतं. सारं जग एकेका सेकंदाचा हिशोब बसवता बसवता खाली-वर होत असतं. एका क्षणाच्या अवधीत लढाया हरल्या-जिंकल्या जातात. मोठमोठ्या खेळाडूंचं जीवन काही क्षणांच्या अवधीतच सर्वोच्च पायरीवर जाऊ शकतं किंवा त्यांची कारकीर्द संपुष्टातही येऊ शकते. सारं विश्व तराजूच्या एका पारड्यात अन् दुसऱ्या पारड्यात वेळ! क्षणोक्षणी घडणाऱ्या गोष्टींवर निर्भर असतं ब्रह्मांड!

आणि आज! आज इतक्या दुर्मिळ अन् मूल्यवान वेळाचा जणू मोठा हिरा एका साध्यासुध्या गृहिणीच्या पदरात येऊन पडला होता, आणि तिच्या लेखी त्याला काहीही किमंत नव्हती! दुपार असली काय, मध्यरात्र असली काय किंवा पहाट असली काय, काय फरक पडणार होता तिला? एवढ्याशा त्या खोलीत बसून राहिलेली रूपा काळाच्या बेड्या तोडूनमोडून मुक्त मुक्त झालेल्या क्षणांसारखी स्वतंत्र झाली होती! खरंच स्वतंत्र होती? का कैदी होती?

दोन्ही हातांनी डोकं गच्च धरून रूपा बसून राहिली. देवा रे! वेड तर नाही लागणार ना मला? हॉस्पिटलमधला वेडा छगन तिला आठवला.

पाय पोटाशी घेऊन ती पलंगावर पडून राहिली. जागी झाली तेव्हा संध्याकाळ झाली होती. खिडकीतनं दिसणारा आकाशाचा निळा तुकडा मात्र अजून काळवंडला नव्हता. ती उठून बसली. करायचं काही नव्हतंच! तिनं वेणी घातली. शरीर घामेजलं होतं. भूक तरी किती लागत होती सारखी सारखी! पण श्यामलालला हाक मारायच्या विचारानंच तिचा थरकाप झाला. ती बाहेर आली न् पायऱ्या उतरून खाली गेली, तेव्हा श्यामलाल रोजच्या जागेवर नव्हता. सुटकेचा निःश्वास टाकत ती रस्त्यावर आली.

संध्याकाळच्या उंबरठ्यावर रात्र अंधूक उजेड घेऊन उभी होती. रस्त्यावर दिवे लागले होते. रिक्षा करून ती तलावापाशी आली. जरा वेळ उगाचच इकडेतिकडे हिंडून मग ती तलावाजवळच्या कट्ट्यावर बसली. थोडं काही घेऊन खाल्लं. सगळे लोक हळूहळू परत निघाले होते. गेस्ट हाऊसच्या त्या खोलीत परत जायला तिचा पाय काही केल्या उचलेना; पण जायलाच हवं होतं– दुसरं करणार काय?

ती परत आली तेव्हा रात्रीची जेवणं उरकली होती. नोकर खरकटी भांडी घासत होते. श्यामलाल लुंगीचं टोक हातात धरून उभ्यानेच नोकरांवर उगाचच आरडा-ओरडा करत होता. ती आत शिरली तशी एकदम सगळे आवाज शांत झाले. खाली मान घालून ती आपल्या खोलीत आली. मागून आवाज आला, "बाई! अहो बाई!" धुळा तिच्या पाठोपाठ आला होता.

"ये, आत ये धुळा, काय झालं?" "काही नाही, विचारायला आलो, की

जेवायचं नाही का तुम्हाला? साऱ्या दिवसभरात काही खाल्लं नाही तुम्ही!''

"अरे, मी बाहेर खाऊन आले. पोट चुकतंय का कोणाला धुळा?''

"खरं आहे बाई. भूक कोणाला सोडत नाही, हेच तर दुःख आहे. पाणी घेऊन येतो ताजं. आणि धोब्याला पाठवू? कपडे धुवायचे असतील ना?''

"मी विसरलेच होते रे! तू कशाला रे बाबा सगळ्याची काळजी करतोस?'' धुळा काही उत्तर न देता एकदम गेलाच आणि लगेचच पाण्याचा जग घेऊन आला. "घ्या, गार पाणी आणलंय छान. बाई, दोन दिवसांच्या रजेवर जातोय मी. आई आजारी असते. साला शेटजी गेला महिनाभर रजा म्हणून देत नाहीये. मी परत येईपर्यंत असाल ना बाई तुम्ही? किती दिवस मुक्काम आहे?''

"मी आहे इथे सध्या धुळा. तू आईला भेटून ये, हं! ''

नमस्कार करून धुळा गेला.

तिचा मुक्काम किती दिवसांचा होता हे तिचं तिला तरी कुठे ठाऊक होतं? एक दिवस, दोन दिवस, माळेतल्या शेवटच्या मण्यासारखा एक शेवटचा दिवस केव्हाना केव्हा तरी येईलच! मग? वेळ तर तिला कधी संपणार नाही एवढा होता, पण पैसे?

घाबरून तिनं बॅग उघडली न् पैसे मोजले. जवळ जवळ चार हजार रुपये होते अजून. नोटांच्या त्या कागदी किल्ल्याच्या आत ती सुरक्षित होती. किल्ला मोडला की मग– तिनं चट्‌दशी बॅग बंद करून कुलूप लावलं. डोळ्यांवर झोप तर नव्हती तरी ती पलंगावर पडून राहिली. पण पडल्याबरोबर तिला अतिशय अस्वस्थ वाटायला लागलं, म्हणून मग ती परत उठली न् खिडकीपाशी जाऊन उभी राहिली. पाय जड होऊन भरून आले होते; आणि आतल्या आत तिला अजिबात बरं वाटत नव्हतं, कसंतरीच होत होतं, खूप मोठ्यानं रडावंसं वाटत होतं.

दात घट्ट आवळून खिडक्यांचे गज पकडून ती उभी होती. तिच्या लक्षात आलं होतं, की जरी तिचा सगळा वेळ मोकळाच होता, तरी मनोमन ती कशाची तरी वाट पाहत होती.

वाट पाहत होती काहीतरी घडण्याची. या एकांतवासाच्या कैदेसारख्या अवस्थेत, काहीच घडत नसणाऱ्या शून्यावकाशात काहीतरी घटना घडण्याची. काहीतरी जबरदस्त धडाका होण्याची प्रतीक्षा. काहीतरी चमत्कार घडण्याची प्रतीक्षा. कलियुगात काय चमत्कार होतच नसतील? चांगल्या लोकांना मदत करण्याचं देवांनी काय बंदच केलं असेल? पूर्वजन्मासारख्या भासणाऱ्या पूर्वायुष्यात, किती व्रतं, उपास, पूजा केल्या होत्या तिनं! सगळं व्यर्थच गेलं होतं ते. भक्तिभावानं गायलेल्या इतक्या प्रार्थना आणि भजनांमधला एखादा सूरही त्या जगन्नियंत्याच्या कानावर पडलाच नव्हता? घरातल्या छोट्याशा देव्हाऱ्यात लावलेली निरांजनं, नदीच्या प्रवाहात

सोडलेले अगणित दिवे– घोर अंधकारच फक्त उरलाय् अशा आजच्या तिच्या आयुष्यात त्यातल्या एखाद्या दिव्याचा प्रकाशही तिला मिळणारच नव्हता?

खिडकीच्या गजांवर डोकं टेकून ती सुन्न मनानं उभी होती. दरवाजावर टक्टक् आवाज झाला. ती दचकली. इतक्या रात्री? कोण असेल?

१३

दरवाजा उघडायला निघालेली रूपा एकदम थांबली. तिला शोधत कोणी यईल हे तर शक्य नव्हतंच! आणि तेही इथं, या असल्या गेस्टहाऊसमध्ये?

परत टक्टक् झालं, मग जरा जोरातच गुर्मीत दार ठोकलं गेलं. रूपानं दार अर्धं उघडलं, तोच लबाड श्यामलाल!

"काय काम आहे?" रूपानं चिडून विचारलं. तो त्या अर्ध्याउघड्या दारातनं आत शिरायला बघत होता. पण रूपा तिथंच उभी राहिली, आणि जरा जोरानं म्हणाली, "इतक्या उशिरा या वेळी काय काम आहे?" एवढं बोलेपर्यंत तिचं समोर लक्षं गेलं. समोरच्या खोलीच्या दारात तो हडकुळा उंच माणूस उभा होता. हातातल्या ग्लासातून घोट घेता घेता ओठांवरून जीभ फिरवत तो रूपाकडे बघून हसला. त्याच्या खोलीतून येणाऱ्या उजेडात त्याच्या केसांना लावलेल्या मेंदीचा लाल रंग दिसत होता. काय नाव सांगितलं होतं धुळानं? हां, पिरमजी, का मग महम्मद– नाव काही असलं, तरी काय फरक पडत होता? एक नीच, हलकट माणूस, नीच न् हलकटच राहणार होता. परत एकदा ग्लास तोंडाला लावत तो रूपाकडे टक लावून बघू लागला. त्याच्या त्या घाणेरड्या नजरेनं तिच्या अंगावर शहारे आले. त्याच्या दृष्टीत आता उघडउघड वासना होती.

रूपा दरवाजा बंद करू लागली तशी श्यामलाल आणखी पुढे सरकून दार अडवून उभा राहिला.

"बाई, तुमचंच काम आहे!"

"बाहेर नीघ, दार लावायचंय मला!"

"त्यात रागवायचंय काय? तो समोरचा विचारतोय तुमच्यासाठी!" मग आणखी पुढे झुकून डोळे मिचकावत त्यानं म्हटलं, "घेऊन येऊ का आत?"

"बदमाष!" रूपा मोठ्यानं किंचाळली. श्यामलालानं पिरमजीकडे नजर टाकली तशी त्यानं खिशातून शंभराची नोट काढली आणि नोटेचं चुंबन घेऊन मग हात लांब करून दाखवली! श्यामलालला आणखी जोर चढला.

"सारा दिवस आत पडून राहते न् रात्री जाते बाहेर धंदा करायला! मग इथं करायला काय हरकत आहे? आं? अरे, दिलदार माणूस आहे, सभ्य स्त्री असल्याचं नाटक पुरे झालं आता! सभ्य म्हणे! इथं अशी हॉटेलमध्ये कशी पडून आहेस मग?"

पिरमजी गालातल्या गालात हसत श्यामलालच्या मागे येऊन उभा राहिला. तोंडाला ग्लास लावून त्यानं तो रिकामा केला अन् मग आधाशासारखा तिच्याकडे बघत राहिला.

"सरक बाजूला श्यामलाल!" सारं बळ एकवटून रूपानं श्यामलालला धक्का मारला, आणि दार धाड्दिशी बंद करून कडी लावून घेतली, बोल्ट लावून टाकला. क्षणभर शांतता होती... मग परत दरवाजावर जोरजोरात थापा पडू लागल्या. गंजलेला बोल्ट निघून येईल या भीतीनं दोन्ही हातांनी दरवाजा दाबून धरून रूपा उभी होती. थोडा वेळ दरवाजाबाहेरून धाड्धाड् होत राहिलं; मग आणखी काही लोकांचे आवाज ऐकू आले आणि मग एकदम शांतता झाली.

अडखळत ती कशीबशी पलंगापर्यंत पोचली. जबरदस्तीनं आपले डोळे मिटून घेतले; पण झोप काही तिच्या जवळपासही फिरकली नाही. पिरमजी जवळ आलाय असा भास होऊन हवेतच हातवारे करून धक्के मारत ती कॉटवरून उतरून पळू लागली, तशी तोडलेल्या फांदीसारखी खाली पडली. ताप पुन्हा चढला होता. खूप मळमळत होतं. आतडी बाहेर निघतील असं वाटावं, तसा जीवघेणा त्रास होत होता. श्वास घ्यायलाही त्रास होऊ लागला. घामानं ती चिंब भिजली होती– ताप उतरला असेल? का चढत असेल? ती एवढी थरथरत का होती? हात छातीशी घेऊन, पाय पोटाशी घेऊन, ती जमिनीवरच पडून राहिली.

-तिनं शेवटी तलावात उडी मारली होती काय? अजस्र आकाराचे मासे तिला जबड्यात पकडून आत, आत ओढून नेत होते– खोल, खोल, आणि ती तडफडत होती.

महाप्रयासानं डोळे उघडून तिनं मान हलवून इकडेतिकडे पाहिलं– ती जमिनीवरच होती, पाण्यात नव्हती– ती तर तिच्या स्वतःच्या घरातच होती– ताटीवर बांधलेली! अरे बापरे! किती माणसं? बंगला न् बाहेरचं आवार गच्च भरलेलं!

फोन अखंड वाजतोय. पत्रं, तारा, गीतापाठ, अनाथाश्रमात अन्नदान, हमसून हुमसून रडणारा शैलेश– रूपाला भरून आलं. दुसऱ्याचं एवढं तेवढं दुःख बघूनही दुःखी होणारी ती, स्वतःच्याच मृत्यूनं दुःखी होणारच ना! शैलेशचं सांत्वन करावंसं वाटलं. संपले ऋणानुबंध, दुसरं काय? पण ती तर काही बोलू शकणारच नव्हती की! या जगाचा तिनं निरोप घेतला होता आणि तिचा आत्मा हवेत तरंगत होता!

तरी पण जगाचा मोह सुटतो थोडाच? पांढरे कपडे घातलेल्या माणसांच्या त्या गर्दीतून उठून ती बंगल्याच्या बाहेर गेली. जाता जाता दरवाजाला पकडून उभी राहिली.

"सोड– सोड–" काहीतरी टोकदार तिला टोचलं. सागरातील फेसाळलेल्या पाण्यात दिसावे तसे चेहरे अंधूक दिसत होते. तिनं दोन्ही हात जोडले न् म्हटलं, "हे बघा, मीच रूपा आहे अन् तरी ती माझीच तिरडी आहे! मी तुम्हाला सारं समजावून सांगते–"

कुणाचा तरी हात पकडून ती हळूहळू उठून बसली न् तिनं चोहीकडे बघितलं– ही कोण सगळी अनोळखी माणसं तिच्या मृत्यूचा शोक व्यक्त करायला आलीयत? आणि डॉक्टर– पोलिस–

"या सगळ्यांना मी बोलावलंय बये, काय समजलीस? दरवाजा तोडावा लागला! डॉक्टर अन् पोलिस नाहीतर काय तुझा बाप येईल? काही कल्पना आहे का तुला, किती खर्च झाला माझा?"

हा तर श्यामलाल होता. हे डॉक्टर, पोलिस, आणखी कोण कोण माणसं– हे काय होतं तरी काय सगळं? विजेचा शॉक बसावा तसं मग एकाएकी तिच्या सारं लक्षात आलं. मग तिनं सरळच विचारलं, "तुम्हाला दरवाजा फोडावा लागला? किती दिवस आजारी आहे मी?"

"दोन दिवसांपासून. ह्या गेस्टहाऊसच्या मालकांनी रिपोर्ट केला की तुम्ही खोलीचं दार उघडतच नव्हतात."

"अरे बाबा, मला तर लक्ष दिलंच पाहिजे ना! हॉटेलचा हा धंदाच असा आहे. कुणी चोरी करून खोलीत घुसून बसतं, तर कोणी प्रेमी जोडपं विष खाऊन आत्महत्या करायला येतं! बघा ना, बघा तर खरं या बयेचं थोबाड! त्या दिवशी लक्षात आलं असतं तर पाय टाकू नसता दिला!"

"एऽ! चूप! हे पाहा बाई, काय नाव तुझं? कुसुम? हं, तर कुसुम, चल पाहू आमच्याबरोबर. बॅग घे तुझी. सामान काय काय आहे आणखी, तेही घे." पोलिसांनी खोलीत इकडेतिकडे बघितलं. रूपाला धस्स झालं.

"जेलमध्ये? मी का म्हणून जेलमध्ये जाऊ? मी काहीसुद्धा केलं नाहीये. साहेब मला सोडून द्या! या श्यामलालचं हे सगळं कारस्थान असणार! त्या रात्री मी त्याला

इथून हाकलून दिला म्हणून–''

''म्हणजे? हे काय आहे काय श्यामलाल सगळं? या बाई काय सांगतायत?'' पोलिसांनी दम भरून विचारलं तशी श्यामलाल घाबरला.

''साहेब ही खोटं बोलतेय! मी भाडं घ्यायला आलो होतो, पैसेच देत नव्हती ही.''

इतका वेळ गप्प असलेले डॉक्टर आता म्हणाले, ''कुसुम काय सांगतेय ते ऐका तर खरं आधी.''

रूपानं हात जोडले. तिला रडू फुटलं. ''साहेब, हा माणूस हरामखोर, हलकट आहे. माझ्या समोरच्या खोलीत पिरमजी नावाचा कोणीतरी बदमाष लपून राहिलाय. त्या रात्री दोघं मिळून मला–'' दोन्ही हातांनी तोंड झाकून ती पुन्हा रडू लागली, कधी काळी तिच्यावर असा प्रसंग येईल, असं तिला पूर्वी स्वप्नातसुद्धा वाटलं नव्हतं!

''पिरमजी? पिरमजी इथं लपलाय?'' गोळा झालेल्या माणसांना बाजूला करत पोलिस इन्स्पेक्टर बाहेर धावला– समोरची खोली रिकामी होती! तो धावत परत आला न् श्यामलालच्या बकोट्या दोन्ही हातांनी घट्ट धरून त्यानं जरबेनं विचारलं, ''बोल! कुठे लपवलायस पिरमजीला? बोलतोस की नाही? गेस्टहाऊसच्या नावाखाली असले धंदे करतोस आणि एकटी आहे म्हणून या बाईला असा त्रास देतोस वर?''

''साहेब, मी खोलीचं डिपॉझिट भरलंय पाचशे रुपये. पावती दाखवते तुम्हाला. मला तुरुंगात नका टाकू साहेब. मी काही नाही केलं– दया करा माझ्यावर– माझं कोणीही नाहीये हो!''

खोलीच्या बाहेर तमाशा बघायला गोळा झालेले लोक आपापसात बोलतच होते, ''पाहिलंस ना? दिसतेय् तर चांगल्या घरची असावी तशी न् धंदे कसले करतेय् पाहा! पिरमजीलाही ओळखतेय बया!''

''अहो आता तर बायकासुद्धा या धंद्यात पडल्यायत् साहेब! अहो, मी काल माझ्या डोळ्यांनी बघितलं ना! उघड उघड राजरोस दारू पीत होता हो तो, आणि या बाईशी– आपल्याला काय म्हणा! तिचं ती भोगेल!''

जमिनीकडे बघत ती दगडासारखी उभी होती. डोळ्यांतून अश्रूंच्या धारा वाहत होत्या. तिचं ती भोगतच होती ना! पण तिनं असं काय केलं होतं, की ज्याची अशी भयंकर शिक्षा तिला मिळत होती, हे मात्र तिला कळत नव्हतं. आईला सगळी मुलं सारखीच असतात ना? मग धरतीमातेनं एकट्या सीतेलाच का पोटात घेतली?

रूपानं पलंगाखालची बॅग काढली. उगीचच खोलीत एक नजर टाकली. पण स्वतःच्या हक्काच्या भरल्या घरात जिथं, तिचं असं काही राहिलं नव्हतं, तिथं या घाणेरड्या हॉटेलमधल्या भाड्याच्या खोलीत तिच्या मालकीचं काय असणार होतं? पदर डोक्यावरून घेऊन तिनं तो कपाळावर ओढून घेतला न् म्हणाली, ''चला!''

"तुला हॉस्पिटलमध्ये नेणार आहेत, कळलं ना? तुला माहीत आहे ना, की तुला कुष्टरोग झालाय्?"

दाणे टिपणारी कबुतरं जशी कुणी दगड फेकल्याबरोब्बर भुर्रदिशी उडून जातात, तसे ते शब्द ऐकताक्षणी गोळा झालेले तमासगीर पांगले. कडवट स्वरात रूपा म्हणाली, "सर्व ठाऊक आहे डॉक्टरसाहेब. हॉस्पिटलमध्ये होतेही मी, आणि परत नशिबी तेच आहे."

"अरे! अरे! एऽ! तू कुठे पळतोय्स रे श्यामलाल? चला, त्याला पोलिसठाण्यावर घेऊन चला."

गेस्टहाऊसच्या बाहेरही पोलिसांची जीप बघून लोक गोळा झालेच होते. चेहरा झाकून रूपा पट्दिशी जीपमध्ये बसली.

तिचं नशीब तिला परत हॉस्पिटलमध्ये घेऊन आलं होतं! एकदा जीव मुठीत घेऊन पळाली होती; आता पुन्हा दुसरं हॉस्पिटल! परत तशाच कॉट्स, औषधांच्या गोळ्या, अंगावर बँडेजेस्, उद्ध्वस्त चेहरे! हलकेच टाकलेल्या उसाशांसारखेच उदास संधिकाळ, अगणित वेदना घेऊन येणारा आजारी माणसांचा न संपणारा स्त्रोत. अमीना, रूखी, परवेझ, छोटूकाका, अब्दुल पठाण, मनुदादा, भिका,– वय, भाषा, जाती, धर्म, पोटजाती, प्रांत, सगळ्या सीमा ओलांडून समाजानं हद्दपार केलेली, हिडिसफिडीस केलेली, जनावरांचा कळप काठ्या मारून हाकलावा तशी हाकलेली, शरीरं आणि मनांवरच्या असंख्य जखमा घेऊन अशी सगळी माणसं तिथं यायची. पृथ्वी रसातळाला जाईल इतके अश्रूंचे ढग प्रत्येक डोळ्यात भरलेले!

लहानसं खेडं अन् खेड्याच्या कडेला असलेल्या आटून गेलेल्या नदीच्या पलीकडे ते प्रचंड मोठं हॉस्पिटल. आजूबाजूला जंगल आणि शांतता. सरत्या संध्याकाळी रोज रूपा बागेतल्या एका झाडाखालच्या पारावर झाडाला टेकून बसायची. नदीच्या ओहोळासारख्या प्रवाहात तिनं आपला भूतकाळ सोडून दिला होता! आता ती होती कुसुम. फक्त कुसुम. हॉस्पिटलमध्ये तिला आणलं तेव्हा तिथल्या जाडजूड रजिस्टरमध्ये नाव नोंदविण्यासाठी तिथल्या माणसानं विचारलं, "कुसुम– पुढे काय? नवऱ्याचं- वडिलांचं नाव? आडनाव काय?" तिनं नुसतंच नकारार्थी डोकं हलवलं होतं. "...आजारी असल्यामुळं स्मरणशक्ती गेलीय... काही आठवत नाही. फक्त स्वतःचं नाव आठवतं..," असं मग पुटपुटली होती. स्वतःचं नाव! स्वतःच ठेवलेलं नाव... कुसुम!" बस् आणखी काहीच नाही!

बागेत कधी कधी रुखी बरोबर असायची, तर कधी परवेझ. कधी बागेत काम करता करता अब्दुल पठाण दुरूनच हसून ओळख द्यायचा. मनुदादा काठी घेऊन हळूहळू चालायचा प्रयत्न करत असायचे. कुष्ठरोगानं झिजलेल्या पायांच्या बोटांमुळे त्यांना नीट चालता येत नसे. एकदा ते पडले अन् नंतर तर त्यांना अर्धांगाचा

झटकाही आला. ते तर बरीच हॉस्पिटलं फिरून आले होते. लांब पांढऱ्या दाढीच्या केसांचा गुंता झालेला. ईश्वरावर प्रचंड श्रद्धा. कुणालाही गाठून महाभारतातल्या गोष्टी सांगायला, नाहीतर भजन गायला बसायचे. ज्याला गाठतील त्याला मग नाइलाजानं त्यांच्याजवळ बसून त्यांचं बोलणं ऐकावंच लागे.

"कुसुम, तुझा देवावर का बरं विश्वास नाहीये?" सोटा पाठीत बसावा तशी त्या प्रश्नानं रूपा कळवळते; पण म्हणते, "देव आहे असं मला वाटतच नाही. ज्याचं अस्तित्वच नाही, त्याच्यावर विश्वास कसला आलाय?"

"देव तर आहेच कुसुम. हे आकाश, ही पृथ्वी, सागर, पर्वत, हे चमचमणारे तारे, तेजानं तळपणारा हा सूर्य, रूपेरी चंद्र, हे सारं बघतेस ना तू? त्या विधात्यानंच या साऱ्यांना घडवलंय, आणि त्यानंच मनुष्यालाही बनवलंय."

"असं ना? म्हणजे तो साऱ्या विश्वाचा पिता झाला ना? मग हा पिता, आपल्याच मुलांना दुःखाच्या खाईत का लोटतो?"

"ईश्वराची ती लीला आहे कुसुम."

रूपा खदखदून हसली. कडू जहर होतं ते हास्य. "त्यानं स्वतःची लीला म्हणून हे सगळं निर्माण केलंय, असंच ना? स्वतःच्या स्वार्थी आनंदासाठी माणसांच्या सुखदुःखाशी जीवघेणा खेळ करायचा क्राय अधिकार आहे त्याला?"

"याचं उत्तर मला ठाऊक नाही बेटा; पण एवढं टाऊक आहे, की माणूसही स्वतःच्या सुखःदुखांकडे एक लीला म्हणूनच बघू लागला, तर पैलतीरी पोचणं त्याला जास्त सोपं होईल."

"दुःख हा खेळ नाही मनुदादा. निखळ वास्तव आहे. अर्धांगानं वाकड्या झालेल्या तुमच्या चेहऱ्यासारखं, वाकड्या वळलेल्या माझ्या या बोटांसारखं, पायांवरच्या जखमांमधून वाहणाऱ्या रक्त आणि पू यासारखं. मनुदादा, बुद्धिबळाचा खेळ खेळणाऱ्याला फक्त स्वतःच्या विजयाची किंवा पराजयाचीच पर्वा असते; मरणाऱ्या प्याद्यांची नसते!"

"या सृष्टीचं आणि मानवजातीचं प्रेरक बळ फक्त श्रद्धा हेच आहे कुसुम. गीतेत म्हटलंय, की श्रद्धा हीच माणसाची खरी संपत्ती आणि मूलभूत भावना आहे. श्र म्हणजे सत्य आणि धा म्हणजे धारण करणं. मूलभूत सत्याला अनुसरून जो जीवन जगतो, त्याला आत्मशांती मिळते."

"आणि त्या श्रद्धेला जेव्हा तडा जातो, तेव्हा कशाच्या आधारानं जगायचं? कुठल्या भूमीवर पाय रोवून उभं राहायचं? दहा वर्षं उलटली आता, घरच्या सगळ्यांनी मिळून तुम्हाला घराबाहेर हाकललं त्याला, तरीही तुमच्या त्या श्रद्धेला तुमची हाक का नाही ऐकू आली? बोला ना मनुदादा, उत्तर द्या!"

मनुदादा हातातल्या काठीवर डोकं टेकून बसून होते. रूपानं आवेगानं त्यांचे

खांदे पकडून गदागदा हलवले.

"बोला ना दादा, गप्प का बसलात?"

मनुदादांनी वर बघितलं. सूर्य मावळतीला गेला होता. संध्याकाळचे शेवटचे किरण त्यांच्या डोळ्यांत येऊन मावळले होते. एक उसासा टाकून ते म्हणाले, "माझ्या मनाची उजाड, दगडासारखी कठीण झालेली जमीन कशाला उकरतेय्स? बेटी, कित्येक प्रश्नं मला नेहमीच सतावत असतात. गीता वाचतो, भजन गातो, इतर दुखणेकऱ्यांना ज्ञान, धर्माच्या चार गोष्टी सांगतो; पण माझ्या मनाला आतून शांती नाही कुसुम! तुला खरं खरं सांगायचं तर माझीच श्रद्धा हरवलीय! कारण माझ्या मनात अंधार आहे आणि अंधारात हरवलली वस्तू कशी सापडणार?"

काठीच्या आधारानं मनुदादा कसेबसे उभे झाले. रूपाला वाटलं, किती रेषा पडल्यागत, किती सुरकुतलाय् त्यांचा चेहरा!

"चल, निघू मी? औषधाची वेळ झाली!" ते हळूहळू चालू लागले.

रूपाला वाईट वाटलं. कुणीतरी आपलं मनोगत मनात घट्ट झाकून ठेवलं होतं आणि तिनं त्याचं झाकण ओढून काढलं होतं. कितीतरी वेळ हळूहळू दूर जाणारी मनुदादांच्या काठीची टक्टक् ती ऐकत राहिली. मग तीही आत जायला उठली, तेवढ्यात बाजूच्या झाडीत सळसळ झाली. साप किरडू असेल या भीतीनं ती एकदम दूर सरकली. जंगलाबाहेरच्या त्या उजाड जमिनीत पुष्कळदा जीवजिवाणू निघायचं. तिनं अंधारात जरा निरखून बघितलंन आणि चमकलीच. रुखी आणि अब्दुल एकमेकांना घट्ट मिठी मारून आवेगानं चुंबन घेत होते. तिनं नजर फिरवली. रुखी कपडे सावरत झाडीमागून बाहेर निघाली न् रूपाला बघितल्याबरोबर तिथून सटकलीच. अब्दुल खाली बसून वाफा नीट करायला लागला. रूपा परत येऊन अब्दुलच्या समोरच्या बाकावर बसली न् सरळच त्याला म्हणाली, "काय हे अब्दुल? चांगलं का हे असं वागणं?"

मुठीत माती घेऊन ती परत हळूहळू खाली टाकत खालमानेनं अब्दुल म्हणाला, "चांगलं काय न् वाईट काय? सगळ्याचा विसर पडलाय् ताई. असा एकटा एकटा किती दिवस इथं हॉस्पिटलमध्ये– ताई, बोलायला शरम वाटते; पण या रोपांना पाण्याची तहान लागते ना, तशी मला बाईमाणसाच्या शरीराची तहान लागते."

मुठीतनं खाली टाकलेली माती तो उगाचच हातानं सारखी करत राहिला. "बरा झालास की लग्न कर अब्दुल."

रूपा उगीच बोलायचं म्हणून बोलली, पण मग तिलाच चोरट्यासारखं झालं. किती निरर्थक होते तिचे शब्द! मातीतलं एक ढेकूळ उचलून तिनं ते जोरानं दूर फेकलं.

"तुम्हालाही ठाऊक आहे ताई, एकदा या दुखण्याचा शिक्का बसला म्हणजे

बरं झाल्याचं डॉक्टरचं सर्टिफिकेट दाखवलंत तरी सख्खे आई-बापसुद्धा घराचे दरवाजे तोंडावर बंद करतात, तिथं बायको कुठून मिळायला बसलीय! माझ्यासाठी घराची, मनाची... सगळी दारं बंदच झालेली आहेत ताई!''

बागेत पसरणारा अंधार थेंबाथेंबानं त्यांच्या मनात झिरपत असेल, तशी दोघं स्तब्ध होऊन बसून राहिली. खडबडीत जमिनीवर अब्दुल विमनस्कपणे हात फिरवत राहिला.

''माझं नशीबच फुटकं. सांगू माझी कथा? ऐकाल? मी भावनगरचा. गरीब आई-बापाचा तीन मुलांमधला धाकटा. वडील गरीब, पण खूप प्रेमळ. लहान होतो तेव्हा साधूच्या वेषातला एक लबाड माणूस मला पळवून घेऊन गेला आणि दूर जाऊन एका गावात मला विकलन्. करीममियाँ नावाचा एक श्रीमंत मुसलमान व्यापारी होता, त्यानं मला दया येऊन विकत घेतलं. झुबेदा अम्मा त्याची बायको. त्यांना मूलबाळ नव्हतं. अल्लामियानं पाठविलेली भेट समजून, मी मिळालो म्हणून खुशीनं पागल झाली ती. आणि माझा पायगुण म्हणून की काय, झुबेदाअम्माला दिवस राहिले आणि जुळं झालं! तसलीम, रशीद न् माझं छान त्रिकूट जमलं. नवे नवे कपडे, छान छान खाणं-पिणं आणि कुराणचा अभ्यास... सारं छान चाललं होतं. पण नशीब फुटलं म्हटलं ना! एक दिवस शाळेत डॉक्टरी तपासणी झाली– पंधरा ऑगस्टच्या निमित्तान. आणि शाळेतून अब्बूच्या नावाची चिठ्ठी आली, की अब्दुलची नीट डॉक्टरी तपासणी करून घ्या. अब्बू घाबरले न् मला मोठ्या डॉक्टरकडे घेऊन गेले. मला कुष्ठरोग झालाय म्हणून सांगितलं त्यांनी. कुष्ठरोग! अम्मा न् अब्बू जादूची कांडी फिरावी तसे एकदम बदलून गेले. मी रडू लागलो. त्यांनी मला हॉस्पिटलमध्ये नेऊन ठेवलं. मी तिथं धिंगाणा करायचो. औषधं फेकून द्यायचो. घरी जायचंय म्हणून रडायचो. तीन वर्षं मी तिथं काढली. अब्बू दर महिन्याला पैसे पाठवायचे. मला चोरून सिनेमे बघायची सवय लागली. पिक्चरमधली नाच-गाणी मला फार आवडायची. मग हॉस्पिटलमध्ये आणखीच कंटाळा यायचा. नर्स बाया किती सुंदर वाटायच्या–''

दीर्घ श्वास घेत अब्दुल थांबला. बगीच्यात कोणीच नव्हतं. दूर हॉस्पिटलच्या मोठ्या दरवाजावरचा दिव्याचा गोळा अंधारात चमकत होता. जेवणाची वेळ केव्हाच टळून गेली होती. अंधारात अब्दुलचा चेहरा तर दिसत नव्हता, पण आवाजातलं दुःख न् विषाद जाणवत होते.

''ताई, मी तळमळायचा स्त्रीसुखासाठी. स्वप्नं पडायची तीही चांगल्या चांगल्या जेवणाखाण्याची न् बायांची. घरून निघालो त्याला तीन वर्षं उलटली होती. एक दिवस हॉस्पिटलमधून पळालो तो थेट घरी गेलो. अम्मा स्वयंपाकघरात होती. पक्वान्नांचा आणि कोंबडीच्या रश्श्याचा सुगंध आला. मी वेडावून गेलो. अम्माला

बघून इतकं बरं वाटलं की मी जाऊन मिठीच मारली. पण अम्मानं जोरात आरडाओरडा केला! मला मारायला काठी घेतली हातात! त्या दिवशी तसलीमची सगाई होती न् नेमका तेव्हाच मी घरात घुसलो होतो! अम्मानं कपाळ बडवून घेतलं. माझं दुखणं– मी तिला तिथे नको होतो मुळीच– म्हणाली, काही म्हटलं तरी हलकं रक्त माझं– गरीब घरचा पैसे देऊन विकत घेतलेला मुलगा, खानदानी थोडाच आलाय्!''

खरं सांगतो ताई, त्या कोंबडीच्या ऐवजी मलाच शिजवत असतील तशा वेदना झाल्या मला. तसलीम बिचारी मला गच्चीवर घेऊन गेली आणि मला घट्ट बिलगून खूप रडली. म्हणाली, ''भाईजान, मला तर कालच पहिल्यांदा कळलं की तुम्ही अम्माचा मुलगा नाही! माझ्या सगाईसाठी तुम्हाला बोलवायचा हट्ट धरला, तेव्हा अम्मानं मला सांगितलं. पण भाईजान, तुम्ही माझे खरे खरे भाऊच आहात. या माझ्या चार बांगड्या घ्या. नाही म्हणाल तर शपथ आहे माझी. कधीमधी लपूनछपून येऊन भेटत जा, पैशाची फिकर करू नका.''

अब्दुलनं अंगरखा वर करून आतल्या बंडीच्या खिशातून तीन सुरेख बांगड्या काढून दाखवल्या. रूपानं लगेचच विचारलं, ''पण अब्दुल, तीनच बांगड्या कशा?''

अब्दुल खाली मान घालून मातीत बोटं फिरवत राहिला. ''विकून टाकलीस ना एक बांगडी अब्दुल? कशासाठी तू वापरलेस ते पैसे?''

''मी– हॉटेलमध्ये–''

''मला ताई म्हणतोस् न् वर खोटं बोलतोस? अब्बू तर पैसे पाठवतात तुला. नक्की तू ती बांगडी जुगार, दारू आणि– कुठल्यातरी बाईसाठी विकलीस, होय ना?''

गुडघ्यात मान घालून अब्दुल मुकाट रडत होता. रात्रीच्या शांततेत त्याच्या दबक्या हुंदक्याचा आवाज पसरत होता. तिला अब्दुलची चीड नाही आली. काय होता त्याचा गुन्हा? स्वतःच्या घरातून आपल्या माणसांमधून, समाजातून, हाकलून पिसाळलेल्या कुत्र्यासारखं दगड मारून उकिरड्यावर आणून टाकलं होतं त्याला. ज्या वयात बरंवाईट घरच्या वडील माणसांनी शिकवायचं, त्या वयात असं आयुष्य जगला होता तो. आणि आता तो डुकरासारखा घाणीत तोंड घालून जगायला बघत होता!– पण तिची स्वतःची कहाणी तरी त्याच्यापेक्षा फार वेगळी थोडीच होती? कुणीतरी नेम धरून अचूक बाण मारावा तशी त्या विचारानं ती विदीर्ण झाली.

एकदम उठून रूपानं अब्दुलच्या पाठीवर हात ठेवला.

''अब्दुल, दारू, न् जुगाराचं व्यसन सोडून दे भाई, बरबाद होशील!''

बाहीला डोळे पुसत अब्दुल एकदम मोठ्यानं हसला, मग रूपाचा हात झटकून

टाकत उभा राहिला.

"इथं कुणाला पडलीय? बरबादीची काय फिकीर? बस् मौजमजा करून घ्यायची, चैन करून घ्यायची!"

आणि लांब ढांगा टाकत तो अंधारात दिसेनासा झाला! रूपा झाडाखाली अंधारात उभी होती. तिच्या खांद्यावर हळुवार स्पर्श झाला. चमकून तिनं मागे पाहिलं, तर सिस्टर जेसिका उभ्या होत्या. त्यांच्या चेहऱ्यावर स्मित होतं.

"अंधारात का उभी आहेस कुसुम?"

"कारण जगात कुठे प्रकाश नाहीच आहे!" तिनं वर आकाशाकडे बघत म्हटलं.

"मेणबत्ती पेटवावी मग कुसुम!"

"ती तर हवेचा एक झोत आला की विझून जाते!"

आणि पटकन् पाठ फिरवून रूपा चालू लागली. सिस्टर तिच्या बरोबर बरोबर चालत होत्या. पुन्हा एकदा त्या मृदू हसल्या. त्यांनी रूपाचा हात पकडला. एखाद्या मऊ पिसाचा स्पर्श व्हावा तसं वाटलं रूपाला.

"मग तुझ्या अंतःकरणात दिवा लाव कुसुम. कितीही भयंकर वादळ झालं तरी तो दिवा विझत नाही."

दोघी हॉस्पिटलच्या पायऱ्यांपर्यंत आल्या. इथं उजेड होता. रूपा एकदम सिस्टर जेसिकाकडे वळली आणि त्यांच्या शांत नजरेत नजर मिळवत म्हणाली, "पण माझ्या अंतःकरणात तर वणवा पेटलाय सिस्टर!"

आणि सिस्टरचा हात सोडून ती भराभरा पायऱ्या चढू लागली.

१४

हॉस्पिटलच्या विशाल आवाराच्या अगदी टोकाला असलेला मोठा लोखंडी दरवाजा बहुतेक वेळ बंदच असायचा. आवाराच्या उंच उंच भिंतीमुळे ते इतर जगापासून तुटून वेगळं पडलेलं वाटायचं. एक वेगळीच दुनिया आणि ती घडवणारा एक अदृश्य शत्रू.

रुग्णांसाठीची औषधं, अन्नधान्य वगैरे वस्तू आणून पोचवणाऱ्यांखेरीज इतर कोणी दुसरी व्यक्ती इकडे क्वचितच फिरकते. त्यामुळे असं वेगळं कोणी आलं की सगळ्यांचं लक्ष वेधलं जातं. एक पांढऱ्या रंगाची गाडी एका सकाळी आवारात येऊन उभी राहिली. एका आजारी अन् अशक्त स्त्रीला एक पुरुष आणि एक स्त्री सांभाळून काळजीपूर्वक खाली उतरवत होते. गुलाबाच्या झाडांना पाणी घालता घालता रूपा थबकली. रोगानं बेजार झालेले रुग्ण इथं येणं यात नावीन्य काही नव्हतं; पण त्या रुग्णाबरोबर येणाऱ्यांचं त्यांच्याशी प्रेमानं वागणं नक्कीच कुतूहल वाटायला लावणारं होतं! 'किती दिवस?' कडवटपणानं रूपा स्वतःशीच म्हणाली. असं हे दृश्यही दिसतं कधीमधी; पण आजारी बाईला इथं ठेवून आवारातून निघून जाणारी गाडी तिच्या आयुष्यातूनही निघूनच जाते.

पाठ फिरवून रूपा वाफ्यांना पाणी घालू लागली.

सरत्या संध्याकाळी रूपा रोजच्यासारखी आवारातल्या त्या वृक्षाच्या पारावर बसली होती. तिथून जरा अंतरावर छगनकाका काही पेशंट्‌सकडून व्यायाम करून घेत होते. मनुदादा सगळ्यांपासून दूर थेट मेंदीच्या कुंपणाच्या कडेनं हळूहळू चालत

होते. थकले की थोडा वेळ खाली बसून मावळतीच्या सूर्याकडे पाहत राहायचे. त्या दिवशी रूपाबरोबर ईश्वर आणि श्रद्धा यावर वादविवाद झाल्यानंतर का कोण जाणे, ते गप्पच असायचे. आज दुपारीच मंदा त्यांच्याकडे भजन ऐकायला म्हणून गेली होती. तिला त्यांनी घसा दुखतोय, अशी सबब सांगून परत पाठवली होती. रूपा त्यांच्या वॉर्डमध्ये त्यांच्या तब्येतीची चौकशी करायली गेली तर बिछाना रिकामा होता. आत्ता मनुदादा दिसले तेव्हा ती त्यांच्याकडे निघाली. इतक्या दुरूनसुद्धा ते हताश, उदास दिसत होते. रूपाला त्यांना विचारायचं होतं, "काय होतंय तुम्हाला मनुदादा?"

तेवढ्यात अब्दुलनं तिला हाक मारली, "ताई, हे कलम बघितलंत?"

"कशाचं आहे?"

"गुलाबाचंच ना! मला खूप हौस आहे ना याची, म्हणून मी ट्रस्टीसाहेबांना सांगून खास मागवलं होतं. या वाफ्यात मला सगळे गुलाबच लावायचेत. वेगवेगळ्या रंगाचे. मग या वाफ्याला नाव पण देऊ या छान."

"गुलाबकुंज?"

"हां. छान नाव आहे. ताई, माझ्याजवळ लखनौचं गुलाब अन् मातीचं अत्तर पण आहे. तुम्हाला देईन थोडंसं."

"लखनौचं? ते कुठून मिळवलंस तू?"

"अरे, त्यात काय! ज्या वस्तूंची हौस असेल ती मिळवायचीच, अशी जिद्द असते माझी. ए भादर, ते मातीचं घमेलं आण बरं इकडे जरा."

मोठा दरवाजा उघडला आणि पांढरी मोटार आत आली. सगळे जण कुतूहलानं बघत होते. टिफिन घेऊन एक गृहस्थ उतरले. रूपानं त्यांना ओळखलं. सकाळी त्या बाईंना घेऊन आले होते, तेच होते ते. इतक्या दूर असलेल्या या हॉस्पिटलमध्ये घरचं जेवण येऊन पोचतं! त्या माणसाच्या पाठमोऱ्या आकृतीकडे ती पाहत राहिली. माती खुरपता खुरपता अब्दुल चिडचिड करत बडबडला, "कशाला येतात कोण जाणे इथपर्यंत! दुसरी काही कामं नसतील?"

"तुझं काय गेलं पण आले तर?" जरा रागानंच रूपा म्हणाली न् मग ती मनुदादांकडे गेली. हातातल्या काठीवर डोकं ठेवून ते बसले होते. रूपा त्यांच्याशेजारी कट्ट्यावर बसली न् तिनं त्यांच्या पाठीवर हात ठेवला. "दादा!" ते दचकले. "कोण? कुसुमबेटी? कशी आहेस?"

"मी तुम्हाला विचारायला आले आहे, कसे आहात म्हणून! मंदा म्हणत होती तुमचा घसा दुखतोय म्हणून?"

"काय दुखतंय अन् काय नाही, हे ठरवणं अवघड आहे बेटी!"

"का असं म्हणता दादा? मी त्या दिवशी तुमचं मन दुखावलं तर नाही ना?

उगीचच उलटसुलट प्रश्न विचारून मी–''

''बरंच झालं पण ते. कितीएक गोष्टींचा आपण डोळे मिटून मुकाट्यानं स्वीकार करतो. का? कारण डोळे उघडे ठेवले तर जे दिसेल ते सत्य स्वीकारायची आपली तयारी नाही, म्हणून? ऋग्वेदाच्या दहाव्या मंडलात वाचलं होतं, की श्रद्धा हीच सृष्टीची आणि मनुष्याची प्रेरक शक्ती आहे. ते पोपटासारखं घोकून ठेवलं होतं. पण आज मला वाटतंय् की ती समज नव्हती मला आलेली, पण ते समाधान करून घेतलेलं होतं मी माझ्या मनाचं!''

बोलता बोलता दमल्यासारखे ते मग चूप झाले. रूपानं त्यांच्या पाठीवरून मायेनं हात फिरवला. काय बोलायचं बाकी होतं? सारं काही जणू बोलून संपलं होतं! कट्ट्यावर झाडाची गळलेली पानं पडली होती. त्यातलं एक पान उचलून मनुदादांनी रूपापुढे धरलं. ''बघ बेटा, हे पिवळं पडलेलं पानसुद्धा किती सुंदर दिसतंय्! हे हिरवं होतं, तेव्हाही तितकंच सुंदर होतं. माणूस हिरव्या कच्च्या अवस्थेतून हळूहळू फिकट होत जातो, न् शेवटी गळून पडतो. पण ते परिवर्तन आणि अंत मात्र इतका कुरूप न् भयंकर का? सुंदर का नाही?''

रूपाचं हृदय भरून आलं. तिनं दादांचा हात पकडून त्यांना उठवलं. ''चला बरं. विचार करायचा सोडा आणि वॉर्डमध्ये चला. जेवण आलं न् तुम्ही नसलात तर परत घेऊन जातील, मग उपाशी राहाल.''

''बरं.'' लहान मुलासारखं त्यांनी ऐकलं आणि रूपाच्या खांद्यावर हात ठेवून चालायला लागले.

एक दिवस मंदा रूपाकडे तक्रार घेऊन आली ''चार-पाच दिवस झाले कुसुमताई. दादा गोष्टी सांगत नाहीत, भजनं म्हणत नाहीत. रोज दुपारी महाभारत वाचायचे, तेही बंद केलंय्. तिसऱ्या पर्वापर्यंत पोचलो होतो आम्ही. आता बंदच करून टाकलंय. तुम्ही सांगून बघा ना, तुमचंच ऐकलं तर ऐकतील.''

''माझं कशाला ऐकतील?''

''तुमच्याशी थोडंफार तरी बोलतात ना ते. अमच्याशी कुण्णाशी बोलतच नाहीत.''

''का? सिस्टर जेसिकाशी बोलतात की.''

''बोलत होते पहिल्यांदा; आता नाही बोलत. पहिल्यांदा वरती सिस्टरच्या खोलीवरही जायचे. बाकी तिला बिचारीला फारसं बोलायला वेळ तरी कुठे मिळतो म्हणा! तुम्हीच सांगा दादांना काहीतरी.''

''बरं, बघते.'' रूपानं टाळाटाळ केली. कारण दादांशी काय बोलावं तेच तिलाही सुचत नव्हतं.

ती टिफिन घेऊन येणारी बाई येऊन त्या नव्या पेशंट बाईला जेवायला घालून

गेली. रोज सकाळी अकरा वाजता ती यायची, केस विंचरून द्यायची, फळं वगैरे ठेवून जायची. संध्याकाळी ते गृहस्थ यायचे, जेवण देऊन मग जायचे.

"या बाईचं नाव काय?" रूपानं एक दिवस नंदाला विचारलं. "तुम्हाला ठाऊक नाही? सगळ्यांना माहीत आहे की तिचं नाव कपिलाबेन. खूप चांगली आहे."

अशीच एक संध्याकाळ. आवारात थोड्या बायका धान्य निवडत बसल्या होत्या. रूपानं त्यांना जरा वेळ मदत केली न् मग अब्दुल गुलाबांच्या झाडांची मशागत करत होता ते बघायला गेली. तेवढ्यात ती पांढरी मोटार आली आणि ते गृहस्थ टिफिन घेऊन उतरले.

खुरपणं थांबवून एकदम खुनशीपणानं अब्दुल म्हणाला, "किती दिवस चालणार आहे हे?"

"काय चालायचं अब्दुल?"

"या शेठचं हे– दुसरं काय? मोठे इस्त्रीचे कपडे घालून रोज चटपट येतो टिफिन घेऊन!" मातीतला एक दगड उचलून त्यानं दात ओठ खाऊन तो दूर फेकला. पार्वती पलीकडे होती ती मोठ्यानं हसली न् म्हणाली, "तो टिफिन घेऊन त्याच्या मोटारीतनं येतो, त्यात तुझ्या पोटात कशाला दुखतंय?"

अब्दुलनं रागारागानं मातीच्या घमेल्याला ढकलून दिलं. घमेलं खण् खण् करत दूर जाऊन पडलं. "एऽऽपार्वती, चूप! मर जा तिकडे! तुला कुणी सांगितलं होतं काय मध्ये तोंड घालून भुंकायला? आं?" पार्वती भडकली न् उठून उभी झाली.

"मी भुंकतेय काय? मी काय कुत्री आहे काय रे? तूच असशील कुत्रा, तुझा बाप कुत्रा. तू रे कोण मला बोलणार? त्या माणसाला बघून तुझा जळफळाट होतोय् ते सांग ना! जळतोय मत्सरानं! सुंभाच्या दोरीसारखा पीळ पडतोय याच्या मनाला!" "काय? काय म्हणालीस तू?" अंगावर निखारे पडून फोड यावेत अन् माणसानं जोरात ओरडावं, तसा पार्वतीच्या प्रत्येक शब्दानं अब्दुल आणखी आणखी भडकत गेला. पार्वतीही चिडली होती. "म्हटलं जे म्हटलं ते! काय करशील रे तू मला? त्याच्या पैशानं त्यानं घरात मिठाई खाल्ली तर तू कशाला एवढा जळफळतोय्स?"

पिसाळलेल्या बैलासारखा अब्दुल पार्वतीच्या अंगावर धावून गेला आणि तिचे केस धरून तिला फरपटू लागला. "घे, साली! हलकट, मला बोलतेय् वाट्टेल तशी! त्या चौकीदाराच्या मिठीत जात असतेस ते काय मला ठाऊक नाहीये काय? थांब, आज तुझी हाडं खिळखिळीच करून टाकतो!"

भीतीने सगळीकडे एकदम चिडीचूप झालं आणि मग तसाच एकदम आरडाओरडा सुरू झाला. धान्य निवडत बसलेल्या बायका उठून पळाल्या. छगनकाकांबरोबर व्यायाम करणारे रोगी मेंदीच्या कुंपणामागे जाऊन लपले. घाबरलेली रूपा दुरूनच ओरडली, "अब्दुल! सोडून दे पाहू पार्वतीला, हे काय चालवलंय्स?"

किंचाळणाऱ्या, सुटायला धडपडणाऱ्या पार्वतीला त्यानं बकोटी धरून घट्ट पकडली होती अन् धारदार खुरपं तिच्यावर उगारून, रागानं लाल होऊन तो उभा होता. रुखी जवळ जाऊ बघत होती तिला त्यानं लांबूनच डाफरून सांगितलं, ''आज तुझं ऐकणार नाही हं, सांगून ठेवतोय्, सांभाळ तू आता पार्वती, आज तुझा शंकर आला तरी तुला सोडणार नाही!''

आवाराच्या दुसऱ्या टोकानं भराभरा चालायचा कष्टांनी प्रयत्न करत मनुदादा येऊन पोचले. पार्वती किंचाळली, ''दादा, वाचवा मला!''

''हे बघ अब्दुल, वरून अल्ला सगळं बघतोय् बरं बेटा!''

पार्वतीच्या केसांना एक झटका देत अब्दुल खदाखदा हसला, ''ए थेरड्या! अल्ला बघतोय ना? अल्ला हे पण बघतोय की इथल्या आजारी लोकांसाठी आलेले तेलाचे डबे कुठे जातात... त्यांच्यासाठी येणारं दूध कोण पितं... हॉस्पिटलसाठी फुकट मिळणारं धान्य कुणाकुणाच्या घरात जातं...! ''

''अरे, पण त्यात पार्वतीचा काय गुन्हा? सोड पाहू तिला,'' मनुदादा पुढे झाले तशी एक धक्का मारून अब्दुलनं त्यांची काठी उडवून टाकली. ते धाड्दिशी खाली पडले. रूपा धावत त्यांच्याजवळ गेली. अब्दुल किंचाळला, ''बुलाव तेरे भगवानको अब! विचार त्याला आपली ही अवस्था कोणी केली?''

रुखी दुरून अजिजी करत होती. ''शांत हो अब्दुल, सोडून दे पार्वतीला. मोठ्या डॉक्टरांना कळलं, तर तुला शिक्षा करतील आणि तुझी तब्येत—''

''तब्येत गेली खड्ड्यात! सगळे रोगी हॉस्पिटलमध्ये जे मिळेल ते खातात आणि ती बाई एकटीच रोज चांगलंचुंगलं खाते, दूध पिते, फळं खाते. का? कोणी काही म्हणत नाही म्हणून? बोलाव त्या मोठ्या डॉक्टरला. हॉस्पिटलच्याच जमिनीवर मोठा बंगला बांधून राहतोय ना? साल्याला घेऊन ये इकडे, अन् पिऊ दे आपल्याला मिळतं ते डाळीचं पाणी– काय समजलीस? जाना– जा– बोलाव त्याला– जातेस की नाही? नाहीतर या पार्वतीची मुंडी पिरगळतो आता कोंबडीसारखी!''

पार्वती किंचाळत होती, रडत होती. दोन्ही चौकीदार धावत आले होते आणि अब्दुलला आवरायचा प्रयत्न करत होत; पण खुरप्याचं टोक अब्दुलनं पार्वतीच्या गळ्यावर टेकवलं तसे सगळे दूर सरकले!

''ए अब्दुल! काय चालवलयस् हे?'' पार्वतीचं रडणंसुद्धा त्या धीरगंभीर आवाजानं एकदम आटोक्यात आलं. सिस्टर जेसिका! घाबरलेली रूपा धावतच त्यांच्याजवळ गेली. ''सिस्टर, अब्दुलच्या जवळ जाऊ नका– डोकं फिरलय् त्याचं– बघा ना दादांना मारून पाडलन्!''

अब्दुल खुशीत येऊन खदाखदा हसला. ''या दयामूर्ती! तुमचीच कमी होती!'' खुरपं उंच हातात धरून तो पुन्हा हसायला लागला. आलायत् तर बरोबर तुमच्या

येशूला आणलायत की नाही? खरा आहे हं तुमचा सेवाधर्म! स्वतः खायचा मेवा न् दुसऱ्यांना धूळ! ये, अशी ये! तुलाही यूंऽ सपाट करून टाकतो!''

सिस्टरनं उत्तर दिलं नाही. फक्त स्मित केलं आणि त्याच्या दिशेनं चालायला लागल्या. रूपानं पकडून ठेवलेला हात त्यांनी सोडवून घेतला. ''प्लीज सिस्टर, अब्दुल शुद्धीवर नाहीये मुळीच!''

''पण मी तर शुद्धीवर आहे ना कुसुम?''अब्दुलच्या चेहेऱ्यावर आपली शांत दृष्टी रोखून त्या चालत राहिल्या. त्यांच्या लहानखुऱ्या कृश देहावरचा गाऊन वाऱ्यानं उडत होता. अब्दुल लालबुंद डोळ्यांनी सिस्टरकडे रोखून पाहत होता. एका हातानं त्यानं पार्वतीची मानगूट पकडली होती न् दुसरा हात उंच उगारलेला होता. सिस्टर चर्चमध्ये येशूच्या मूर्तीसमोर प्रार्थनेसाठी जात असतील तितक्या शांतपणानं अन् निर्भयपणानं अब्दुलजवळ पोचल्या अन् आश्चर्यानं स्तब्ध होऊन उभा राहिलेल्या अब्दुलच्या हातातून खुरपं घेऊन त्यांनी ते दूर फेकलं. पार्वती त्याच्या पकडीतनं सुटून सिस्टरना जाऊन बिलगली. सिस्टर आवाजात जरब आणून म्हणाल्या, ''काय रे अब्दुल, गुंडगिरी चालवलीय! तुला असं वाटतं का, की तुला कोणी आवरू शकणार नाही? आणि तुम्ही सगळे– इतके सगळे जण मिळून एका माणसाला पकडू नाही शकलात? पार्वती, आता शांत हो पाहू. काही होणार नाही आता तुला. हिला आत हॉस्पिटलमध्ये घेऊन जा रे कोणीतरी.''

पार्वतीला हात धरून कोणीतरी आत घेऊन गेलं. एका चौकीदाराचा हात मुरगळला होता, त्यालाही नेलं मलमपट्टी करायला. घाबरलेल्या लोकांच्या जिवात जीव आला. सगळे इकडे तिकडे पांगले. मनुदादा खाली डोकं घालून कट्ट्यावर बसून होते. त्यांची काठी घेऊन रूपा जवळच बसली होती. समुद्री वादळात प्रचंड लाटा घेऊन उसळणारा समुद्र हळूहळू शांत व्हावा तसा अब्दुल खाली बघत उकिडवा बसून होता. झालं तरी काय होतं त्याला? त्याचं त्यालाच समजत नव्हतं! काय भूतबीत अंगात संचारलं तर नव्हतं? त्याचे हात– डोळे विस्फारून तो आपल्या हातांकडे बघायला लागला! सिस्टर त्याच्यासमोर बसल्या आणि त्यांनी अब्दुलचे खडबडीत टणक हात आपल्या कोमल हातात घेतले.

''हे हात तर गुलाबाची कलमं लावायसाठी आहेत अब्दुल.'' त्यानं हात सोडवून घेतले आणि हातांनी आपलं तोंड झाकून घेतलं. ''माफ करा सिस्टर मला!''

''मी तुला असं किती दिवस वाचवू शकेन बाबा? मागच्या वेळेस तू पळून गेलास, तेव्हा तुला परत हॉस्पिटलमध्ये घेणारच नव्हते डॉक्टरसाहेब, आठवतंय् ना? तेव्हा तू परत येऊन उपाशीपोटी, तहानलेला इथंच बसून राहिलास; मग मी जेव्हा लिहून दिलं की तू आता अगदी बरा व्हायला आलायस आणि परत असं करणार नाहीस, तेव्हा मग तुला परत घेतलं.''

अब्दुलला रडू फुटलं. "ठाऊक आहे सगळं मला सिस्टर."

"तुला ठाऊक नाहीये सगळं अब्दुल," एक सुस्कारा टाकत सिस्टर म्हणाल्या.

रूपानं नळ उघडला, वाफ्यात सोडलेल्या ट्यूबमधून पाणी वाहू लागलं.

"तुला सगळं माहीत असतं, तर– तू न् रुखी– तुला– तुम्हाला मोठ्या डॉक्टरांनी स्वतःच बघितलंय! मी आता त्यांना काय जवाब देऊ? सांग बरं! आणि असं रडण्यानं कुठलाही प्रश्न सुटत नाही अब्दुल!"

"समजतंय मला सिस्टर. आपल्या म्हणता येतील अशा फक्त तुम्हीच आहात, पण–! कोण जाणे काय होतं मला– माझी मला शुद्धच राहत नाही! तो शेठ त्याच्या बायकोसाठी जेवण घेऊन आला तर माझं काय जातं...? माझे आई-बाप का असे आहेत...? मलाच हा रोग का झाला...? माझा काय अपराध...? तुम्हाला ठाऊक आहे, उद्या– उद्या– माझ्या भावाचं लग्न आहे आणि मी इथं– हॉस्पिटलमध्ये!"

सदऱ्याचा बोळा तोंडात कोंबत अब्दुल हुंदके दाबत होता. मग तो एकदम उठला नि आत हॉस्पिटलमध्ये निघून गेला. सिस्टरही उभ्या झाल्या. त्यांचं लक्ष गेलं, की रुखी आणि दादा अजूनही झाडाच्या कट्ट्यावर बसलेले होते. सिस्टरला नवल वाटलं. त्यांनी विचारलं, "जेवणाची वेळ झाली. तुम्ही दोघंही अजून इथेच? दादा, बरच लागलं का तुम्हाला?"

त्यांनी नकारार्थी डोकं हलवलं आणि क्षीण स्वरात म्हणाले, "सिस्टर, आज तुमची श्रद्धा जिंकली, पण माझी का हरली बरं? काय उणं पडलं माझ्या श्रद्धेत? तुम्ही जणू प्रत्यक्ष काळाला वश केलंत आज, पण माझं ज्ञान, माझी साधना मात्र पार कच्ची निघाली!"

सिस्टर दादांच्या समोर गुडघ्यावर बसल्या. द्वितीयेच्या चंद्राचं फिकं चांदणं त्यांच्या शांत डोळ्यांना उजाळा देत होतं. "दादा, साधना म्हणजे काय ते मला ठाऊक नाही. माझा धर्म काय तेवढंच मी जाणते. मघाशी मला दुसरी कशाची काळजी नव्हती. माझं पूर्ण लक्ष फक्त कळिकाळ बनलेल्या अब्दुलकडे होतं! मला एवढंच ठाऊक आहे, की श्रद्धेचा आधार बाहेर कुठे नसतो, तो आपल्याच अंतरात्म्यात असतो!"

क्षणभर सारेच गप्प होते. त्या मौन क्षणापाशी जणू खळखळ वाहणारा कालप्रवाह थांबला होता. रात्रीच्या मखमली अंधारावर चंद्राच्या फिक्या रुपेरी उजेडानं विणलेलं तलम वस्त्र पांघरावं, तसं काहीसं गूढ, दिव्य असं भासत होतं वातावरण. रूपा ते वातावरण अनुभवत चोहीकडे बघत राहिली. सिस्टर उठून उभ्या राहिल्या. दादांच्या खांद्यावर हात ठेवून प्रेमानं म्हणाल्या,

"दादा, खूप वर्षांपूर्वी मला कोणीतरी विवेकानंदांची एक गोष्ट सांगितली होती. स्वामी विवेकानंद अमेरिकेत एका सभेत भाषण देत होते. भाषण पुरं झालं तेव्हा

त्यांची विद्वत्ता, विचार आणि प्रभावी वाणी यांनी अत्यंत प्रभावित झालेल्या श्रोत्यांनी त्यांना गराडा घातला. अखेर श्रोते पांगले तेव्हा एक स्त्री त्यांच्याजवळ आली. स्वामिजींच्या आकर्षक व्यक्तिमत्त्वानं तिला मोहून टाकलं होतं. तिनं गर्वानं म्हटलं, "स्वामिजी, I will bring you down!" जराही विचलित न होता मोहक स्मित करत स्वामीजी म्हणाले, "And I will lift you up!" कितीतरी वर्षं उलटली, पण ते छोटंसं वाक्य मी विसरले नाही. जणू तोच माझा गुरुमंत्र झाला. स्वतःच्या अंतरात्म्याच्या शक्तीवर असलेली श्रद्धा, हेच स्वामिजींच्या जीवनाचं प्रेरक बळ होतं दादा."

रूपाच्या खाद्यांवर हात ठेवून उठले. हात खूप दुखत होता, पण ते तसं बोलले नाहीत. हळूहळू ते हॉस्पिटलच्या इमारतीकडे निघाले. रूपाचं लक्ष गेलं, सिस्टर अजून उभ्याच होत्या. "चला सिस्टर, किती उशीर झालाय!"

दादांना त्यांच्या वॉर्डमध्ये पोचवून रूपा परत आपल्या वॉर्डमध्ये आली, तेव्हा अजून संध्याकाळी घडलेल्या घटनेचीच तऱ्हेतऱ्हेनं चर्चा चालली होती. हॉस्पिटलच्या एकसुरी नीरस वातावरणात तेवढ्यानं जरा खळबळ, जरा उत्तेजना आली होती, काहीतरी वेगळं घडल्यानं सगळेच उत्तेजित झाले होते.

सकाळची सिस्टर लता ड्यूटीवर आली तेव्हा रूपाला कळलं की हॉस्पिटलच्या सगळ्याच वॉर्ड्समध्ये काल संध्याकाळच्या प्रसंगाचीच चर्चा जोरजोरात चालली होती. एवढंच नाही, तर आज ट्रस्टींची एक तातडीची मीटिंग बोलावण्यात आली होती आणि त्यात उपस्थित राहायला अब्दुलला आणि सिस्टर जेसिकालाही नोटीस मिळाली होती!

"आता कळेल सिस्टरना चांगलं!" लता खुशीत येऊन म्हणाली. "का बरं?" रूपानं विचारलं.

"या सगळ्याच्या मुळाशी त्याच आहेत, तेव्हा शिक्षा तर होईलच त्यांना!"
"त्यांची काय चूक आहे? त्यांनी तर पार्वतीला वाचवलं, अब्दुलला आवरलं."

आजूबाजूला सावधपणे बघत लता रूपाच्या जवळ आली न् म्हणाली, "अरे, काय, त्यांचीच तर सगळी चूक. मोठी अब्दुलला सुधारायला निघाली होती ना! हे काही समाजसेवा केंद्र नाहीये म्हणावं, हॉस्पिटल आहे. इथले या हॉस्पिटलचे नियम जरा सैल करण्यातही त्यांचाच हात. पेशंट्स हॉस्पिटलमध्ये इकडे तिकडे फिरतात, स्वतःला हवं ते काम करतात, असं कसं चालेल? शिस्त हवीच हवी, काय समजलीस? आज आता निशाबेन तिला झाडतील बरोब्बर, बघच तू!"

"कोण निशाबेन?"

"एवढंही ठाऊक नाही? कमाल आहे! ते प्रसिद्ध कारखानदार आहेत ना मंगळदास रवाणी? त्यांची बायको. कित्ती सुंदर आहे. या हॉस्पिटलची ट्रस्टी आहे. याच्या आधीही एकदा त्यांनी सिस्टर जेसिकाची खरडपट्टी काढली होती एकदा. त्याच लायकीची आहे ती. मला काय? आपलं काम बरं, आपण बरं! ए चंदा,

ड्रेसिंगसाठी गेली नाहीस ओ. पी. डी. मध्ये अजून? चल ऊठ! कुठून एकाहून एक नमुने गोळा होतात कोण जाणे!''

रूपा सुन्न झाली. रात्रीच्या अंधारातल्या चंद्रकिरणांसारखे सिस्टरचे शीतल कोमल शब्द तिच्या मनात अजून रुंजी घालत होते. रात्री उशिरापर्यंत तिला झोप आली नाही. ती वॉर्डच्या बाहेर येऊन उभी राहिली, तेव्हा दूर आवारातल्या एका वृक्षाखाली तिला एक आकृती दिसली. सिस्टर अजून तिथेच होत्या?

वॉर्डमध्ये जोरजोरात बोलणं चाललं होतं आणि बऱ्याचशा स्त्रीरुग्ण घोळका करून उभ्या होत्या. रूपानं वॉर्डबॉय मोहनला विचारलं, ''काय झालं रे मोहन?''

मोहनला नवलच वाटलं!

''घ्या! तुम्हाला अजून ठाऊक न्हाई पडलं? कुठं व्हता कुटं तुमी? अवं, अब्दुल आणि रुखी इस्पितळातनं सटकले की! पळून गेले! बला टळली!''

१५

तसं तर हॉस्पिटलमध्ये विशेष असं काही घडत नसे, त्यामुळे एखाद्या लहानशा घटनेनंही सगळ्यांना विशेष काहीतरी घडलं असं वाटायचं. पण हे जे काही घडलं होतं, ते तर अकल्पितच होतं! हॉस्पिटलच्या आवारातच अब्दुलनं पार्वतीवर प्राणघातक हल्ला करण्याचा प्रयत्न करणं, सिस्टर जेसिकानं विलक्षण धैर्य दाखवून तिचा बचाव करणं आणि मग अब्दुल अन् रुखी या दोन प्रेमी जीवांचं पळून जाणं!

गुळाच्या खड्यावर जशा माशा घोंगावत राहतात, तसा या प्रसंगानं सगळ्यांना चर्चेला एक खाद्य मिळालं. ज्यांनी त्या दोघांना एकत्र खरोखरच कधीतरी बघितलं होतं, त्यांनी त्यात बराच मीठमसाला घालून अनेक गोष्टी तयार केल्या. औषधं चोरणं, व्यवस्थित हाणामारी करणं, पार्वती अगदी मरायला टेकणं वगैरे अनेक काल्पनिक पुस्त्या खऱ्या म्हणून जोडल्या जाऊ लागल्या; एकमेकांना सांगितल्या जाऊ लागल्या.

आज ट्रस्टींची मीटिंग होती. वातावरण गंभीर होतं. अब्दुल आणि रुखीला आता हे लोक काय शिक्षा करू शकणार होते? तरी पण, काहीतरी विशेष घडणार असं सगळ्यांना वाटत होतं. आवारात एका पाठोपाठ एक गाड्या येत राहिल्या. थोडे रुग्ण तिथेच टोळकी करून घोटाळत होते, तर काही व्हरांड्यात किंवा खिडक्यांशी उभे राहून माना लांब करून कुतूहलानं बघत होते. सुंदर कपडे, पॉलिश केलेले चमकदार बूट, दुरूनही उजेडात चमचमणाऱ्या हिऱ्याच्या अंगठ्या, फळांच्या न् मिठाईच्या टोपल्या. जेव्हा केव्हा मिटिंग व्हायची तेव्हा एक फायदा मात्र नक्की

होता असायचा. ड्रायव्हर लोक हॉस्पिटलमध्ये फळं न् मिठाई आणून पोचवायचे!

रूपाही वरूनच त्या लोकांकडे बघत होती. "त्या पाहा निशाबेन" कोणीतरी बोट दाखवलं "किती सुंदर आहेत की नाही? जणू संगमरवरी पुतळी!" सिल्कची साडी, खांद्यावर लटकवलेली मोठी पर्स, मोठीच्या मोठी पांढरी गाडी स्वतःच चालवत त्या आल्या होत्या. पेशंट्सच्या टोळक्यांकडे बघून स्मितहास्य करून त्यांनी दुरूनच हात उंच करून हलवला आणि हॉस्पिटलच्या मागच्या बाजूच्या बिल्डिंगकडे गेल्या. तिथे डॉक्टर, नर्सेस यांचे राहण्याचे क्वार्टर्स होते, आणि मीटिंग्जसाठी बोर्डरूम, गेस्ट हाऊस वगैरे खोल्या होत्या. पेशंट्सना तिकडे जायची परवानगी नव्हती.

गोळा झालेले रुग्ण मग पांगले. मीटिंग केव्हा संपेल किंवा तिथे काय चर्चा होईल, हे तर कधीच समजत नसे. वर्षातनं दोनदा ट्रस्टी येत असत आणि तेव्हा चांगलं जेवणखाण मिळायचं, कधीतरी करमणुकीचा कार्यक्रम, रासगरबा असंही व्हायचं.

संध्याकाळ होत आली. एकेक करत गाड्या निघून गेल्या. रूपा आवारात तिच्या नेहेमीच्या जागी बसली होती; पण बाग आज सुनी सुनी वाटत होती. अब्दुलशिवाय दुसरं कोण बागेत काम करणार? रावजी आणि करसन करायचे; पण ते आपले नुसते अब्दुल सांगेल तेवढं नि तसं करायचे. मनुदादाही खाली आले नव्हते. ती दुपारी त्यांच्या समाचाराला गेली तेव्हा त्यांना झोप लागली होती. संध्याकाळी मग ती जरा वेळ त्यांच्याजवळ बसली होती. त्यांचं सगळं अंग दुखत होतं. त्यासाठी काही विशेष उपचार झाले नव्हते; फक्त एकदा नर्सनं दोन गोळ्या दिल्या होत्या. तिनं नर्सला पुष्कळ सांगून बघितलं, की दादांच्या हाताचा एक्स रे काढून घ्या, नक्की हाडाला भेग पडली असेल म्हणून इतकं दुखत असणार; पण नर्स उलट तिच्यावर चिडली होती. "माझं काम काय, ते मला शिकवायची जरूर नाही." म्हणून तिला सांगितलं होतं. मग दादा नको नको म्हणून सांगत होते तरी रूपा वरच्या ऑफिसमध्ये जाऊन भांडून आली होती. मिस्टर पारेख हॉस्पिटलच्या रोजच्या कामाचे निरीक्षक होते. 'डॉक्टरनी तपासून एक्स रे घ्यायला हवा' असं लिहून दिलं तरच एक्सरे घेता येतो, हा हॉस्पिटलचा नियम असल्याचं त्यांनी सांगितलं. मग म्हणाले, "असं तर काय, पेशंट्स आपल्या डोक्यातनच रोज काही ना काही काल्पनिक दुखणी उभी करतील आणि त्यासाठी औषधं मागायला येतील! आणि नाहीतरी, दादांना सांगितलं होतं कोणी त्या भांडणात मध्ये पडायला?"

रूपा हतबुद्ध झाली. एका निर्दोष व्यक्तीचा जीव वाचवायला, स्वतःच्या म्हातारपणाची पर्वा न करता त्यांनी जोखीम पत्करली, हा मनुदादांचा अपराध होता?

पारेखशी खूप खूप भांडावंसं वाटलं; पण तिला एव्हाना कळून चुकलं होतं, की दगडी भिंतीवर डोकं फोडून काही मिळत नाही! अनुभवानं तेवढं शिकली होती ती. निर्जीव कागदाच्या तुकड्यावर लिहून ठेवलेल्या नियमांच्या चार ओळी जिवंत रुग्णांच्या शरीरांचे हालहाल होऊ देतात! मग हॉस्पिटलमध्ये हिंडून तिनं डॉक्टरना शोधून काढलं, त्यांच्या विनवण्या करून चिठ्ठी मिळवली. दादांना स्ट्रेचरवर झोपवून ती नर्सबरोबर एक्स रेसाठी गेली. एका मोठ्या खोलीचं कुलूप काढून ती सगळी आत गेली. रूपा बघतच राहिली! बापरे! किती तऱ्हतऱ्हेची मशिन्स होती तिथे! नर्स आणि वॉर्डबॉय मगननं मिळून दादांना एक्सरे टेबलावर झोपवलं तेव्हा वेदनांनी त्यांच्या डोळ्यांत पाणी आलं.

"सिस्टर, किती सगळी मशिन्स आहेत ही! कशाची आहेत? काय उपयोग करतात यांचा?"

"मला काय ठाऊक! आम्ही तर फारच क्वचित इथे येतो, आज तू एवढी धावपळ केली नसतीस तर दादा तसेच रडत विव्हळत पडून असते!"

मगन हसला. "वापरत नाहीत कारण ती वापरता येणारा डॉक्टर इथं नाहीये! लोकांकडून पैसे गोळा करून, अर्ज, पत्र लिहून, कुठून कुठून काय काय आणतात, आणि मग ते धूळ खात पडून तरी राहतं, नाहीतर मग– विकून खातात!"

"मगन!" सिस्टर रागानं म्हणाली.

"मग काय खोटं सांगतोय का?" मगन वॉर्डबॉय असला तरी जरा शिकलेला, माहीतगार होता. "या इमारतीचा पाया खोदला तेव्हापासनं काम करतोय् इथं. कुणाची टाप नाही मला हात लावायची! मी एकेकाची कुलंगडी काढीन बाहेर! पेपरवाल्यांनाच जाऊन सांगेन सगळं! पण– काय नेम? मच्छरासारखं चेंगरून टाकायचे हे लोक मला! काय सांगावं?"

एक्स रे घेऊन झाला. दादांना पुन्हा स्ट्रेचरवर घालून खाली वॉर्डमध्ये आणलं, मगनच्या मदतीनं त्यांना पुन्हा बिछान्यावर झोपवलं.

"कुसुम बेटा!" दादांचा गळा दाटून आला होता. "अरे! दादा! लेक आहे ना मी तुमची? मग? चला बरं, आता जरा आराम करा!"

"अगं माझा हात मोडलाय्, पाय नाही!"

"तरी पण दोन दिवस शांत झोपून राहा आणि पुस्तकं वाचा. मला ठाऊक आहे तुमच्या पेटीत किती पुस्तकं आहेत."

"आता शांत झोपून राहण्याचाही कंटाळा आलाय!"

रूपा रोजच्यासारखी खाली उतरली तेव्हा संध्याकाळ उतरत आली होती. सगळ्या गाड्या निघून गेल्या होत्या. ती कट्ट्यावर बसली तशी चंदा समोर येऊन उभी राहिली. "कुठे होतात ताई इतका वेळ?"

''काम होतं?'' चंदाला टाळायला म्हणून रूपानं जरा चिडूनच तुटक उत्तर दिलं पण चंदावर त्या तुटकपणाचा काहीच परिणाम झाला नाही. डोकं कराकरा खाजवत ती हसली.

''ठाऊक आहे मला, तुम्ही दादांची सेवाचाकरी करता ते. कशाला हो? तुमच्या काही नात्यागोत्याचे थोडेच आहेत ते? मला काय म्हणा त्याचं? पण आज खरी कमाल झाली हं! ठाऊक आहे मीटिंगमध्ये आज काय झालं ते?''

''नाही.'' म्हणून रूपा तिथून जायला निघाली.

''अरेच्या, पण ऐका तर खरं काय झालं ते! त्या बाईचा टिफिन घरून येतो ना, तो बंद उद्यापासून! द्या टाळी!'' हसत हसत चंदानं हात पुढे केला.

जायला निघालेल्या रूपानं जरा थांबून चंदाकडे बघितलं.

''बघा, आता कसं! सांगू ना आता? अहोऽ, निशाबेन अन् दुसरे कोणीतरी ट्रस्टीसाहेब त्यांचं खूप मोठं भांडण झालं! त्या सिस्टरवरनंच, नाहीतर काय!''

''सिस्टर जेसिकावरनं?''

''होयच तर मग! काय झालं राम जाणे, पण बोलणी चालली होती त्यात सिस्टर सिस्टर ऐकू येत होतं सारखं!''

''हे सगळं तुला कसं ठाऊक?''

''तीच तर खुबी या चंदाची. अहो, एक ड्रायव्हर सगळ्यांचा चहा, नाश्ता असं सगळं द्यायला आत-बाहेर करत होता, त्याला चढवला जरा! तशी मग त्यानं जेवढं ऐकलं होतं, तेवढं त्याच्याकडून समजलं! बरं, पण आज लवकर पोचा बरं का वॉर्डमध्ये! जेवायला काहीतरी स्पेशल असेल!'' पट्टे बांधलेल्या पायांनी लंगडत चंदा गेली.

रूपा काळजीत पडली. सिस्टरबद्दल काय बोलणं झालं असेल? ती भराभरा हॉस्पिटलमध्ये आली आणि तिनं सिस्टरबद्दल दोघी तिघी नर्सेसना विचारलं, पण सिस्टर कुठे होत्या ते कुणालाच माहीत नव्हतं. या वेळी त्या त्यांच्या खोलीत कधीच नसायच्या, तरी रूपानं तिकडेही जाऊन बघितलं. पण दार बंद होतं. रात्र होत आली होती. आता या वेळी दादांच्या वॉर्डमध्ये जाता आलं नसतं. ती तिच्या जागेवर परत आली, तोवर जेवणाची ट्रॉली येऊन निघून गेली होती. पण शेजारच्या बाईनं तिची थाळी घेऊन झाकून ठेवली होती. रूपाचं मन उद्विग्न होतं. खाल्लं पाहिजे म्हणून थोडं खाऊन तिनं औषध घेतलं.

सकाळी किती शोधाशोध करून तिनं मगनला शोधला न् ती दादांच्या वॉर्डमध्ये आली. असह्य वेदनांमुळे त्यांना झोप लागलीच नव्हती. महामुष्किलीनं तिनं लताला शोधलं. एक्स रे रूममधून एक्स रे मिळवला. मनगटाचं हाड मोडलं होतं. प्लॅस्टर घालायचा विधी आटपता आटपता दुपार झाली. ती थकून गेली

होती. दादांची शुश्रूषा करून, झोपेचं इंजेक्शन देववून ती तिच्या वॉर्डमध्ये परतली, तेव्हां मीटिंगमध्ये काय घडलं त्याच्या खऱ्या-खोट्या बातम्यांवर जोरजोरात चर्चा चालली होती. आजपासून त्या बाईचा टिफिन बंद करण्यात आला होता. त्या बाई– कपिलाबेन– मुकाट्यानं खाली डोकं घालून सगळ्यांबरोबर जेवल्या होत्या. आणि पाठ फिरवून झोपून गेल्या होत्या. पण वाग्बाण चालूच होते– ते तर दुरूनही आपलं लक्ष्य गाठू शकतातच ना! तिनंच काही मोठा गुन्हा केला असेल, असं तिला अनुलक्षून काही ना काही टीका-टोमणे चालले होते. रूपा साऱ्या वॉर्डमध्ये क्वचितच कोणाशी काही बोलत असे. ती गुपचूप आपल्या बिछान्यावर पडून होती, पण मनोमन तिला जरा बरं वाटलं– तिला वाटलं, कपिला रडत होती ते बरंच होतं! जगातल्या कटू सत्यांची ओळख तरी होत होती तिला! कलियुगात चमत्कार होत नसतात, हे आता समजेल तिलाही! आणि जितक्या लवकर तिचा भ्रमनिरास होईल, तितकं तिच्याच दृष्टीनं चांगलं होतं! हवा तरी तिचा नवरा मोहनभाई तिच्या सवतीला– निर्मलाला घेऊन काश्मीरच्या ट्रिपलसुद्धा निघून जाईल! नाहीतरी अलीकडे दिसलेच नव्हते बऱ्याच दिवसांत! रूपा स्वतःशीच मंद हसली.

दुपारी तिला जाग आली तेव्हा उन्हं कलली होती. ती बाहेर येऊन उभी राहिली. खाली नजर टाकली तशी तिला सिस्टर जेसिका बाहेर जाताना दिसली. तिला नवल वाटलं. काही विशेष असल्याखेरीज त्या क्वचितच बाहेर जायच्या. मीटिंगमध्ये काही विशेष घडलंच असणार!

वॉडमध्ये ठेवायला मोहनभाईंनी रंगीत टीव्ही सेट दिला होता. रोज संध्याकाळी, येणार नसलेल्या स्वजनांची वाट पाहणाऱ्या साऱ्या बायका टी.व्ही.समोर बसून असायच्या. रूपा तिकडे फिरकतही नसे. तिला त्याचं काहीच नावीन्य नव्हतं! रात्री आरामात पडल्या पडल्या टीव्ही बघता यावा म्हणून शैलेशनं त्यांच्या आणि अनूपच्या बेडरूम्समध्येही–

ती व्हरांड्याच्या कोपऱ्यात उभी होती. वॉर्डमध्ये जावंसंच वाटत नव्हतं. मग ती पुरुषांच्या वॉर्डमध्ये जाऊन दादांजवळ बसली.

"कसं वाटतंय दादा?"

दादांनी उठून बसायचा प्रयत्न केला. रूपानं मदत केली तरी उठून बसण्याचदेखील श्रम झाले. त्यांना धाप लागली.

"बरं आहे बाळ."

"काय बरं आहे कप्पाळ! तुम्हाला मुळीच बरं वाटत नाहीये, ताप पण आहे अंगात. आणखी काय होतंय?"

"असं होत तर काहीच नाहीये कुसुम; तरी कोण जाणे, कशातच मन लागत नाही आणि बिछान्यातून उठायचीसुद्धा शक्ती वाटत नाही."

"मी आत्ता आलेच हं." म्हणत रूपा तिथून बाहेर गेली, ती थोड्या वेळातच एक व्हील चेअर घेऊन आली. "चला, तुम्हाला यात बसवून जरा फिरवून आणते. अंहं, नाही म्हणायचंच नाही! प्रयत्न तर करा ना दादा!"

रूपानं दादांना खुर्चीत बसवलं आणि खुर्ची ढकलत ती त्यांना बाहेर घेऊन गेली. लांबलचक व्हरांड्यात एक चक्कर मारेपर्यंत रात्र पडायला आली. मग त्यांना तिनं परत वॉर्डमध्ये आणलं. दादा गप्पच होते. "का बोलत नाही दादा? रागावलात माझ्यावर?" त्यांच्या हाताच्या प्लॅस्टरवर हळुवार हात फिरवत तिनं विचारलं. दादांनी तिचा तो हात हातात घेतला. "नाही बाळ. तुझ्यावर कशाला रागवेन बरं? तू नसतीस तर या म्हाताऱ्याला कोण विचारणार होतं? मला तुझा नाही, माझाच राग येतो."

"तुमचा स्वतःचाच?"

रूपा त्यांच्यासमोर जमिनीवर बसली. दादा एका बाजूला मान झुकवून खांद्यावर मानेला विसावत, बाहेर पसरणाऱ्या अंधाराकडे शून्य नजरेनं बघत होते. हळू आवाजात स्वतःशीच काहीतरी बोलत होते. "व्हाय मी? ओ गॉड, व्हाय मी?" रूपानं त्यांना इतकं असं हताश कधीच पाहिलं नव्हतं. जरा घाबरून ती उठून उभी झाली आणि म्हणाली, "चला बरं, आता आराम करा. खूप उशीर झालाय." तिनं खुर्ची त्यांच्या बिछान्यापाशी आणली तशी ते आपले आपले खुर्चीतून उठले अन् कॉटवर आडवे झाले.

दुसऱ्या दिवशी सकाळी रूपाला लवकर जाग आली. रात्रपाळीची नर्स टेबलावर डोकं ठेवून झोपली होती. रूपानं जाऊन आंघोळ केली, कपडे धुवून टाकले. नंतर मग खूप गर्दी व्हायची तिथं. वॉर्डमध्ये उभी राहून ती केस विंचरत होती. कंगवा पकडायला तिला खूप त्रास व्हायचा. डाव्या हाताची बोटं वाकडी झाली होती. कित्येक दिवसांपासून तिनं आरशात बघायचं तर सोडूनच दिलं होतं. कोण जाणे कसा दिसत असेल आता तिचा चेहरा!

हळूहळू उजाडत होतं. सकाळचा एक विशिष्ट सुगंध वातावरणात जाणवत होता. एक दीर्घ श्वास घेऊन तिनं तो सुगंध छातीत भरून घेतला. घाबरत घाबरत तिनं गालांवरनं हात फिरवला. बरंच आहे, स्पर्शाला दृष्टी नसते! गालांवर चांगलेच चट्टे पडले असावेत. हाताला तिथली त्वचा जाड लागत होती, आणि तिथं काही संवेदनाच होत नव्हती, कालच सिस्टरनं काय बरं सांगितलं होतं? की अजून दोन वर्षं तुला औषध घ्यावं लागेल. तुझी त्वचा लाल पडलीय् ती हळूहळू पूर्ववत् होईल. रोज एक गोळी डी. डी. एस्. लेप्रीनची–

पण तिनं तर लक्ष द्यायचंच सोडून दिलं होतं. लांबच लांब, तापलेल्या, निर्जन रस्त्यावर अनवाणी चालणं भागच असलं, तर पायाला किती फोड आले, ते कशाला मोजायचे?

"बाई! अहो बाई!" रूपा दचकली. "मोहन? तू? काय झालं?" मोहन खाली मान घालून उभा राहिला आणि त्यानं रूपाच्या समोर एक चिठ्ठी धरली. तिला धस्स झालं. "काय आहे? कुणाचं पत्र? दादांना–" अनेक शंका-कुशंकांनी ती व्याकूळ होत होती, तेवढ्यात मोहन म्हणाला, "काल रात्री झोपेतच हार्टफेल झालं, कळलंच नाही!"

रूपा स्तब्ध उभी होती. इतका वेळ प्रसन्न सोनेरी असलेली सकाळ जणू धुळीनं माखून निस्तेज झाली होती! तसं पाहिलं तर दादांशी काय संबंध होता तिचा? स्नेहाचे दोन शब्द... मृदू स्पर्श... हलकंसं स्मित. काल त्यांच्या चेहऱ्यावर सूर्यास्ताची कळा होती. खूप हवा होता का त्यांना मृत्यू यायला? का मग..का मग... तीच तर निमित्त नव्हती झाली त्यांच्या मृत्यूचं?

आपल्याच विचारांची भीती वाटून ती पलंगावर पाय पोटाशी घेऊन पडून राहिली. दादांनी त्यांच्या दुःखी जीवनातूनही एक समाधान मिळवलं होतं, तिच्या तिखट कडवट प्रश्नांनी त्यांची श्रद्धा भंग झाली होती का? आयुष्य जगायसाठी त्यांना त्या श्रद्धेच्या दोरीचा आधार होता. ईश्वरावर श्रद्धा! आणि तिनं निर्दयपणानं त्यांच्या त्या श्रद्धेलाच सुरुंग लावला होता! काल संध्याकाळी किती हताशपणे त्यांनी विचारलं होतं, "व्हाय मी? ओ गॉड, व्हाय मी?"

दादांच्या मृत्यूला ती कारण होती? ती अतिशय अस्वस्थ झाली. खूप खूप रडावंसं वाटलं. पण जळजळणारे कोरडेठाक डोळे मिटून ती दिवसभर पडून राहिली. दुपारी कशीबशी स्वतःला ढकलत ती उठली. व्हॅनमध्ये दादांचा देह ठेवत होते, त्याला दुरूनच प्रणाम केला. वॉर्डमध्ये कुणीतरी चेष्टेनं काहीतरी म्हटलं, पण तिचं लक्षच नव्हतं. तिचं डोकं अफाट दुखत होतं. संध्याकाळ झाली होती. टी व्ही जोरजोरात चालू होता, टोळक्या टोळक्यानं गोळा होऊन सगळ्या गप्पा मारत होत्या. प्रत्येकीला खूप मोकळा वेळच वेळ होता! आठवणी, थट्टा, कुचेष्टा, कुणाची निंदा टवाळी, या सगळ्यांनीही त्यांच्या फावल्या वेळाची रिकामी झोळी भरत नव्हती! तेच तेच सगळ्या जणी बोलत राहायच्या न् मग थकल्या किंवा कंटाळल्या म्हणजे पांगायच्या!

"कुसुम, आज तू खाली नाही जाणार आवारात?" विचारत सिस्टर जेसिका रूपाच्या जवळ येऊन उभ्या होत्या. एक हलका सुस्कारा टाकत रूपा म्हणाली, "खाली काय न् वर काय– सगळं सारखंच आहे ना?"

"कुसुम, तुझ्या बोलण्यात कडवटपणा किती आलाय् आताशा!"

"कारण गोडव्याचा न् माझा आता संबंधच येत नाही ना सिस्टर!– कळलं ना तुम्हाला, दादा गेल्याचं? या अर्थहीन झालेल्या जगण्याला तेही हार गेले!"

"हिंमत हरून कसं चालेल बरं कुसुम?"

"हिंमत टिकून राहील असा एखादा आधार, एखादी आशा मला कुठेच दिसत नाही सिस्टर. समुद्रात खूप दूर गेल्यावर होडीला भोक पडलं तर त्यातनं आत शिरणारं पाणी काढत बसणाऱ्याला मूर्खच म्हटलं पाहिजे! होडी, त्यानं काहीही केलं तरी बुडणारच! मृत्यूच्या दारात उभं असणाऱ्यांना आकाशात प्रगटलेल्या इंद्रधनुष्याकडे बघून कितपत आनंद वाटेल?"

बोलून बोलून रूपा थकली. सिस्टरनं तिला जवळ घेतलं. तिच्या खांद्यावर हात ठेवून तिचा चेहरा त्यांनी आपल्याकडे वळवला. "मला समजतेय कुसुम तुझ्या मनाची स्थिती, आणि तुला काय म्हणायचंय् ते पण. तरीही, विश्वास ठेव, की ईश्वर कुठेतरी आहे नक्कीच. आभाळापलीकडून, सूर्यचंद्रांच्या तेजस्वी डोळ्यांनी तो सगळं बघतोय. आज आपल्याला जे कळत नाही, चूक वाटतं, ते कदाचित केव्हातरी समजेल. तसं ते समजायची वाट पाहिली पाहिजे. तोपर्यंत श्रद्धेची दोरी तुटू देऊ नको. कितीही गाढ अंधकार असला ना रात्री, तरी सूर्य उगवला की प्रकाश पडतोच की नाही?"

एक झटका हासडून सिस्टरचा हात सोडून टाकावंसं वाटलं, ओरडून किंचाळून सिस्टरच्या त्या ईश्वराला शिव्या द्याव्याशा वाटल्या, पण ओठ घट्ट मिटून तिनं कसाबसा स्वतःवर ताबा ठेवला. "एक– दो, एक– दो" वर थोडे पेशंट व्यायाम करत होते. आवारात एक मोटार येऊन थांबली अन् त्यातून निर्मला उतरली. "बघ कुसुम, निर्मला कपिलाबेनची सवत आहे, तरी त्यांना प्रेमानं भेटायला येते. मोहनभाई खूप आजारी आहेत, पण तिनं ते सांगितलंही नाहीये कपिलाबेनना. तिच्या मनावर दोन्हीकडून ओझं असेलच ना?"

"मग? मला काय त्याचं?"

सिस्टरना हसू आलं.

"बरं, बरं, तुला काही नाही त्याचं. आता माझी प्रार्थनेची वेळ झालीय. नेहमी मी मुद्दाम कुणाला बोलवत नाही; पण आज तू येशील?" 'जाऊन यावं जरासं, काय बिघडलं त्यात,' असं आपल्याच मनाला समजावत ती सिस्टरबरोबर चालू लागली.

दुसऱ्या मजल्यावरच्या एका छोट्याशा रिकाम्या खोलीत सिस्टर प्रार्थना करत असत. येशूची एक खूप सुंदर मूर्ती होती तिथे. शांत खोलीत मेणबत्तीचा संथ, मंद प्रकाश पसरला होता. चार-पाच पेशंट्स खाली मान लववून स्वस्थ बसले होते. रूपा जाऊन त्यांच्याबरोबर बसली. सिस्टरनी डोळे मिटले आणि हात जोडले. शांत वाहणाऱ्या जलप्रवाहासारखे प्रार्थनेचे सूर आणि शब्द त्या खोलीत

पसरू लागले. हळूहळू त्या सूर न् शब्दांमागच्या भावनेनं सगळ्यांचीच मनं हेलावली.

"मला कशाचंही भय नाही भगवान्!
कारण तुम्ही सदैव माझे रक्षणकर्ते आहात
माझी यात्रा सरळ असणार आहे,
कारण तुम्ही सदैव माझ्याबरोबर चालत असता;
जीवनाचे चढ-उतार, ऊन-पाऊस
हे सारं म्हणजे एक खेळ आहे
या खेळात मी आनंदानं सहभागी होणार आहे
जय-पराजय, हसू न् आसू
हे सगळं त्या खेळाचेच भाग आहेत
सगळंच क्षणभंगुर आहे,
मर्यादित काळ टिकणारं, संपून जाणारं आहे.
वेगवेगळ्या परिस्थितींमध्ये मला आणून,
तुम्ही मला घडवता
संघर्ष, समस्या यांची मला भीती वाटत नाही;
कारण, अशी कुठली समस्या आहे,
की जिचा उपाय तुमच्या कृपेनं सापडत नाही?
असं कुठलं ओझं आहे, जे
तुमची प्रार्थना केल्यावर हलकं होत नाही?
अशी कुठली परीक्षा आहे, ज्यातून
तुमची कृपा असल्यावर पार पडता येणार नाही?
पूर्वी, सुख मिळालं की मी सुखी व्हायची
दुःख झालं की दुःखी व्हायची
पण आता, सुख-दुःख दोन्हींच्या पाठीशी,
तुमचा चेहरा दिसतो.
आनंदाच्या सागरात आता माझी होडी,
निर्भयतेनं तरंगते आहे!"

प्रार्थना संपली. संपूर्ण शांतता होती. सिस्टर येशूच्या मूर्तीकडे बघत बसल्या होत्या. शांततेचा भंग होऊ न देता, एकेक रुग्ण हळूहळू उठून परत गेले. रूपा सिस्टरजवळ येऊन बसली. खोलीत आता त्या दोघीच होत्या, रूपाच्या मनात त्या प्रार्थनेनं खळबळ उडवली होती. तिनं सिस्टरचा हात पकडला.

"सिस्टर, तुमच्या चारीबाजूंना दुःख, वेदना, तुम्ही बघत असता. कितीतरी अन्याय, कितीतरी वेदनांच्या तुम्ही साक्षी आहात आणि तरी तुम्ही चेहऱ्यावर हे स्मित कसं ठेवू शकता."

थोडा वेळ तसाच शांततेत गेला. लहानशा खिडकीबाहेर, दूरवर नजर लावून सिस्टर बघत होत्या. त्यांनी आवेगानं रूपाचा हात दाबला. जराशानं मग त्यांनी अस्वस्थ झालेल्या रूपाकडे बघितलं, तेव्हा त्यांचे डोळे भरून आलेले होते. रूपा स्तिमित झाली.

"सिस्टर! तुमच्या डोळ्यांत अश्रू?"

१६

"**सि**स्टर, बोलत नाही तुम्ही? मला नाही सांगणार काय झालं ते?" आपल्या पदराच्या टोकानं रूपानं सिस्टरचे डोळे पुसले आणि मग प्रेमानं म्हटलं, "माझ्या प्रश्नाचं उत्तर तुम्हाला अजून मिळालेलंच नाहीये, खरं ना?"

"असं नाही कुसुम; पण मी प्रश्न विचारायचंच बंद केलंय!"

"म्हणजे?"

"सांगते. आज तुला सगळंच सांगते. गुंडाळून बंद करून ठेवलेलं माझं मन आज तुझ्यासमोर उलगडते! असं झालं, एके काळी मीही तुझ्याचसारखा भरल्या डोळ्यांनी हाच प्रश्न वारंवार देवाला विचारला होता. माझ्या कुटुंबात माझे वृद्ध आई-वडील आणि आम्ही चार भावंडं. माझ्या वडिलांची बेकरी होती. आनंदात, खेळीमेळीनं राहत होतो आम्ही सर्व जण. वयाच्या सोळाव्या वर्षी मी एका देखण्या अन् हसतमुख तरुणाच्या प्रेमात पडले. आमचा वाङ्निश्चय झाला. मला परीक्षेला बसायचं होतं, त्याचा फॉर्म भरायला मी जवळच्या शहरात युनिव्हर्सिटी होती, तिकडे गेले. इकडे माझ्या गावी तेव्हाच भयंकर भूकंप झाला. मी परत आले ती गावातली कित्येक घरं तुटलेली, पडलेली, जळून खाक झालेली बघायला! वेडीपिशी होऊन मी भटकत राहिले, माझ्या माणसांचा ठावठिकाणा मिळवायला धडपडत राहिले. चार दिवसांनंतर माझ्या वडिलांचं शव सापडलं; पण माझी आई, भावंडं, माझा प्रियकर, कुणाचा काहीही पत्ता लागला नाही! आणि त्यानंतर मी काय काय भोगलं, ते सारं सांगायचं, तर जन्मभर सांगत राहावं लागेल! माझं मानसिक संतुलन पार

गेलं होतं. अनाथाश्रम आणि वेड्यांचं हॉस्पिटल यामध्ये मी इकडून तिकडे ढकलली जात राहिले. माझ्या या अवस्थेचा फायदा घेऊन कोणा एका नराधमानं माझ्यावर बलात्कार केला! डॉ. विलियम नावाचे देवदूत शेवटी भेटले. त्यांनी खूप शुश्रूषा करून मला बरी तर केली; पण मनावरचा आणि पोटातला भार वाढलेला होता! दुष्कर्माचं बीज अगदी लगेच फळतं, होय ना? त्या वेळी कायद्याच्या विरुद्ध होतं, तरीही त्यांनी माझा गर्भपात करवला. पण त्यात मला इतका रक्तस्राव झाला, की मी अगदी मरायला टेकले! पण तशाच अवस्थेत मी तिथून पळाले. कारण माझ्यावरून गैरसमज होऊन डॉक्टर आणि त्यांच्या पत्नीमध्ये मोठं भांडण झालं! माझ्या मनाला कुठेही शांती म्हणून मिळत नव्हती. रोज तुझ्याच सारखी मी देवाला प्रश्न विचारत राहायची, पण कुठूनही उत्तर मिळत नव्हतं!''

थोडा वेळ दोघी गप्प होत्या. शांततेचा पारदर्शक पडदा जरासा हेलकावे खात स्थिर झाला. एकाग्रतेनं सिस्टरची कथा ऐकणाऱ्या रूपानं मग हळुवार आवाजात विचारलं, "आणि आता? आता तुम्हाला तुमच्या प्रश्नांचं उत्तर मिळालंय सिस्टर?'' सिस्टरनं मान खाली घातली. "नाही कुसुम!''

"तर मग तुमच्या चेहऱ्यावर ही शांत प्रसन्नता कुठून येते सिस्टर? कुठून मिळाली ही अमृतसिद्धी तुम्हाला?''

"अधीर नको होऊ गं; ऐक, सांगतेच आहे. अमृत मिळायला स्वतःलाच खूप मंथन करावं लागतं! मी मग साध्वी झाले, येशूची सेविका झाले, जिथे जिथे जायला सांगितलं गेलं, तिथे तिथे गेले. युद्धाच्या छावण्यांमध्ये, उपेक्षित रोग्यांमध्ये, अनाथ बालकांच्या आश्रमांमध्ये, वृद्धाश्रमांमध्ये. माझं शरीर निरंतर काम करत असायचं; पण माझा आत्मशोधही निरंतर चालूच होता. आणि एक दिवस– मृत्युशय्येवर असलेल्या एका वृद्ध माणसानं मला सांगितलं, "तू त्याला शोधण्यासाठी इतकी अस्वस्थ, इतकी प्रक्षुब्ध का होते आहेस? तो तर सर्वज्ञ आहे, सर्वव्यापी आहे! तोच एक दिवस तुला शोधून काढेल, तुझ्या दारावर तोच थाप मारील बेटा! तो असा येईल, तेव्हा बेसावध राहू नको! लगेच दार उघड, कारण तुला बोलवायला येणारा तोच असेल!''

"जणू गुरुमंत्र मिळाला मला त्या दिवशी कुसुम! तेव्हापासून मी शोधत राहायचं सोडून दिलंय आणि खरंच सांगते, तेव्हापासून अपार शांती मिळालीय! मनातल्या मनात मी दरवाजावर पडणारी थाप ऐकण्यासाठी कान लावून आहे! कोण जाणे, केव्हाही दारावर थाप पडेल!'' रूपा सिस्टरकडे बराच वेळ नुसतीच बघत राहिली अन् मग उठून हळूहळू चालत दाराबाहेर पडली.

दुसऱ्या दिवशीच, आळसावलेल्या लांबलचक दुपारी ती कुठलं तरी जुनं मासिक वाचत पडली होती, तेवढ्यात कुणाला तरी बोलताना तिनं ऐकलं, "सिस्टर

जेसिकाला जावं लागेल आता.''

''जावं लागेल नाही, आजच जातेय ती.''

''ठाऊक आहे हे कोणी ठरवलं ट्रस्टींच्या मीटिंगमध्ये? निशाबेननं. या सिस्टर तरी एवढ्या काय पेशंट्सना आवडायच्या कोण जाणे!''

रूपा चमकली आणि पट्दिशी उठून घाबऱ्या घुबऱ्या सिस्टरच्या खोलीत गेली. त्या एका लहान बॅगमध्ये त्यांचं सामान भरत होत्या. रूपानं त्यांचा हात पकडला.

''खरंय हे? तुम्ही जाताय?''

सिस्टरना हसू आलं. ''अरे! तू इतकी अस्वस्थ का झालीयस कुसुम? मला कलकत्त्याला जायचा हुकूम मिळालाय, तिथं–''

''हुकूम कसला आलाय डोंबलाचा! त्या निशाचं काम आहे हे सारं. काय मिळालं तिला हे असं करून? आपलं ते खरं करायच्या आपापसातल्या अहमहमिकेत हे सारे ट्रस्टी काही ना काही डावपेच खेळत राहतात, आणि–''

''बस्, बस गं माझे बाई! जायला सांगितलंय ना, तर जायचं. ज्याला कामच करायचंय त्याला काय? जगात कुठेही जा, हवं तेवढं काम पडलंय करण्यासारखं.''

रूपाला रडू आवरलं नाही. ''सिस्टर, तुम्ही गेलात म्हणजे कसं होईल माझं?''

सिस्टरनं तिचा हात हातात घेऊन त्याचं चुंबन घेतलं.

''कुसुम, प्रत्येक मनुष्याला फक्त स्वतःचीच सोबत असते. एकटंच असतं प्रत्येक जण. मी जिथं असेन तिथं तुला मनःशांती मिळावी म्हणून प्रार्थना करत जाईन.''

रूपानं त्यांचा हात घट्ट पकडून ठेवला.

''मी नाही जाऊ देणार तुम्हाला!'' सिस्टरना पुन्हा हसू आलं.

''अगं कुसुम, प्रश्नांची उत्तरं शोधत असतात ना, ती माणसं अशी हात-पाय गाळून बसत नाहीत. तुला कदाचित आणखी कठीण चढणही चढावी लागेल, मग? देव...''

त्यांचा हात झटकून टाकत रागानं रूपा म्हणाली,

''मसणात गेला तुमचा देव! लबाड आहे तो– माझ्यासमोर त्याचं नावच घेऊ नका!'' आणि ती पळतच तेथून निघून गेली.

दुसऱ्या दिवशी सकाळी ती व्हरांड्यात उभी होती. खाली आवारात एक घोडागाडी येऊन उभी होती. आपली लहान बॅग घेऊन सिस्टर जेसिका गाडीपाशी आल्या. कोणीतरी त्यांच्या हातातनं बॅग घेऊन ती गाडीत ठेवली. गाडीत चढता चढता सिस्टर जरा थांबल्या आणि त्यांनी चोहीकडे नजर टाकली. रूपा दिसली तशी हसून हात उंच केला अन् मग त्या गाडीत बसल्या. आवाराचं प्रचंड गेट उघडलं अन् घोडागाडी बाहेर गेली, तशी परत बंद झालं.

रूपानं वर केलेला हात तसाच राहिला होता. एखाद्या निर्जन बेटावर एकटंच उभं असावं, तसं वाटत होतं तिला. लांब समुद्रातून एक जहाज जाताना दिसत होतं, पण मदतीसाठी खूपदा हात उंच केले तरी जहाजानं तिला पाहिलंच नाही, निघून गेलं! एकाकीपणाचा अफाट दर्या तिच्या चारही बाजूंना पसरला होता.

"एऽ! इथं उभ्या उभ्या हात वर करून काय व्यायामबियाम करतेयस की काय?" जाता जाता तिचा हात खाली करत एक जण हसत हसत म्हणाली. रूपा ओशाळली.

आज पंधरा ऑगस्ट. हॉस्पिटलमध्ये रोजगार शिक्षण केंद्राचं उद्घाटन होतं. मंत्री येणार होते उद्घाटनाला. सगळे खूष होते.

"चल कुसुम, येतेयस ना खाली?"

"कुठं?"

"वा! काल नव्हतं का तुला सांगितलं?"

"उंहुं. मला नाही यायचं. तू जा." तोंड वाकडं करत यशोदा निघून गेली. रूपा व्हरांड्यात ऊन खात उभी होती. खाली आवारात पेशंट्स टोळकी करून उभे होते. शिवणकामाचे वर्ग सुरू होणार होते. कोणी कोणी भेट दिलेली शिवणाची मशिन्स कालच येऊन पडली होती. उदबत्त्या बनवायचं कामही शिकवलं जाणार होतं. जमलं तर शाळा पण सुरू करणार होते लवकरच.

आज हॉस्पिटलची मोठाली प्रवेशद्वारं उघडी होती. चकाकणाऱ्या मोटारी भरभरून लोक बाहेरून आले होते. सर्व पाहुणे स्वच्छ पांढऱ्या कपड्यात आले होते. हॉस्पिटलचा नोकर वर्ग, मॅनेजर, कारकून, नर्सेस, डॉक्टर वगैरे मंडळी लगबगीनं इकडून तिकडे करत होती. ध्वजवंदनाची वेळ झाली.

कठड्यावर हात ठेवून रूपा निर्विकार चेहेऱ्यानं सारं बघत उभी होती. वरच्या मजल्यावर संबंध वॉर्डमध्ये ती एकटीच होती.

डोळ्यांत भरेल अशा चमकत्या लाल रंगाची मर्सीडीज आवारात आली. दोन डॉक्टर आणि तीन-चार नर्सेस धावत गाडीपाशी जाऊन उभे राहिले. गाडीचं दार उघडलं आणि एक सुंदर तरुण स्त्री उतरली. मोहक स्मितहास्य करत तिनं सर्वांना नमस्कार केला. रूपाचे डोळे रागानं लाल झाले. दात आवळून ती बघत राहिली. निशाबेन! सिस्टर जेसिकाला काढून टाकणारी दुष्ट निशाबेन. दंभी! हलकट! समाजकार्य करणारी! समाजकार्यकर्ती या शब्दांनी वर्णन केलं जाणाऱ्या दुसऱ्या एका स्त्रीचं प्रतिबिंब तिच्या डोळ्यांसमोर तरळू लागलं. तिचं घर, संसार, तिचं बाळ, तिचं सर्वस्व हिरावून घेऊन तिला हाकलून देणारी! तोंड कडूजहर झालं असेल तशी ती जोरात थुंकली.

मंत्री येऊन पोचले होते. धावपळ चालली होती. मिठाईच्या थाळ्या स्वयंपाक

घरात येऊन पोचल्या होत्या. खास उभ्या केलेल्या छोट्या व्यासपीठावरून एका स्त्रीनं 'वैष्णवजन तो तेने कहिये' हे भजन म्हटलं. मंत्री स्वतःच 'मानव करुणासंघां'चे प्रमुख होते. त्यांनी मग ऐकणाऱ्याचं हृदय द्रवून उठेल असं भाषण केलं. संपूर्ण भारतात किती महारोगी आहेत, गुजरातमध्ये किती आहेत वगैरे आकडे सांगितले. सरकारनं आणि समाजानं काय केलं पाहिज, त्याचा पाढा वाचला. महात्मा गांधींचे कुष्ठरोग्यांबद्दलचे विचार लोकांना ऐकवता ऐकवता तर ते अगदी सद्गदित झाले! सारं वातावरणच भावविभोर झालं होतं. रूपाच्या नकळत तिचेही डोळे भरून आले होते. तिला नवल वाटलं– भाषण हे केवढं प्रभावी माध्यम होतं! खरं म्हणजे तिला खूप मोठ्यानं रडावंसं वाटलं. एकदम दोन-दोन पायऱ्या दडदड उतरत खाली जाऊन एकदम दोरी खेचून ध्वज फडकवायची इच्छा झाली, व्यासपीठावर उडी मारून मंत्र्यांच्या हातातून माइक घेऊन सगळ्यांना खूप शिव्या द्याव्याशा वाटल्या– सगळ्यांसमोर त्या निशाला एक सणसणीत थोबाडीत दिली तर?

रूपाला भणभणू लागलं, चक्कर आली. पायांना असंख्य मुंग्या एकदम चावाव्यात तशा झिणझिण्या आल्या. वॉर्डमध्ये जाऊन तिनं कॉटवर अंग टाकलं. छप्पर खाली खाली येत तिच्या अंगावर पडणार असा तिला भास झाला. तोंडावर उशी दाबत तिनं किंकाळी दाबली.

किती वेळ गेला कोण जाणे. सारं शांत झालं होतं. रूपानं डोळे उघडले. "तू तर आलीच नाहीस खाली! किती मजा आली. आता थोड्या दिवसांनी एक गाण्याचा प्रोग्रॅम ठेवणार आहेत. ठाऊक आहे? छट्! तुला तर कश्शाची आवड म्हणून नाहीय!"

ती गप्प पडून राहिली. यशोदानं जवळ येऊन विचारलं, "शिवणकाम शिकायचंय? उद्यापासनंच क्लास सुरू होणारे. तुला यायचं असलं, तर जा आत्ताच, नावं नोंदवतायत."

"मला नाही शिवणकाम करायचं!" चिडून रूपानं पाठ फिरवली.

"मला कशाला मिजास दाखवतेय्स वर आणखी? दोन पैसे मिळवलेस तर तुलाच उपयोगी पडतील म्हणून सांगितलं, मला काय पडलीय्! अगं, दहाची नोट बघितलीय्स तरी कधी जन्मात?"

रूपाच्या मस्तकात एकदम सणक गेली. ताड्कन उठून तिनं यशोदाला जोरात दूर ढकललं. "पैशाच्या बाता कोणाला सांगतेस गं? जा, जा आणि बोलाव तुझ्या त्या 'वैष्णवजन' वाल्यांना, बहात्तर कुळांचा उद्धार करून टाकते सगळ्यांच्या!"

साऱ्या वॉर्डमध्ये हाहाकार, आरडाओरडा झाला. डॉक्टर खेताणी स्वतःच धावत आले, तेव्हा यशोदानं रूपाची मानगूट पकडली होती!

"शरम नाही वाटत तुम्हाला दोघींना?"

डॉ. खेताणींचा कडक आवाज ऐकल्याबरोबर दोघी बाजूला झाल्या. इतर गोळा झालेल्या स्त्रियाही पांगल्या.

"हा आखाडा नाहीये, हॉस्पिटल आहे. आधी एक तर इथे तुमच्यावर फुकट उपचार करतोय आम्ही, त्याची तुम्हाला किंमत नाही आणि वर हे वागणं? लोकांकडून पैसे गोळा करून, भीक मागून, पायपीट करून आम्ही पैसे मिळवतो तुमच्यासाठी आणि इथं तुम्ही लोक असले तमाशे करता? अशानं हॉस्पिटलचं नाव बद्दू झालं ना तर फुटकी कवडी देणार नाही कोणी, ठाऊक आहे? मग भीक मागत फिरा, अन् मरा! आज मी सगळ्यांना सांगून ठेवतोय, भांडणं किंवा मारामाऱ्या झाल्याची एकही तक्रार जर का आली माझ्याकडे, तर सगळ्या वॉर्डला शिक्षा करीन मी. जेवण बंद! मला संपूर्ण शिस्त हवीय इथं, ती पाळलीच पाहिजे. सगळ्यांसाठी नव्यानं नियम केले आहेत आता, उद्या या नियमांचे बोर्ड प्रत्येक वॉर्डमध्ये लावले जातील. ज्या कोणाला हे नियम कबूल नसतील त्यानं हॉस्पिटल सोडून जावं."

रागानं लालबुंद झालेल्या डॉक्टरांनी तिखट नजरेनं पुन्हा एकदा रूपा अन् यशोदाकडं पाहिलं आणि ते निघून गेले. एकदम साऱ्या जणी गप्प झाल्या होत्या. डोक्यावर कोणीतरी जोरात हातोडी मारली असेल तशी रूपा सुन्न झाली होती. अंगाची गठडी वळून ती पलंगावर पडून राहिली. कोणीतरी म्हटलं, "हे सारं कुसुममुळेच झालं. जणू राजाची राणी असेल तशी मिजास दाखवत असते. आरशात थोबाड पाहिलयन् का कधी स्वतःचं?"

"ही यशोदा तरी काही कमी आहे का?"

कानावर हात दाबून ठेवून, तोंड फिरवून रूपा झोपून राहिली. जोरात घंटा वाजवत जेवणाची ट्रॉली आली. स्वयंपाकी रूपाला मोठ्यानं म्हणाला,

"ए बाई! चल ताट दे तुझं, मग झोप सावकाश. आज तर जेवणाचा थाट आहे. कोप्रापाक अन् सामोसे आहेत."

रूपा उठून बसली पण मान खाली घालून म्हणाली, "मला नाही जेवायचं, भूक नाही!"

स्वयंपाकी आश्चर्यानं बघत राहिला, मग इतर बायका हाका मारू लागल्या तशी तिथून निघून गेला.

रूपा परत आडवी झाली. जन्म, मृत्यू, पुत्रजन्म, लग्न किंवा दुसऱ्या कुठल्याही निमित्तानं मोठा भोजनसमारंभ झाला आणि अन्न उरलं की लोक हॉस्पिटलं, अनाथाश्रम अशा जागा शोधायला लागतात. सगळ्यांच्या मनात पण पुण्यकामाची भरती येते! गेल्याच महिन्यात कुणीतरी आपल्या आईच्या बाराव्याचे लाडू पाठवले होते आणि त्यांना मॅनेजरशी बोलताना रूपानं ऐकलं होतं, "बिच्चारे रोगी–!" तो 'बिच्चारे' शब्द काळजाला भेदून गेला होता.

ती सुन्न मनानं डोळे मिटून पडून राहिली. तिच्या मिटल्या डोळ्यांसमोर एक भयंकर दिवास्वप्न तिला दिसू लागलं. चारी बाजूला संपूर्ण स्तब्धता, आसपास कोणीही नाही. ती एका खोलीत कोंडली गेलेली. घाबरून तिनं दाराला धडका मारल्या. दार उघडलं अन् ती बाहेर पडली ती दुसऱ्या तशाच बंद अंधाऱ्या खोलीत. घाबरून दाराला धडका मारत ती तेथून बाहेर पडली, ती तशाच तिसऱ्या खोलीत. ती पळत राहिली, तशाच आणखी कितीतरी खोल्या! ती खूप थकून गेली अन् तरी तशीच पळत राहिली. केव्हा ना केव्हातरी शेवटची खोली येईल, अशी की त्या खोलीचं दार उघडलं की ती मोकळ्या आभाळाखाली उभी असेल, पाऊस पडत असेल– पुन्हा तिनं जोरात दाराला धक्का मारला.

तिची झोप उडाली. धसकून ती उठून बसली. ती कुठे होती? त्या शेवटच्या खोलीतनं ती खरंच बाहेर तर नव्हती आली? हा शांत, मंद वारा, ही मोकळी जागा–! बापरे! तेच भयंकर स्वप्न तिला परत पडलं होतं! असंख्य खोल्यांमधून पळत राहिली असेल तसा थकवा तिला खरोखरच आला होता अन् तिला खूप भूकही लागली होती. नर्स औषधाच्या गोळ्या देऊन गेली होती, त्या टेबलावर तशाच पडल्या होत्या. औषधं घेण्याच्या बाबतीत ती आता फारच निष्काळजी झाली होती– औषधं घ्यायचं म्हणजे दूध पिणं जरूर होतं. पुष्कळदा रागाच्या भरात ती दूध पण ओतून टाकायची! पण आज आता खूप खूप भूक लागली होती. मघाशी जेवण आलं तेव्हा फालतू ऐट करून खाल्लं नव्हतं! कोप्रापाक अन् सामोसे!

तिच्या पोटात गलबलायला लागलं. चक्कर यायला लागली. आता? काय करायचं? तिला स्वतःचाच खूप राग आला. काही का निमित्तानं हॉस्पिटलमध्ये कोणी खायला पाठवलं काही, तर तिचं काय जात होतं? 'बिच्चारी' तर होतीच ना ती? त्यात अपमान कशाचा? माणूस पोट भरायसाठी काय काय करतो, मग तिला एवढं नाक वर करून चालायची काय जरूर होती? पण आता काय? आता– भूक– खूप भूक– शेजारच्या सगळ्या गाढ झोपल्या होत्या. अरे वा! त्याऽ बाईच्या टेबलावर केळी दिसतायत! संध्याकाळी कुणाच्या तरी करवी मागवली होती त्या बाईनं.

–खाल्ली आपण ती, तर? कुणाला कळणार होतं? सकाळी ती बाई शोधेल तर शोधू देत. तिला थोडंच कळणार होतं कोणी खाल्ली ते? रूपानं मग न राहवून झडप घालून ती केळी उचलली अन् ती बाहेर व्हरांड्यात गेली. दारामागे लपून तिनं आधाशासारखी ती केळी खाल्ली. व्हरांड्याच्या दुसऱ्या टोकाला जाऊन, सालं खाली आवारात टाकून आली. पदरानं तोंड पुसलं. आज सिस्टर किंवा मनुदादा असते तर? त्यांची आठवण झाली तशी ती एकदम थांबली. तिच्या अंगाला झिणझिण्या येत होत्या, पोटात आग आग होत होती. पाय शिश्यासारखे जड झाले

होते, उचलवत नव्हते. येत्या आठवड्यात तिची टेस्ट व्हायची होती. डॉ. खेताणी डोळे वटारून तिला धमकावत असत, "मला असं कळलंय की तू पुष्कळदा औषध न घेता ते फेकून देतेस!"

एकदम पुन्हा तिला भास झाला की तिला एका बंद खोलीत कोंडलंय! कोणीतरी खदाखदा हसत होतं. कोण होतं? ती घाबरून दाराच्या मागे लपली. तिलाच सगळी शोधत होती, मोठ्या मोठ्यानं बोलत होती. "ती कुसुम आहे ना कुसुम, ती चोरटी आहे बरं का, होऽऽ चोरटी! अगं, केळी चोरून ती खाल्लीन् तिनं!"

"कोण जाणे आत्तापर्यंत कुणाकुणाचं काय काय चोरलं असेल तिनं!"

"सुशीची चेन नाही का हरवली होती? हिनंच चोरली असेल तीसुद्धा!"

"काय सांगतेस तरी काय? खरंच? वाः! राणीसाहेब होती ना ती! सोन्याचा मुगुट कुठे गेला राणीसाहेबांचा? दे टाळी. ती तर घरी पंचपक्वान्नं खात होती ना म्हणे! फालतू कुठली. खोट्या बढाया नुसत्या! 'पकडा सालीला! अगं, ही बघ इथंच आहे– पकडा– पकडा–!"

रूपा भराभरा आत आली, तिची बॅग उचललीन्, आणि प्रचंड व्हरांडा अन् असंख्य पायऱ्या पार करत खाली आवारात आली. गाढ अंधार होता पण कदाचित् अंधाऱ्या कानाकोपऱ्यात तिला पकडायला सगळे उभे असतील! पकडली की तिला मग कोंडतील बंद, अंधाऱ्या खोलीत! मग तिथून तिला कधी सुटताच येणार नाही! पळालंच पाहिजे इथून– सिस्टर असत्या तर त्यांनी पार्वतीला जशी वाचवली होती तशी हिला पण वाचवली असती; पण– आज– आता– विचार करायला वेळच नाहीये, पळालंच पाहिजे.

पाय घासत ती कशीबशी पळत होती. गेट बंद होतं; पण कडेला लहानसं चक्री दार होतं. वॉचमन घोरत होता. ती बाहेर पडली. आपल्या पाठीमागे 'चोर' 'चोर' असा आरडाओरडा होतोय असा तिला सारखा भास होत होता. लांबलचक अंधाऱ्या रस्त्यावर ती पळत सुटली.

१७

काळ्याकुट्ट अंधाराच्या फरशीवर रूपाची पावलं अडखळत घसरत होती. अंगात खूप ताप होता, धाप लागली होती. अंधार तर कमीच होत नव्हता. पळता पळता ती कुठल्या न संपणाऱ्या बोगद्यात तर नव्हती शिरली? का ती परत आईच्या पोटात जाऊन बसली होती? चिकट, घसरून पडायला होईल असा अंधार आणि त्यात गर्भनाळेनं बांधली गेलेली, झुलणारी ती! ओहो! मला जन्म घ्यायचाय, बाहेर यायचंय! कोणी मला या घुमटातनं बाहेर काढा हो! नवजात अर्भक बनून मला प्रकाशाच्या दुनियेत श्वास घ्यायचाय! देवा, ऐकतोयस का तू? दिसतंय का तुला? तुला तर सहस्र कान, डोळे, आहेत ना? विश्वरूप आहे ना तुझं आणि सारं ब्रह्मांड तुझ्या मुखात– त्या ब्रह्मांडातच हा रस्ता पण असेल आणि या रस्त्यावरची ही मी दिसतेय का तुला?

चालता चालता झाडाची फांदी हाताला लागली. ती पकडून रूपा थांबली. घामानं चिंब भिजलेलं शरीर झोक जाऊन खाली पडलं. तो एक उंचसा ओटा होता. महामुष्किलीनं रूपानं पाय वर घेतले. सूज येऊन ते हे एवढाले झाले होते. तिनं पायांवरून हात फिरवला, तर हाताला ओलं ओलं लागलं. तापानं गुंगी आलेले डोळे फाडफाडून तिनं बघितलं, तर पायाला जखम झालेली होती, त्यातनं रक्त निघत होतं आणि तिला कळलंच नव्हतं! कळणार कसं? पायात संवेदनाच राहिल्या नव्हत्या. बँडेज बांधायलाच हवं होतं. ती आजूबाजूला शोधायला लागली. बॅग? हो की, बॅग आणली नव्हती का तिनं बरोबर? मग? कुठे गेली ती? बॅग वाटेत कुठेतरी

हातातून पडून गेली असणार हे तिच्या लक्षात आलं, तशी हताश होऊन तिनं दोन्ही हात पसरले, न् मग ती एकदम जोरजोरात हसायलाच लागली! बरं झालं– सगळंच गेलं– पंचाईत गेली– अशी वाक्यं जुळवत गायला लागली.

अरेच्या! इतका वेळ तर इतका दाट अंधार होता. मग हा दिवा कुठून आला? तिनं डोळे बारीक करून बघितलं. ती ज्या ओट्यावर येऊन पडली होती, तिथं दगडावर कोरलेली एक ओबडधोबड देवीची मूर्ती होती. कुंकवानं माखलेली, जरी किनारीची साडी नेसवलेली. उदबत्ती जळत होती. समोर ठेवलेल्या पेढे अन् खडीसाखरेवरून मुंग्या फिरत होत्या. रूपाच्या डोळ्यांवर तापाची ग्लानी होती. थंडीनं ती थरथर कापत होती. देवीपुढच्या दिव्यातलं तेल संपलं तशी तो विझला. पुन्हा काळाकुट्ट अंधार. देवीचे कुंकवानं माखलेले हात पुढे पुढे येतायत, तिला पकडू बघतायत असे विचित्र भास मग तिला होऊ लागले. भीतीनं किंचाळून ती तिथून उठली, नि पुन्हा चालायला लागली.

मोटार जोरात जात होती. अचानक कडेच्या झाडांमागून झोकांड्या खात, पळत ती रस्त्यावर आली. देवीच्या हातांपासून दूर जायलाच हवं होतं! रावणाच्या दरबारातल्या हनुमानाच्या शेपटीसारखे ते हात लांब लांब होत होते– केव्हाही ते हात आता तिच्यापर्यंत पोचले असते. 'धडाम्' आवाज झाला अन् एक भयंकर किंकाळी तोंडातून निघता निघता रूपा उंच फेकली गेली!

ती शुद्धीवर आली तेव्हा आसपास कसले कसले आवाज येत होते. कसले होते ते आवाज? जड झालेल्या पापण्या कष्टानं उचलत रूपानं डोळे उघडले. काही कळेचना. मंद प्रकाश, आसपास चोहीकडे लहानमोठ्या कसल्या कसल्या वस्तू, पेट्या, खोकी आणि त्यांच्या मधेच पलंगावर आडवी पडलेली ती! पडल्या पडल्या नजर फिरवून बघण्याचा तिनं प्रयत्न केला. सारं शरीर जड शिळेसारखं झालं होतं. हातपाय तर जराही हलवता येत नव्हते. खांद्यातनं कळा येऊ लागल्या. तिनं स्वतःला सावरून भानावर येण्याचा आटोकाट प्रयत्न केला. होती तरी कुठे ती? शरीर का असं जडजड वाटत होतं? तिला इथं या खोलीत कोणी आणून ठेवली होती?

तिनं जोरात ओरडण्याचा, हाका मारण्याचा प्रयत्न केला; पण घशातून धड आवाजही उमटेना. ती घाबरली. नेटानं उठून बसायला बघितलं तर प्रचंड वेदना झाल्या. ती मेली तर नव्हती ना? नाही! नाही, मी जिवंत आहे.

पुन्हा पुन्हा प्रयत्न केला तेव्हा घशातून नीट आवाज उमटला. डोळे पण उघडले. एक हात तिला उचलता आला तो तिनं हवेतल्या हवेत जोरानं फिरवला, तेवढ्यात् धडाड् करून आवाज आला. प्रचंड आवाज. ती खूप घाबरली. डोंगरावरून मोठी शिळा गडगडत खाली जावी तसा हा कशाचा आवाज? ती भयभीत होऊन ओरडली.

"एऽऽ! चुप्! ओरडतेयस कशाला?"

"मला वाचवा हो! ते लोक डोंगरावरून शिळा खाली ढकलतायत मला मारून टाकायला. ललिताचं भूत असेल ते, नाहीतर हमीदा असेल. राणीच्या महालात या अशा बायकांना कशाला ठेवलंय? ती पाहा– तीऽऽ चाललीय वैरीण माझी– पकडा तिला, पकडा ना!"

"बकवास बंद कर ए बये! डोकं उठवतेय! पडून राहा पाहू चुपचाप. येडं ते येडं अन् म्हणे राणी!"

येडं? ती वेडी? तेवढ्यात वरून गडगडत येणारा एक दगड तिच्या छातीवर पडला. "ऐका हो ताई, अहो ताई! ही सगळी जणं आहे ना,–"

दार जोरात बंद झाल्याचा आवाज झाला, अन् भराभरा दूर जाणाऱ्या पावलांचा. आता तिची तिलाच मदत करायला हवी होती. पुन्हा एकदा एक हात मोकळा होता तो तिनं हवेत हलवला तशी सबंध शरीरभर वेदना झाल्या. तरीही नेटानं ती कशीबशी उठून बसली, आणि बसता बसताच, समुद्राची एखादी प्रचंड लाट अंगावर येऊन पडावी, तशी तिची गेलेली स्मरणशक्ती एकदम परत आली आणि तिला आठवलं. की ती हॉस्पिटलमधून सुटून पळत होती तेव्हा रात्रीच्या अंधारात कशावर तरी खूप जोरात आपटली होती. अपघात झाला होता तिला? मग? मग काय झालं होतं? तिला इथं कोणी आणली होती? तिनं स्वतःच्या अंगावरून हात फिरवून पाहिला. पायावर प्लॅस्टर होतं. खांद्याला बँडेज होतं. पांघरूण सरकलं होतं अंगावरून अन् तिची छाती उघडी पडली होती. गळ्यापर्यंत पांघरूण ओढून घेत तिनं आजूबाजूला नीट बघण्याचा प्रयत्न केला. भोवताली तऱ्हेतऱ्हेची खोकी अन् पेट्या, सामानाचे ढीग पडले होते. हे काय होतं, ती कुठे होती, काही कळत नव्हतं. पण दुर्गंधी येत होती– मग लक्षात आलं की तिचंच अंथरूण खराब झालं होतं! देवा रे! एका बाईचा आवाज ऐकला होता मघाशी, ती कुठं गेली? कुणीतरी आहे का जवळपास? चिरक्या आवाजात ओरडून रूपानं हाक मारून बघितलं; पण कोणीच उत्तर दिलं नाही. तिनं जरा सरकायचा प्रयत्न केला तशी पुन्हा खूप वेदना झाल्या, डोळे भरून आले.

दरवाजा उघडला आणि अंधूक प्रकाशात कोणी एक बाई आत आली. तिच्या मागे मागेच एक पुरुष. दार अर्धवट ढकलून दोघं एकमेकांना बिलगली अन् त्यांच्या प्रणयचेष्टा सुरू झाल्या. रूपाला त्या अंधारात जेवढं दिसलं त्यावरून ती हॉस्पिटलमधल्या आयासारखी न् तो वॉर्डबॉयसारखा दिसला. तिनं नजर वळवली पण वाटलं होतं त्यापेक्षा बराच जास्त वेळ त्यांच्या प्रणयलीला चालू राहिल्या! शेवटी रूपानं मोठ्यानं विचारलं "कोण आहात तुम्ही तिकडे?"

दोघं चांगलीच दचकली आणि त्या बाईच्या तोंडून उद्गार निघाले, "बाई गं!

ही तर जागी आहे.'' दार उघडून वॉर्डबॉय निघून गेला. बाई निघून जाणार तेवढ्यात रूपा म्हणाली, ''थांब, ए बाई, दिसत नाही मी इथं घाणीत पडलीय? साफ करून माझे कपडे बदल. केव्हांची हाका मारतेय कोणी लक्षच देत नाही!''

ती बाई जरा जवळ आली न् म्हणाली, ''कोण लक्ष देणार इथं? हे धर्मादाय हॉस्पिटल आहे. तुझ्यासारखे हजारो पेशंट येतात इथं, समजलीस? सगळ्यांचं सगळं करत बसायला मला काय दुसरी कामं नाहीत? चादर बदलायचे दोन रुपये पडतात, ठाऊक आहे?''

रूपा वरमली. तिच्याजवळ तर दमडीही नव्हती. मग तिला सुचलं, ''मोठ्या डॉक्टरांना सांगू का इथं काय चाललं होतं तुझं ते?''

''तुझ्या धमकीला घाबरत नाही मी, कळलं ना? अगं, उपकार मान माझे, की इतके दिवस तुझी शुश्रूषा केली! तशीच मेली असतीस न् कुणाला पत्ताही लागला नसता– आता मिजास करतेय वर! एक तर वेडी न् त्यात महारोगी, तरी रुबाब तर बघा.''

बडबडत बडबडत ती बाहेर गेली, जराशानं परत आली. दोन खिडक्या उघडून टाकल्यान्, तसा छान प्रकाश आला. दिवस चांगला वर आला होता. त्या बाईनं मग पलंगाची चादर, उशीचा अभ्रा सगळं बदलून दिलं. रूपापासून जरा लांब राहूनच तिला एक टॉवेल ओला करून दिला, त्यानं रूपानं तोंड स्वच्छ पुसलं. तिला खूप बरं वाटलं. मग मऊ आवाजात तिनं विचारलं, ''बाई नाव काय तुझं?''

''गोमती.'' घाणेरडे कपडे नीट गुंडाळून घेऊन ती जाऊ लागली तशी रूपा अजिजी करत म्हणाली, ''गोमती, माफ कर मला! आणि इतकं केलंयस माझं, तर आता एक दया आणखी कर. खूप भूक लागलीय मला.''

गोमती एवढाले डोळे करून तिच्याकडे बघत राहिली.

''अरेच्या! ए बाई! तू शहाणी कधी न् कशी झालीस?''

''मी शहाणीच आहे. वेडी नाहीये. वेडी नाहीये गं मी. नाहीये वेडी.'' रूपा एकदम चिडीला आली.

''हो हो! चिडतेयस कशाला? आज कितीतरी दिवस तू वेड्यासारखं वागत होतीस, म्हणून तर मोठ्या डॉक्टरांनी तुला या स्टोअररूममध्ये ठेवायला सांगितलं होतं!''

''माझ्या-माझ्या पायाला काय झालंय गोमती?''

''म्हणजे? तुला काही आठवत नाहीय?''

रूपानं जोरानं नकारार्थी डोकं हलवलं.

''तुला मोटारीत घालून एक शेटाणी घेऊन आल्या होत्या. त्या यात्रेला जात होत्या, तेव्हा तू त्यांच्या मोटारीवर आपटलीस. वाचलीस हे नशीब तुझं! फार

नव्हतं लागलं तसं. तुला घेऊन आले तेव्हा मीच होते ना ड्यूटीवर. पोलिस पण आले होते न् तू तर काय जी डोकं फिरल्यागत थेरं थेरं करत होतीस– सगळे हसत होते! पळायला बघायचीस, किंचाळायचीस, बडबड करायचीस. पोलिस मग निघून गेले. त्यात आणि तुला हा रोग! पण आमचे मोठे डॉक्टर खूप चांगले. त्यांनी तुझ्या पायाचं ऑपरेशन केलं, फुकट औषधं दिली आणि इथे या खोलीत ठेवली. इकडे कोणी दुसरं फिरकत नाही. मी म्हणून तुझं इथं येऊन सारं करते.''

''पाय? पायाला काय झालं असेल? कापून तर नसेल ना टाकला? परत शुद्ध हरपू लागली होती. जिवाच्या आकांतानं ती उठून बसली. ती कुठे होती? कुठल्या गावात? नकोच विचारायला. काहीच नको विचारायला.''

''गोमतीताई, काहीही खायला देता आलं तर दे गं! देव तुझं कल्याण–'' ती बोलता बोलता थांबली. मग म्हणाली, ''खरंच तू खूप चांगली आहेस गोमती.''

गोमतीला हसू आलं. ''वा! आता मस्काबाजी करतेयस् होय? थांब बघून येते काही खायला मिळालं तर.'' ती बाहेर गेली. रूपा डोळे बंद करून पडून राहिली. चक्कर येत होती. खोलीत ठेवलेली खोकी इकडून तिकडे गडगडत असतील असा भास होत होता. तिनं शुद्धीवर राहायचा आटोकाट प्रयत्न केला. ''मऽऽम्मी! कोण बोललं? यश? ओ यश रे! किती दिवसांनी बघितला रे तुला! हे काय करतोयस तू? डॉक्टर डॉक्टर खेळतोयस? फेकून दे बघू तो स्टेथॅस्कोप– फेक आधी.''

''घ्या! लागलीस परत बडबडायला?'' गोमती परत आली होती, तिनं रूपाच्या पलंगावर हातातलं ताट ठेवलं. रूपा वरमून म्हणाली, ''अंहं, बडबडत नव्हते काही! खूप भूक लागलीय ना म्हणून.''

समोरच्या भिंतीशी गोमती उकिडवी बसली होती. ''हा पाव न् डाळ आणलीय, खाऊन घे. रात्रीचं जेवण येईलच जराशानं. महाराजला सांगून आलेय ट्रॉलीमध्ये तुझ्या खोलीचा पण नंबर टाकायला. दुधाचंही सांगितलंय हं! शहाण्यासारखी वाग, नीट विश्रांती घे. आता आजची ड्यूटी संपलीय माझी, उद्या कामावर आले की येईन हं तुझ्याकडे.''

कृतज्ञतेनं रूपाचं हृदय भरून आलं. गोमती गेली. खाणं संपवून थाळी पलंगाखाली सरकवून ती झोपी गेली. जागी झाली, तेव्हा उघड्या खिडकीतून बाहेरची अवरजावर तिला नीट दिसत होती. खोली पण तिनं नीट बघितली. सगळीकडे सामानाची खोकी रचून ठेवलेली होती. एका बाजूला एक दार होतं, बाथरूम असेल बहुतेक तिथं, पण जायचं कसं? उठता येईल? पलंगाच्या सळ्या पकडून ती उठून बसली. खांदा जरा दुखला, पण फार नाही. पाय ओढत, खाली

उतरून चालता आलं, तर– दरवाजा उघडला न् गोमती आत आली. रूपाला उठून बसलेली बघून खूष झाली. "वा, वा! तू तर आता बरी व्हायला लागलीस न् काय! घे, कंगवा आणलाय मी. केसातनं फिरव चटकन् आणि टॉवेल दिला होता ना तुला, तो कुठाय? दे, जरा ओला करून आणते, जरा तोंड हात पुसून घे स्वच्छ, झटपट."

"पण कशाला? मेळ्याला जायचंय?" गोमतीला हसू आलं.

"तुला आता विनोद पण सुचायला लागले की! मोठे डॉक्टर येतायत– कोठारीसाहेब. तुझ्यासाठी मीच त्यांना बोलावलंय. येड्यासारखी वागू नको हं परत. हं, आणि मला काही भीती नाहीये तुझी– तक्रार करणार होतीस ना माझी डॉक्टरांकडे? कर! मी घाबरत नाहीये! तू बिचारी दुःखी, आजारी बाई, म्हणून..."

"नाही गं गोमती! मी उगीचच म्हणत होते तुला."

गोमती बाहेर पळाली. थोड्याच वेळात डॉक्टर कोठारी आले. त्यांच्याबरोबर दुसरे दोन तरुण डॉक्टर होते.

"येस्, गोमती, काय आहे? सांग."

डॉ. कोठारींनी चार्ट उचलला, नजर फिरवली. "पेशंटचं नाव?"

"माझं नाव– नाव–" "तिचं नाव सावित्री, साहेब." रूपा थक्क होऊन बघत राहिली. माझं नाव? सावित्री?

"बघितलं ना साहेब, मी नव्हतं सांगितलं? ही बाई अपघातात सापडून आणली गेली होती इथं. बिचारी दुःखीकष्टी, आजारीही आहे. तिच्या डोक्यावरही पहिल्यांदा जरा परिणाम झाला होता, आणि शिवाय रक्तपित्त आहे साहेब."

"पण हा पेशंट तर डॉ. पटेलच्या चार्जमधला आहे. त्यांना बोलावलं पाहिजे."

"होय ना. बरोबर आहे साहेब. पण पटेलसाहेब रजेवर आहेत. त्यामुळं हिचं औषधपाणी सुरूच नाही झालेलं. तुम्ही जरा तपासून चिठ्ठी लिहून दिलीत, तर मला स्टोरमधून औषधं, इंजेक्शनं देतील हिच्यासाठी. तेवढं झालं तर बिचारीची लवकर सुटका होईल."

"बरं, ठीक." डॉ. कोठारी जवळ आले अन् बरोबरच्या एका तरुण डॉक्टरला म्हणाले, "डॉ. वैद्य, तुम्ही या पेशंटचा चार्ज घ्यायचा नाही, पण हिचं प्लॅस्टर काढा, फिजिओथेरपिस्टला दाखवा, and see if you can get her admitted in the leprosy hospital. आणि हां, inform Dr. Patel about the case when he comes."

"Yes Sir."

"गोमती, तू डॉ. वैद्यांना भेट नंतर."

"मोठे उपकार झाले आपले साहेब." गोमती हात जोडून त्यांना दारापर्यंत पोचवायला गेली. डॉक्टर गेले. गोमती खुशीत होती. "तुझं नशीब चांगलंय हं

सावित्री. एवढे मोठे डॉक्टर आले अन् त्यांनी डॉ. वैद्यांना काय करायचं ते सांगितलं.''

''माझं नशीब? चांगलं? हं!'' कडवटपणानं रूपा म्हणाली.

''नाहीतर काय? डॉ. कोठारींना भेटता येणं सोपं नाही. त्यांच्या स्वतःच्या दवाखान्यात जायचं म्हणजे नुसते तपासायचेच पाचशे घेतात अन् अपॉइंटमेंट मिळायलाच पंधरा दिवस लागतात. मी गेली दहा वर्षं मेहतरणी आहे इथं, एक डॉक्टर दुसऱ्या डॉक्टरच्या केसकडे ढुंकूनही बघत नाहीत, ठाऊकाय? हे तर माझ्यासाठी म्हणून आले ते.''

''तुझ्यासाठी?''

''मग? काय वाटलं तुला? त्यांच्या आईला फ्रॅक्चर झालं होतं ना, तेव्हा मी त्यांच्या घरी जायची त्यांच्या आईचं सगळं करायला, म्हणून एवढं माझ्या शब्दाखातर केलं त्यांनी. चला, तुझं काम तर झालं ना? जाऊ मी आता? काम राहिलंय बाकीचं सगळं.''

''गोमती, ते कमोड आहे ना, ते जरा माझ्या पलंगाजवळ ठेवशील आणून? तू गेलीस की मला भीती वाटते.''

''कमालच आहे ना! तू कसची भित्येयस? तुलाच सगळी भितात इथे!''

''का?''

''काय वेड पांघरतेयस परत? रक्तपित्त्यांचं हॉस्पिटल वेगळं नसतं का? हे तर तुला ॲक्सिडेंट झाला म्हणून ते लोक इथं टाकून गेले अन् मग मी केलं सगळं तुझं. आरशात तोंड पाहिलयस स्वतःचं?''

रूपानं एक उसासा टाकून नकारार्थी मान हलवली.

''झालं तर! मला आता ड्यूटीवर जायचंय. घरी जायच्या आधी येऊन जाईन. तुझ्या दुधाचं अन् इंजेक्शनांचं पण बघायला हवं. कोण ते डॉक्टर गं... हां, वैद्य, त्यांना आठवण केली पाहिजे की या सावित्रीच्या पायाच्या प्लॅस्टरचं काही करा... चल बाई, मी एकदा बोलायला लागले, म्हणजे–'' गोमती गेली.

सकाळ-दुपार-रात्रीचं चक्र संथपणे पण अखंड फिरतंय. त्या चाकाची आर त्याला छेदून गोल गोल फिरतेय. त्या गच्च भरलेल्या अंधाऱ्या खोलीत पडल्या पडल्या रूपा खोलीच्या छताकडे बघत राहायची. कुठले अदृश्य शक्तिशाली हात हे चक्र फिरवत असतात? इतकं भयंकर क्रूर कोण आहे, जे कोट्यवधी प्रकाशवर्षं दूर राहून, या पृथ्वीवरच्या; विश्वाच्या तुलनेत एखाद्या लहानशा धुळीच्या कणाएवढ्या जागेत जगण्यासाठी धडपडणाऱ्या एका एकाकी स्त्रीचा गळा दाबायला बघतंय? ऐकलंस रूपा तू? तू आता कुसुम पण नाहीस, सावित्री आहेस! हे अदृश्य शक्ती! जा मीच तुला शाप देते. तू उद्या उगवूच शकणार नाहीस. सारं जग दुःखात बुडून तडफडत तुझी प्रतीक्षा करील. तू तडफडशील, धडपडशील, आणि तुझ्याच तेजानं

तू भस्म होशील! तू– तू जगन्नियंता आहेस, नाही? तुझ्या पावलाला पारध्यानं मारलेला बाण तसाच राहील अन् त्या जखमेतून रक्त वाहत राहील.

काठी घेऊन चालायचा रूपा प्रयत्न करायची तेव्हा कधी कधी समोर बसून गोमती विचारायची, "होय गं सावित्री? त्या दिवशी तू तर डॉक्टरांशी खडाखडा इंग्रजीत बोललीस, म्हणजे तुला येतं इंग्रजी?"

उवा भरलेलं डोकं खाजवता खाजवता रूपाला 'त्या जन्मा'तली संगीताची आवड, भरतकाम, विणकाम, मेंदी काढणं, रांगोळी सजवणं, नवेनवे पदार्थ करणं, सारंच मग आठवतं. "अगं, केव्हा तरी कुठेतरी ऐकलेलं काहीतरी बोलले असेन गोमती. अन् तुला कुठली फुरसत माझी बडबड ऐकायला? तू तर इथं करसनशी गुलुगुलु गोष्टी करायला येत होतीस ना? काय गं गोमती, लग्न करून टाक की करसनशी! असं लपून छपून प्रेम करण्यात कितीसं सुख? करसन भला माणूस वाटतो."

"छे ग बाई! लग्न करण्याचा तर सवालच नाही."

"पण का? काय हरकत तरी काय आहे?"

बडबडी गोमती पहिल्यांदाच गप्प झाली. काजळ घातलेले डोळे उदास झाले.

"बाईचा जन्म आपला सावित्री. दुःख भोगणंच नशिबात. माझ्या आईला आम्ही पाच लेकी, अन् बाप दारू पिऊन पिऊन शेवटी मरून गेला. गावचा कचरा साफ करून आई आम्हाला वाढवत होती. आई दिसायला खूप सुंदर अन् आमच्यात तर दुसरं लग्न होतं बायकांचंसुद्धा नवरा गेला तर, पण तरी बिचारीनं आपल्या आयुष्यावर निखारे ठेवले आमच्यासाठी. मलासुद्धा कोणाचा संसार नाही मांडायचा. या सरकारी नोकरीत पगार न् भत्ता चांगला मिळतोय. बोनस पण मिळतो. आईला आधार आहे माझा. माझ्या चार धाकट्या बहिणींची लग्न करून दिली म्हणजे मग अंबाजीच्या यात्रेला जाणार आहे. करसनवर मन जडलंय माझं, पण लग्न करणं परवडणारं नाही."

"मग करसनशी लग्न कर अन् पगाराचे पैसे आईला दे."

"तसा विचार केला का नसेल मी? पण नाही जमणार तेही. करसनची आई म्हणजे कर्दनकाळ आहे. तिनं उद्या म्हटलं की पैसे नाही द्यायचे आईला, म्हणजे मग? उद्या उठून मला मुलं झाली अन् नोकरी नाही करता आली, तर मग? अर्ध आयुष्य तर संपलं सावित्री, आता थोड्या वर्षांनी या शरीराचे धर्म पण पुरे होतील– म्हणजे मग हा जन्म संपलाच म्हणायचा– अन् पुढच्या जन्माचं कोणी बघितलंय?"

त्या बंद खोलीमध्ये, गुदमरून टाकणारं एकाकी आयुष्य जगणाऱ्या त्या दोन अभागी स्त्रिया; आयुष्याच्या प्रवाहाच्या काठावर बसून, भर दुपारी मावळत्या सूर्याची वाट बघत बसल्या होत्या. केशरी छटा असलेला अंधार आता सर्वत्रच पसरू

लागला होता. क्षितिजं दिसेनाशी झाली होती. एकीनं सगळं मिळवून सगळं गमावलं होतं आणि दुसरीला काही मिळालंच नव्हतं.

"तुझंही कोणी तरी तर असेलच ना सावित्री? तू काय आकाशातनं तर नाही टपकलीस! आई, वडील, भाऊ, बहीण, नवरा कोणीतरी तर असेलच की. तुझं शरीर बघून मी सांगते, की तुला मूलही असेल." रूपा एक निःश्वास टाकून चूप राहिली.

"समजलं सगळं सावित्री. या इस्पितळात मी खूप दुनिया बघितलीय! तुला हा रोग झाल्यावर तुला वापरलेल्या कपड्यासारखी काढून फेकून दिली ना? जाऊ देत मसणात मेले! मला कधी कधी वाटतं बरं का सावित्री, की भगवान भेटला ना कधी, तर त्याचा कान पकडून विचारीन की तू हे ऽ इतके अवतार घेतलेस ना, आता एकदा बाईचा जन्म घेऊन ये माझ्या देवा!"

गोमतीच्या डोळ्यातनं टपोरे अश्रू वाहत होते.

"काय गं गोमती, तू माझ्यासाठी का करतेस एवढं?"

"खरं सांगू? हे धर्मादाय इस्पितळ आहे. इथं येणारे कितीतरी लोक बिचारे अगदी एकटे एकटे असतात. अशा जीवांकडे जरा आपण लक्ष दिलं, तर 'तो' वर बसलाय ना, तो केव्हा ना केव्हा–"

"घेतलंस परत त्याचं नाव?" रूपा भडकली.

"बरं नाही घेत माझे बाई!" गोमती हसत म्हणाली अन्, मग आपल्या कामाला गेली. रूपा चालायचा पांगुळगाडा घेऊन उभी राहिली. उद्या डॉक्टर काय सांगतील? इथून केव्हा जावं लागेल? कसरत करता करता ती थकून गेली; न् पलंगावर बसली. डोकं हातातल्या काठीवर टेकून ती विचार करत राहिली. रस्त्यावरचं हे वळण आता तिला कुठे नेणार होतं?

१८

आज तर गोमतीची सकाळची पाळी होती. पण बऱ्याच उशिरापर्यंत ती दिसलीच नाही. तुरुंगासारख्या त्या खोलीत रूपाला अतिशय कोंडल्यासारखं होत होतं. पळून जावंसं खूप वाटत होतं.

"वाऽऽ गं सावित्री! डॉक्टर यायची वेळ झालीय अन् तू झोपलीयस होय?" गोमतीचा आवाज ऐकला तशी रूपानं दचकून डोळे उघडले. "नाही गं गोमती, काल रात्री झोप नाही लागली, तुझाच विचार करत पडले होते."

"घ्या, ऐका! आणि मी सकाळपासनं डॉक्टर पटेलांच्या मागंमागं फिरतीय तुझ्यासाठी. कितीतरी दिवसांनी आलेत ना, कामाचे हे ढीग अन् हे एवढे पेशंट. त्यात माझा कुठं नंबर लागणार? तरी शेवटी पकडलंच त्यांना एकदाचं. चल पाहू, ऊठ, उठून बस पटपट."

आज घालायसाठी गोमती जरा बरे कपडे घेऊन आली होती. रूपानं अंगातले मळके कपडे काढले, तोंड धुतलं, केस सारखे केले अन् नवे कपडे घातले. गोमती एका पुडीत थोडीशी पावडर घेऊन आली होती. ती लावलीन. गोमतीनं कॉटवर नवी चादर घातली, दोन कप चहा घेऊन आली. मग रूपाकडे बघत म्हणाली, "तू दिसतेस तर सुंदरच हं खरं म्हणजे! आठवतं का तुला, तुला इथं आणलं ना, तेव्हा तू मोठ्या मोठ्यानं ओरडायचीस, की मी राणी आहे, मी राणी आहे, म्हणून? सगळे ऐकणारे हसायचे."

कसनुसं हसून रूपा म्हणाली, "गोमती, तेव्हा अगं मी वेडी नव्हते का

झालेली? वेड्याला खरं काय अन् खोटं काय, काही कळतंय थोडंच? पण आता मी शहाणी झालेय की नाही?"

गोमती बाहेर गेली अन् जराशानं डॉ. पटेलांना घेऊनच परत आली. ती त्यांना म्हणाली, "हं, या डॉक्टरसाहेब, रोज वाट बघत होते मी तुमची, या माझ्या मैत्रिणीच्या पायाचं ऑपरेशन तुम्ही केलंवतं ना, म्हणून."

डॉक्टरांनी त्यांच्या असिस्टंटला खूण केली तशी त्यानं पलंगाला लटकवलेला बोर्ड काढून त्यांच्या हातात दिला. तो बघितल्याबरोबर डॉक्टर एकदम चिडले.

"या पेशंटला काही ट्रीटमेंट दिलीच गेली नाहीये. मी औषध लिहिलंय इथं, लाइट द्यायला लिहिलंय–"

"तेच तर मी सांगत होते तुम्हाला साहेब– पण साहेब माझं नाव नका सांगू कुणाला– माझी नोकरी–"

डॉ. पटेल त्यांच्या असिस्टंटवर उखडले. "डॉ. वैद्य या पेशंटची ट्रीटमेंट करत होते तेव्हा तुम्ही काय करत होता? She should have been transfered to another hospital long ago!"

"I am sorry Sir, पण पेशंटचं नाव रजिस्टरमध्ये नाही, आणि–"

"म्हणून तुम्ही विसरलात? डॉक्टर असून, तुम्ही पेशंटला विसरलात? हिची केस रजिस्टरच झाली नाहीये! वा! Oh God! आपल्या देशातल्या हॉस्पिटल्समध्ये काय काय घडत असतं त्याच्यावर एक पुस्तक लिहिता येईल!"

डॉ. पटेलांनी मग जवळ येऊन रूपाचे हात, पाय, चेहरा, नीट बघितला. "बाई, तुझं नाव?"

"सावित्री."

"मी काय सांगतोय ते नीट ऐक सावित्री. तुझ्या पायाला नियमितपणे मालिश केलं पाहिजे. रोज व्यायाम करून चालायचा प्रयत्न केला पाहिजे. तुला इथं आणखी पंधरा दिवस ठेवून ट्रीटमेंट करता आली असती, पण– I am sorry, तुला लेप्रसी हॉस्पिटलमध्ये दाखल व्हावं लागेल. मी तुला जुनागढच्या हॉस्पिटलसाठी चिठ्ठी लिहून देतो. तुझं दुखणं तर खूपच वाढलंय, पण धीर धरून नीटपणे थोडी वर्षं ट्रीटमेंट चालू ठेव."

रूपा खाली मान घालून ऐकत होती. तिच्या घशाला कोरड पडली होती. एकदम तिला खूप गरम गरम वाटायला लागलं, आणि बघता बघता ती घामानं भिजून गेली. "डॉक्टर, माझा पाय– मला चालता यायला लागेल ना परत नीट? खूप जड वाटतो पाय–"

"कारण तुझ्या त्या पायावरही कुष्ठरोगाचा परिणाम झालेला आहे, म्हणूनच सांगतोय तुला, की जुनागढच्या हॉस्पिटलमध्ये तुझी सगळीच ट्रीटमेंट होईल. तुझे

एक्सरे आणि ट्रीटमेंटचे सगळे कागद न विसरता बरोबर घेऊन जा. उद्या सकाळी आठ वाजता हिला ऑपरेशन थिएटरमध्ये घेऊन ये.''

सबंध दिवसात गोमती रूपाकडे दोन-तीनदा चक्कर मारून गेली. घरून शिरा बनवून घेऊन आली. गोमती दुसऱ्या पेशंटस्बद्दल बोलत राहिली, त्यांच्या काहीबाही गोष्टी सांगून हसवत राहिली, पण दोघीही डॉक्टरांनी जे सांगितलं होतं, त्याबद्दल काहीही बोलल्या नाहीत. कारण दोघींनाही कळून चुकलं होतं, की आता एकमेकींपासून दूर जाण्याची वेळ येऊन ठेपली आहे.

दुसऱ्या दिवशी सकाळी लवकरच गोमती दोन वॉर्ड बॉईजना घेऊन स्ट्रेचर घेऊन येऊन पोचली, पण रूपाकडे एक नजर टाकल्याबरोबर दोघेही स्ट्रेचर तिथेच टाकून निघून गेले. ''हिला कोण हात लावणार? मेलेलं कुत्रं असलं तरी फरपटत नेता येईल, पण हिला? ए गोमती, तुला एवढी दया येत असली ना, तर घेऊन जा तूच. उगीच रामप्रहरी ही कटकट!''

''हां, हां, मी घेऊन जाईनच, काय समजलात? चांगले मजबूत आहेत खांदे माझे मेल्यांनो. अरे, तुमच्यासारख्या बारा जणांना मोडून देवानं मला घडवलीय, काय समजलात? अरे आख्या एवढ्या आयुष्याचा भार ओढतेय मी, तर ही एवढीशी बाई नाही उचलता येणार काय मला? काळतोंडे मेले! वा! वा रे वा! मीठ मोहरी ओवाळावी बरं तुमच्यावरनं!''

''बस, गोमती, पुरे! काय बोलतेयस् तू?''

''का? तू देवाला शाप द्यायची गोष्ट करत होतीस ना त्या दिवशी? त्याला तर कोणी पाहिलंय? पण जी माणसं म्हणून जन्माला आलीयत त्यांच्यात माणुसकी राहिली नाही, याचंच नाव कलियुग. बरं चल आता झटपट ऑपरेशन थिएटर लांब आहे. आठानंतर ऑपरेशनं सुरू होतात. अंगाश्शी, शाब्बास गं माझी बाई! आता माझ्या खांद्यावर हात ठेव, आणि हां, अंगाश्शी, ये अशी स्ट्रेचरवर, बास, झकास! आता तुझी चादर घे पांघरून तोंडावरून.''

दुसऱ्या दिवशी सकाळी गोमती लवकर आली. हॉस्पिटलच्या स्वयंपाकघरातून बराचसा नाश्ता घेऊन आली होती. रूपाला तिनं बळेबळे खाऊ घातलं, उरलेलं सगळं बरोबर बांधून दिलं. साडीच्या पदराच्या टोकात बांधून आणलेल्या दहा दहाच्या दोन नोटा काढून तिनं त्या रूपाच्या हातात ठेवल्या. ''आता माझ्याजवळ एवढेच आहेत तुला द्यायला, घे सावित्री.''

आपल्या माणसांपासून दूर जात असावं तसा रूपाचा ऊर भरून आला. ''गोमती, आपली माणसं नाही करणार इतकं तू नात्यागोत्याचीही नसताना माझ्यासाठी केलंस.''

डोळे पुसत गोमतीनं हसून साजरं केलं, ''कसलं आपलं अन् कसलं परकं गं?

घडीभराची सोबत सगळी. चला, जाऊ मी? आवजे सावित्री!''

गोमती खोलीबाहेर जाईपर्यंत रूपा तिच्याकडे बघत राहिली. मग कुबडीवर भार देत ती पाय फरपटत निघाली. कोण जाणे तिला किती दिवस हे असं चालत राहायचं होतं आणि किती लोकांचा निरोप घेत जायचं होतं! रूपा... कुसुम... आणि आता सावित्री. चौऱ्यांशी लाख फेऱ्यांमधले किती फेरे होते याच जन्मी तिच्या नशिबात कोण जाणे.

चालता चालता तिचा कुणाला तरी धक्का लागला. तो माणूस शिव्या घालत पुढे गेला. तिची कुबडी खाली पडली. रस्त्यात खूप गर्दी होती. कुबडी कशीतरी उचलून तिनं ती परत काखेत धरली, पदर डोक्यावरून पुढे ओढला. दुसऱ्या हातात धरलेली रिपोर्टची फाइल सारखी सरकत होती. कुबडीचा ठक् ठक् आवाज करत, गर्दीतून वाट काढत ती एकेक पाऊल पुढे जात होती. जास्त चालायची तिला आता सवय राहिली नव्हती, शिवाय दुखावला होता तो खांदा आणि कुबडीमुळं बगल सारखं दुखत होतं. पायात मणामणाच्या बेड्या असल्यासारखे ते जड झाले होते. शेवटी ती रस्त्याच्या कडेला एका झाडाखाली जाऊन बसून गेली. ऊर धपापत होता, श्वासोच्छ्वास गरम झाला होता. तिनं डोळे मिटले. डॉक्टरांनी कुठे जायला सांगितलं होतं? हॉस्पिटल– जुनागढला जायचं होतं ना? 'हॉस्पिटल' शब्दानं तिच्या अंगावर काटा आला. उंच उंच भिंती असलेल्या वेदनांच्या त्या गोल घुमटात परत कैद व्हायचं? रोजच्या रोज, क्षणोक्षण, ऊष्ण निःश्वासांनी पोळत राहायचं, अश्रूंनी भिजत राहायचं? पण– पण तिथं जीवन होतं, निदान जगणं शक्य होतं आणि बाहेर? रस्त्यावरच्या गोंगाटातूनही वॉर्डबॉयचे शब्द तिला पुन्हा एकदा स्पष्ट ऐकू आले– ''मेलेलं कुत्रं असलं तरी फरपटत नेता येतं, पण ही– ?''

दुपार झाली होती. गोमतीनं बांधून दिलेलं जेवण ती जेवली अन् मग तिला डुलकी लागली.

''ए बये, ऊठ इथून, उठ! दिसत नाहीये माझी गाडी उभी करायची ही जागा आहे ते? कोण जाणे कुठून हे भिकारी येऊन पोचतात नेमके इथेच ते! उठतेस का नाही?''

एखादा दगड कुणी फेकून मारला असेल तशी ती दुखावली. तोंड झाकून घेत हळूहळू उठू लागली अन् पायाकडे लक्ष गेलं. लागलं होतं पायाला अन् त्यातून रक्त येत होतं. साडीचाच एक तुकडा फाडून तिनं लागलेल्या जागी बांधला. कशीबशी उभी होत तिनं कुबडी काखेत सरकवली. हातगाडीवाल्याच्या नजरेच्या सुया बोचत असतील तशी कण्हत विव्हळत ती पुढे चालू लागली. हे कुठलं गाव असेल? जुनागढ किती दूर असेल इथून? स्टेशनपर्यंत पोचता आलं तर– हे असं होत राहिलं अन् परत तिचं डोकं फिरलं तर? डोक्यावर रणरणतं ऊन, मनात क्षुब्ध खळबळ–

पाणी, पाणी प्यायला मिळालं तर– तिनं चोहीकडे बघितलं. मृगजळ दिसावं तसं क्षणभर तिला भोवताली सगळीकडे पाणीच दिसतंयसं वाटलं! मग डोळे फाडून फाडून दूरपर्यंत पाहिल्यावर एका ठिकाणी एक लहानशी हातगाडी दिसली, त्या गाडीजवळ पाण्याचं एक मोठं पिंप होतं, आणि तिथूनच तळणाचा वासही येत होता. ती तिकडे गेली. "भाऊ, थोडं पाणी द्याल?" त्यानं डोळे बारीक करून बघितलं अन् म्हणाला, "का? इथं काय पाणपोई घातलीय काय मी? किती दुरून पाणी आणावं लागतं मला. चल नीघ, तुला बघून दुसरी गिऱ्हाइकं पण येणार नाहीत." रूपानं दहा रुपयांची नोट काढून त्याच्यासमोर धरली, अन् काकुळतीनं म्हणाली, "बरं, दोन रुपयांची भजी दे, मग तर पाणी देशील ना?"

"हां, असं सरळ कामाचं बोल ना. पण पाणी पिशील कशातनं? डबडं आहे?"

"नाहीये भाऊ."

"तर मग घे ही भजी अन् हो चालती, काय कळलं?" त्यानं भज्याचं पुडकं बांधून उरलेले पैसे त्यावर ठेवले अन् पुडकं तिच्यासमोर धरलं. मुकाट्यानं ते घेऊन रूपा एका दुकानाच्या बाहेरच्या कट्ट्यावर येऊन बसली. डबडं कुठून तरी शोधायलाच हवं होतं. जरा विश्रांती घेऊन ती रस्त्यावर डबडं शोधत निघाली. शेवटी पत्र्याचं एक डबडं सापडलं. पोचे आलेलं, वाकडं तिकडं; पण तहान तर भागवेल. एका लहान हॉटेलमधून त्या डबक्यात पाणी मागून घेतलं. भजी खाऊन मग पाणी प्यायली.

"ऊठ इथून, ए बाई! पाणी दिलं म्हणजे काय बसायला परवानगी दिली? बघ, इथं लिहिलेलं दिसतंय ना, कोणीही येथे विनाकारण बसू नये. येथे घाण करू नये."

शेजारच्या पानाच्या गल्ल्यावर उभं असलेलं कोणीतरी पान चावत पचकन थुंकलं नि म्हणालं, "साल्या अशा या सगळ्यांना गोळ्याच घातल्या पाहिजेत. काय होत चाललंय या देशाचं!"

डोकं खाजवत ती पुढे निघाली. चांभाराच्या दुकानाच्या पाठीमागे थोडी जागा होती, तिथं ती आडवी झाली. हात, खांदा, बगल सगळं दुखत होतं. डोकंही खूप दुखत होतं, तोंड कडू झालं होतं, पोटात ढवळत होतं. पण इथं या कोपऱ्यात कुणाच्या नजरेस पडून हकालपट्टी व्हायची शक्यता जरा कमी होती म्हणून जरा कमी भीती वाटत होती. तिला झोप लागली.

कुत्र्याच्या भुंकण्याच्या आवाजानं ती जागी झाली तेव्हा दुपार टळली होती. तिच्या समोर उभं राहून एक लूत भरलेलं कुत्रं सारखं भुंकत होतं. त्याला एक दगड मारून हाकललंन अन् मग ती उठून उभी झाली तशी ते कुत्रं येऊन त्या जागी बसलं आणि घाबरून तिच्या कुबडीकडे बघत राहिलं. रूपानं दबकतच चांभाराला विचारलं, "स्टेशन कुठे आहे?" एकाएकी दुकानाच्या पाठीमागून आलेली ही बाई म्हणजे

काही नवाच प्राणी असावा, तसं त्यानं नवलानं तिच्याकडे पाहिलं अन् म्हणाला, "हे काय समोर? दिसत नाहीये?"

गजबजलेल्या प्लॅटफॉर्मवर हेलपाटत, धक्के खात, धडपडत, रूपा कशीबशी चालत होती. सामानाचा, तिकिटाचा काही प्रश्नच नव्हता. गच्च भरलेल्या डब्यांमध्ये, कुबडी घेऊन, तोल जाऊ न देता चढायचं तिला जमेना. एखाद्या डब्याच्या दारापर्यंत ती पोचू शकलीच, तर दोघं-चौघं माणसं गोळा होऊन तिला हाडतुहुडत् करून तिथून हाकलून द्यायची. एका डब्यात ती कशीबशी शेवटी घुसली. तिला बघून थोडे लोक बडबडत दूर झाले. तिला जरा हायसं झालं, अन् मग ती संडासाच्या बाहेरच्या एवढ्याशा जागेत आपली फाइल घेऊन बसते, तेवढ्यात गाडी सुटलीच. गाडी कुठे जाणारी होती, ते विचारायचीही भीती वाटत होती तिला. गुडघ्यात मान घालून ती झोपून गेली. रात्री केव्हातरी मधूनच जाग यायची तेव्हा चारी बाजूंनी ठेचून भरलेली माणसं बघूनच तिला गुदमरल्यासारखं वाटायचं. आपण जिवंत चिणले जातोय असं वाटायचं. पळून जावंसं वाटत होतं– परत तेच जुनं स्वप्न– बंद खोलीत ती अडकलीय– दार उघडलं तर दुसरी तशीच बंद खोली– त्यातून बाहेर परत तशीच बंद खोली– न संपणाऱ्या, अंधाऱ्या, बंद खोल्या! खुल्या मोकळ्या हवेत, निळ्या आकाशाखाली, निर्भयपणानं कधी जगताच येणार नव्हतं का तिला?

"ए बाई, लांब सरक, नाहीतर उतर गाडीतून– मधोमध बसलीय आणखी!"

"यार, ही दिवसेंदिवस आपली पॉप्युलेशन वाढतच चाललीय ना– अशा लोकांमुळेच, यू नो, आपल्या देशाला बिग पॉवर्सचं मिंधं होऊन राहावं लागतं."

रूपानं अंग आणखी चोरून घेतलं, डोक्यावरून कपाळापर्यंत पदर ओढून घेतला. सारी रात्र असं बसून अंग आंबलं होतं, अवघडलं होतं; पण उठून उभं व्हायची हिंमत नव्हती होत.

"अरे बापरे! अरे तुम्हाला दिसतंय का आंधळे आहात सारे? कसली बाई आहे बघा तरी. पायावर बँडेज बांधीलयत्, तोंड पाहा झाकून घेतलंयन्! उतरवा हिला खाली, नाहीतर पोलिसाला बोलवा."

"अर्रर्र! लघ्वी केलीयन् तिथंच! अरारारा! उतर ए बये खाली– नाहीतर पाहिलंस का हे दांडकं हातातलं?"

डब्यात जणू हाहाःकार माजला होता. घाबरीघुबरी ती कशीबशी प्लॅटफॉर्मवर उतरली. तिची कुबडी कोणीतरी प्लॅटफॉर्मवर फेकली आणि तेवढ्यात गाडी सुटली. जाणाऱ्या गाडीकडे बघत रूपा तिथेच उभी राहिली. अजून प्लॅटफॉर्मवर गर्दी होतीच. मजूर, हमाल, सामान, फेरीविके, गोंगाट– कशीबशी या साऱ्यातून वाट काढत ती एका बाकाशी पोचली अन् तिथे बसली. इतकी गर्दी, इतका गोंगाट जणू जन्मात तिनं कधी पाहिलाच नव्हता. गावाबाहेर दूर, उंच उंच भिंतीच्या हॉस्पिटलातल्या

बिछान्यावर एकांतवासाची शिक्षा भोगणाऱ्या कैद्यासारखं, माणसांच्या सोबतीसाठी तडफडत कित्येक दिवस गेले आणि आज आता ही गर्दी बघूनच तिला घाबरायला झालं होतं! बरं झालं गाडी लगेच सुटलीच, नाहीतर डब्यातल्या लोकांनी ज्या तऱ्हेनं तिला बाहेर हाकललं होतं, ते प्लॅटफॉर्मवरच्या लोकांनी बघितलं असतं, तर– नाहीतरी त्यांनाही लवकरच कळेलच– ती पुन्हा घाबरली अन् जमेल तितक्या भराभरा प्लॅटफॉर्मच्या बाहेर निघाली. तिला हायसं झालं. इथे बाहेर जरा कमी गर्दी होती. भुकेनं अन् थकव्यानं ती पार गळून गेली होती. डाव्या गालावर अन् गळ्यापाशी खूप दुखत होतं. अंधार पडला होता. कोणीतरी पेट्रोमॅक्स पेटवत होतं. चहाची गाडी बघून रूपा तिकडे गेली. साडीच्या पदरानं हात नीट लपेटून घेऊन, मान खालीच ठेवून, तिनं पाचाची नोट पुढे केली.

गाडीवाल्यानं साशंक चेहेऱ्यानं परत परत बघितलं, मग पाचाची नोट उजेडाखाली धरून नीट पाहिली, अन् चहा आणि एक पाव खाली जमिनीवर एका बाजूला ठेवला.

"चहा पी अन् कप फेकून दे. तुटकाच आहे, पण त्याचा एक रुपया तुला भरावा लागेल, समजलं ना? अरे देवा! आज हिची बोहणी झालीय!"

चहा अन् पाव घेऊन रूपा फुटपाथवर बसली अन् गपागपा खाऊ लागली. पोट भरलं तशी डोळे जडावले. तिथंच आडवी होऊन ती झोपणार तेवढ्यात तिच्या हाताला तिचे कपडे ओले, चिकट लागले. अगं आई गं! मासिक पाळी सुरू झाली होती. जवळ तर बदलायला दुसरे कपडेच नव्हते. अंगावरच्या साडीच्या चिंध्या झालेल्याच होत्या, अंग झाकायला तेवढं तरी पाहिजे. गोमतीनं दिलेलं सगळं सामान, औषधं, फाइल, सगळं गाडीतच राहून गेलं होतं. आता भलतीच पंचाईत होती. अति झालं की हसू येतं, तशी ती डोकं कराकरा खाजवत हीही करून हसू लागली. खाजवायला बोटं तरी कुठे धड काम देत होती!

लांबून कुठून तरी शहनाईच्या सुरांबरोबर ढोलकाचा आवाज आला. किलकिल्या डोळ्यांनी आजूबाजूला बघत ती पडून राहिली. कान मात्र टवकारले होते. गरब्याच्या टाळ्यांचा आवाज कानांवर स्पष्ट पडत होता, अन् कोणीतरी सुरेल आवाजात गरबा गात होतं.

कुणाकडे तरी लग्नाचे रासगरबे असतील, का मग नवरात्र सुरू झालंय? कोण जाणे! चहावाल्याला विचारलं असतं तर कळलं असतं. पण तिथं तर आता गर्दी झाली होती आणि शिवाय उजेडात जायची भीती पण वाटत होती. इथंच बरंय अन् काय! आणि असलं नवरात्र सुरू झालेलं तर ती काय करणार होती? गरबे गाऊन नाचणार होती? तिला खूप मोठ्यानं हसावंसं वाटलं.

"एऽऽ एक कप चाय दे दे! कडक और मीठी बनाना, समझे ना?" एक

जोरदार पुरुषी आवाज ऐकू आला. ती एकदम उठली अन् अंगाचं मुटकुळं करून बसली. कपडे, पाय सगळं खराब झालं होतं. अंगावरच्या साडीनंच ते कसंबसं पुसून ती गुडघ्यात मान घालून बसून राहिली.

"अरेच्या! तू एवढी दादागिरी कशाला करतोयस पण? तुझ्या बापाचं दुकान आहे काय हे?"

"साला! बाप कशाला काढतोयस्?" जोरदार आवाज गरजला. "नाहीतर काय, आरती करू काय तुझी? अलीकडे हे बडोदा म्हणजे गुंडांचा अड्डा होऊन बसलंय. पोलिसलाच बोलावलं पाहिजे."

बडोदा! रूपा दचकली. ती बडोद्यात येऊन पोचली होती? स्वतःच्या गावी? इतक्या ठिकाणी फिरत फिरत जणू वर्तुळ पूर्ण करून परत इथेच येऊन ठेपली होती. ज्या गावात राणीसारखी राहिली होती, तिथे आज भिकारीण. खूप खोलवर जखम होते तेव्हा कधीकधी माणूस मूढ बनतं, तसं तिला झालं! दुःख नाही, भावनांचा उद्रेक नाही, अश्रू नाहीत.

"अबे जा! पोलिस तो मेरी जेबमें है, पोलिसकी धमकी नहीं चलेगी!"

"अरे ठाऊक आहे जेबवाला! देतोय ना मी चहा करून, नाही म्हटलंय का तुला? मग कशाला बोंबलतोयस?"

प्रायमस स्टोव्ह जोरात पेटला होता. अंधारात समोर दिसणाऱ्या त्या लाल-पिवळ्या प्रकाशाकडे बघता बघता रूपाला परत बसवेनासं झालं. भिंतीपासून खाली सरकत ती परत पाय पोटाशी घेऊन पडली. थंडी वाजत होती, सारं शरीर ठणकत होतं, डोळ्यांसमोर अंधारी येत होती. हा तिचा अखेरचा मुक्काम असणार. आता ती पुन्हा उठून उभी राहू शकेलसं तिला वाटतच नव्हतं. एखाद्या वृक्षाच्या मोडून गेलेल्या फांदीसारखी ती आता सुकत जाणार होती. तिनं गाणं म्हणायचा प्रयत्न केला; पण फक्त चिरका आवाज उमटला.

"पाहा तर खरं. तिथं पडल्या पडल्या गेंगाणत बसलीय. सगळं सोडून हिची बोहणी झाली आज, तेव्हा आज धंद्यात मारच पडणार."

"किसकी बात करता है?"

"हा घे तुझा चहा. ती त्या झाडाखाली पडलीय ना, तिची. रक्तपित्ती दिसतेय, मला तरी. आता इथंच पडून राहायला लागली रोजच म्हणजे झालंच! गिऱ्हाईक कसलं येणार मग? सालीला मारून हाकलावं लागेल इथून!"

"सबूर कर."

तो जोरदार आवाजातला माणूस जवळ येऊन रूपाकडे नीट न्याहाळून बघू लागला. घाबरून रूपा दोन्ही हात जोडून काकुळतीला येऊन म्हणाली, "मी जाईन भाऊ इथून. मारू नको मला. आता मला उठवत नाहीये– उद्या–"

“कल क्यूं? अब्बी हाल–”

“आजची एवढी रात्र इथं पडून राहू दे रे भाऊ! तुझ्या पाया पडते.”

“अरे रो मत! तेरे कू ले जाता हूं. ए रिक्षा–”

“कुठे जायचंय?” रूपा आणखीच घाबरली.

“साथ में चल; बोला ना तुमको. चल बैठ रिक्षा में, उठा लू क्या?”

तो पुढे आला तशी रूपा मागे भिंतीशी सरकली.

“मला नाही यायचं. जा तू.”

“पहले सब ना बोलता, उठती है की नहीं?”

चहावाला चिडून म्हणाला, “अरेरे रे! काय कलियुग म्हणायचं हे? रक्तपित्तीलाही सोडत नाहीत हे लोक.”

“बकवास बंद कर. मेरा नाम त्यागराजन है, क्या समझा? एक मिनिटमें तेरी छुट्टी कर दूँगा।”

किंचाळणाऱ्या रूपाला उचलून त्यागराजननं रिक्षात बसवली आणि घाबरलेल्या रिक्षावाल्याला दम भरला–

“चुपचाप रिक्षा चलाओ नहीं तो तेरीभी छुट्टी कर दूँगा।”

अंधाऱ्या रस्त्यातून रिक्षा वेगानं पळू लागली. भयंकर घाबरलेली रूपा रिक्षाच्या एका कोपऱ्यात घुसून बसली.

११

रिक्षा थांबली. त्यागराजननं पैसे चुकते केले आणि जोरात म्हणाला, "अबे नीचे उतर। अंदरच बैठी रहेगी क्या?"

रिक्षाच्या कोपऱ्यात चिकटून बसलेली रूपा कुबडीच्या आधारानं खाली उतरल्याबरोबर रिक्षावाला सटकला. रूपा अजिजी करत परत रडू लागली. "भाऊ, मी काय केलंय् तुझं? मला हात नको लावू, मला सोडून दे."

त्यागराजन जोरजोरात हसू लागला.

"दिमाख खराब है तेरा? मै क्यूं तेरकू हाथ लगाऊं? मेरी बीबी है, झरीना– कच्चा खा जायेगी मेरेकू।"

"तो मुझे क्यूं लेके आया?"

"इधर रहेनेके वास्ते. तू अपनी बिरादरीकी है ना? रोगवाली. और ये सब उसकी ही झुपडपट्टी है, जरा आंख फाडके देख।"

आश्चर्यानं रूपा चोहीकडे बघू लागली. दूरवरपर्यंत, अंधाराचे ढीग करावेत तशा लहान लहान झोपड्या त्या रात्रीच्या अंधारात दिसत होत्या. कुठे कुठे मिणमिणणारे कंदील एखाद्या भुतावळीचा भास करून देत होते. भयंकर दुर्गंधीनं डोकं फुटेलसं वाटत होतं.

"अरे! ऐसे क्या देख रही है तू? इधर सब लेप्रसीवाला रहता है, पंत कॉलनी बोलते है इसको. चायवालेके पास तेरकू देखा तभ्भी मै समज गया, इसी लिये इधर लेके आया, इधर आराम है, न कोई निकालनेवाला, न पूछनेवाला! चल."

त्यागराजन त्या अंधारातही भराभर चालू लागला. मागेमागे लंगडत लंगडत रूपा जात होती. धपकन पाय चिखलात पडला. कसाबसा तोल सावरला. एका झोपडीपर्यंत पोचल्यावर त्यागराजननं मोठ्यानं हाक मारली, "झरीना, देख कौन आया? बाहर निकल." त्याचा आवाज ऐकल्याबरोबर झरीना कंदील घेऊन बाहेर आली आणि कंदील उंच करून तिच्याकडे बघू लागली.

"कौन है रे?" कंदिलाचा पिवळा प्रकाश झरीनाच्या चेहेऱ्यावरती पडला अन् कंदील जणू झगमगू लागला. रूपा अवाक् बघत होती. एवढं सौंदर्य? चिखल अन् घाणीनं भरलेल्या या झोपडीत हे चांदण्या रात्रीतलं शुभ्र कमळ?

"ये बाई मिला, स्टेशनके पाससे, फूटपाथपर पडी थी अपनी जातवाली है, इसलिये इधर लेके आया। मेरा तो अब धंधेका टैम है, तू उसे खाना दे दे, और– कहाँ रखोगी?"

"क्यूं? कान्ता अकेलीच है उसकी झोपडीमें, अब्बी तो आयी नही है, वहीं रख देती हूं. तू जा."

शीळ घालत त्यागराजन निघून गेला. झरीना रूपाचा हात धरून तिला आत घेऊन गेली. अंधूक प्रकाशातही, झरीनाच्या झोपडीतली ती खोली चांगली ठेवलेली होती एवढं रूपाच्या लक्षात आलं. पलंग, कपाट, दोन स्टोव्ह, फळीवर थोडी स्टीलची भांडी, पलंगाजवळ रेडिओ.

"अच्छा है तुम्हारा घर झरीना."

झरीना खूष झाली. एका ग्लासात थोडं दूध ओतत म्हणाली,

"त्यागू कमाता जो है. एक ट्रिपका दो सो मिलता है."

"ट्रिपका? मैं समझी नही."

झरीनाला हसू आलं. पाव अन् केळी एका कागदात तिनं गुंडाळली.

"सब समझोगी. ट्रिप का मतलब है दारू. नली मे भरके, पेटके उपर बांध देता है, और पहुंचा देता है बस्! उसी टाइम पैसा. उधार नही."

"पण– पोलिस?"

"अरे! पोलिस का बाप भी कुछ नही कर सकता. रोगवालेको कौन हाथ लगाए गा? ले ये खाना. और ये फानसभी ले के जा. चल दिखाती हू तेरे कू. नाम क्या है तेरा?"

रूपा जरा चाचरत म्हणाली, "सावित्री. झरीना, एक साडी दे सकती है? पुरानी, फटी हुई, कुछ भी चलेगी."

रूपा कान्ताच्या झोपडीत शिरली अन् कंदील वर धरून तिनं चारी बाजूला नजर टाकली. एका बाजूला स्टोव्ह, शेगडी, ॲल्युमिनियमची भांडी, थोडी मडकी, दोन-चार गाठोडी, पत्र्याची कडी कोयंडा तुटलेली एक ट्रंक. त्या सगळ्याच्या मध्येच

ती खायचं घेऊन बसली. खाणं उरकून मग तिनं झरीनानं दिलेले कपडे घातले. सलवार न् कुडता. तशा स्थितीतही तिला जरा हसू आलं. फक्त वेषच थोडाच बदलला होता? काय नव्हतं बदललं? तोंड धुवून तिनं कुडत्याच्या टोकानं पुसलं. जरा बरं वाटलं. पोटात अन्न गेलं होतं आणि डोक्यावर छप्पर होतं. डोकं खूप दुखत होतं, पण आता परत औषध मागायला कुठे झरीनाकडे जायचं? झोप लागली तर बरं वाटेल. थकवा तर जणू साऱ्या जन्माचा गोळा होऊन राहिला होता. दार लोटून घेऊन ती आडवी पडणार तेवढ्यात झांजा चिपळ्यांचा मधुर आवाज आला. चमकून ती बाहेर आली. समोरच्या रस्त्यावर झाडाखाली थोडे लोक गोळा झाले होते. काही आणखी लोक उशीर झाला म्हणून लगबगीनं येत होते, तर काही आपापल्या झोपड्यांच्या दाराशी बसून बघत होते. घाईघाईनं जाणारी एक बाई रूपाला पाहून थबकली अन् म्हणाली, "नवी आलीयस बाई? माझं नाव चंपा." "माझं सावित्री." "या वाघिणीच्या झोपडीत ठेवलंय त्यागूनं तुला? बरं, चलते मी मजा येईल तुलाही भजनाची."

"कोण गातं? भजन मंडळी येते का?" कडवट आवाजात रूपानं विचारलं. "मंडळी कसली येतेय? भगत आहे आणि डाहीबा. लाख मोलाची माणसं. खूपच देवभक्त आहेत दोघं."

"हं? आणि तरीसुद्धा त्या देवानं त्याना हा रोग दिलाच ना?"

रूपाच्या शब्दांमधल्या उपहासानं चंपा जरा चिडून म्हणाली, "देवाबद्दल तू काहीही बोललीस तरी चालेलच, तो कुठे वरून खाली उतरून इथे येणारे तुला गप्प करायला? पण भगतबद्दल जरका वेडंवाकडं बोललीस ना, तर ही सारी वस्ती कच्ची खाईल तुला, समजलीस?"

कडेवरनं खाली सरकलेल्या पोराला परत नीट उचलून घेत ती झपाझपा निघून गेली. 'तुझ्या भगतची कर तू आरती, मला काय त्याचं' असं स्वतःशीच बडबडत रूपानं समोर बघितलं. तेवढ्यात ढोलक्यावर थाप पडली, खंजरी किणकिणली (खंजरी म्हणजे पत्र्याच्या छोट्या छोट्या तबकड्या बसवलेलं छोटं पत्र्याचंच वाद्य, टॅम्बुरिनसारखं) आणि भजन सुरू झालं.

वा वायो ने वादळ ऊमट्यां
गोकुळमां टहुक्या मोर
मळवा आवो सुंदर वर शामळिया

(वाऱ्याबरोबर पावसाचे ढग आले आणि गोकुळातले मोर केकारव करू लागले, शामसुंदरा मला भेटायला या हो!)

जमलेले सगळे जण टाळ्या वाजवत, ताल धरत गाऊ लागले. दोघी-चौघी बायका उभ्या झाल्या आणि गरबा करू लागल्या. खरोखरच, पावसाळी ढगांनी

भरलेल्या आभाळातून यावा तसा गगनभेदी आवाज आसमंतात पसरला होता; मग सगळे आवाज बाजूला करत एक आवाज आपल्या वेगळेपणानं जाणवला. हाच भगतचा आवाज असणार! त्या स्वरात आर्जव होतं, वियोगव्यथा होती, प्रेमळ हट्ट होता! 'तमे मळवा ते नावोशा माटे!' (मला भेटायला का नाही येत तुम्ही?) ते स्वरच जणू हात उभारून मीरेच्या घुंगरासारखे नाचत होते, 'सुदीर वर शामळिया' (शामसुंदर) मेघाच्छादित आकाशाचा बिजलीच्या तेजस्वी किरणांनी वेध घेत ब्रह्मांडाच्या अफाट पोकळीत जणू तो स्वर शामसुंदराला शोधत निघाला होता, कुंजोकुंजी माधवाला शोधत विरहानं तळमळत होता, का मग स्फुल्लिंग बनून शरीराच्या अणुरेणूला पेटवत होता?

'कृष्ण कृष्ण हरे कृष्ण'ची धून आता चालली होती. उंच उंच जाणाऱ्या स्वरांचे मेघ झाले, त्यातून बरसणाऱ्या प्रेमामृताच्या धारांनी तीही भिजू लागली. वर्तमानाच्या समयबिंदूवरून त्या वाहत्या धारा तिला कुठल्या कुठे ओढून नेऊ लागल्या. तिनं मागे वळून बघितलं, तर पूर्वजीवनाचा किनारा खूप मागे पडला होता, सगळं सर्वनाशामध्ये बुडून गेलं होतं. पण त्या सर्वनाशाकडे तिनं आता बघायची तरी काय जरूर?

पण मग ती एकदम भानावर आली. दात ओठांवर गच्च दाबून धरत तिनं दार बंद करून घेतलं आणि ती थंडगार जमिनीवर पडून राहिली. या रिकामटेकड्या लोकांना शिरा ताणून ताणून भजनं गाण्याशिवाय काही सुचतच नाही की काय? तिनं कंदीलही मालवून टाकला. प्रकाशाची भीती वाटायची कारण प्रकाश आरशासारखा होता, त्यात दिसणारी प्रतिबिंबं, कुरूप, घाणेरडी असायची. दाट रेशमी अंधकार आपला बरा, तो तिचं अस्तित्व सुरक्षित ठेवायचा.

सकाळी जाग आली तेव्हा प्रथम ती घटकाभर बावरलीच. ती होती तरी कुठं? झोपडीवर छप्पर म्हणून घातलेल्या सतरंज्या आणि पत्र्यांच्या भोकांमधून उन्हाचे किरण आत झिरपत होते. बाहेरून कसलेकसले आवाज ऐकू येत होते. तिचं सारं अंग ठणकत होतं. हळूहळू कसंबसं उठून तिनं कुबडी घेतली अन् तिच्या आधारानं बाहेर आली. रात्री अंधाराच्या ढिगाऱ्यांसारख्या दिसणाऱ्या त्या साऱ्या झोपड्या दिवसाच्या उजेडात रात्रीपेक्षाही भयंकर अन् किळसवाण्या दिसत होत्या. एखाद्या अजस्र नरभक्षक जनावरासारख्या त्या महारोग्यांच्या झोपड्या पसरल्या होत्या. तिच्या मनात घृणा, किळस, भीती, दाटून आली. श्वासही जणू गळ्यात अडकला. चारी बाजूला घाणेरड्या सांडपाण्याचे ओहोळ वाहत होते. कचऱ्याचे ढीग, ठिकठिकाणी साठलेल्या दलदलीवर घोंगावणारे हजारो डास आणि तसाच गोंगाट करणाऱ्या माणसांचा बुजबुजाट. धुळीनं माखलेली घाणेरडी पोरं कुठेही प्रातर्विधीसाठी बसत होती, कुत्र्या-मांजरांना दगड मारत होती. झोपड्यांमधून पेटलेल्या चुली-शेगड्यांचा धूर हवेत पसरला होता. मोठ्यामोठ्यानं बोलण्याचे आवाज, मुलांची शिवीगाळ,

भांडणं, भीक मागायची डबडी, गाठोडी, मोडक्यातोडक्या सामानाचे ढीग, ढकलगाड्या आणि या साऱ्या साम्राज्यावर एकचक्री शासन गाजवणारा भयंकर दुर्गंध!

रूपा तिच्या झोपडीच्या दारातच अवघडूनशी उभी होती. समोरच्या झोपडीचं दार उघडलं अन् एक पुरुष बाहेर आला. भरावदार शरीर, मोठं कपाळ, डोक्यावर काळ्या पांढऱ्या केसांचे पुंजके, बारीक डोळे अन् मोठी जिवणी. मळकट धोतरावर अंगरखा अन् गळ्यात लांब तुळशीमाळ. हेच रात्री गात होते ते भगत असणार. रूपानं तोंड फिरवलं.

"बेटा, तूच सावित्री ना?" असं विचारत भगत जवळ आले. तुसड्यासारखी रूपा म्हणाली, "तुम्हाला कोणी सांगितलं?"

"चंपानं. सकाळी उठलो तेव्हाच ठरवलं होतं तुला शोधायचं."

"मला शोधायची तुम्हाला काय जरूर भगत?" भगत हळूच हसले अन् म्हणाले, "का बरं? तुला का नाही शोधू? शरीरं वेगवेगळी, जीव तर एकच ना सर्वांचा?"

रूपा चिडली. काहीतरी खरमरीत प्रत्युत्तर देणार, तेवढ्यात दुरून झरीनाची हाक ऐकू आली. ओढणी पिळत पिळत ती जवळ आली अन् म्हणाली, "भगत, कल रातका भजन मैने तो पहली बार सुना. मै बी कृष्ण कृष्ण करती रही!" भगतनं हसून वर बोट दाखवलं. "चल सावित्री चाय पीने. चलिये भगत आप भी।" "सोमाकडे चहा प्यायलो मी बेटा."

"अच्छा, तो फिर खाना मेरे घरसे आयेगा, हां? चल सावित्री." तिच्याबरोबर जाता जाता रूपानं विचारलं, "का जेवण तुझ्या घरून जाईल झरीना?"

"हमारी पूरी बस्तीका फैसला है कि भगतको हमलोग भीख मांगने नही जाने देंगे."

"अच्छा? म्हणजेच फुकटचं खातात!" रूपाच्या आवाजातला उपहास झरीनाला आवडला नाही. "ऐसा नहीं कहते सावित्री, जब तुम उनको जानती तक नहीं। अनसूया लेप्रसी अस्पतालसे अच्छे होकर आये है, बहुत भले है."

हातातला ओढणीचा पिळा वाळत टाकून झरीना घरात शिरली. पाठोपाठ रूपा गेली. त्यागराजन सिगरेट ओढत होता.

"आ गई सावित्री? बैठ झरीना, मेरी कॉफी और तुम दोनो की चाय बनाओ बिस्किट है नं? ये तेरे पाँवको क्या हुआ रे?"

"ॲक्सिडेंट झाला होता. झरीना, औषध आहे काही? अंग खूप दुखतंय." सिगारेट विझवून त्यागराजन खाली बसला अन् रूपाचे हात, पाय, चेहरा, नीट बघू लागला. अनुभवी माणसासारखे त्यानं रूपाच्या हातांना, पायांना चिमटे काढून पाहिले.

"देख सावित्री, तू कुछ पढी लिखी है? तेरी समझमें आता है न, तेरे कू बीमारी

बढ गयेली है? अस्पतालमें जानेका है तो बोल, तेरेकू भरती करायेगा.''

रूपानं जोरात नकारार्थी डोकं हलवलं. झरीनानं तिच्यापुढे चहाचा कप ठेवला आणि उदासपणे म्हणाली, ''ये त्यागू भी नही जाता अस्पतालमें. दरदमें कभी कभी तो मछलीकी तरह तडपता है। मैं बोली इसकू, कि तू अस्पताल में जा, मै बैठी रहूंगी दोन-तीन साल तेरे लिये, लेकिन सुनता नही।''

''देख मेरी झरीना। मैं तो गुंडा हूँ, मवाली हूँ, दारू बेचता हूँ, जुआ खेलता हूँ, तू क्यूं नही जाती छोडके?''

''तुमच्या झरीनाच्या प्रेमाखातर तरी जा हॉस्पिटलमध्ये त्यागराजन.''

रूपा झरीनाकडे बघत म्हणाली तशी झरीना लाजली. दोघींकडे डोळे वटारून बघत त्यागराजन रागानं म्हणाला, ''दूसरे को बोलती है, तो तूही क्यूं नही जाती अस्पतालमे?'' रूपानं नजर खाली वळवली, काय उत्तर देणार होती ती?

''समझा. तेरा कोई नहीं है इस लिये तू नही जाती और मेरी झरीना है, इसलिये मै नही जाता. तेरी तरह उसको भी एक दिन उठाके लाया था, और दोनोंका दिल लग गया! अच्छा, ये बताओ, मैं अस्पतालमें जाऊं, तो झरीना खायेगी क्या? मैं जिन्दा हूँ तब तक वो भीख नही मांगेगी.''

''खरं आहे भाऊ तुमचं. जिवंत राहण्याची जबाबदारी पण मोठीच आहे.''

''बस एक और बात मेरेकू बताओ झरीना. बीमारी है, या नही, काम तो यही करना है, रहना भी यहां ही है ना? इसी बस्ती में बिन बीमारीका आदमी लोग रहता है, लेकिन मांगता है तो भीखही, ना? और फिर तू तो चांदका टुकडा है, चली जा किसीके पास।''

ओढणीचं टोक ओठात दाबत झरीना लाललाल झाली. त्यागराजन लहान मुलासारखा खळखळून हसला अन् झरीनाची ओढणी ओढत म्हणाला, ''तेरेसे अलग रहनेका बात मत बोल. जैसे रहते है, वैसे ही रहेंगे. बराबर?''

झरीनाला भरून आलं. तिनं विचारलं, ''अच्छा, चाचाजीकी दवा करोगे?''
''कोण चाचाजी?'' रूपानं विचारलं, ''है कुछ लोग, यहां दवा देनेको आते है''

''एऽऽ त्यागराजन– त्यागुड्या– हरामखोर–'' बाहेरून तीव्र स्वरात कोणीतरी ओरडत होतं.

''वो सालीका दिमाख घुम गया!''

त्यागराजन ताड्दिशी उठत म्हणाला. कपाळाला हात लावत झरीना म्हणाली, ''या अल्ला! ये फिर झगडा करेगा।''

झरीनाच्या मागेमागे रूपा पण बाहेर आली. ती ज्या झोपडीत कालपासून राहत होती त्या झोपडीच्या दाराबाहेर एक बाई हातवारे करून त्यागराजनला शिव्या घालत होती.

"कुत्ता! फिर मेरी झुपडीमें तू दारू लाया?" ढांगा टाकत त्यागराजन तिच्या अंगावर गेला. "थोबाड फोड दूंगा तेरा– तेरी झुपडी कबसे हुई? और मै दारू नही लाया, ये बाईको लाया, अब ये इधरच रहेगी, समझी?"

धगधगत्या नजरेनं कान्ता रूपाकडे बघत राहिली. मग पच्दिशी थुंकून म्हणाली, "ये तेरी रखेल है क्या? क्यूं बे? कहां से आयी?"

त्यागराजननं दातओठ खात तिचे केस पकडले न् तिला एक धक्का मारून खाली पाडलं. घाणेरड्या पाण्यात ती पडली अन् जोरजोरात किंचाळू लागली. सकाळी सकाळी हा तमाशा झाला. वस्तीतले बरेच लोक गोळा झाले आणि दूर उभे राहून तऱ्हेतऱ्हेनं उपदेश करू लागले. गर्दीतनं वाट काढत भगत पुढे आले.

"कान्ता, तुझ्यासारख्याच दुसऱ्याही दुःखीकष्टी बायका आहेत. असं बोलू नाही."

"अरे एऽ भगतड्या–" पुन्हा जोरात, कर्कश आवाजात कान्ता ओरडली, तशी कोणीतरी भगतला मागे खेचत म्हटलं, "भगत! अहो हलकट लोकांजवळ भुतंसुद्धा जात नाहीत."

"हां, हां, हलकट आहे मी, मग काय म्हणणं आहे?"

त्यागराजननं कान्ताला एक लाथ घातली तशी किंचाळून तिनं अंगाचं मुटकुळं केलं. रूपानं त्यागराजनचा हात पकडला, "त्यागूभाई, माझी शपथ आहे तुम्हाला." त्यागू अजून रागानं झटपटतच होता, "देख देख! तू उसको गाली देता है और वो तेरेकू मारनेका ना बोलती है!"

रागानं रूपाच्या हाताला हिसडा मारून हात सोडवत तो बाहेर निघून गेला. वस्तीतल्या इतर मंडळींना आता कळलं की कोणी नवं माणूस आलंय. सगळे जण रूपाकडे टक लावून बघू लागले. रडत, कण्हत, कुंथत कान्ता उठली अन् झोपडीत जाऊन तिनं धाड्दिशी दार बंद केलं. लोक पांगले. रूपाला लगेच कान्ताच्या मागेमागे खरं तर नव्हतं जायचं; पण मग तिला वाटलं, राहायचे जर आहे आता तिच्याचबरोबर, तर भांडण मिटवायलाच हवं होतं. ती झोपडीत आली. कान्ता धुसफुसत चिखलानं भरलेली साडी बदलत होती.

"कान्ता, माझ्यामुळं– माफ कर मला–"

"मला मार बसवलान् आणि परत वर तोंड करून येतेय बोलायला. काय जादूटोणा केलास काय त्याच्यावर? अरे, माझी सासू दोन शब्द बोलली, तरी लाटणं घालत होते तिच्या पाठीत मी, ठाऊक आहे?"

रूपाला काय बोलावं ते सुचलं नाही. कान्तानं स्टोव्ह पेटवला, चहा ठेवला. "राहणार असलीस तर पडून राहा एका कोपऱ्यात, माझ्या बापाचं काय जातंय! घर साफ तुलाच करावं लागेल. तुझी तू स्वयंपाक करून खा, माझ्या सामानाला हात

लावलास तर खबरदार. नीघ, चल बाहेर लवकर, मागायला जायची वेळ होऊन गेलीय.''

''मी? मी भीक मागायला जाऊ? काय बोलतेयस काय तू?''

जोरात एक थोबाडीत मारून सूड घेत असेल तशी कान्ता खदाखदा हसली अन् म्हणाली ''हो, हो! भीक! भीऽऽ कऽऽ नाही मागणार तर पोटाच्या खड्ड्यात काय कोंबशील गं? पोट आहे ना तुलाही? हां, आता त्यागू पैसे देणार असेल तर मग ठीकच.''

त्या शब्दांमागच्या घाणेरड्या अर्थानं रूपा चवताळली. तोंडातून काय शब्द निघतील या भीतीनं ती झोपडीतून चट्दिशी बाहेर पडली. वस्ती झपाट्यानं रिकामी होत होती. ज्यांना उशीर झाला होता ते भराभरा निघाले होते. भिकेच्या धंद्याचं शास्त्र दुसऱ्या सगळ्या धंद्यांच्या अगदी उलट होतं. निरोगी अन् तरुण लोकांचं इथं काम नव्हतं. माणसं जितकी रोगट, अशक्त, विकलांग, म्हातारी, तितकी भीक जास्त मिळायची. म्हणून जे धडधाकट होते तेही हाता-पायाला फडकी गुंडाळून जखमा असतीलसं भासवायचे आणि काखेत कुबड्या घेऊन किंवा ढकलगाडीवर बसून लाचार दिसायचा आटोकाट प्रयत्न करायचे. उन्हं चढेपर्यंत वस्ती रिकामी व्हायची. मागे राहायची फक्त जिवंत मढी. त्यांना त्यांच्या रोगाचं किंवा शरीराचं भांडवल करून भीक मिळवायला जाणंही शक्य नसायचं.

एखाद्या सिनेमाच्या पडद्यावर बघत असेल तशी रूपा हे सारं दृश्य झोपडीच्या बाहेर उभी राहून बघत होती. कुठल्या दुनियेत येऊन पोचली होती ती. पर्वतशिखरावरनं वाहत येणाऱ्या नदीसारखी वाहत वाहत ती कसल्या रणरणत्या वाळवंटात लुप्त झाली होती? कशी जगेल ती इथं? काय खाईल? भीक मागावी लागेल? शब्दांचं बर्फ अंगावर पडावं तशी ती त्या शब्दांनी मनोमन जागच्या जागी थिजली.

एकाएकी तिचे डोळे पाठीमागून कोणीतरी बंद केले. खूप नवल वाटून रूपानं त्या हातांवरून हात फिरवला. छोटे छोटे, कोवळे पण जरा खरबरीत. त्या हातांनी तिचे डोळे घट्ट दाबून बंद केले होते.

''कोण आहे?''

हात काढून घेत आठ-दहा वर्षांची एक मुलगी हसत हसत तिच्या समोर येऊन उभी राहिली.

''मी, म्हणजे मी! दुसरं कोण?''

२०

रूपा त्या एवढ्याशा पोरीकडं बघतच राहिली. खूप अशक्त होती, त्वचा फिकट होती. अंगाच्या मानानं फ्रॉक खूपच मोठा होता, आणि मळका अन् फाटकाही. खांद्यापर्यंत येणारे तिचे कोरडेराठ केस मागे ओढून दोरीनं बांधले होते. त्या अशक्त पांढुरक्या चेहऱ्यावरचे चेहऱ्याच्या मानानं मोठे दिसणारे डोळे मात्र चमकत होते. जणू दोन लुकलुकत्या काळ्या चांदण्या. हसली की त्या चांदण्या आणखीच चमचम करायच्या. रूपानं विचारलं,

"मी म्हणजे कोण?"

"मीरा. माझं नाव मीरा. सुधादीदी आहेत ना, त्या तर मला गोपी पण म्हणतात. मी तुम्हाला बघितलं होतं. झरीना मावशीनं दाखवल्या होत्या."

"अरे वा! तू तर मला ओळखतेस की म्हणजे."

"पण मावशी, तुमचं नाव कुठे माहीत आहे मला?"

"मीरा, कुठं राहतेस तू?"

"तीऽऽ पाहा, ती झोपडी दिसतेय ना, तिथं. ते माझं घर. माझ्या घरी चला ना तुम्ही मावशी." आग्रह करत मीरा म्हणू लागली.

"कोण कोण आहे तुझ्या घरी?"

"मी अन् बापूजी (वडील). माझ्या बापूजींचं नाव ठाऊक आहे तुम्हाला?" रूपाला हसू आलं, "मला कसं ठाऊक असेल गं?"

तशी जीभ काढून मीरा म्हणाली, "खरंच की! मी सांगितलंच आहे कुठं?

माझ्या बापूजींचं नाव बजेदास पंचाल. ठाऊकाय मावशी, माझ्या बापूजींचा रोग दुसऱ्यांना लागतो ना, तसा आहे. मधुकाका, रमेशकाका येतात ना, ते त्यांना औषध देतात, बरं का.''

''रमेशकाका अन् मधूकाका कोण?''

''मीराऽ! ए मीरटले, कुठं गेलीस?'' मीरानं दाखवलेल्या झोपडीमधून एक ठेंगणा अशक्त माणूस चाचपडत बाहेर आला. इकडे तिकडे तोंड फिरवत त्यानं पुन्हा मीराला हाक मारली. ''बापूजींना नीट दिसत नाही ना, म्हणून.''

रूपाचा थरकाप झाला. ही एवढीशी कोवळी मुलगी या माणसाबरोबर राहत होती? त्याचं नाक झिजून गेलं होतं, डोळे गेले होते, हातापायांवर पट्टे बांधलेले होते.

''मावशी, जाते हं मी.'' म्हणत मीरा पळत पळत गेली.

''बापूजी, सावित्री मावशी आहे ना, ती...''

''तुझ्या तर साऱ्या गावभर मावशा असतात. चल लवकर, उशीर झालाय.''

''पण तुम्हाला ताप आलाय ना?''

''लवकर परत येऊ या. चल आटप.'' मीरा पळत आत गेली अन् जराशानं परत बाहेर आली.

''बापूजी, बापूजी, कुठलं डबडं घेऊ? डालडाचं का बोर्नव्हिटाचं?''

''अगं वेडे! डबडं ते डबडं!'' जवळ येत रूपा म्हणाली, ''माझी मीरा काय वेडी आहे? काय गं बेटी?'' लाजून मीरा आत पळाली. थोड्याच वेळात जांभळ्या रंगाचा एक जरा बरा फ्रॉक घालून आली न् पंचालच्या अगदी जवळ जाऊन म्हणाली, ''बापूजी, हा बघा, किती छान आहे ना हा फ्रॉक? नीट बघा ना. काल मला त्या हिरव्या बंगल्यातल्या बाईंनी दिला ना, तो.'' पंचालनं खाली वाकून डोळे बारीक करत फ्रॉक बघितला; मग म्हणाला, ''बेटा, अशी सुंदर राधा होऊन जाशील तर कोणी दोन पैसे पण देणार नाही आपल्याला. काढून टाक बरं तो फ्रॉक. फाटकाच घाल.'' मीराचं तोंड पडलं. फ्रॉकवर हात फिरवत ती म्हणाली, ''पण मला किती आवडतो हा फ्रॉक.''

''चट्दिशी चल ना बये. हिला काही समजतच नाही.'' पंचालनं रागावून म्हटलं, तशी हिरमुसली होऊन ती आत गेली अन् लगेचच मळका, फाटका फ्रॉक घालून बाहेर आली. हातात एक छोटीशी पिशवी होती, त्यात भाकऱ्या बांधून घेतल्या होत्या. पिशवी खांद्याला लटकवून ती मुकाट उभी राहिली. तिचं एवढंसं झालेलं तोंड रूपाला बघवेना. तिच्या केसांवरून हात फिरवत रूपा म्हणाली, ''त्यात काय एवढं मीरा? रात्री घाल नवा फ्रॉक हं? मी तुला केस पण छान विंचरून देईन. मग झालं की नाही? आता खूष?''

"खरंऽऽच?" डोळ्यातल्या चांदण्या लुकलुकल्या. रूपानं तिचा इवलासा हात हातात घेऊन दाबला; खूष होऊन मीरानं एक गिरकी मारली अन् मग "आवजो मावशी." म्हणून वडिलांचा हात पकडून त्यांना चिखलातून ती नीट जपून घेऊन गेली.

वस्तीत शांतता होती. रूपाला भूक लागली होती आणि बगलेत कुबडी पकडून पकडून रग लागली होती. झरीनाकडे खायला मागायचं? ती तरी भीकच झाली ना? काय करावं हे सुचलं नाही. दात कोरत ती तशीच उभी होती.

तेवढ्यात बाहेरच्या मोठ्या रस्त्यावर एक जीप येऊन उभी राहिली. जीप आणि इथे? कुतूहलानं ती जरा पुढे गेली. पोलिस असतील? जीपमधून दोन पुरुष उतरले. दोघांच्या हातात छोट्या बॅगा होत्या. घाणीतून वाट काढत दोघे वस्तीकडेच येत होते. रूपाला आश्चर्यच वाटलं. चांगले सुखी दिसणारे हे लोक आपण होऊन या वस्तीत कशाला येत असतील? दोघं एका झोपडीत शिरले. रूपा तिकडे गेली अन् दारातून डोकावून पाहू लागली. बॅग उघडी होती, जवळ एका भांड्यात पाणी होतं, जमिनीवर तरटाच्या एका तुकड्यावर एक रक्तपित्ताचा रोगी पडला होता. जवळपास थोडे घाणेरडे फाटके कपडे, मोडकीतोडकी चार भांडी अन् कोपऱ्यात थंडगार चूल. सारं काही त्या रोग्याच्या शरीराइतकंच निकालात निघालेलं. आलेले ते दोघे जण त्याच्या हाता-पायाला बांधलेले पट्टे हळूहळू सोडवत होते. रक्त आणि पुवानं पट्टे अंगाला चिकटले होते. रोगी कण्हत होता.

अस्सं! म्हणजे ही मंडळी 'सेवा करणारी' होती तर! त्यांच्यातल्या एकाची नजर वर गेली तशी त्यानं स्मित केलं आणि तिला आत ये म्हणून खूण केली. ती ताबडतोब मागे सरकली अन् पाठ फिरवून चालायला लागली.

"अरे, या तर कुसुमबेन." कोणीतरी एकदम मोठ्यानं बोललं. रूपा दचकली. कुसुम? होय की. एके काळी ती कुसुम पण होती. रूपानं लगेचच त्या हाक मारणाऱ्या माणसाला ओळखलं. "अब्दुल! तू इथं?" अब्दुल हसला. "घ्या! ऐका तर खरं. मी तर इथंच येऊन पोचणार ना. पण तुम्ही कशा इथं कुसुमबेन?"

"माझं नाव सावित्री आहे इथं अब्दुल."

"नाम बदला, कपडा बदला, लेकिन इन्सान थोडेही बदलता है? रुखी, ए रुखी!"

"कोण आहे? कोणाशी...?" बोलत बोलत रुखी बाहेर आली. घडीभर रूपाकडे बघितल्यावर तीही हसली. "अरे! कुसुमबेन. जरा वेळ मी ओळखलंच नाही तुम्हाला. कमाल आहे ना."

रुखीनं ढकलगाडी काढली, अब्दुल त्यावर बसला अन् त्यानं हात पुढे केले. रुखीनं झटपट त्याच्या हातांवर लाल काळे डाग पडलेले घाणेरडे कापडाचे पट्टे

बांधायला सुरुवात केली. चांगला शर्ट काढून अब्दुलनं तो रुखीला दिला अन् एक जुना शर्ट घातला.

"रुखी, यांचं नाव आता कुसुम नाही हं. सावित्री आहे. हमारे जैसाही नाटक है क्या?"

"अरे, असेना का; काही नाव असलं, तरी काय फरक पडतोय? चहा पिणार का, पट्कन करते, कारण उशीर होतोय मला–"

"नको रुखी. मी प्यायलेय झरीनाच्या घरी" अब्दुल रूपाकडे बघत राहिला होता. शेवटी म्हणाला, "बहेन जी, एक बात पूछ सकता हूँ? तिथं हॉस्पिटलमध्ये आम्ही तुम्हाला बघायचो ना, कुछ स्टाइल था आपमें, सच कहता हूँ। हो की नाही रुखी?"

"होयच मुळी. तुम्ही कोणीतरी मोठ्या, चांगल्या घरच्या असाल असं वाटायचं. सिस्टरबरोबर एखाद्या चांगल्या शिकल्या सवरलेल्या माणसासारखं बोलायच्या तुम्ही आणि आता– आज– आज हा तुमचा वेष, हे केस, हा कुडता झरीनाचा दिसतोय, होय ना? तुम्ही इथं? या झोपडपट्टीत?"

रूपा म्लानसं हसली अन् म्हणाली, "भाग्याच्या रेखा सगळ्यांनाच कुठून कुठं खेचून नेत असतात ना रुखी?"

अब्दुल म्हणाला, "ते तर खरंच. पण इथं एक चांगलं आहे. कुणी कुणाच्या भानगडीत पडत नाही. इस्पितळातून आम्ही दोघं पळालो, ते कुठे कुठे टक्केटोणपे खात शेवटी इथं येऊन पोचलो." त्यानं त्याच्या ढकलगाडीला धक्का मारला तशी रुखी पण निघाली. रूपानं जरा चाचरत शेवटी विचारलंच, "तुम्ही भीक मागायला कुठल्या भागात जाता गावाच्या?" विचारता विचारता तिच्या छातीत धडधडत होतं, सगळ्या जखमांमधून एकाच वेळी एकदम सणका मारत होत्या. रुखी जाता जाता अंमळ थबकली अन् म्हणाली, "तुम्ही बडोदा बघितलेलं आहे?"

"बडोदा तर माझं–" एवढ्यात शेजारच्या झोपडीचं दार उघडलं अन् कोणीतरी घाण पाणी बाहेर फेकलं. रूपाच्या अंगावर शिंतोडे उडाले. रुखी चिडून भांडायला जाणार तेवढ्यात रूपानं तिचा हात पकडला. "राहू दे रुखी. तू आज भांडलीस तरी हे लोक असं पाणी फेकायचं बंद का करणार आहेत?"

"बहेनजी म्हणतात ते बरोबरच आहे. रुखी ती बघ जीप उभी आहे म्हणजे मधुभाई अन् रमेशभाई आलेले दिसतायत वस्तीवर. तुम्हाला ठाऊक आहे ना बहेनजी, हे दोघं इंजेक्शनं, औषधं देतात. सगळ्यांना शिकवायला बघतात, की घाण करू नका, स्वच्छ ठेवा जागा. औषधांचा सारा खर्च पटेलसाहेब देतात."

त्यांच्याबरोबर चालता चालता रूपानं विचारलं, "पटेलसाहेब कोण?"

"अहो मिलमालक आहेत. खूप मोठा माणूस. सगळा खर्च देतात औषधांचा.

त्या झाडाखाली पत्र्याची शेड दिसतेय ना, तो दवाखाना. मी अंबर चरखा पण घेतलाय् त्यांच्याकडून.''

दोघं दूर गेली तोपर्यंत रूपा त्यांच्याकडे बघत राहिली. वस्ती आता जवळजवळ रिकामी झाली होती. बहुतेक सगळे भीक मागायचा 'धंदा' करायला निघून गेले होते. पण जनावरं, किडे, जीवजंतू, यांना कुठे जायचं नव्हतंच. माणसं गेल्यावर मोकळ्या झालेल्या जागेत डुकरं, उंदीर, कावळे, झुरळं, डास सगळे मनसोक्त संचार करत होते. त्या गलिच्छ सकाळच्या वेळेला कर्कश स्वरात ओरडत कावळे चोची मारत होते. वाहत्या जखमांवर बसणाऱ्या माश्यांसकट उरलेल्या लोकांमधले काही जण तशा त्या घाणीतच ऊन खायला बसले होते. वातावरणातल्या दुर्गंधीनं आता आतडी पिळवटून उलटी होईलसं वाटत होतं.

मधूभाई अन् रमेशभाई एका झोपडीतून दुसऱ्या झोपडीत फिरत होते. भगत त्यांची पेटी घेऊन त्यांच्याबरोबर जात होता.

''डाही मा! ओ डाही मा!'' मधूभाईंनी हाक मारली तशी एक बाई लगेच एका झोपडीतनं बाहेर डोकावली. ही भगतची बायको असणार. रूपानं नीट न्याहाळून बघितलं. भगतसारखीच पण बुटकी अन् काळी. साठीला पोचलेला देह. जरा जाड ओठ अन् गालांची हाडं वर आलेली. पण झोपडीच्या बाहेर आल्याबरोबर उन्हात डाहीमाचा चेहरा इतका काळा वाटला नाही.

''डाही मा, या औषधाच्या गोळ्या जपून ठेव. मंजूच्या मुलाला ताप आहे ना? रात्री आठवणीनं दे त्याला.'' भगतनं तिच्या हातात पुडी ठेवली अन् मग ते तिघं दुसऱ्या झोपडीकडे वळले. ''ओऽऽ क् ओऽऽक्– अम्मारे!'' झरीनाचा आवाज ऐकून रूपा तिच्या झोपडीकडे गेली. झरीनाला उलटी होत होती. तोंड लाललाल झालं होतं. ''झरीना! तब्येत ठीक नाही तुझी? काय झालं गं?'' रूपानं आतून पाणी आणलं. झरीनानं तोंड धुतलं न् रूपाचा हात पकडून आत गेली. दमून गेली होती ती. रूपानं तिला गादीवर झोपवली. झरीना लाजत म्हणाली, ''तबीयत तो अच्छी है, लेकिन मेरेकू लगता है, बच्चा होनेवाला है, महिना नही आता मेरेकू!'' रूपा तिच्या चेहेऱ्याकडं बघत राहिली. एका नव्या जीवाच्या चाहुलीनं ती उमलत्या फुलासारखी टवटवीत दिसत होती आता. ''अरे वा! मुबारक हो.'' रूपानं तिचे हात हातात घेत म्हटलं, पण मग काही विचार मनात येऊन एकदम ती घाबरली. ''झरीना! त्यागराजनला तर हा रोग आहे, अन् मग– तुझं बाळ–''

''नही नही! कुछ नही होगा उसकू। सुधादीदीने सब बताया है मेरेकू. मां-बापका रोग पेटमें बच्चेको नही लगता.''

''सुधादीदी कोण?''

''मधूभाई, रमेशभाईको देखा न तुमने? सुधादीदी रमेशभाईकी बीबी है, ये लोग

कितनी लगनसे सबकी सेवा करते है। मैं यहां रहनेको आई, उसके भी पहेलेसे बस्तीमें काम करते है।''

जमिनीवर अंगठा घासत रूपा खाली मान घालून गप्प बसून राहिली. झरीना उठून बसली. ''तू तर नवी आलीयस्, तुला काय ठाऊक? वस्तीतल्या लोकांनी भीक मागायचं बंद करावं म्हणून किती प्रयत्न केले त्यांनी. ठाऊक आहे? कितीतरी लोकांनी अंबर चरखा घेतलाय त्यांच्याकडून. चांगले पैसे मिळतात त्या कामात. त्यागू मला करू देत नाही. म्हणतो की तू काम नाही करायचंस.''

रूपाचे हात-पाय गारगार झाले होते. हे असं कोणी बोलावं, हे किती ओळखीचं वाटत होतं. जणू पूर्वजन्मीची कथा सांगत होतं कोणी. ती एकदम उठून उभी झाली. ''अरे! कहां चली? बैठ ना.''

''अं? हो, बसते ना.'' मग झरीनाच्या पोटावर हात ठेवत रूपानं विचारलं, ''त्यागराजनला माहीत आहे?'' झरीना खळखळून हसली. घुंगरांच्या झंकारासारखं तिचं ते हसणं रूपाला आवडलं. ''नाही माहीत अजून. कसं सांगू? हिंदी फिल्ममधली हिरॉइन छोटे मोजे विणत बसते तसं करू?'' दोघीही हसल्या.

''येऊ का आत झरीना?'' बाहेरून आवाज आला. झरीना लगेच बाहेर गेली, अन् तिनं हात जोडून नमस्कार करत म्हटलं, ''आइये भाईसाब.''

मधूभाई न् रमेशभाई आत आले. पाठोपाठ बॅग घेऊन भगत पण. झरीनानं चटई अंथरली, त्यावर सगळे बसले.

''मी नंतर येईन झरीना, जाते.''

''का? बस ना ताई. माझं नाव मधूभाई अन् हा रमेशभाई आणि भगतला तर सगळे ओळखतातच. तुला आधी इथे पाहिली नव्हती. नवी आलीयस ना?''

झरीनाचे काकुळतीला येऊन तिच्याकडे पाहणारे डोळे बघून ओठावर आलेले तिखट शब्द तिनं गिळून टाकले अन् नुसतंच म्हणाली– ''मी– मी जाते– काम आहे मला.''

झरीनाला हसू आलं. ''खोटं! काय काम आहे गं?'' चोरी करताना पकडलं जावं तशी वरमून रूपा एकदम मुकाट्यानं खाली बसली.

''कदाचित् आमच्यावर रागावली असेल ताई. नाव काय म्हणालीस तुझं?'' तिची बोटं निरखून पाहत रमेशभाईनं विचारलं.

हात खेचून घेत रूपानं तट्कन म्हटलं, ''मी कुठे सांगितलंच आहे मुळी अजून?'' स्वरातही कडवटपणा भरला होता.

''उसका नाम सावित्री. स्टेशनके पास पडी थी. त्यागराजन लेके आया.''

ते दोघं बोलत होते अन् रूपा डोळ्यांच्या कोपऱ्यातनं त्यांच्याकडे पाहत होती. मधूभाई उंचीनं लहान पण मजबूत बांध्याचा होता. खादीची बंडी, धोतर. धोतराच्या

कडा खालून माती लागलेल्या. अगदी डोक्यासरशी कापलेले केस, जरा जाड भुवयांखाली तेजस्वी डोळे. काळ्या फ्रेमचा चष्मा. हसरी जिवणी, सावकाश, स्पष्ट बोलण्याची पद्धत. त्याच्याबरोबरचा हा दुसरा– काय नाव? हां, रमेशभाई. अगदी कृश अन् अबोल. झरीनाकडे बघत होता. सुंदर, भोळी झरीना. रूपाच्या अंगाचा तिळपापड झाला. आता इथून घरी गेल्यावर दोघं घासघासून अंघोळ करतील, बायकोनं वाढलेलं गरम गरम जेवण जेवतील आणि मऊशार गादीवर आरामात झोपून जातील.

"ताई, तुझं लक्ष कुठं आहे? मधूभाई तुला विचारतायत्." भगतनं जरा मोठ्यानं म्हटलं तशी रूपा दचकून भानावर आली. मधूभाई तिचे हात, मान नीट बघत होते. "ताई, तुझी स्मिअर टेस्ट करून घेऊ या, तू एकदा हॉस्पिटलमध्ये ये त्यासाठी, मग औषध–"

ती झटक्यानं उठून उभी झाली. "सांगितलं कोणी तुम्हाला मला औषध घ्यायचंय म्हणून?"

मधूभाई शांतपणानं, स्मित वदनानं म्हणाले, "बरं ताई! बरं, हं! त्यात रागवायचं काय एवढं? तुझा आजार वाढतोय. शिवाय तू राहणार इथं झोपडपट्टीत. त्यामुळं दुसऱ्या दुखण्यांचा संसर्ग लागायचीही भीती. तसं झालं तर फार त्रास होईल तुला; म्हणून म्हणतोय, औषध सुरू केलंस तर बरं. तुझ्या भल्यासाठीच सांगतोय."

"पुष्कळ बघितलेत मी दुसऱ्यांचं भलं करणारे."

इतका वेळ गप्प बसलेले रमेशभाई झरीनाला म्हणाले, "झरीना, तू त्यागराजनला पटवून द्यायची जबाबदारी घेतलीस तर आपलं मोठं काम होईल. कारण त्यानं सांगितलं, तर वस्तीतले लोक तिकडे कॉलनीत राहायला यायला कबूल होतील. त्याचं ऐकतील सगळे."

"खरंच झरीना. या डाही बा अन् भगतही सगळ्यांना समजावायचा प्रयत्न त्यांच्या परीनं करतातच आहेत. पण त्यागराजननं जर हे मनावर घेतलं ना तर काम खूप सोपं होईल."

"मग आणखी थोड्या दिवसांनी इथं वस्तीवर एक मीटिंग ठेवू या. तोपर्यंत लोकांच्या गळी जराजरा उतरली असेल कल्पना."

"मीटिंग? लेकिन भाईसाब, पीछली बार मीटिंग में क्या हुआ था आप जानते है ना? बस्तीवालोंने आपकी बात तक नही सुनी, सब उठके चले गये।"

"मग त्यात काय बिघडलं झरीना? हे लोक तरी बिचारे काय करणार? नुसतं ही वस्ती सोडून जाणं एवढंच नाहीये हे असलं निरर्थक, भिकाऱ्याचं आयुष्य जगणं सोडून द्यायचं आहे; ते पण डाचतंय सगळ्यांना आणि त्या वेळी भरीला आणि असं झालं की आश्रमासाठी जमीनच मिळाली नाही, तेव्हा–"

भगतनं दोन्ही हात जोडून वर बघितलं अन् म्हणाला, "बस! आता या वेळी 'तो वरचा' जरा आमच्याकडं बघू दे आणि जमीन मिळून जाऊ दे. हे लोक किती दिवस जोडे झिजवतायत् आपल्यासाठी जमीन मिळवायची धडपड करत."

"कसल्या जमिनीबद्दल बोलताय?" खरं म्हणजे नव्हतं विचारायचं काहीसुद्धा, पण नकळत रूपाच्या तोंडातनं निघून गेलं.

झरीनाला मग लगेच उत्साह आला.

"सावित्री, तुम्हे पता नही है नं? बताती हूँ. ये लोग ना, एक बडी कॉलनी बनाना चाहते है– आश्रमही कहो. यहांसे सबको ले जाकर वहां बसाएंगे. सब लेप्रसीवाले साथमें रहेंगे. सबको दवाई मिलेगी, उधर ये बस्ती जैसी गंदगी नही होगी– बस्, यहांसे जानेको सब तैय्यार हो जाना चाहिये–"

झरीना बोलता बोलता गप्प झाली अन् मग संथ हळू आवाजात म्हणाली, "अब ये सब होगा कैसे, खुदाको मालूम."

"सगळं ठीक होईल झरीना. निराश कशाला होतेस? जमीन मिळवण्यासाठी आमच्या वाटाघाटी चालूच आहेत, पण तोपर्यंत वस्तीतल्या लोकांना समजावायचं काम जर त्यागराजननं केलं, तर–"

"अरे हो, पण हे भिकेचं डबडं सोडायला कोणी तयार नाही ना बाबा, त्याचंच तर दुःख आहे."

झरीनानं एक उसासा टाकून म्हटलं, "मैने त्यागूको दो-तीन दफा समझानेकी कोशीश की, मेरी बाकी सब बात सुनता है; बस ये आश्रमकी बात बोलती हूं, कि दिमाख घुम जाता है उसका."

"कारण पहिल्या प्रथम त्यालाच दारूचा धंदा सोडावा लागेल ना?"

"पण आता ऐकेल तो."

"वो कैसे?"

"बेटा, तू आता आई होणार आहेस. त्यागूला समजावून सांग, की अशा या घाणेरड्या, भिकाऱ्यांच्या झोपडपट्टीत त्याचं मूल एखाद्या किडामुंगीचं आयुष्य जगेल– जगेल की नाही हे तरी कुणाला ठाऊक."

"नही! नही!" झरीना किंचाळली.

"त्यागराजन नक्की ऐकेल तुझं आता."

केव्हाची हे सगळं बोलणं ऐकत असलेली रूपा आता सोट्यानं फटकारावं तशी बोलू लागली-

"तुम्ही लोक आश्रम या भिकाऱ्यांसाठी थोडाच बांधणार आहात? तुम्ही बांधणार तुमची समाजसेवेची हौस पुरी करायला, मधूभाई!" उपहासानं तिखट, कडवट हसून ती पुढे म्हणाली, "आश्रमाचे ट्रस्टी तुम्ही दोघं, आणखी असेच

कोणी समाजसेवक, समाजसेविका, आणि हां, ते मिलमालक– औषधं देणारे पटेलसाहेब, होय ना?''

सोटा बसला तरी वळ उठलाच नसेल इतक्या सहजपणे, शांतपणे रमेशभाई म्हणाले, ''कोण ट्रस्टी अन् कोण व्यवस्थापक, ते तर त्या देवालाच ठाऊक. सेवा हा शब्दही आम्हाला फार अवजड वाटतो. एकमेकाला आधार द्यायचा ही आमची हौस नाही, तेच आमचं आयुष्य आहे.''

''चला, उठू या आता? ऊन तापायला लागलंय.'' म्हणत मधूभाई न् रमेशभाई जायला निघाले. उठता उठता मधूभाई म्हणाले, ''माणसाला त्याचं आयुष्य, त्याचं शरीर, त्याचं नाव परत मिळावं आणि माणूस म्हणून जगण्याचा अधिकार मिळावा, यासाठी हा यज्ञ करतोय आम्ही. त्यात हाडं टाकायची का समिधा टाकायच्या, हे ज्यानं त्यानं आपल्यापुरतं ठरवायचं आहे.''

आणि ते दोघं परत गेले. रूपा अजून दारात उभी राहून त्यांच्याकडे बघत होती. झरीनानं जवळ येऊन तिच्या खांद्यावर हात ठेवला अन् जरा दुखावल्या स्वरात म्हणाली, ''सावित्री, त्यांचा अपमान करायची काय जरूर होती? तुला त्यांच्याबद्दल काहीसुद्धा माहिती नाही.''

''अगं, सगळ्यांना चांगलं ओळखून चुकलेय मी! या लोकांच्या गोड बोलण्याला फसतेयस तू.''

''असेल. सगळेच लोक तसे फसले तर किती चांगलं होईल.''

त्या रात्री भगतचं भजन रंगलं होतं–

''टकोरा वागे रे गगनमां, टकोरा वागे,
सूणी ले जो कोई ग्यानी गगनमां टकोरा वागे रे''

(आकाशातून कोणी साद घालतंय. जो समजू शकेल, ज्ञानी असेल, त्यानं नीट ऐकावं; कोणी आकाशातून साद घालतंय.)

रात्रीच्या शांततेत झोपडीवर झाकलेल्या सतरंजीच्या भोकांमधून आत पाझरणारे भजनाचे सूर चांदणं पडावं तसे वाटत होते. नवा फ्रॉक घेऊन मीरा धावत येऊन रूपाच्या गळ्यात पडली. ''मावशी, मी आऽले! हा घ्या फ्रॉक, मला घालून द्या तुम्हीच, आणि केस पण छाऽन विंचरून द्या, हं?''

त्या घाणेरड्या झोपड्यांमधून अचानक जणू एक सुगंधी वाऱ्याची झुळूक आली अन् रूपाला स्पर्शून गेली. तिच्या मनाच्या बंद दारावर कोण थाप मारत होतं? कोण तिला साद घालत होतं?

२१

वस्तीवरच्या नळाला रात्री पाणी यायचं तेव्हा तिथं रांग लागायची. रूपा बादली घेऊन उभी राहिली. झरीनाची समजूत घालून रूपानं तिला परत पाठवलं. "नको झरीना, दिवस आहेत तुला, वजन नाही उचलू देणार मी तुला. इथं चिखलात घसरून पडलीस म्हणजे?"

झरीनाला हसू आलं. "अच्छा! मै बैठ गई, ले लेकिन तू कितना वक्त मेरा काम करेगी? बोल?"

रूपा पाण्याच्या रांगेत उभी राहून विचार करत होती, की किती दिवस ती झरीनाचं काम करणार होती? कुठपर्यंत? ती काय इथंच राहणार होती? कायम? या नरकात? का ती इथून निघून जाईल कुठे? लेप्रसी आश्रमात?

"ए बाई, पुढे सरक की! मध्येच खांबासारखी उभी राहिलीय आपली." पाठीमागून कुणीतरी धक्का दिला. रूपा बादली घेऊन पुढे सरकली. ॲल्युमिनियमचा एक कळकट घडा घेऊन मीरा धावत आली अन् रांगेत घुसून रूपासमोर उभी राहिली. "अरे! मीरा, तू?" मीरा हसत म्हणाली, "मीच ना मग! दुसरं कोण? थेंबभरसुद्धा पाणी नाहीये घरात."

"हा एवढा मोठा घडा तू भरून नेशील?"

"मग कोण भरणार? बापूजींना दिसतंच कुठे मुळी? लवकर नंबर लागला तर छान होईल ना? केस विंचरायचे आहेत ना?"

मीरा भरलेला घडा कमरेवर घेऊन कसाबसा तोल सावरत तिच्या झोपडीत तो

ठेवून आली; अन् मग धावतच झरीनाच्या झोपडीत आली. हातात एक तुटका कंगवा अन् एक लाल रिबीन. "घ्या मावशी. सिनेमात असते तशी वेणी घाला हं माझी." रूपानं तिच्या डोक्यावरून हात फिरवला. "का गं? हिरॉइनसारखं व्हायचंय काय? बघ तरी झरीना ही पोरगी."

"सावित्री, थोडं तेल पण घे माझ्या बाटलीतनं."

"झरीना मावशी, त्यागूकाका नाही आले?"

"नहीं बेटी."

मीराच्या कोरड्या केसांचा गुंता रूपानं तिच्या वाकड्या झालेल्या बोटांनी कसाबसा सोडवला. केस खेचले जात होते. दुखत होते, मीराच्या डोळ्यांत पाणी येत होतं, पण तिनं हू का चूं केलं नाही. गुंता निघाला तशी रूपानं केसांना थोडं तेल लावलं. दोन वेण्या उलट्या बांधून कानांपाशी रिबिनीची फुलं बांधली. मीरानं घासघासून हातपाय धुतले, झरीनाची पावडर लावली अन् मग फुलं फुलं असलेला जांभळा फ्रॉक घातला. आरशात बघायची घाई झालेली मीरा धावत जाऊन आरशात बघू लागली. स्वतःचं प्रतिबिंब ती बघतच राहिली.

"अरे वा! मीरा! तू तर खूपच सुंदर आहेस." मीरा मोठे डोळे आणखी मोठे करून आरशात बघत होती. "पण बापू तर मला काळुंद्री म्हणतात." मीराला जवळ घेऊन प्रेमानं रूपा म्हणाली, "अगं, ते तर त्यांना दिसत नाही ना, म्हणून. तू तर परीसारखी सुंदर आहेस." रूपाच्या गळ्यात हात टाकून मीरा तिला बिलगली. "मावशी, तुम्ही किती चांगल्या आहात. दररोज द्याल केस विंचरून माझे?"

दोन्ही हात आडवे पसरून मीरा झरीनाच्या झोपडीत गोल गोल चकरा मारत राहिली; मग म्हणाली, "कुणाला दाखवू? हा चंपामामीच्या रमलीला दाखवते, जळफळाट होईल तिचा." अन् मग ती चिमणीसारखी चिवचिवत बाहेर पळाली. झरीना एक निःश्वास टाकून म्हणाली, "कितनी मासूम बच्ची है। बाप आधा अंधा और उपरसे चेपी बीमारी. उसका सब करनेका, और घरका भी सब काम करनेका देखो ना, उसकी उम्रही क्या है? बस इसी लिये मुझे इधरसे निकलना है."

"इथून निघून जाशील कुठे? त्या आश्रमात? आश्रम– आश्रम– अगं बघितलायस कधी तू आश्रम? आश्रम बांधतील तर वर्तमानपत्रात त्यांचे फोटो येतील, त्यांचे सत्कार होतील, त्यांना बक्षिसं मिळतील. आश्रमाच्या नावावर किती पैसे ते गोळा करतील याची काही कल्पना आहे तुला? तू फार भोळी आहेस झरीना. या दुनियेत प्रतिष्ठा आणि पैशांचा जोरदार धंदा चालतो. खरंच सांगतेय मी तुला झरीना– मी– मी–"

बोलता बोलता राग अनावर होऊन तिच्या डोळ्यांतून अश्रू वाहू लागले. अश्रू! काय गूढ शक्ती असते त्यांच्यात, की कठोर हृदयाच्या भिंती अश्रूंच्या पुरात कशा

वाहून जातात? झरीनानं जवळ येऊन ओढणीच्या टोकानं तिचे डोळे पुसले. मग तिनं स्टोव्ह पेटवून डाळ शिजायला ठेवली.

"त्यागू येईलच आता." म्हणता म्हणता झरीनाला उबळ येऊ लागली. रूपानं तिच्या हातातून तांदळाचं ताट घेतलं.

"झरीना, अन्नाचा वास सहन होत नाही ना? राहू देत तू. मी करीन स्वयंपाक. बघ तर कशी बनवते."

"अच्छा बाबा. तू काय काय काम करशील माझं?" तोंड धुवून झरीना जाऊन पडून राहिली. रूपा स्टोव्हजवळ बसली. बरीच रात्र झाली होती. वस्ती हळूहळू शांत होऊ लागली होती. "मावशी" अशी उगीचच एकदा हाक मारून मीरा मग तिच्या घरी पळाली होती. डाळ, भात आणि थालिपीठ करून रूपा अन् झरीना त्यागराजनची वाट पाहत होत्या. झोपडीच्या भोकांमधून चांदण्यांचे शिक्क्यांसारखे लहान लहान तुकडे जमिनीवर पडले होते. जुन्यापान्या भांड्यांच्या संसारात, पॉलिश उडून गेलेल्या खाटेवर झोपलेली झरीना मुक्त मोकळ्या आकाशात ढगांवर तरंगत असेल तशी आनंदविभोर होत होती.

"सावित्री, तुम्हे मालूम है मेरेकू बच्चा का बहुत दिल है। अरे, मरती हूँ रे अपने बच्चे के लिये– मेरा बच्चा– त्यागूका और मेरा।" भावना अनावर होऊन ती उठून बसली. तिची ओढणी जणू चांदण्यांनी मढवली असावी तशी झरीनाच्या चेहेऱ्यावरून अंगोपांगी तेज निखरत होतं. "सावित्री, जबसे पेटमें बच्चा है, बस तबसे अजीबसा लगता है। देख मेरे तो रोंगटे खडे हो गये है।" अन् मग हलकेच स्वतःच्या स्तनांवर हात ठेवून म्हणाली, "आतापासूनच छाती जड वाटतेय, आता तर पोटही–" सुखातिशयानं झरीना आपल्याशीच खुदुखुदु हसत होती आणि तिच्या ओढणीवरच्या चांदण्या जणू झोपडीभर विखरत होत्या. आपले हर्षोत्फुल्ल नेत्र रूपाकडे लावून तिनं बघितलं आणि मग रूपाचा रुक्ष चेहेरा बघून एकदम चमकली. "क्या है सावित्री? ऐसे घूरघूरके क्या देखती है? मै क्या पागल लगती हूँ तेरेको?"

रूपानं शुष्क आवाजात म्हटलं, "नाहीतर काय? झरीना, उशीर झालाय, त्यागूची वाट किती वेळ पाहायची? तू फार उशिरापर्यंत जेवायचं थांबलं नाही पाहिजे आता. वाढू तुझं ताट?"

"हंऽ! समजतंय सावित्री मला. बाळाच्या गोष्टींमध्ये तुला काय मजा वाटणार? जी आई होते तीच समजू शकते की बाळ पोटात वाढत असतं तेव्हा आईला कसं वाटतं ते! अगं सावित्री, काय गं, तुझा कोणी पुरुष तरी होता का नाही? अं?"

पाणी पिता पिता रूपाला ठसका लागला. पाण्याचा घोट कडू जहर असेल तसा घसा जाळत जाळत पोटात उतरला. पोटात ढवळायला लागलं. ठसका आवरेना तशी ती घाबरीघुबरी झाली. झरीना लगबगीनं जवळ आली अन् तिनं

रूपाच्या पाठीवरून हात फिरवला. रूपाच्या नजरेशी झरीनाची नजर मिळाली अन् रूपाच्या मनातल्या साऱ्या वेदनांचा अंगार क्षणभरच झरीनाला तिच्या डोळ्यांमध्ये दिसला. सारं काही समजल्यासारखी झरीना कसंबसं म्हणाली, "तेरे कू सॉरी बोलती हूँ सावित्री."

दार उघडलं अन् त्यागू आत आला. जरा झोकांड्या खातच त्यानं दार बंद केलं. "फिर पीके आया?" झरीना नाराजीनं म्हणाली. त्यागू लहान मुलासारखा झरीनाच्या जवळ बसला अन् म्हणाला, "सिरफ दो. दोही ग्लास. मालूम तेरेकू, जास्ती पीनेका छोड दिया– राम-सिंग–"

रूपा उठली तशी झरीना लगेच म्हणाली, "खाना ले के जा सावित्री. त्यागू, आज खाना उसने पकाया."

रूपानं थाळीत थोडंसं वाढून घेतलं आणि अंधारात जरा जपून चालत ती कांताच्या झोपडीत आली. कांता गाढ झोपली होती, पण नशिबानं वात खाली करून बारीक करून ठेवलेला एक कंदील होता पेटवलेला. डास हाकलत ती जेवली अन् मग एक तरट अंथरून त्यावर आडवी झाली. पण मन स्वस्थ कुठं होतं? पांघरायला काही नव्हतंच. पाय गुडघ्याशी घेऊन, छोट्या ओढणीनं अंग झाकून घेऊन, ती डासांपासून वाचायचा प्रयत्न करत राहिली. अपघातात दुखावलेला पाय आज दुखत होता अन् दुसऱ्या पायाला काही संवेदना नव्हत्याच. वेदना आणि बधिरता यांच्यामधल्या काटेरी कुंपणात जणू ती अडकली होती.

रोज सकाळी सूर्य उगवायचा आणि एक पाऊल अग्निशय्येवर पुढं टाकून संध्याकाळी अस्ताला जायचा. त्याच्या वाहत्या जखमांनी आकाश लाल व्हायचं आणि हवेत त्याच्या वेदनांचे सूर उमटायचे. भीक मागून सगळे परत फिरायचे. दिवसभर ओसाड पडलेल्या झोपड्या गोंगाटानं भरून जायच्या. रेडिओ, प्रायमस स्टोव्ह, मुलांचा दंगा, भांडणं, शिव्यागाळी, अंबर चरख्यांचा घरघराट, भिकेत मिळालेल्या नाण्यांची छम्छम्, खोकल्याची ढास, कुत्र्यांचं भुंकणं, नळावरच्या रांगेतली धक्काबुक्की. भोवऱ्यातलं पाणी जसं गोल गोल फिरत असतं तसे ते सारे आवाज आपल्याभोवती वेगानं गोल गोल फिरताहेत आणि त्या संमिश्र कोलाहलात ती आत आत खेचली जात आहे, असा भास तिला होत राहायचा.

पण रात्री थोडा वेळ मीरा यायची, रूपाला बिलगायची आणि रूपाला खूप खूप बरं वाटायचं. सारा दिवस भीक मागत हिंडून हिंडून मीरा खूप थकून गेलेली असायची. घरी आल्यावर बिचारी घर साफ करायची, पाणी भरायची, कधीकधी कपडेही धुवायची, वडिलांना भाकरी करून वाढायची. तोपर्यंत थकव्यानं पार गळून गेलेली असायची आणि तरीही हे सारं उरकल्यावर धावत यायची रूपाकडं आणि म्हणायची, "मावशी! केस विंचरून द्या ना. मावशी गोष्ट सांगा ना." तर कधी

झरीना अन् रूपा बसल्या असतील तिथं जवळपास बागडत राहायची.

कान्ताच्या झोपडीच्या बाहेर एका मोडक्या खुर्चीवर ती अवघडून बसून राहायची. तिला तर पळून जायचं होतं या आयुष्याच्या पिंजऱ्यामधनंच; आणि आता या घाणेरड्या वस्तीतल्या जीवनाचे उभे आडवे धागे तिला कशाला बांधू बघत होते? दुरून भगतच्या आवाजातले भजनाचे सूर ऐकू येतात, त्यागराजन रोज उशिरा येतो म्हणून ती झरीनाच्या सोबत बसते, तिला जेवायला करून देते, तिचं अंग चेपून देते. रस्त्याकडेला, झाडाखालच्या कट्ट्यावर, औषधं, इंजेक्शनं, कधी कपडे, भांडी, धान्य, असं काही ना काही घेऊन मधूभाई अन् रमेशभाई बसायचे आणि लोकांची रांग तिथे लागायची. तिच्या मनात यायचं, ज्याचं आयुष्य बरबाद झालं, त्याला चांगलं धान्य देऊन काय बरबादी भरून येणार आहे? सारा हिशेबच चुकीचा नव्हता का?

दिवसा सुधाबेन झोपड्यांमधून हिंडत स्वच्छतेबद्दल, मुलांच्या शिक्षणाबद्दल, सांगत, समजावत राहायच्या. त्यांनी तिथंच एक छोटंसं बालमंदिर पण सुरू केलं होतं. डाहीबा आणि भगत तिथं बसून मुलांना खेळवायचे, स्वच्छ करायचे. पण शिकवायला मुलं तिथं रोज असायची तरी कुठं? कधी ती यायची, तर कधी आई-बापांचं बोट पकडून भीक मागायला जायची. फाटलेल्या आभाळाला ठिगळ लावता आलंय कुणाला?

कान्ताचा रूपावर खूप राग होता. ती दिसली की आठ्या पडायच्या कान्ताच्या कपाळाला. एक दिवस तर कशावरून तरी खूप भांडली, हातवारे करून काय हवं तसं बोलली अन् मग जोरजोरानं चरखा फिरवत बसली. कुणी जोरात ढकलून दिलं असेल तशी रूपा हेलपाटत खुर्चीवरून कशीबशी उठली अन् पाय फरपटत चालू लागली. मन जणू बहिरं झालं होतं.

"ए बहेनजी, कुठं निघाला?" रुखीचा आवाज ऐकून रूपानं मागे वळून पाहिलं. ती कंदिलाची काच साफ करत होती. रूपा थबकली. बाहेर? हं! बाहेर कशाला जायचं असणार, आणि कुठे?

"काही नाही रुखी, अशीच."

"घटकाभर बसा ना मग इथं."

"अब्दुल नाहीये?" नकारार्थी डोकं हलवत रुखी आत गेली. रूपा तिच्यामागे आत गेली. रुखीने काच कंदिलात बसवून तो पेटवला.

"तुम्हाला काय ठाऊक का नाही त्याची सवय? पिण्याचं काय सोडणार आहे थोडाच तो? आज जरा बरे पैसे मिळाले होते, एक बांधणीची साडी पण मिळाली बघा." रूपा उठली अन् रुखीच्या देवघरापाशी बसली. देवघर! एक छोटंसं लाकडाचं खोकं दोन विटांवर ठेवलं होतं अन् आत कितीतरी देवांचे फोटो होते.

देवघराच्या त्या खोक्याला रुखीनं प्लॅस्टिकची फुलं अन् रंगीत गोंडे पण लावले होते. थोडंसं तेल एका बारक्याशा वाटीत घेऊन तिनं दिवा लावला, पदर पसरून साष्टांग नमस्कार घातलान् मग हात-तोंड धुवून परत आली. ''हुश्! आवरलं सारं! बहेनजी, थोडी थालीपिठं आहेत; खाल का माझ्याबरोबर?''

रूपा त्या थालीपिठांकडे बघत राहिली– शून्य नजरेनं. तडा पडलेल्या काचेच्या बशीत रुखीनं थालीपिठं ठेवली अन् गुळाचा खडा. मग ढकलगाडीवरल्या गाठुळ्यातनं दोन-चार 'कोप्रापाक'चे तुकडे काढून ठेवलेन. रुखीबरोबर मुकाट्यानं रूपा खाऊ लागली. परक्याचं अन्न, धर्मादाय मिळालेलं अन्न आणि भिकेचं अन्न, सारं ती आता पोटात घालून चुकली होती. काय काय नव्हतं केलं तिनं जिवंत राहण्यासाठी? मनुष्य असण्याच्या स्वाभिमानाची आणि गौरवाची शेवटची उरलीसुरली कात मनाला चिकटून होती, तीही आता तिनं उतरवून फेकून दिली होती.

बादलीतून पाणी घेऊन रूपानं हात धुतले. त्याच बादलीतलं पाणी घेऊन रुखी भांडी घासायला बसली, तेवढ्या तिला दिसलं की समोर झाडाखालच्या कट्ट्यापाशी लांब रांग लागली होती. आज औषधं अन् इंजेक्शनांचा दिवस होता. पण ती शेजारची रामी तर दुसरंच काहीतरी हातात घेऊन परत येत होती. काय होतं ते? रुखी झट्दिशी उठून उभी राहिली अन् बाहेर पळाली. ''रामी, काय देतायत आज?'' रामी आनंदानं हसत म्हणाली, ''ह्ये जाड तरट हाये बग, आन् मिठाईबी देत्यात. पळ जा, न्हाईपेक्षा ऱ्हाऊन जाशील.'' रुखी आत आली. ''चला उठा चट्कन समोरच्या गल्लीत चला बहेनजी.''

''का?''

''का म्हणजे आज तरटं देतायत अंथरायला. आमच्याजवळ काहीपण नाहीय. नवी कोरी तरटं देतायत! चला! चला उठा लवकर.''

''तू जा रुखी.''

''आणि तुम्हाला काय त्यात कमीपणा वाटतो बहेनजी? अंथरूण पांघरूण काहीही नाहीये तुमच्याजवळ, मला ठाऊक आहे. फुकटची ऐट कशाला करायची म्हणते मी. भिकाऱ्यांबरोबर राहायचं, जेवायचं अन् वर...''

असंच काय काय बडबडत रुखी निघून गेली. तिचं म्हणणंही खरंच होतं ना? समाजाच्या बाहेरची ही एक वेगळी दुनिया होती, जिथं उच्च-नीच असा भेदभाव काही नव्हताच– झोपडपट्टीच्या त्या घाणीत खदखदणारे ते सारे किड्यांसारखेच होते.

''मावशी!'' मीरा धावत आली अन् धापा टाकत म्हणाली, ''इथं काय बसलाय? मला पण तरट हवंय, पण लायनीत धक्काबुक्की झाली अन् मला कोणी जाऊच देत नाहीये पुढं. तुम्ही चला ना.''

मुकाट्यानं रूपा मीराचा हात धरून निघाली अन् रांगेत उभी राहिली. कट्ट्यावर पेट्रोमॅक्सच्या उजेडात तरटांचा ढीग आणि मिठाईची पाकिटं दिसत होती. मीराला खूप आनंद झाला होता अन् ती थोड्या थोड्या वेळानं पुढं जाऊन तिचा नंबर लागायला किती वेळ लागणार आहे, त्याचा अंदाज घेऊन येत होती. मधूभाई अन् अरुणभाई तरटं आणि मिठाई वाटत होते आणि दुसऱ्या बाजूला रमेशभाई अन् सुधाबेन भगतच्या मदतीनं औषधं देत होते. आज डॉक्टर येण्याचा दिवसही होता म्हणून औषधांच्या बाजूलाही गर्दी होती.

आता रूपा अन् मीरा रांगेत बऱ्याच पुढं सरकल्या होत्या. डोक्यावर ओढणी ओढून घेऊन रांगेतून जरा बाजूला होऊन रूपा खाली बघत उभी राहिली. आतून तिचं तिलाच ती टोकत होती. पण तरी तिचा हात काही तरट मागायला पुढे होत नव्हता.

"घे मीरा बेटी, ही तुझी दोन तरटं अन् ही तुझ्या मावशीची." तशी रूपानं वर बघितलं. मधूभाई थकलेले दिसत होते. रूपाकडे त्यांचे लक्ष गेलं तशी त्यांनी स्मित केलं आणि मग आपल्या कामात गुंतले. मीरा अन् रूपा परत फिरल्या. मीराच्या छोट्या हातांमध्ये जड सामान होतं, ती जरा दम खायला थांबली. मग रूपाच्या हातात तरटं ठेवून ती आत गेली. रूपा कान्ताच्या झोपडीपाशी आली तेव्हा कान्ता जागी होती आणि मिठाई खात होती. रूपाला आत जावसंच वाटलं नाही. ती बाहेरच्या मोडक्या खुर्चीतच बसून राहिली. रांग हळूहळू विरळ होत होती. रात्र बरीच झाली होती तरी अजून कुठे कुठे कंदील पेटलेलेच होते. कट्ट्यावरचे लोक आता त्यांचं सगळं सामान गोळा करत होते. मुख्य रस्त्यावरून कोणीसं झोकांड्या खात झोपडपट्टीच्या दिशेनं आलं अन् कट्ट्यावर बसलं. रूपानं नीट बघायचा प्रयत्न कला– अब्दुल तर नव्हता? पलीकडे एक रिक्षा येऊन उभी राहिली. रमेशभाई अन् सुधाबेन त्यात सामान ठेवू लागले. मधूभाई अजून कट्ट्यावर बसलेलेच होते; आणि दुरून असं वाटलं की ते अब्दुलशी बोलत होते. रूपाला आता झोप येत होती, पण आत अजून कान्ता जागी होती. रूपानं तरट उलगडलं आणि अंगावर ओढून घेतलं. जरा बरं वाटलं.

एकाएकी अब्दुलचा आवाज वाढला; आणि तो हातवारे करून मधूभाईंना शिव्यागाळी करू लागला. रुखी त्याचा हात खेचून त्याला घेऊन जायचा प्रयत्न करू लागली तशी तो आणखीच पिसाळला. जे थोडे लोक जागे होते, ते पुढे न जाता आपापल्या झोपड्यांच्या बाहेरच उभे होते, पण दोघे-चौघे अब्दुलकडे धावले. कान्ताची मिठाई खाऊन झाली तशी तीही बाहेर येऊन दात कोरत तमाशा बघत उभी राहिली. थोड्या वेळापूर्वी निघून गेलेली रिक्षा परत फिरली होती. रात्रीच्या शांततेत अब्दुलचा कर्कश, शुद्धीवर नसलेला आवाज घुमत होता–

"अरे– सब मालूम है तेरी बात, क्या? खुद शादी नही किया, खुदा जाने क्यूं!

और मेरे कू बोलता है शराब मत पीओ, बाईके पास मत जाओ– अरे, तू फकीर है, साधू है क्या? दवाई देता है इसलिये भाषणभी झाडता क्या– अरे तेरी अम्माको मै तो–''

रुखी त्याचा हात खेचत अजिजीला येऊन म्हणत होती,

''जाऊ दे ना अब्दुल. माझी शपथ–''

''अरे कसमकी ऐसी तैसी–'' म्हणत अब्दुलनं रुखीला ढकलून दिलं. भगतनं रुखीला हात देऊन उभं केलं. रुखी डोकं आपटून घेत जोरानं रडू लागली. अब्दुल पुन्हा कट्ट्यापाशी गेला आणि पिसाळल्यासारखा मधूभाईंचे हात ओढून जोरात पिरगळायला लागला. रुखी किंचाळली. भगत आणि दुसरे दोघेतिघे अब्दुलकडे धावले; पण अंगात आल्यासारखा शिव्या घालत अन् ओरडाआरडा करत अब्दुल आता हातात सोटा घेऊन तिथेच उभा राहिला. ''जो मेरी पास आयेगा वो मरेगा साल्ला.''

सगळे घाबरून मागे हटले; पण भगत मात्र होता तिथेच उभा राहिला. ''भाई, इतकं रागावणं बरं नाही. शांत हो पाहू. दे ती काठी इकडे माझ्याकडे.''

एकदम रूपाच्या डोळ्यांसमोर हॉस्पिटलमधला प्रसंग जसाच्या तसा उभा राहिला. हॉस्पिटलच्या आवारात खुरपं हातात घेऊन, डोळ्यांत खून चढलेला हाच अब्दुल असाच उभा होता. म्हणजे अब्दुलला हे असे वेडाचे झटकेच येत होते. कोणी सांगावं, त्याच्यासमोर ठामपणे उभ्या असलेल्या भगतला हा– जमेल तितकं भराभर चालायचा प्रयत्न करत रूपा तिकडे निघाली. रुखी बिचारी कुणाचंही हृदय द्रवेल असा आक्रोश करत होती. एव्हाना बरेच लोक आपापल्या झोपड्यांमधून बाहेर निघून टोळकी करून उभे होते. भगतच्या डोक्यावर सोटा उगारून अब्दुल उभा होता. भगतबद्दल सर्वांना आदर, आपुलकी होती. पण कोणी धीर करून अब्दुलजवळ गेलं अन् म्हणून त्यानं भगतला सोटा मारला, तर?

रमेशभाईंनी रिक्षा चालू होता होता अब्दुलचं रागारागानं ओरडणं ऐकलं होतं म्हणून ते लगेच परत फिरले होते. रमेशभाई अन् सुधाबेनही ते दृश्य बघून स्तब्ध झाले होते. मधूभाई पण अब्दुलच्या पलीकडे चिखलात पडले होते– खूप लागलं असेल? आणि समोर भक्कमपणे उभे राहिलेले भगत. एखादं हिंस्र श्वापद आपल्या शिकारीवर झुकून उभं राहतं, तसा रागानं बेभान झालेला अब्दुल सोटा उगारून उभा होता. रूपा सुधादीदींकडं पोचली अन् म्हणाली, ''रमेशभाई, काही तरी करा हा अब्दुल अतिशय खतरनाक माणूस आहे, मी ओळखते त्याला.''

रूपाला बघताच अब्दुल आणखी भडकला. ''अब्बे एऽऽ हिरॉइनसारखी स्टाइल मारू नको उगीच. ये पुढे, दाखवतो तुला.''

''ही बघ येतेच आहे तुझ्याकडे, सोटा टाकून दे आधी.'' पुढे निघालेल्या

रूपाचा हात पकडून थांबवत रमेशभाई त्याला म्हणाले, तशी अब्दुल खदाखदा हसला. ‘‘डर गई साली हिरॉइन.’’ एवढं बोलता बोलता अब्दुलची परत झोकांडी गेली, त्या क्षणाचा फायदा घेण्यासाठी रमेशभाईंनी चट्‌दिशी पुढे जाऊन त्याच्या हातातून सोटा घेण्याचा प्रयत्न केला. पण लगेचच सावध झालेल्या अब्दुलनं समोर उभ्या असलेल्या भगतला जोरात तो सोटा हाणला. एक भयंकर किंकाळी फोडत भगत जागच्या जागी खाली पडले. तेवढ्यात शुद्धीवर आलेल्या मधूभाईनी उठून पाठीमागून अब्दुलला पकडण्याचा प्रयत्न केला. पण अंगात भूत संचारलं असेल तसा किंचाळत, उड्या मारत, आणखी भडकून त्यानं मग मधूभाईवर हल्ला केला. त्यांच्या डोक्यावरच त्यानं जोरात फटका मारला. ‘‘ले साले. मै नशाबाज हूँ, मै रंडीबाज हूँ.’’

मधूभाईच्या घशातनं तर किंकाळीही बाहेर पडू शकली नाही; ते गठुळं वळून खाली पडले. रमेशभाई ओरडले, ‘‘अरे, काय बघताय् सगळे? सगळे मिळून पकडा त्याला.’’ तेव्हा कुठे सगळे जण अब्दुलवर तुटून पडले. अब्दुल सोटा उगारून पळाला अन् रिक्षाजवळ जाऊन घाबरलेल्या रिक्षावाल्याची त्यानं गचांडी पकडली. ‘‘रिक्षा जलदी भगाओ, नहीं तो मरेगा तू भी।’’ आणि सुसाट वेगानं निघालेली रिक्षा अंधारात दिसेनाशी झाली.

२२

मधूभाई आणि भगत हॉस्पिटलमध्ये होते. भगतपेक्षा मधूभाईंची स्थिती जास्त गंभीर होती. जीवन आणि मृत्यूच्या सीमेवरच्या बारीक दोरीवरून ते कसरत करत होते. क्षणात या बाजूला झुकायचे तर क्षणात त्या बाजूला. वस्तीतलं कोणी ना कोणी रोज त्यांच्या समाचाराला येत असायचं. जात नसे फक्त एक रुखी. सुन्न मनानं ती आपल्या झोपडीत पडून असायची. अब्दुलनं मारलेल्या सोट्याच्या आघातांनी तिचं मन अत्यंत दुखावलं होतं. तिचं प्रेम तिच्या प्रियकराचं असलं भयंकर वागणं थांबवायला असमर्थ ठरलं होतं.

एका दुपारी झरीनानं हट्ट धरला की मधूभाईंना भेटायला हॉस्पिटलमध्ये जायचंय. ''डाहीबा म्हणत होती की मधूभाई सगळ्यांची आठवण काढत होते म्हणून.'' रूपा चिडली. ''तू जा नं मग. मला आणखी ओढत बरोबर न्यायची काय गरज? मला नाही यायचं आणि तू तरी कशाला जातेयस? तुला दिवस आहेत, हॉस्पिटलमध्ये कसले कसले दुखणेकरी येतात, उगीच इन्फेक्शन लागायचं, आणि...''

झरीनाला हसू लोटलं. ''अरे! तू तो बराबर बडे घरकी बहूकी तरह बात करती है। ना, मुझे कुछ होनेवाला है, तो इधर बस्तीमेंही नही होगा?''

रूपा गप्पा झाली. खाली मान घालून समोरच्या ताटातल्या तांदळामध्ये बोट फिरवत बसली. अचानक चितेवरचा मुडदा उठून बसावा, तसा तिचा भडाभड जळणारा भूतकाळ, स्वतःचं जळलेलं पोळलेलं शरीर घेऊन असा केव्हाही तिच्यासमोर येऊन का उभा राहतो?

"अरे, बोलती नही कुछ? तुझे क्या हुआ है, हां? जब देखो चुप! जैसे जुबान कट गई. तेरेकू आना पडेगा. मै अकेली जा भी तो नहीं सकती."

दुपारी दोघी हॉस्पिटलमध्ये जायला निघाल्या. रूपानं झरीनाच्या चपला घातल्या, केसातनं जरा कंगवा फिरवून ओढणी डोक्यावरून घेतली. झरीनानं पिवळ्या फुलांचं डिझाइन असलेला नवा सलवार कुडता घातला. जणू उमललेलं सूर्यफूल असावं तशी दिसत होती. रूपाला चालायला खूप त्रास होत होता. आता ती कुबडी मात्र वापरत नसे. रस्त्यात इतकी गर्दी, गोंगाट, चारी बाजूला माणसं, बस, रिक्षा अशी एकटी या भागात, पायी, ती शहरात कधी हिंडलीच नव्हती. तिला त्या गर्दी अन् गोंगाटानं भणभणायला लागलं. ऊनही खूपच झालं होतं. झरीनानं रिक्षा थांबवली.

गर्दीतून वाट काढत रिक्षा हॉस्पिटलच्या आवारात आली. दोघी उतरल्या आणि हात पकडून निघाल्या. वॉर्ड नंबर विचारत विचारत सेकंड क्लासच्या त्या खोलीपाशी पोचल्या. रूपा खूप थकून गेली होती. बाहेरच्या बाकावर तिनं बसकण मारली. "तू भेटून ये जा. मी इथपर्यंत तर आले ना तुझ्याबरोबर?"

झरीना आत गेली. बाकाचा हात घट्ट पकडून रूपा बसून राहिली. औषधांचा वास, पांढऱ्या भिंती, हिरवे पडदे, वॉर्डबॉइज, दुखणेकऱ्यांची ये-जा, गळ्यात स्टेथॉस्कोप झुलवत हिंडणारे पांढऱ्या कोटातले डॉक्टर... चितेवर पडल्या पडल्या भूतकाळाचा मुडदा पुन्हा घुमत होता, खी खी हसत होता. चितेच्या विचित्र वास येणाऱ्या धुरातून हळूहळू दोन आकार तयार झाले– तिला ते स्पष्ट दिसत होते. गर्भवती दिसणारी ती सुंदर स्त्री वेदनांनी कण्हत होती. मायेनं तिचा हात पकडून ती दुसरी स्त्री काहीसं बोलत होती. काय बोलतेय ती? कान देऊन ऐकलं तेव्हा ऐकू आलं. "तू कशाला एवढी घाबरतेस बेटा? काही होणार नाही. मी आहे ना तुझ्याजवळ? स्टाफही सगळा आपल्या ओळखीचा आहे. डॉक्टरही घरचेच." थेट कॉरिडॉरच्या टोकापर्यंत दोघी चालत चालत गेल्या. एका नर्सनं येऊन तिचा हात पकडला, समोरून डॉक्टर आले. ती स्त्री थांबली अन् तिनं एक वार मागे वळून पाहिलं. रूपाला धक्काच बसला. त्या स्त्रीचा चेहेरा तिच्या चेहऱ्यासारखा कसा? तिला थांबवून विचारलं पाहिजे... रूपा उभी झाली.

"अरे! तू आ रही थी क्या अंदर? मधूभाई तुम्हे बुला रहे है." पण रूपा तर टक लावून कॉरिडॉरच्या त्या टोकाला नजरबंदी झाली असेल तशी बघत होती. तिथं उभी असलेली ती स्त्री थोडंसं हसली. धूर! काळा काळा धूर! रूपानं तोंड वाइट केलं. "झरीना, तुला विचित्र वास नाहीय येत?"

"तो अस्पतालमें और क्या होगा? चल अंदर."

पण रूपा तर कॉरिडॉरच्या टोकाच्या खोलीच्या बंद दाराकडेच बघत होती टक लावून. किती वेदना होत होत्या तिला. तेवढ्यात तान्ह्या बाळाच्या रडण्याचा

आवाज– ओह! हा तर यश रडतोय.

झरीना तिचा हात पकडून चालायला लागली. अरे! अरे! आता तर कुठं तिनं बाळाला जन्म दिला होता– पलंगावर झोपली होती ती, आणि– तिचे पाय तर फरपटत होते– का? एकदम भिंतीवर डोकं आपटून टेंगूळ यावं तसं झालं अन् ती भानावर आली.

"ये सावित्रीताई, बाहेर का बसून होतीस?"

"कसं आहे तुम्हाला?" औपचारिक विचारायचं म्हणून तिनं विचारलं. मधूभाई हसले. "बघ ना! खाऊन पिऊन मस्त झोपून राहिलोय ना? हे आलेच डॉक्टर विचार त्यांना, इथं माझी कशी चैन आहे ते."

डॉक्टर भट्ट आणि रमेशभाई आत आले. डॉक्टरांनी झरीनाला म्हटलं, "हां! मजा तर करतायत! बघ ना रोज किती जणं भेटायला येतात ते. आम्हाला तर कुणी विचारतच नाही."

"रमेशभाई, मी नको म्हणत होतो, जनरल वॉर्डमधून मला इथं सेकंड क्लासमध्ये का आणून ठेवलं?" मधूभाई जरा नाराज़ स्वरात म्हणाले.

"त्याचं उत्तर मी देतो तुम्हाला. ऑपरेशन झाल्यावर तीन दिवस तुम्ही बेशुद्ध होतात. तुमचे हे रक्तपित्ताचे रोगी कुठून कुठून रोज भेटायला यायचे. जनरल वॉर्डमध्ये बाकीच्या पेशंट्सना कळलं, की हे सगळे रक्तपित्ताचे रोगी येतात, तेव्हा सगळ्यांनी विरोध केला. थेट डीनपर्यंत फिर्याद गेली म्हणून मग तुम्हाला इकडे आणलं."

"असं, असं." मधूभाई गप्प झाले. बँडेजेस गुंडाळलेल्या त्या चेहऱ्यावर काय भाव होते ते नाहीतरी दिसतच नव्हते. पण डोळ्यांमध्ये एक उदास लहर तरळून गेली, आणि मग लगेचच ते हसले. "चला, बरं झालं. तुम्ही सगळी सांगत होता ना, की जरा शांतपणानं आराम करा म्हणून. पण माझं काम मात्र अडकून पडलं." डोळ्यांमधून वाहिलेली अश्रूंची धार मुकाट्यानं बँडेजेसमध्ये लुप्त झाली. रमेशभाईंनी कॉटवर बसून त्यांचा हात हातात घेतला. "असं का बरं बोलता मधूभाई ? माझ्यावर भरवसा नाही? तुम्हीच दीक्षा दिलीय ना मला या कामाची? सुधा, अरुणभाई, भगत, मनूभाई, दिलीपभाई सारे आहेत आणि आपल्या सर्वांच्या पाठीशी सतत पाठबळ द्यायला आहेत पटेलसाहेब."

मधूभाईनं रमेशभाईचा हात प्रेमानं आपल्या छातीवर दाबला. "तुमच्यामध्ये भरवसा नाही असं कसं होईल? मी तर एकटा जीव, आगे मागे कोणी नाही; पण तुम्ही तर संसारी आहात. कॉलेजमधली नोकरी आहे, तीही सोडायला बघताय्. मी लग्न केलं असतं, तर तुमच्या- तुझ्याएवढा माझा मुलगा असता, आणि सुधा एवढी सून."

"माझं एक ऐकाल?" डॉक्टर एक खुर्ची पुढं सरकवून मधूभाईंच्या जवळ

बसले. मधूभाईंनी मोठ्यानं हसण्याचा प्रयत्न केला; पण त्यामुळे त्यांना खूप दुखलं असावं, हे त्यांच्या डोळ्यांवरून कळलं.

"तुमचं न ऐकून जाणार कुठं? तुमच्या तावडीतच आहे ना सध्या तर!"

"मी सीरीयसली बोलतोय, थट्टेवारी नेऊ नका. तुम्हालाही मी आधीच समजवालंय रमेशभाई. मधूभाईंच्या जखमा बघितल्यात ना? ते या वेळी वाचले. पण परत असं काही झालं तर काय होईल सांगता येत नाही. तुम्हाला कल्पना नाहीये तुमच्या जखमा किती गंभीर स्वरूपाच्या होत्या त्याची. साडेचार तास तर ऑपरेशनला लागले आणि–"

"डॉक्टर, तुम्हाला काय म्हणायचंय काय?"

"हेच, की या लेप्रसी पेशंट्सचा नाद सोडा. विसरून जा त्यांना. हे लोक भीक मागायचं बंद करणार नाहीत, आणि कामही करणार नाहीत. आणि हा माझा एकट्याचा अनुभव नाही. प्लीज, माझं ऐका."

"लंगड्या, लुळ्या, निरुपयोगी झालेल्या जनावरांनाही पांजरपोळात पाळतात, पोसतात, मग ही तर माणसं आहेत. जिवंत माणसं. त्यांना काय अशीच वाऱ्यावर सोडून द्यायची? तुम्ही स्वतः डॉक्टर असून असं सांगता? एका आईच्या पोटी जन्मतात ती भावंडं म्हणायची, मग एका पृथ्वीवर जन्म घेतील ती सगळीही भावंडंच, डॉक्टर."

"तुम्हाला खरंच का वाटतं, की तुमच्या त्या अंबर चरख्याच्या लाकडाच्या होडीत बसून हे लोक हा भवसागर पार करणार आहेत? बी रिॲलिस्टिक रमेशभाई, तुम्ही तर गणिताचे प्रोफेसर आहात, चुकीचे आकडे मांडले की गणित चुकणारच ना."

"आणि तुम्ही सायन्स शिकलायत ना डॉक्टर? मला सांगा, पेशंटला अगदी जीवघेणा आजार असला, तरी तुम्ही शेवटपर्यंत त्याला वाचवायचा प्रयत्न का करता? तुम्हाला तर डिग्री मिळते, तेव्हा शपथ पण घ्यावी लागते, खरं ना? आणि नवी नवी औषधं शोधण्यासाठी श्रम, शक्ती, वेळ, पैसे, का बरबाद केले जातात?"

कान पकडून हसत डॉक्टर उभे झाले. "एक शिक्षक अन् एक प्रोफेसर! तुम्हा लोकांचं होमवर्क मात्र अगदी पक्कं आहे हं. आपली शरणागती."

मधूभाई उठून बसायला गेले अन् त्यांच्या तोंडून हलका चीत्कार निघाला. डॉक्टरांनी लगेच त्यांना परत झोपवलं. "सध्या तुम्हाला फक्त झोपायचं काम करायचंय."

मधूभाई संतप्तच होते आणि त्यांच्याच तंद्रीत. ते म्हणाले, "हॅन्सननं रक्तपित्ताचं कारण शोधून काढण्यासाठी, शेकडो रुग्णांच्या दुर्गंधी येणाऱ्या जखमांमधून सॅंपल्स काढून सूक्ष्मदर्शक यंत्राखाली त्यांचं परीक्षण चालू ठेवलं, तेव्हा या रोगाचे जंतू कुठले,

हे त्याला समजलं. त्याचं कौतुक व्हायचं तर लांब राहिलं, पण हे संशोधन–'' ''हो! हे संशोधन अनैतिक आहे असं म्हणून त्याला हॉस्पिटलमधून हाकलून देण्यात आलं. येस्, आय् नो! आय नो!''

''एक प्रश्न विचारू का डॉक्टर?'' डॉक्टर भट्ट हात वर करून हसले. ''मी आधीच म्हटलं ना, की आपली शरणागती म्हणून! तुमच्या प्रश्नाचं उत्तर मला देता येणार नाहीच.''

''अज्ञान, अंधश्रद्धा, उपेक्षा, लोकांचा रोष, या सगळ्यांसमोर नमतं घेऊन जर हॅन्सननं त्याचा रिसर्च बंद केला असता तर?''

''मी म्हटलं ना, की तुमच्या प्रश्नाचं उत्तर मला देता येणार नाही, म्हणून? तुम्ही कोणाचं मत बदलू शकला नाही, तर सोपा मार्ग म्हणजे तुम्हीच त्याच्या बाजूचं व्हावं म्हणतात. या न्यायानं, आता याच्यापुढे तुम्ही परत मेडिकल कॅम्प कराल, तेव्हा मला कळवा.''

रमेशभाईंनी कृतज्ञतेनं डॉक्टरांकडे बघून म्हटलं, ''खरोखर, आम्हाला पैशांची नाही, माणसांची जास्त जरूर आहे. खूप आभार तुमचे, डॉक्टर.''

''अंहं. आता डॉक्टर भट्ट नाही, अविनाश. अविनाशच म्हणा मला. आणि आभार खरं म्हणजे मी तुमचे मानले पाहिजेत.''

''का बरं?''

''कारण मधून मधून असे वादविवाद करून, रागावून, खडसावून आमच्यातली चेतना तुम्ही परत जागी करत आहात, त्याबद्दल. फुंकर मारून कुणी राख उडवली, की निखारे परत नीट पेटतात की नाही? तसंच.''

''अरे वा! हाथ मिलाव भाई! तुम्ही तर कविहृदयी निघालात.'' डॉक्टरांना खूप हसू आलं. दरवाजाजवळच्या कोपऱ्यात लपून पापणीही न हलवता रूपा बघत होती. कोण होते हे सारे लोक? कुठल्या ग्रहावरनं आले होते या पृथ्वीवर? कुठल्या मातीतनं घडले होते पिंड यांचे? त्यांना ना प्रसिद्धीची हाव होती, ना पैशांची. ज्या मृत्यूच्या भयानं लोक जिवंत राहण्यासाठी आटापिटा करतात, त्याच मृत्यूच्या डोळ्याला डोळा देऊन हे लोक काय मजेत मृत्यूला आव्हान देत होते.

''ओ. के. मधूभाई, तुम्ही उठायचं तर नाहीच, हालचाल पण नाही करायची. कुणाशीही फार बोलायची परवानगी नाही– माझ्याशिवाय. ओ. के.? संध्याकाळी एक राउन्ड मारून जाईन'' म्हणून डॉक्टर जायला निघाले, आणि एकदम दरवाजाशी थांबून काहीतरी बघू लागले. ''अरे! हे रक्त कुठून आलं इथं?''

रमेशभाईंनी बाकावर सुन्न होऊन बसून राहिलेल्या रूपाचा हात पकडून तिला उभी केली. ''सावित्री, तुलाच लागलं असणार. पाय दाखव बरं तुझा.''

''पण मला–'' रूपा चमकली ती काही बोलणार एवढ्यात डॉक्टर जवळ

आले आणि तिच्या पायांकडे बघत उद्गारले, "माय गॉड! केवढं लागलंय. आणि– या दुसऱ्या जखमा आजच्या नाहीत– जुन्या आहेत."

"पायाला संवेदनाच नाहीत, मग तिला कळणारच कसं?"

"चल सावित्री, तुला ड्रेसिंग करून देतो."

"नाही." यंत्रवत रूपाच्या तोंडून निघालं. अन् लगेच ती झरीनाकडे बघून म्हणाली, "चल झरीना, चलते हैं, देर हो गई."

"सावित्री, ऐसा क्या करती है, ऐसे भी तो कभी दवाई लेती नहीं, आज डॉक्टर..."

"बरं, मग मी एकटीच जाईन." म्हणत रूपा भराभरा जायला निघाली पण दुखऱ्या पायाला वेदना झाल्या नि तिचा चेहेरा कसनुसा झाला. मधूभाई म्हणाले, "बेटा, हट्ट का बरं करतेस असा? तुझ्याच चांगल्यासाठी–" एकदम उखडून रूपा ओरडू लागली– "खबरदार मला हात लावलात तर! मला दया नकोय कुणाची, समजलं?"

रमेशभाई जवळ येत होते, ते तिच्या चेहेऱ्यावरचे भाव बघून थबकले, पण तरी म्हणाले, "शांत हो सावित्री."

रूपा मोठमोठ्यानं हसायला लागली. अगदी डोळ्यात पाणी येईतो हसली. मग डॉक्टरच्या अंगावर जात तिनं त्यांच्या खिशातून स्टेथॉस्कोप ओढून काढून घेतला अन् तुच्छतेनं म्हणाली– "हं! सगळ्यांची सेवा करायची फार हौस आहे, नाही डॉक्टर? दंभी! लुच्या!"

डॉक्टरांनी तिचं मनगट घट्ट पकडलं. "मी कसाही असलो, तरी तुम्हाला ड्रेसिंग करायला यावंच लागेल. मी काही तसंच तुम्हाला जाऊ देणार नाही. राहू दे प्लीज, प्रयत्न करूच नका, कारण माझ्या हातातनं तुमचं मनगट तुम्हाला नाही सोडवता येणार आणि हे बघितलेत ना माझे गुरू जखमी होऊन आडवे पडलेत. त्यांचा शिष्य म्हणून आता पाचच मिनिटापूर्वी गंडा बांधला मी, पाहिलंत ना तुम्ही?"

"मी– मी ओरडेन– जोरात–" रूपानं धमकावलं.

"मग तर फारच छान! कोणीही तुमच्या मदतीला मात्र येणार नाही. कारण हॉस्पिटलमध्ये पेशंटस् ओरडत असतातच, होय की नाही? कम् ऑन!" सुटण्यासाठी धडपडणाऱ्या रूपाला झरीनाच्या मदतीनं त्यांनी खोलीतल्या दुसऱ्या कॉटवर झोपवली आणि तीन-चारदा बेल वाजवली. जराशानं धावत धावत नर्स आली. पलंगावर झोपून रडणाऱ्या अन् धडपडणाऱ्या रूपाला बघून ती प्रथम जरा घाबरली. पण मग लगेचच डॉक्टरांनी सांगितली ती औषधं वगैरे आणायला गेली अन् थोड्याच वेळात ट्रॉली ढकलत येऊन पोचलीसुद्धा.

"डॉक्टर," दात घट्ट आवळत रूपा म्हणाली, "मी खूप हॉस्पिटलस् बघितलीयत, मला इथं नाही राहायचं."

ऐकूच आलं नसेल, तसं शांतपणानं डॉक्टर त्यांचं काम करत होते. त्यांनी इंजेक्शन भरलं. झरीना अन् रमेशभाईंनी तिचा हात पकडून ठेवला. इंजेक्शन दिल्या दिल्याच रूपाची गात्रं शिथिल होऊ लागली. दुरून, खूप दुरून, डॉक्टरांचे शांत, हळुवार शब्द ऐकू येत होते– "रिलॅक्स! जस्ट रिलॅक्स! मी आहे इथंच, घाबरू नका."

डॉक्टरांचा हात सुटला. साप कात टाकतो तशी वेदनांची कात टाकून देऊन ती मोकळी झाली अन् हलकी फुलासारखी होऊन उडू लागली. अजून उंच-उंच-निळ्या मोकळ्या आकाशात– अहाहा! या तेजस्वी आकाशातल्या या असंख्य चांदण्यांमध्ये आईची चांदणी कुठली असेल? आणि तो पाहा तर खरा तो चंद्राआडून डोकावतोय तो माझा यश– ये रे माझ्या राजा. तिच्या इतके दिवस हरवलेल्या बाळाला तिने मिठी घातली. किती शांत वाटलं तिच्या जिवाला. केवढी प्रगाढ शांती. वाहत्या आकाशगंगेतून तिनं ओंजळी भरून भरून प्राशन केलं. तृप्तीनं ती आकंठ भिजून गेली.

"हा यश कोण आहे?"

"क्या मालूम? कुछ भी पुछो, अपने बारेमें, कुछ नही कहती, चुप हो जाती है!"

स्ट्रेचर आला. रूपाला लगेच ऑपरेशन थिएटरमध्ये नेण्यात आलं.

२३

पांढऱ्या छताकडे बघत रूपा चुपचाप पडून होती. किती दिवस झाले होते हॉस्पिटलमध्ये येऊन? कोणास ठाऊक! कालप्रवाह तर अखंडच असतो. त्याची मोजमापं तर आपणच केलेली आहेत. किती हॉस्पिटल्समध्ये राहिली होती ती आतापर्यंत? बिनवारशी सामानासारखी ती इकडून तिकडे ढकलली जात होती. आजच मीरा झरीनाचं बोट धरून हॉस्पिटलमध्ये आली होती अन् तिला बिलगून हुंदके देऊन देऊन रडली होती.

"मावशी, मला करमत नाही तुमच्याशिवाय. चला ना घरी लवकर." घर? ती आश्चर्यानं मीराकडे बघत राहिली. या अनोळखी छोट्याशा मुलीनं तिला तिच्या हरवलेल्या घराचा पत्ता सांगितला होता? नाही! नाही. ती घाणेरडी झोपडपट्टी हे तिचं घर नव्हतं. पण खरंच नव्हतं का तिचं घर तिथं? जिथं कोणीतरी तुमची उत्कंठेनं, आतुरतेनं प्रतीक्षा करत असेल, तिथं तुमचं घर असतं.

मधूभाईंच्या समाचाराला रमेशभाई रोज यायचे. डॉक्टर अविनाशसुद्धा कशीही फुरसत काढून संध्याकाळी येऊन जायचे. रूपा भिंतीकडे तोंड करून पुतळ्यासारखी पडून राहायची अन् त्यांचं बोलणं ऐकत राहायची. एका स्वप्नाबद्दल चर्चा. एक नवं गाव, एक आगळीवेगळी वसाहत उभी करायचं स्वप्न. जगानं झिडकारलेले कुष्ठरोगी- त्यात लहान मुलांपासून म्हाताऱ्यांपर्यंत सगळे, सगळे बरोबर, एकत्र राहतील. सर्वांना घरं, औषधोपचार मिळतील, सर्वांना प्रेम, आपुलकी मिळेल. एकाकी जीवनाचा त्या सर्वांना मिळालेला शाप दूर करायचा होता. ट्रस्ट रजिस्टर झाला

होता, पण जमीन? जमीन कशी मिळवायची? कोण देणार जमीन? कोण स्वतःच्या गावाजवळ, शेतांजवळ, रक्तपित्ताच्या रोग्यांना राहायला जागा देईल? खूप रखडल्यावर, खूप अर्ज, विनंत्या केल्यावर एक जमीन मिळाली; पण कसली? अत्यंत उजाड, पाणीच नसलेली जमीन. परत नशिबाला कौल लावला. या वेळी जमीन मिळाली, खूप चांगली जमीन. सबंध वसाहत नीट बसेल एवढी मोठी. पण सरतेशेवटी काहीतरी बिनसलं आणि ती पण हातची गेली.

रूपा चकित होऊन ऐकत राहायची. एवढं बर्फ पडतंय आणि तरी यांची स्वप्नं हिरवीगार? ही शक्ती स्वप्नांची का स्वप्नं बघणाऱ्या डोळ्यांची?

डॉक्टर अविनाश कधी कधी विचारायचे रूपाला तिच्या पूर्वजन्माची हकिगत. ती कोण होती? कुठून आली? तिचं आपलं, असं कोण कोण होतं? उत्तर फक्त मौनानं मिळायचं. एखाद्या दुर्गम पहाडासारखं मौन. त्याच्या वर चढून पलीकडं जाणं शक्य नव्हतं, खोदून रस्ता करणं शक्य नव्हतं. ती काय सांगणार? ती तर हिरव्यागार जंगलात लागलेल्या वणव्यासारखी भडभड जळत होती. सगळं काही जळून खाक झालं होतं. आता त्या राखेतून अस्थी गोळा करून काय करायचं?

आणि मग एका दुपारी जशी आली होती तशीच झरीनाच्या आधारानं ती झोपडपट्टीत परत आली. परत तीच दुर्गंधी, डास, डुकरं, गोंगाट, भजनांचे सूर आणि कान्ताचं भांडणं. पण आता ती बसून राहायची सुन्नपणानं. दोन्ही पायांना बँडेजेस. पाय फरपटत ती झरीनाचं काम करून द्यायची. स्वयंपाक करायची. रात्री मीरा धावत यायची तेव्हा फक्त तिचे डोळे क्षणभर लकाकायचे.

दुपारच्या उन्हात झोपड्या, शेकोट्या पेटवल्या असतील तशा तापायच्या. रमेशभाई अन् सुधाबेन झोपड्या झोपड्यातनं फिरून थकले होते. अलीकडे तापाची साथ होती. मंजूच्या मुलाला परत ताप चढला होता आणि चंपाच्या मुलीला कावीळ झाली होती. त्यागराजनला जुलाब झाले होते आणि मधून मधून रक्तही पडत होतं. भगतलाही अजून अशक्तपणा होताच.

त्यागराजन झोपला होता. झरीना त्याचे पाय चेपत होती. रूपा स्वयंपाक करत होती. तेव्हा सुधाबेन आल्या अन् त्यांनी हळूच हाक मारली. झरीना लगबगीनं उठून बाहेर आली. त्यांनी झरीनाला औषधाच्या गोळ्या दिल्या. "या घे झरीना. त्यागूला दिवसातून तीनदा दोन-दोन गोळ्या दे आणि हे बघ, बाहेरचं हातगाडीवरचं, उघडं पडलेलं असं काहीही खाऊ देऊ नको. पाणी खूप पिऊ दे."

"खूप थकवा आलाय त्याला. आत या ना तुम्ही. रमेशभाई, चहा पिऊन जा."

"नको झरीना. आज दुपारी सरकारी कचेरीत जायचंय आणि तिथून सरळ अहमदाबादला मुख्य प्रधानांना भेटायला."

"वोही लेप्रसी कॉलनीके लिये जमीन की बात?"

"हं. तीन वर्षं धावपळ करतोय आता जरा वाटतंय की या वेळी कदाचित्"

"नही नही, कुछ मत बोलो. आधीपासनं बोललं ना, की नजर लागते." सुधाबेन हसायला लागल्या. "कॉलनीच्या प्रॉजेक्टची फाइल आहे ना, त्यावरून मीठमोहरी ओवाळून टाक म्हणजे झालं. आता एक शेवटचं काम बाकी आहे, मग–"

"कौनसा काम?"

"गोविंदभाईंना मेथीची थालिपीठं खायची होती. घरून मुद्दाम करून घेऊन आलेय, त्यांना देऊन येते." सुधाबेननी पिशवीतून डबा काढला. रूपा बाहेर येऊन भांडी घासायला बसली. झरीनानं सुधाबेनच्या हातातून डबा घेतला. "आप जाइये. गोविंदचाचाको मैं खिला देती हूँ"

"बरं चालेल. आणि हे बघ, वस्तीतल्या सगळ्यांना सांगत राहा, की थोड्याच दिवसांनी इथं मीटिंग ठेवणार आहोत. या झोपड्या सोडून आश्रमात राहायला जायला सगळ्यांची मनं वळवली पाहिजेत ना? सगळ्यात अवघड काम तर तेच आहे. खरं की नाही सावित्री?"

रूपानं फक्त एकदा त्यांच्याकडे पाहिलं अन् पुन्हा खाली बघून भांडी घासू लागली. रमेशभाई अन् सुधाबेन गेले. झरीनानं आत जाऊन बघितलं, त्यागूला झोप लागली होती.

"चल सावित्री, गोविंदचाचाको खाना दे आते हैं" "हे त्या लोकांचं काम आहे, तुला जायची काय जरूर?" भांडी धुऊन उठता उठता ती म्हणाली. त्यावर झरीना जरा रागानंच बोलली, "अरे वा! जब हमारा काम वो करते हैं तो उनका काम क्या हमारा नही हो सकता? अब चलती है, कि घसीट लूं?" रूपा मग ओढणीला हात पुसत झरीनाबरोबर निघाली. "कोण गोविंदचाचा?"

"तू यहां कितने दिनोंसे है, फिर भी तू सबको नही पहचानती. गोविंदचाचाको तो बीमारी पूरा खा गई है, भूतपिशाच जैसा लगता है. उसको खानेका जो दिल होता है, ये लोग घरसे बनाकर ले आते हैं।"

ती अगदी शेवटची झोपडी होती. तिथून पलीकडे उकिरडा होता. कचऱ्याचे डोंगरच्या डोंगर. साऱ्या शहराचा कचरा तिथे गोळा व्हायचा. हाडूक तोंडात पकडून एक कुत्रं त्यांच्याजवळून गेलं. भयंकर दुर्गंधीनं उबके येऊन उलटी होईलसं वाटत होतं. दरवाजा ढकलून दोघी आत गेल्या. अंधाराची डोळ्यांना सवय व्हायला जरा वेळ लागला. खोल विहिरीतून येत असेल तसा एक क्षीण, तडफडणारा, बुडूबुडू करणारा आवाज ऐकू आला– "कोण आलंया?"

"मै झरीना. सुधादीदीने खाना दिया."

"वा!" जोरात खाकरून गोविंदचाचा थुंकले. रूपा भीतीनं थिजून गेली होती. हा माणूस आहे का हाडांचा सापळा? डोळ्यांच्या जागी खाचा होत्या, पापण्या

झिजून पडून गेल्या होत्या, नाक झिजून नुसती भोकं राहिली होती, हाताच्या जागी बोटं आणि पंजांशिवाय नुसती मनगटं. रक्त, मांस, पू, थुंकी, विष्ठा– सगळ्याची, बेशुद्ध पडायला होईल इतकी दुर्गंधी, माशा अन् डासांचा बुजबुजाट.

"काय आणलंय? मेथीचे ढेबरे? मी सांगितलं होतं."

म्हातारा टाचांवर भार देऊन उठून बसला. झरीनानं डबा उघडून एका फुटक्या थाळीत थालीपीठ अन् छुंदा काढून त्याला दिला. त्यानं झडप घालून पक्षी चोचीत पकडतो तशी दोन मनगटांमध्ये थाळी पकडली आणि ती छातीजवळ गुडघ्यांवर ठेवली. हनुवटीनं ती पकडून ठेवून मग तो तोंडानं मोठे मोठे तुकडे गपागपा खाऊ लागला.

झरीनाचा हात पकडून रूपा तिथून पळत सुटली. जमेल तितकं भराभरा चालत, घाण पाण्याची डबकी टाळत, झरीनाला खेचत ती वेगानं दूर दूर जात राहिली. त्या म्हाताऱ्याचा घोगरा झालेला; पण अशक्त आवाज फरपटत, चिखलात लोळत, जणू तिला पकडू बघत, तिच्या मागे मागे येत होता. रूपा झरीनाला ओढत झोपडीत घुसली अन् जमिनीवर कोसळलीच. धापा टाकत झरीनाही तिच्याजवळ बसली. रूपा रागारागानं बोलू लागली, "पुन्हा तू तिथं जायचं नाहीस. पुन्हा तू कोणाच्याही झोपडीत जायचं नाहीस, कळलं?"

"क्यूं?" झरीनाचा चेहरा लाललाल झाला होता. "अगं! तुला दिवस गेलेत आणि तू अशा रोग्यांकडे जाणं काय चांगलं आहे? नाही जायचंस तू."

त्यांच्या आवाजानं त्यागू जागा झाला आणि त्या दोघींना भांडताना बघून आश्चर्यानं म्हणाला, "अरे! क्या हुवा? तुम दोनो झगडा करती है? सहेली होके?"

"मै बताती हूँ त्यागू. वो गोविंदचाचाको मै खाना देनेको गई थी; और अब ये बोलती है तू फिरसे नही जायेगी. बस ये झगडा है! तू कौन होती है रे मेरी, मुझे बोलनेवाली?"

रूपाला हे शेवटचं वाक्य खूपच लागलं, होय! खरंच होतं. ती कोण होती झरीनाची? जरा जीव लावला होता एकमेकींना दोघींनी, एवढंच. आणि तिच्या अन्नवस्त्राच्या दयेवर तर रूपा जगत होती.

"बुरा लग गया नं? तू मेरी कुछ भी नही है, फिर भी प्यारका हक बताती है, इसी तरह, ये सब लोग अपने कुछ भी नही है, और सबकुछ है, उनके लिये तेरे दिलमें इतना गुस्सा क्यूं है?"

"एक मिनिट. मतलब तू वो भूतके पास गयी थी?" त्यागू झरीनाच्या जवळ झाला. "हां." झरीना ठामपणानं म्हणाली. "तेरे पेटमें बच्चा हैं, फिर भी? तेरकू, बच्चेकू, कुछ हो गया तो गोविंदकी झोपडी मै जला डालूंगा, समझी?" त्यागराजननं झरीनाचे केस पकडले. झरीना त्याला एक झटका देऊन बाजूला झाली.

"वो तो मै तुम्हे रोज समझाती हूं. हम लोग यहांसे आश्रममें जाएंगे. यहां नही रहेंगे– बस्!"

"फिर वोही बात? कितनी बार समझाया, तू इन लोगोंकी बातके चक्करमें फस जाती है! वहां हम अपनी मर्जीके मालिक होंगे क्या? मै कितना अच्छा कमाता हूँ! और वहां मजुरी करके दो वक्तकी रोटी तक मिलेगी की नही, उपरवालेको भी मालूम नही, अपना स्टाइल उधर नही चलेगा, समझी?"

"आश्रमात जायचं आता कशाला बोलतेयस?" रूपा म्हणाली, "तू गोविंद फोविंद कुणाकडं जात जाऊ नकोस म्हणजे झालं."

झरीनाचे डोळे भरून आले. "अरे! मेरी बात तुम लोग समजते क्यूं नही? आज जब– आज जब मैने गोविंदचाचाको भूत जैसा देखा, तब– तब मेरेकू तू दिखाई दिया–"

"झरीना!" त्यागू जोरानं ओरडला.

"सच बोलती हू रे! जैसे तेरेकू भी ये बीमारी चबा चबाके खा गयी है– मेरा भी हाथ पाव जाएगा–"

झरीनाचं बकोटं पकडून त्यागराजननं तिच्या एक थोबाडीत मारली. "ऐसी मनहूस बात!"

झरीनानं त्यागराजनला ढकललं आणि रागानं लाललाल होऊन ती मोठ्यानं ओरडू लागली, "हां! हां! मनहूस बात, लेकिन सच्ची है न? हम यहां बीमारीकी गोदमें जीते है तो मरेंगे नही? गोविंदचाचाकी तरह सारा शरीर खतम हो जाएगा, मीराकी बापकी तरह अंधे हो जाओगे, सुखी की तरह तडपके मरोगे, तब तुम्हारी स्टाइल, धंधा, सब कहां जाएगा, बोलो?"

"अब चुप करती है की नही?"

"फिर मारोगे? मारो! लेकिन मै अब्बीच बोलती हूं, मैं पेटमे बच्चा लिये चली जाऊंगी आश्रम में. तू मिलने आएगा, फिरभी मै नही मिलूंगी!"

"झरीना!" त्यागराजननं तिचे दोन्ही हात धरले अन् विव्हळ होऊन म्हणाला, "नही झरीना. तू कहेगी, मैं करूंगा तू और ये बच्चा– इसके सिवा अपनका ये दुनियामे हैही कौन?"

झरीनानं त्यागराजनला मिठी मारली, त्यानं झरीनाचं चुंबन घेतलं. हलक्या पावलांनी रूपा बाहेर निघून गेली. आता तिथे तिचं काय काम होतं? तसं पाहिलं, तर तिचं कुठेच, काहीच काम नव्हतं. वांझोटा रोष आणि अदृश्य नियतीशी मांडलेल्या वैराचे अंगार मनात बाळगत ती जगत होती. मात्र त्या अंगाऱ्यानं तीच अंतर्बाह्य पोळून निघाली होती. नियतीला काय फरक पडला होता?

समोरच्या झोपडीचं दार उघडलं आणि डोक्यावर हात मारत, केस ओढत,

आक्रोश करत मंजू ओरडताना ऐकू आली– "माझं लेकरू रेऽऽ माझा लाडका मला परत द्या हो!– अहो भगत–"

रूपा धसका बसून स्तब्ध उभी राहिली. मंजूचा मुलगा– आज सकाळीच तर– भगत झोपडीतनं बाहेर पडले अन् धावतच मंजूच्या झोपडीकडे निघाले.

स्वतःच्या झोपडीत शिरून रूपानं दार घट्ट बंद केलं– मृत्यू जणू दारोदार फिरत होता, हातात करवंटी घेऊन फिरत होता, म्हणत होता, "मला भिक्षा घाला हो! कुणाच्या तरी जिवाची भिक्षा घालून माझी करवंटी भरा होऽ"

डोकं, तोंड सगळं तरटानं झाकून घेऊन हात-पाय पोटाशी घेऊन रूपा पडून राहिली. गाढ अंधाराच्या कोठडीत ती पुन्हा कैद झाली. मृत्यूनं मजबूत सळ्यांनी तयार केलेली ती कोठडी. परत परत पडणारं तेच भयंकर स्वप्न– एखादा रक्तपिपासू शिकारी मागे लागावा तसं पुन्हा पुन्हा दिसत राहायचं. पुन्हा तीच अंधारी, बंद, मोठी खोली. त्यात ती अडकलेली. घाबरून, धक्के मारत ती बाहेर पडली ती पोचली तशाच दुसऱ्या खोलीत– परत तशीच तिसरी खोली, न संपणाऱ्या खोल्या– कधीही ज्यातून मुक्ती मिळणार नाही असं कारागृह.

घाबरून ती जागी झाली. घामानं भिजली होती. स्वप्न आणि सत्य सगळं एकात एक मिसळलं होतं– सरत्या दुपारच्या अंधूक प्रकाशात झोपडी भयानक दिसत होती. वाऱ्यानं पत्रे खडखडत होते आणि आत पडलेल्या सावल्या थरथरत होत्या. कुत्री जोरजोरानं भुंकत होती. आतल्या आत फुटणारं रडू मृत्युपाशासारखं तिला वेढून टाकत होतं. नाहीच! या तुरुंगातून तिची कधी सुटका होणारच नाही. रक्तपित्ताच्या सूक्ष्म जंतूंनी तिच्या शरीरात घुसून चांगलं मजबूत जाळं विणून काढलं होतं! हा भयंकर रोग– भय– अनिश्चितता. सावल्या– भूतकाळातल्या आठवणी, वर्तमानातल्या पीडा, मृत्यूची धास्ती. सगळे या तुरुंगाच्या भिंतींचे दगड होते– कठोर, मजबूत. एका मागून एक असणाऱ्या त्या बंद, अंधाऱ्या खोल्यांना शेवटची, अंतिम, अशी बाहेर पडायची वाट नव्हतीच.

रूपाला मग एकाएकी आठवली पुरुषोत्तम मासाची कहाणी. भाभी अश्विन महिन्यात एक वेळ जेवायच्या आणि रूपाकडून पुरुषोत्तम मासाची कहाणी वाचवून घ्यायच्या. एक गरीब ब्राह्मण जोडपं होतं. त्यांना एकही मुलगा नव्हता. पुरुषोत्तम महिना आला. ब्राह्मणाच्या बिचाऱ्या बायकोला फार वाटायचं, की तिची सुंदर सून असावी; ती पायातले पैंजण रुमझुम वाजवत घरात वावरेल, स्वयंपाकपाणी करेल, एक वेळ जेवायचं तिचं व्रत सांभाळेल. त्यांनी मग एक सुंदर मुलगी सून म्हणून घरात आणली आणि तिला सांगितलं, की घरातल्या सगळ्या खोल्या उघड, पण सातवी खोली उघडू नको, तिथं माझा मुलगा पूजेला बसलाय. अधिक महिना संपला की तो बाहेर येईल. ब्राह्मण ब्राह्मणी आणि ती मुलगी तिघंही रोज स्नान करायची,

एक वेळ उपास करून एक वेळ जेवायची. सून पैंजण रुमझुम वाजवत घरात वावरायची. महिना संपला आणि ब्राह्मण जोडण्याचा जीव घाबरा झाला. सुनेनं सातवी खोली उघडली– अन् काय नवल आत नुसता लखलखाट. पुरुषोत्तम भगवान पाटावर बसले होते, पीतांबर परिधान केला होता, मस्तकी मुकुट होता. ब्राह्मण जोडपं त्यांच्या पाया पडलं. जसे त्यांना पुरुषोत्तम भगवान पावले, तसे तुम्हा आम्हा सर्वांना पावोत.

पण रूपाच्या रिकाम्या खोल्यांना तर अंतच नव्हता. कुठपर्यंत ती सातवी खोली शोधत फिरेल?

वाकड्या झालेल्या बोटांनी ती डोकं खाजवू लागली. बगलेत सणका मारत होत्या. बँडेज बांधलेले दोन्हा जड पाय कसेबसे उचलत ती उठून उभी झाली. या कैदतनं मुक्त व्हायचा एकच मार्ग होता– मरण! तिच्या मरणाचं पाप त्या पुरुषोत्तमाच्या माथी! घडीभर ती थांबली. पहिल्यांदाही एकदा ती मरायला म्हणून गेली होती– मग काय बरं झालं तेव्हा? तिला चट्कन आठवेचना– अरे हां! ती मरायला म्हणून गेली होती– तलावाजवळ. पाण्यात मृत्यूची सावली बघून, घाबरून ती तिथून पळाली होती! घाबरून? घाबरून! रूपाला खदाखदा हसावंसं वाटलं. कशाला घाबरली होती ती? मृत्यूला? खरोखर, ती मूर्खच! ज्याला घाबरावं असं तर हे आयुष्य होतं! आयुष्याच्या अंतिम सीमेवर ती उभी होती. डेड एन्ड! एकदा ड्रायव्हिंग शिकत असताना एका गल्लीत ती शिरली होती. लगेचच कोणीसं सांगितलं होतं, "रूपाराणी! परत फिरा इथून! धिस इज डेड एन्ड!"

झोपडीचं दार उघडून ती बाहेर निघाली. सगळे भिकारी परत येत होते. कंदील पेटले होते. फट्दिशी तिचा पाय चिखलात पडला. कसाबसा पाय बाहेर काढला आणि ओठ घट्ट मिटून ती चालू लागली. बस, थोडीशीच पावलं अन् समोर तो लांबलचक रस्ता. तेवढं थोडं चालता चालताच तिला श्वास लागला. आपल्याच शरीराला, एखादं जड पोतं खेचावं तसं खेचत ती थोडं पुढे जाते न जाते, तेवढ्यात कोणीतरी तिच्याजवळ येऊन उभं राहिलं.

"सावित्री! तुझकोही ढूंढता था. झरीनाकी तबियत ठीक नही. तू उसके पास बैठ. मेरेकू अर्जन्ट काम पर जाना है. अड्डेवालेके पास जानाही पडेगा. एकदम तो कामधंधा बंद नही कर सकता न! देख, तुम झरीनाका खयाल रखना."

आणि लांब लांब ढांगा टाकत त्यागराजन् निघून गेला. रूपा थबकली! नियतीचं चक्र गोल गोल फिरता फिरता, जीवनाकडे आणि मृत्यूकडे आलटून पालटून तिला का फेकत होतं?

२४

रूपा झोपडीत परत फिरली, तेव्हा झरीना अत्यंत आनंदात होती. "देख सावित्री, अब मेरा सपना सच होगा. तू सुन लियाना? त्यागू ये झुंपडपट्टी छोडनेको हां बोल दिया. अब हम अच्छे घरमें रहेंगे, अपने बच्चेको पढायेंगे।" मग आपल्या पोटावर हात ठेवून ती हळुवार आवाजात पुढे म्हणाली, "अरे, तू सुन रहा है न?"

रूपानं नुसतं जरा स्मित केलं, काहीच बोलली नाही. तिला कधीच समजून चुकलं होतं, की स्वप्नं म्हणजे काचेच्या कुप्या असतात, शब्दांच्या लहान लहान खड्यांनीसुद्धा तडा जातो त्यांना!

"सावित्री! आज कोई अच्छासा खाना बना दे. और हां, बस्तीवालोंकी मीटिंग जब होगी तब त्यागू उसमें बोलेगा. हां, सच्ची! ये झोपडपट्टी छोडके कॉलनीमें जानेको सबकू समझायेगा."

रूपानं बटाटेवडे न् शिरा बनवला. आज तर त्यागराजनची वाटही बघायची नव्हती. रूपानं दोन ताटं वाढून घेतली. दोघी बोलत होत्या, पण मंजूच्या मुलाच्या मृत्यूबद्दल बोलायचं टाळत होत्या. मृत्यूच्या छायेतच तर ती सगळी सतत जगत होती, थोडा वेळ त्याबद्दल विसरता आलं, तर बरंच ना! रूपानं मीराला हाक मारली तशी ती लगेच धावत आली. "चल मीरा जेवायला."

मीरा डोळे मोठ्ठे करून उभी राहिली. "मावशी! वडे केलेत?"

"म्हणून तर तुला बोलावली, आवडतात ना तुला? सांग पाहू मीरा, तुला भाऊ पाहिजे, का बहीण?"

"का मावशी?"

"तुला झरीनामावशी लहानसं बाहुलं आणणार आहेत खेळायला, खर्रखर्र बाहुलं बरं का!" रूपाच्या थट्टेनं झरीनाला गुदगुल्या झाल्या. ती खुद्कन हसली. "चल् ग ए! बदमाश!" तिनं रूपाला दटावलं. "खर्र? माझी शप्पत?" थुंकी लावलेलं बोट रूपाच्या गळ्यावर टेकवत मीरा तिला बिलगली; न् लगेच बाजूला झाली. "मावशी, जाते हं मी, आज केस नको विंचरायला."

"का गं?"

"बापूजींचं अंग कसकसतंय, बारीक ताप आहे, त्यांचं करायला पाहिजे ना?" अन् ती पळालीच. रूपानं हलका निःश्वास टाकला.

त्या रात्री ती झरीनाच्या झोपडीत झोपली. पहाटे पहाटे झरीनानं तिला हलवून जागी केली. "काय झालं झरीना? का रडतेयस? बरं नाही वाटत का?"

"मेरेकू क्या होनेका है? अबतक त्यागू नही आया–" तिच्या डोळ्यांमधून धारा वाहू लागल्या. "अगं! काय उगीचच रडतेस झरीना? तो त्याच्या कामालाच गेलाय ना? मला सांगितलंन् त्यानं उशीर होईल म्हणून, येतच असेल आता, हं?" तिच्या पाठीवर हात फिरवत रूपा तिला धीर देत होती, पण झरीनाला तरीही रडूच फुटलं. "वो इतना टाइम कभी मेरेकू छोडके नही गया है, कभीच नही."

"शांत हो गं झरीना, असं काय बरं! तुला त्यानं ही झोपडपट्टी, हा धंदा, सगळं सोडायला हवंय् ना? मग धंद्याचं सगळं आवरायला वेळ तर लागेलच ना?" "पोलिसके हाथमे तो नही पडा होगा?" झरीना एका नव्याच शंकेनं व्याकूळ झाली. "अगं काही नाही होणार तुझ्या त्यागूला, तुझ्या प्रेमाचा ताईत बांधलायस ना त्याच्या गळ्यात तू!"

पण झरीना हातपाय गळल्यासारखी सारा दिवस पडून राहिली. पंचालचा ताप वाढला होता आणि बिचारी मीरा सारा वेळ त्याची शुश्रूषा करत होती. उलट्या, जुलाब सारं साफ करायचं, डोक्यावर पाण्याची पट्टी ठेवायची, कपडे धुवायचे! आज भीक मागायला जाणंही तिला शक्य नव्हतं. रूपाच्या हृदयाला पीळ पडत होता, त्या एवढ्याशा मुलीला हे सारं करताना बघून. लहानलहान सुखांपासूनही बिचारी पोर कायम वंचितच राहिली होती.

दुपार ढळली. ना त्यागराजन् आला ना त्याचा काही निरोप. झरीना एवढंसं तोंड करून पडून होती. रूपा पुन्हा एकदा पंचालला कसं आहे बघायला गेली. तिला पाहिल्याबरोबर तिला मिठी मारून मीरा हुंदके देऊन रडायला लागली. रूपाला सुचेना की आता काय करावं. भगतना अजून खूप अशक्तपणा होता पण तरी ते दुपारपासून पंचालच्या शुश्रूषेला आले होते.

"पंचालला ताप आलाय का?" सुधाबेनचा आवाज ऐकला तशी रूपा लगेच

उठली. "सुधाबेन! कालपासून तुमचीच वाट बघतेय. पंचालला खूप ताप आहे, सकाळपासून तर शुद्धही हरपलीय. आणि तिकडे झरीना..."

"तिला भेटूनच येतेय मी इथे. तिनंच सांगितलंन मला. नशीब, की आज डॉक्टर अविनाश पण आलेत बरोबर. जा सावित्री, त्यांना घेऊन ये."

रूपा झोपडीच्या बाहेर आली तेव्हा डॉक्टर झाडाखालच्या पारापाशी स्कूटर ठेवून बॅगच काढत होते. रूपानं जाऊन त्यांची बॅग घेतली. डॉक्टर तिच्या पायाकडे बघत होते. अजून लंगडतच आहात तुम्ही? तुम्हाला परत बोलावलं होतं ना मी हॉस्पिटलमध्ये एक्स-रे साठी?"

रूपा न बोलता खाली बघत होती. मग ती चालायला लागली. "समजलो. परत तेच तुमचं गूढ मौन! तुम्हाला अजून थोडं जास्त रागवायची जरूर दिसतेय!"

"मला नंतर रागावलात तरी चालेल. मीराचे बापूजी खूप आजारी आहेत."

"बरं, बरं! रागवून घ्यायच्या पण पाळ्या ठरवू या! असं आहे हो, की मला पण कुणीतरी जरा हिंमत वाढवायचा डोस दिला तर हवाय. मी कधी अशा झोपड्यांमध्ये अजून गेलो नाहीये ना!" एक मोठं डबकं टाळत उडी मारता मारता ते म्हणाले; "हॉस्पिटलमध्ये मधूभाईना मारे वचन दिलं होतं, पण बघा ना–प्रत्यक्षात थेट आज उगवलो!"

झोपडीच्या दाराशी थबकत रूपा हळूच म्हणाली, "पण इथूनच पळून जाऊ नका म्हणजे झालं!" आणि अविनाशला उत्तर द्यायची संधी न देता ती आत गेली. जमिनीवर चिंध्यांच्या गोधडीवर तापानं शुद्ध हरपलेला पंचाल पडला होता. घोंगावणाऱ्या माशा, डास, दुर्गंध, वडिलांच्या जवळपास घोटाळणाऱ्या लहानशा कोवळ्या मुलीचे हुंदके. वडिलांच्या जखमांवर हळूहळू हात फिरवत रडवेल्या आवाजात ती बोलतही होती, "बापूजी, बोला ना काहीतरी, बापूजी." अन् शेवटी छातीवर डोकं ठेवून रडू लागली. एखाद्या हिंस्र जनावराच्या जबड्यात पाय ठेवावा, तसे डॉक्टर दिङ्‌मूढ होऊन एकदम दोन पावलं मागे सरकले. मग स्वतःला सावरत त्यांनी सांगितलं; "तुम्ही या मुलीला बाहेर घेऊन जा." रूपानं महामुष्किलीनं मीराला तिथून उठवली अन् झरीनाकडे आणली. ती सारखी रडत होती. हट्ट करत होती, पण रूपानं तिला थोपवून धरलं. जराशानं भगत येऊन म्हणाले "पंचालला धनुर्वात झालाय. आत्ता लगेच इस्पितळात नेतायत. इस्पितळवाले खरं तर केस घेणारच नाहीत; पण आता डॉक्टर स्वतःच घेऊन जातायत म्हणून घेतील." रडून गोंधळ घालून शेवटी मीरा हट्टानं वडिलांबरोबर गेली. रूपाचा जीव कळवळत होता, पण तिलाही मग वाटलं की तिला वडिलांबरोबर जाऊ दिलेलंच बरं.

सारी रात्र रूपा अत्यंत अस्वस्थ होती. त्या रात्रीही त्यागराजन् आला नाही. झरीनाची अवस्था बघवत नव्हती. तिच्या डोक्यावरून हात फिरवत खूप उशिरापर्यंत

रूपा बसून राहिली. कंदिलाच्या मंद प्रकाशात झरीना खूप फिकट दिसत होती. हळूहळू तिनं डोळे मिटले न् झोपी गेली. हळूच तिचं डोकं मांडीवरून खाली सरकवून रूपा उभी झाली अन् एक सतरंजी अंथरून आडवी झाली. खूप थकली होती, सारा दिवस श्रम खूप झाले होते, मनावर ताण खूप होता; तरीही पेंगुळलेल्या डोळ्यांमधून घडी घडीनं झोप उडून जायची. मीराचा चेहरा, तिच्या डोळ्यांच्या चमकत्या काळ्या चांदण्या नजरेसमोर दिसत राहायच्या. मुंगीशी लढायला प्रचंड सैन्य पाठवणारी क्रूर नियती!

उजाडलं तशी झरीनानं हट्ट धरला "मै त्यागूको ढूंढने को जाऊंगी."

"दारूच्या न् जुगाराच्या अड्ड्यांवर तू जाणारेस झरीना?"

"जाऊंगी, जरूर जाऊंगी, क्यूं? बाईलोग पीते नही?"

"बरं, दे पाहू पत्ता मला, कुणाला तरी पाठवते तपास करून यायला."

"मुझे कुछ मालूमही नही सावित्री! मै जबभी पूछती थी, वो मना करता था, बोलता था, तेरेकू क्या लेना देना इस बातसे?"

"तर मग अशा तुझ्या स्थितीत तू जाणार तरी कुठे? कशी शोधणार त्याला? कदाचित् त्याचे कोण मालक आहेत त्यांनी त्याला बाहेरगावी पाठवलं असेल काही कामाला!"

रूपानं थोडं खाणं बांधून घेतलं आणि रुखीच्या झोपडीत आली. रुखी चुलीवर ज्वारीची भाकरी करत होती. पहिली रुखी जणू ती नव्हतीच! अब्दुल होता तेव्हा छुमछुमणाऱ्या घुंगरांसारखी आनंदात बोलत असायची, ठीकठाक राहयची. आता न केस विंचरलेले, न कपडे व्यवस्थित. रूपाकडे बघितलंन् आणि काही न बोलता भाकरी उलटलीन्. रूपा तिच्यासमोर बसली. "रुखी, अब्दुलचा काही पत्ता लागला?"
"नाव काढू नका बहेनजी त्या काळतोंड्याचं! मला अशी अर्ध्या वाटेत सोडून निघून गेला–" चुलीच्या झळीनं तापून लाल झालेल्या चेहऱ्यावर डोळ्यांतले अश्रू वाहू लागले." मी अशी एकटी पडले, कुठंच माझं कोणीही नाही, अन् तरी रोज त्याची याद येत राहते!"

"हे बघ रुखी, झालं ते झालं. पहिल्यापासनंच तो तापट डोक्याचा नव्हता का? जातोय कुठं तुला सोडून, कोण सांभाळायला बसलंय त्याला तुझ्यासारखं? रुखी, हे बघ, तू-तू आज भीक मागायला नाही गेलीस, तर? मी काय म्हणतेय ते ऐक. मला मीराकडे हॉस्पिटलमध्ये जायचंय. झरीनाचं काही सांगता येत नाही– तू तिच्याकडे लक्ष ठेवशील मी परत येईपर्यंत?"

एक सुस्कारा टाकत रुखी म्हणाली, "ते खरंय बहेनजी, पण मी नाही गेले, तर उद्या खाऊ काय? तो मेला अब्दुल होता तोवर ही मडकी गव्हा-तांदळांनी भरलेली असायची!"

"उद्या आमच्याबरोबर जेव. पण आज तिच्यावर लक्ष ठेव, तिला जाऊ देऊ नको कुठं, हां?"

झरीनाकडून थोडे पैसे घेऊन ती हॉस्पिटलमध्ये आली. हॉस्पिटलचं वातावरण तिला नवखं नव्हतंच, पण तरीसुद्धा तो जनरल वॉर्ड बघून तिच्या पोटात गलबलून आलं. चारी बाजूला पेशंट्स्– पावसाळ्यात कुत्र्याच्या छत्र्या उगवतात तसे! कुठे म्हणून तसूभरही जागा नव्हती. खाटा तर सगळ्या भरलेल्या होत्याच, पण खाली जमिनीवरही पेशंटस्. पंचाल कोपऱ्यात एका पथारीवर होता. नाकातोंडात लावलेल्या नळ्यांच्या जाळ्यात जणू गुंडाळलेला. तो बेशुद्धच होता. अंगाचं मुटकुळं करून मीरा भिंतीशी टेकून बसली होती. अरेरे! या इथं या पोरीनं रात्र कशी काढली असेल? रूपानं मन घट्ट केलं आणि मीराला जवळ घेतली तशी तिला एकदम रडूच कोसळलं. तिला शांत करून रूपानं बाथरूम शोधली. तिला आंघोळ घातली, तिचा आवडता फ्रॉक घातला न् जेवू घातलं. खाता खाताही तिनं आपला धोसरा लावलाच होता, "मावशी, बापूजींना घरी केव्हा नेऊ या?"

"डॉक्टरांनाच विचारू या. त्यांचा काय नेम, यांच्याकडे बघितलंही नसेल हवंतरी!"

"नाही हं मावशी, दोनदा येऊन गेले, मला रात्री चॉकलेट पण दिलं आणि ते नर्सला रागावले तेव्हा कुठं तिनं ही नळी लावलीय!" रूपा जरा वरमली. मीरा आणखी पुढे सांगू लागली, "आणि मला म्हणाले, चल माझ्या घरी! मी तुला सांभाळीन, शिकवीन, रोज चॉकलेट पण देईन!"

"मग? तू काय म्हणालीस?" रूपाचा आवाज जरा चिरकला; मीराचा हात पकडून धसकलेल्या आवाजानं तिनं विचारलं. मीरा बावरली न् म्हणाली, "मी-मी कुठं जाणार? बापूजींची तब्येत बरी नाही, न्–" दीर्घ सुस्कारा टाकत रूपानं तिचा हात सोडून दिला. परत यायला रूपाचा पाय उचलेना. मीराला तऱ्हेतऱ्हेच्या काहीबाही सूचना देत शेवटी ती निघाली. ती झोपडपट्टीवर पोचली तोवर दिवेलागणी झाली होती. वस्तीवरचे लोक भीक मागायचा 'कामधंदा' आटपून परतले होते; पोरांचा धिंगाणा चालला होता, प्रायमस स्टोव्ह, रेडिओ, ओरडाओरडा, डबडी, भांडीकुंडी, धूर, घाण–दिवसभर आळसावून पडून असलेली झोपडपट्टी आता गजबजलेली होती. झरीनाच्या झोपडीत रूपा आली, तेव्हा रुखी चंपाच्या पोराला खेळवत होती आणि झरीना सुन्न बसून बघत होती. रूपाला बघितल्याबरोबर मात्र विचारलंन्, "कैसा है पंचाल? और मीरा?"

"पंचाल तर बेशुद्धच आहे; ताप खूप आहे आणि रोग्यांनी गच्च भरलेल्या त्या वॉर्डमध्ये बिचारी ती फुलराणीसारखी कोवळी पोरगी जमिनीवर पडून असते. मी घेऊन गेले होते तेवढं खाल्लन्, उपाशीच होती ना!" रुखी म्हणाली, "घेऊन यायची

होती ना परत? बाप तर मरायला टेकलाय् पण पोरगीही हातची जाईल अशानं.''

''खूप समजावलं तिला; पण ऐकेना. म्हणाली, ''बापूजींना इथे असं सोडून कसं येऊ? मी त्यांना घेऊनच येईन.'' पोराला कडेवर घेत रुखी उठली न् आपल्याशीच बोलत असेल तसं म्हणाली, ''तेही खरंच ग बाई! आपलं माणूस ते आपलं माणूस!''

आभाळ भरून आलं होतं अन् पावसाचे थेंबही पडायला लागले होते. डोक्यावर ओढणी घेऊन ती भगतच्या झोपडीत आली, तेव्ह भगत न् डाही-माच्या बरोबर कुणी माणूस बसलेला दिसला. डाही-मांनी गुडघ्यात डोकं घातलं होतं न् त्या गदगदून हुंदके देत होत्या. रूपा तशीच परत फिरली होती, तेवढ्यातच भगत म्हणाले, ''ये बाळ सावित्री. मला काय लपवायचं आहे कोणापासनं? बरं झालं तू आलीस ते, ये!''

द्विधा मनःस्थितीत ती उभी राहिली. डाही-मांनी डोकं वर करून पाहिलं. त्यांचे डोळे रडून रडून सुजले होते. भरून आलेल्या आवाजात त्या म्हणाल्या, ''बेटा, बघ तरी भगतचा न्याय!'' रूपानं आश्चर्यानं म्हटलं, ''काय झालं?'' भगत अन्याय तर कधीच करणार नाहीत, पण झालं काय? डाही-मानं परत मान खाली घातली. तो दुसरा माणूसही बोलायला गेला न् मग चूप् झाला. भगतच्या हातात जपमाळ होती. ती डोळ्यांना लावून त्यांनी बाजूला ठेवली.

''सावित्री, असं आहे, की मला परत रक्तपित्ताचे चट्टे पडले आहेत; अन् वर आणखी आतड्यांचा कॅन्सर झालाय्. डॉक्टर अविनाश आहे ना, त्यानं सगळी तपासणी केलीय, म्हणजे आता माझ्या होडीला तर भोक पडलंय! ज्या दिवशी पाणी भरेल, त्या दिवशी बुडून जाईल होडी! या डाहीला सांगतोय, की आता जीव अडकवू नको माझ्यात!''

''भगत, आता आणखी एक शब्दही बोललात तर शपथ आहे माझी.'' पुन्हा डाही-मा रडायला लागली. ''अश्या भलता शपथा घालून कुणाला बांधून ठेवता येत नाही भाग्यवान्! काय पुष्करभाई?'' म्हणत भगत हसले. पुष्करचं तोंड पण उतरलं होतं. ''मी काय बोलू भगत? डाही माझी बहीण. आणि तुम्ही एक भले, सच्चे माणूस. मी तिच्या बाजूनं बोलू तरी अवघड, तुमच्या बाजूनं बोलू तरी–''

''का नाही बोलणार माझ्या बाजूनं? जेव्हा यांना माझी खरी जरूर असणार आहे, तेव्हाच मी त्यांना सोडून जाऊ?''

''हे बघ, ऋणानुबंध होते कुठल्या जन्मीचे, ते आपण एकत्र आलो, म्हणजे काय तुझ्या साऱ्या आयुष्यावर माझा अधिकार झाला का? माझ्याबरोबर तू या नरकागारात येऊन राहिलीस, तेव्हापासूनच माझा जीव तळमळतोय, हे तुला ठाऊक आहे भाग्यशाली. पण तू ऐकलं नाहीस. आता देवाची मर्जी, ती मला– ही नवी दुखणी झाली. आता तरी तू मला सोडून गेलंच पाहिजेस!''

"भगत, माझा जीव घ्या हवा तर; पण असलं बोलू नका!" परत डाही मा रडायला लागली. बाहेर पावसाचा जोर वाढला होता. झोपडीच्या पत्र्यावर पावसाच्या पाण्याचा ताड्ताड् आवाज येत होता. कंदिलातलं तेल संपत आलं असणार, त्याची ज्योत फडफडत मंद होऊ लागली. रूपानं आत जाऊन दिव्यात तेल घालून वात सारखी केली. भगत हळुवार आवाजात पुन्हा म्हणाले, "बघितलंस भाग्यशाली, या कंदिलासारखं माझ्यातलंही तेल आता संपत आलंय; मी आता तुझा नवरा असण्याच्या लायकीचा राहिलेलो नाही. भाई पुष्कर, तुझी बहीण फार भोळी आहे. मनातल्या मनात झुरत राहील. चांगलं घर न् नवरा बघून हिचं घर नव्यानं मांडून दे. वचन दे. मला दिलेला शब्द मोडू नकोस!"

डाही मा आक्रोश करत म्हणाली, "हे काय बोलताय भगत?"

"होय भाग्यशाली. माझे भोग मला, त्यात माझ्या स्वार्थासाठी तुला इथं डांबून ठेवलं तर मला नाही तरी माझ्या देवभक्तीला लाजिरवाणी गोष्ट होईल."

"पण भगत, एका आयुष्यात असे दोन संसार–"

"त्याची चिंता तो वर बसलाय् तो करेल. चल बरं पुष्कर, ऊठ, तुमच्या गाडीची वेळ होईल."

"पण भगत,– "

"आपली साथ आता संपली भाग्यशाली. माझा शब्द नाही पाळलात तर मी जीवच देईन, आत्महत्या करेन."

डाही मानं पतीच्या तोंडावर हात ठेवला न् त्याच्या पायाशी ढळून पडली. भगतनं प्रेमानं तिला उठवली. "सुखी हो. माझे मनापासून आशीर्वाद आहेत तुला. आजपर्यंत माझ्यासारख्या गरीब न् वेड्या माणसाला तू सांभाळलास, अन् मी तुला काहीच दिलं नाही. मी कुठल्याही गोष्टीनं तुझं मन दुखावलं असलं, तर मला माफ कर, एवढंच शेवटचं सांगणं आहे."

भगत लगेच उठले अन् खुंटीला अडकवलेल्या थैलीतून त्यांनी नारळ काढला. हुंदके देऊन देऊन रडणाऱ्या पत्नीच्या जीर्ण, मळक्या साडीच्या पदरात श्रीफळ घालून तिची ओटी भरली. "तुझं घर फळू दे, फुलू दे! पुष्कर, का उभा आहेस भाई? उचल पाय आता."

आक्रोश करणाऱ्या बहिणीचा हात पकडून पुष्करनं दार उघडलं. भगतनं छत्री दिली. खूप जोरात पाऊस पडत होता. पुष्करनं छत्री उघडून बहिणीला छत्रीत घेतलं. पावसाच्या आवाजात डाही माचे हुंदके मिसळत होते. अंधारात दोघं हळूहळू दिसेनाशी झाली. पापणीही न हलवता रूपा स्तब्ध उभी होती. कसल्या कसल्या प्रसंगाची भागीदार न् साक्षीदार ती बनली होती! उठून ती झोपडीच्या दाराशी येऊन उभी राहिली आणि भरून आलेल्या आभाळाकडे बघत राहिली.

२५

सकाळी पुरतं उजाडलं तोपर्यंत पाऊसही जरा उघडला होता. त्या घाणेरड्या वस्तीत चारही बाजूंना पाणी भरलं होत. उकिरड्यावरचा कचरा वाहत वाहत वस्तीत आला होता. बऱ्याच झोपड्यांमध्ये पाणी आत शिरलं होतं आणि फुटक्यातुटक्या वस्तू भिजून आणखी दरिद्री दिसत होत्या.

आज तिसऱ्या दिवशीही त्यागराजनची काही बातमी नव्हती. भगतना झरीनाकडे लक्ष ठेवायला सांगून रूपा थोडं जेवण घेऊन हॉस्पिटलमध्ये गेली. पंचालची स्थिती फारच वाईट होती आणि बेशुद्धीतसुद्धा, कशा काय त्या त्याच्या चेहऱ्यावर यातना जाणवत होत्या. नर्सनं बाजूला बोलावून सांगितलंन् की पेशंट फार वेळ जगणार नाही. मीराकडे बघून रूपाच्या काळजात कालवत होतं. ती खूप भेदरलेली दिसत होती, पांढरी पडली होती. रूपाला बघताच तिला रडू फुटलं. "मावशी, माझे बापूजी बोलतच नाहीयेत!"

"बोलतील हं. लवकर बरे होतील हं. चल बरं, थोडं खाऊन घे. भूक लागली ना?"

शेजारच्या खाटेवरचा म्हातारा म्हणाला, "बाई गं, तू मावशी हायेस का कसाई? हतं असं सोडलंच कसं यवड्या या पोरीला?" काय सांगणार?

संध्याकाळपर्यंत रूपा हॉस्पिटलमध्ये थांबली. मीरा तिच्या मांडीवर डोकं ठेवून जरा वेळ झोपली. मायेनं रूपा तिच्या डोक्यावर हात फिरवत राहिली. संध्याकाळी घरी जायला निघाली तेव्हा तिनं मीराला तिच्याबरोबर घरी चलायला समजावलं.

वडिलांची परिस्थिती बघून ती खूप घाबरली होती. अशा वेळी बाप-लेकीची ताटातूट करायलाही बरं वाटत नव्हतं, पण हळूहळू मावळणाऱ्या सूर्यासारखे पित्याच्या अंतिम काळचं निस्तेज कळाहीन रंगरूप तिला बघावं लागेल, या विचारानंही मग पोटात ढवळलं.

मीराची समजूत घालून ती तिला वस्तीवर घेऊन आली तेव्हा उशीर झाला होता. पाऊस पडत नव्हता पण आभाळ अगदी भरून आलं होतं. रात्र त्यामुळे जास्तच काळोखी वाटत होती. गार वारा सुटला होता. मीरा थंडीनं कुडकुडत होती. झरीनाच्या घरी पोचल्याबरोबर रूपानं तिला एक गोणपाट पांघरलं. मीराच्या घरात पडलेली दोन गोणपाटंही ती घेऊन आली. झरीना चुपचाप पडून होती. रूपानं तिच्या डोक्यावर मायेनं हात फिरवत विचारलं, "कसं वाटतंय तुला झरीना?"

"मेरे कू क्या होनेका? वो नही आया." मग रूपानं तिला आश्वासन द्यायला म्हटलं, "बरं उद्या आपण पोलिस स्टेशनवर जाऊ या, मग झालं? पटेलसाहेब, दिलीपभाई, किंवा मनुभाई, कुणाला तरी सांगू या आपल्याबरोबर यायला. चल बरं, ऊठ उभी हो. उठून बस जरा वेळ, मी थोडा स्वयंपाक करते, तू मीराशी बोल बरं जरा." झरीनाला त्या शब्दांनी जरा बळ आलं असेल, तशी ती उठून बसली नि हळूच विचारलं, "उसके बापको कैसा–" रूपानं ओठावर बोट ठेवून मान हलवली. रूपानं खिचडी केली तोवर तर मीराला झोपच लागली होती. तिला उठवून बळेबळे चार घास खाऊ घातले, न् मीरा परत झोपून गेली. खाण्यात काही स्वारस्य नव्हतं तरी झरीना न् रूपानंही थोड खाऊन घेतलं. रूपा भगतना पण जेवण देऊन आली. सारं उरकेपर्यंत खूप उशीर झाला होता. मीराच्या जवळ ती झोपली आणि नकळत तिचं मस्तक कुरवाळत राहिली. कंदिलाची वात बारीक केली न् त्या उजेडात वाकड्यातिकड्या मोठाल्या सावल्या सगळीकडे दिसत होत्या. जणू चहूकडून पंचालच्या शरीरात घातलेल्या नळ्यांचं एक मजबूत जाळं झालं होतं न् त्यात कोळ्याच्या जाळ्यात सापडल्यासारखा पंचालचा देह तडफडत होता. भयभीत होऊन रूपानं मीराला जवळ ओढली न् मग महाप्रयासनं डोळे मिटून पडून राहिली.

सकाळी सकाळीच सुधाबेन न् रमेशभाई आले, आणि त्यांची तोंडं बघून जास्त काही विचारायची जरूर राहिली नाही! मीरा झोपली होती, तिच्याकडे बघताना रूपाचे डोळे भरून आले. त्या बिचारीला ठाऊकही नव्हतं की तिनं तिचं सर्वस्व गमावलं होतं!

"आम्हाला रात्री दोन वाजता नर्सचा फोन आला. बराच विचार केल्यावर आम्ही ठरवलं की मीराला बोलवायची नाही. तिनं जेवढं भोगलं आहे तेवढंच पुष्कळ झालं. तू हवं तर आत्ता तिला तिकडे घेऊन जातेस का? तेवढ्यासाठीच आत्ता तुला सांगायला आलो."

"एक कृपा और करेंगे आप?" झरीना हात जोडून रडत म्हणाली,

"मेरे त्यागूका कुछ पता नहीं, हमे पुलिस के पास ले चलो भाईसाब!"

सुबोधबेननी झरीनाला जवळ घेतली, "रडू नकोस झरीना! दुपारनंतर तुला घेऊन जाऊ. काल सारी रात्र जागरण झालंय् आम्हाला न् आज माझ्या मुलीची परीक्षा पण आहे."

"आप जरूर जाईये, लेकिन मेरी बात भूलना मत!"

"असं कसं होईल गं?" रमेशभाई झोपडीच्या बाहेर पडतच होते, तेवढ्यात रामसिंग धावत आला. "भाई, तुम्ही आलाच आहात तर जरा गोविंदचाचाना बघता का?" लगेचच झरीना म्हणाली, "सावित्री, तू भी साथमें जाना, कुछ चाहिये तो मेरे घरसे ले जाना."

रूपा जरा घुटमळत होती तेवढ्यात सुधाबेननं तिचा हात पकडला न् दोघी रमेशभाईच्या मागे मागे निघाल्या. झरीनाबरोबर मेथीची थालिपीठं द्यायला गेली होती तेव्हाच त्या झडून गेलेल्या माणसाचं रूप तिच्या डोळ्यांसमोर आलं न् तिचा थरकाप झाला. पण सुधाबेननी तिचा हात पकडूनच ठेवला होता त्यामुळे ती फरफटत चालली होती. रमेशभाई झपाट्यानं पुढे जात होते. सकाळी भीक मागायला निघालेले वस्तीतले दुसरे तिघं-चौघंही कुतूहलानं त्यांच्या मागे मागे आले.

गोविंदचाचांची झोपडी जवळ आली तशी दुर्गंधी जणू अंगावर आली. रमेशभाई न् सुधाबेन आत शिरले. रूपानं दारातनं बघितलं, गोविंदचाचांचा तोल जात होता. अंगाचं मुटकुळं करून कसेबसे ते बसले होते; आणि त्यांच्या डोळ्यातून मृत्यू टक लावून समोरच्या माणसांकडे बघत होता. रूपा थरथर कापू लागली, आत जायला पाय उचलेना.

रमेशभाई खाली वाकून त्यांना विचारत होते, "चाचा, कोणतीही तुमची अखेरची इच्छा असेल तर सांगा; मी रमेश– र-मे-श बोलतोय्. ऐकू येतंय? सुधा पण उभी आहे तुमच्याजवळ चाचा."

रमेशभाईंनी मागे वळून खूण केली तशी सुधानं रूपाला सांगितलं, "सावित्री, लवकर पाणी आण थोडं." पण रूपाला लांब जावंच लागलं नाही. भगतनं पाण्याची लोटी आणलीच होती. रमेशभाईंनी गोविंदचाचाच्या उघड्या तोंडात पाण्याची धार ओतली. जरा चेतना आली. धाप टाकत ते म्हणाले, "रमेश, मला शर्ट घालायचाय– चांगला शर्ट–" रमेशभाईंनी ताबडतोब स्वतःच्या अंगातला शर्ट काढला, त्यांनी आणि सुधाबेननी मिळून चाचाच्या अंगावरचा फाटका शर्ट काढला. अंगावरच्या पिकलेल्या क्षतांवर तो जागोजागी चिकटला होता, तिथे शर्टचे तुकडे तसेच राहिले. मग रमेशभाईंनी स्वतःचा पांढरा शर्ट त्यांना घातला. चाचांना एव्हाना घरघर लागली होती. क्षीण होत चाललेली शक्ती एकदा कशीबशी एकवटून त्यांनी एक अस्फुट

किंकाळी फोडली आणि अखेर त्या जर्जर शरीराच्या झोळीला फेकून देऊन त्यांचे प्राण उडून गेले!

वस्तीपासून जरा दूर चिता पेटवली होती. जो माणूस या दुर्गंधमय वस्तीत दुर्गंध बनूनच जगला होता, तो सुगंधी माळा गळ्यात घालून जळून भस्म झाला होता! वस्तीसारखंच हे स्मशानही सदा जागंच असायचं. इथं जीवनाचा कोलाहल आणि मृत्यूची प्रगाढ शांती जवळजवळच होती– चुलीच्या धुरांच्या लोटात मुडदा जळल्यावर निघणारा काळा धूरही मिसळत असे!

मीरा हॉस्पिटलमध्ये जाण्यासाठी हट्ट करत राहिली, पण रूपानं तिला समजावून, काहीबाही सांगून जाऊ दिली नाही. मग घाबरत घाबरत मीरानं विचारलं, ''माझे– माझे बापूजी पण गोविंदचाचासारखे मरून गेलेत मावशी?''

रूपानं मग नुसतच 'हो' म्हटलं होतं, तेव्हा दिङ्मूढ होऊन ती लांबवर दिसणाऱ्या गोविंदचाच्याच्या चितेच्या धुराकडे पाहत राहिली होती. एवढ्या मोठ्या जगात तिचं आता कोणीच नव्हतं, ती अगदी एकटी होती; पण हे असे विचार करू शकेल, कुणाशी त्याबद्दल बोलू शकेल एवढं तिचं वय थोडंच होतं? जे तीव्र दुःख धारदार सुरीसारखं जाणवत होतं, त्याची तिच्यासाठी भाषा होती फक्त अश्रू! आणि अश्रूंची लिपी रूपाला चांगलीच ओळखीची होती! मीराला तिनं घट्ट छातीशी कवटाळलं.

रात्रीचं जागरण झालेलं. रमेशभाई, सुधाबेन खूप थकून गेले होते. मीराच्या डोक्यावर हात फिरवत रमेशभाई म्हणाले, ''सावित्री, या जगात सगळ्यात जास्त असहाय केव्हा वाटतं ठाऊक आहे? तुमच्या नजरेसमोर एखादं माणूस हळूहळू मृत्यूच्या जवळजवळ जात असेल आणि केवळ बघत राहण्याखेरीज तुम्ही काहीही करू शकत नाही, तेव्हा! कितीतरी लोकांना गुऱ्हाळातनं पिळून निघणाऱ्या उसाच्या चिपाडासारखं चोथा होत होत मरताना बघितलंय मी! पण– आता आम्ही असं होऊ देणार नाही!''

''ते कसं?'' कोरड्या आवाजात रूपानं विचारलं.

''आम्ही रक्तपित्ताच्या रोग्यांसाठी जी नवी वसाहत बांधू, तिथं हॉस्पिटल पण बांधायचं असं आमचं स्वप्न आहे. आश्रमाच्या आवारातच, आश्रमाचं स्वतःचं एक हॉस्पिटल, दवाखाना आणि ऑपरेशन थिएटर. एवढं असलं, की मग मृत्यूशी लढा न देता एकाही रोग्याला आम्ही त्याच्या हवाली देणार नाही, मुळीच नाही!''

झरीनाच्या फिक्या पडलेल्या चेहऱ्यावर क्षणभर एक आनंदाची लहर उमटून गेली. ''कब होगा ये आश्रम? कब मिलेगी ये जमीन आपको?''

''जमीन तर मिळून गेली झरीना.''

''सच?'' झरीना आनंदानं म्हणाली. मीराला काही समजलं नाही, पण क्षणभर स्वतःचं दुःख विसरून ती पण खूष झाली. ''जमिनीचं काय करायचं सुधामावशी?''

"तिथं नवी नवी घरं बांधून, तिथं राहायला जायचं बेटा."

"मी पण?"

"तू पहिली, मग बाकीचे!" मीराला खुद्कन हसू आलं.

रमेशभाई न् सुधाबेन जायला निघाले. "हे बघ झरीना, परवाच्या दिवशी इथं वस्तीत मीटिंग आहे, सगळ्यांना या म्हणून समजावत राहा. भगत तर रोज घरोघर जाऊन सगळ्यांना कॉलनीबद्दल समजावून सांगतीलच, पण तुम्हाला दोघींनाही सांगून ठेवते आहे, बायकांना समजावायचं काम तुम्ही करा. सावित्री, तू ऐकतेयस ना?"

खाली मान घालून बसलेल्या रूपानं एकदम चमकून वर बघितलं, पण काही उत्तर दिलं नाही. तिचे घट्ट मिटलेले ओठ बघून सुधाबेननी तिचा हात पकडून म्हटलं, "का गं? माझ्यावर रागावली आहेस की काय?"

दोघं गेले. झोपडीत घटकाभर शांतता पसरली. बापूंची आठवण येऊन मीरा परत उदास झाली. मग अडखळत म्हणाली, "मावशी, मला माझ्या घरी भीती वाटेल!" रूपा एकदम भानावर आली न् उठून उभी झाली. "पण तू मुळी तिकडे जायचंच नाहीस ना! चल, पाणी आलं असेल, आपण भरून आणू या. तुझे कपडे घेऊन ये, धुवून टाकू या."

"आश्रमकी बात होती है, तब तू क्यूं चूप हो जाती है सावित्री?" झरीनाचा स्वर कडवट होता. रूपानं एकदा तिच्याकडे बघितलं अन् न बोलता घागर घेऊन बाहेर गेली.

त्या रात्री मनूभाई, पटेलसाहेब, दिलीपभाई, बरीच औषधं आणि सामान घेऊन आले होते. आज मधूभाई पण आले होते. खूप अशक्तपणा वाटत होता त्यांना अजून, तरी पण हट्टानं ते आले होते. सगळ्यात पहिलं काम त्यांनी केलं असेल तर ते रुखीला बोलवायचं. मधूभाई आल्याचं कळलं तशी ती आपल्या झोपडीत दडूनच बसली. भगत तिला शपथ घालून बाहेर घेऊन आले. "चल गं बाई माझे! मधूभाई स्वतः तुला बोलावतायत. अब्दुलनं त्यांना मारलं, पण त्यांच्या मनात मुळीच वैर नाही; मग तू कशाला अशी झोपडीत दडून बसतेयस?"

सुजाण म्हणालासुद्धा, "काय हो मधूकाका, तुम्ही त्या अब्दुल्ल्यावर केस केली असतीत तर बरं झालं असतं, सगळ्यांना धडा मिळाला असता चांगला. पोलिसांनी पकडून जरा ठोकला असता ना म्हणजे आला असता वठणीवर!"

"ना रे बाबा! नसत्या पंचायतीत कशाला पडायचं?"

"जमीन मिळालीय म्हणे आश्रमासाठी?" कुणीतरी विचारलं.

आश्रम शब्द ऐकल्याबरोबर कान टवकारून चंपा घाईघाईनं मधूभाईंजवळ आली. आणखीही थोड्या लोकांचं टोळकं गोळा झालं. "खरच मिळालीय जमीन, का उगीच आपलं अधांतरीच आहे सगळं अजून?"

"जमिनीच्या बाबतीत लगेच शेतकऱ्यांनी न् गाववाल्यांनी गदारोळ नाही माजवला मधूभाई? गेल्यावेळी मिळालेली जमीन परत द्यावी लागली होती ना?"

"हं, पण आता तसं नाहीये, या वेळी सगळं पक्कं झालंय. सरकारनंच जमीन दिलीय, सहीशिक्केही झाले आहेत."

जमीन मिळाल्याची बातमी एकदम सगळीकडे पसरली. औषधांसाठी उभे राहिलेल्या लोकांच्या रांगेतलेही काही लोक इकडे आले अन् त्यांनी सांगितलं, "आश्रमाबद्दल सांगायलाच परवाच्या दिवशी वस्तीमध्ये खास मीटिंग ठेवली आहे, सगळ्यांनी हजर राहायचं. चला आता, औषधांचं काम संपवू या पहिल्यांदा."

आज रोग्यांची गर्दीही जास्त होती. ऋतू बदललाय, दोन-चार दिवस पावसानं फारच मनावर घेतल्यानं पोरंसोरं भिजून आजारी झालीयत्. ताप, सर्दी, जुलाब, कावीळ– औषधं वाटणं चालूच होतं. कोणीतरी भांडी दान म्हणून पाठवली होती– घागरी, बादल्या, पातेल्या, थाळ्या– तिथंही खूप गर्दी होती. गेले काही दिवस भरून आलेल्या आभाळासारखी वस्तीवर मृत्यूची छाया पडलेली होती. तेव्हापासून भजनांचा कार्यक्रम बंदच पडला होता. आज भगत एकतारी, मंजिऱ्या वगैरे जमवाजमव करून भजनाची तयारी करत होते.

झरीनानं पडल्या पडल्या विचारलं, "सावित्री, तू नही जायेगी?"

रूपा गप्प राहून मीराचे केस विंचरत राहिली. तिनं मीराचा जुना फ्रॉक धुवून स्वच्छ केला होता, तिला आंघोळ घालून, स्वच्छ फ्रॉक घालून वेणी घालून दिली होती, छोटंसं कुंकूही लावलं होतं.

भगतचं भजन रंगत चाललं होतं. त्यांचा आवाज गोड होता अन् आवाजात भाव आणि भक्ती, दोन्ही होतं.

'नही रे विसारूं हरि, अंतरामांधी नही रे विसारूं हरी

(अंतरात्म्यातून आम्हाला तुझा विसर कधीच पडणार नाही, हरी!)

रात्रीचं काम आटपून रूपा सतरंजी पसरून आडवी झाली. दरवाजाकडे परत परत बघणाऱ्या मीराला तिनं जरा दटावलं, "झोप पाहू मीरा आता!"

"मी– मला– मी मधूकाकांकडे जाऊ मावशी?" जरा बिचकतच मीरानं विचारलं. "तुझं काय काम आहे तिथं? काही नकोयत आपल्याला भांडी न् कुंडी!"

मीरा एवढंसं तोंड करून पडून होती. झरीना काही बोलायला गेली पण मग बोलली नाही आणि भिंतीकडे तोंड फिरवून पडून राहिली. रात्रीचा समय प्रवाहासारखा वाहत होता न् त्यात भजनाच्या सुरांच्या पणत्या तरंगत जात होत्या.

जमुनामां जल अमे भरवाने जाता,
नित शिर मटुकां धरी,

आवतां ने जातां मारग वच्चे
अमुलख वस्तु रे जडी– नही रे विसारूं–

(यमुनेवर पाणी भरायला आम्ही डोक्यावर मडकी घेऊन नेहमी जातो, येतो; जाण्या-येण्याच्या मार्गावर एक अमोल वस्तू आम्हाला सापडली– हरी! हरी, तुझा विसर आमच्या मनाला कधीही पडणार नाही!)

अन् एकाएकी सुरांच्या पणत्या कुठे कशा त्या बुडून गेल्या– निःशब्द शांतता! मीरा हळूच म्हणाली, "मावशी, असं अर्ध्यावरच भजन कसं बंद झालं?"

अचानक एक कर्कश किंकाळी ऐकू आली!

जशी एकाएकी शांतता झाली होती, तसाच एकाएकी खूप गलका ऐकू येऊ लागला. चपापून, घाबरून, रूपा न झरीना उठून बसल्या. मीरा घाबरून रूपाला चिकटली. धबधब धावण्याचा बाहेरून आवाज आला, तशी झरीनानं दुपट्टा अंगावर घेतला न् दरवाजा उघडायला धावली, तेवढ्यात धाड्दिशी बाहेरून ढकलून दरवाजा कोणीतरी उघडला. हातात कंदील घेऊन धापा टाकत भगत उभे होते, तशाच धापा टाकत ते म्हणाले, "झरीना, धाव लवकर, पळ! तुझा त्यागराजन्–" भगत पुरतं बोलायच्या आतच त्यांना बाजूला करत विजेच्या वेगानं झरीना बाहेर धावली!

२६

सगळी वस्ती तिथे गोळा झालेलीच होती. खूप दिवसांनी भगत भजनाला बसले होते आणि औषधं मिळायचाही दिवस होता. जखमांना पट्ट्या बांधून घ्यायच्या तेवढ्या बाकी होत्या न् इकडे हे भलतंच–

झरीना धावत येऊन पोचली न् भयभीत आवाजात मोठ्यानं ओरडली, "मेरा त्यागू कहा है? त्यागू–"

कोणी काही बोललं नाही. घोळक्यानं वाट करून दिली आणि झरीनाला दिसला घोळक्याच्या मधोमध रक्तबंबाळ होऊन खाली पडलेला त्यागराजन्! पेट्रोलियमच्या भगभगीत प्रकाशात, खूप वाईट जखमा झालेला त्यागराजन भयंकर दिसत होता. पोटात बरेच सुरे भोसकले गेले असावेत, आतडी सगळी बाहेर निघाली होती; ओठ कापला गेला होता तो अर्धवट लोंबत होता, डोकं फुटलं होतं, आणि झरीना? दिङ्मूढ, अवाक. गळ्यातून एकही किंकाळी बाहेर पडली नाही, ना डोळ्यातनं एकही टिपूस. रूपानं तिचे खांदे पकडून तिला जोरात हलवली– "झरीना! झरीना!"

त्यागराजनच्या गळ्यातनं अगदी अस्पष्ट आवाज निघाला, "आ– आ– झरी–" कापले गेलेले ओठ जरा हलले. मधूभाई त्याच्याजवळ खाली बसले. "त्यागराजन्, तू बोल. मी मधूभाई आहे. बघ झरीना उभी आहे तुझ्याबरोबर. वस्तीवरचे सगळे लोक तुझ्याजवळ आहेत. ऐकू येतंय ना तुला? सांग, काय सांगायचंय् तुला?"

सुजलेल्या डोळ्यांच्या पापण्या जरा उचलल्या. परत त्यानं खूप मुश्किलीनं काही सांगायची धडपड केली, "दारू– मर गया– मैने नही– झरी–" तोंडातून

रक्ताची गुळणी निघाली. जिच्यावर जिवापाड प्रेम केलं होतं, तिचं नावही मरताना पुरतं घेऊ शकला नव्हता! तिला डोळे भरून बघितलंही नव्हतंन, आणि निघून गेला होता कायमचा! भगतनं त्यागराजनचा मृतदेह झाकला. झरीना रूपाचा हात घट्ट पकडून अजूनही तशीच उभी होती. रूपाचा गळा भरून आला, शब्दच फुटेना–

"आपण त्याला हॉस्पिटलमध्ये पण नेलं नाही– त्याचा जीव वाचवायची कोशिश तरी–" घोळक्यातलं कोणीतरी म्हणालं. "अरे, दोन घटकांचासुद्धा अवधी मिळायसारखा नव्हता, हॉस्पिटलपर्यंत कसलं पोचणार? आधी हा रोग अन् त्यात एवढ्या जखमा! कोणी हातसुद्धा लावला नसता!"

रूपा वैतागली, "अरे पण पोलिस स्टेशनवर तरी जाता येईल; त्यागराजन्‌ला कुणीतरी मारलंय्– त्याचा खून– मधूभाई , मनूभाई, तुम्ही कोणीतरी काहीतरी करा हो!"

मधूभाईंनी डोकं हलवलं, "नाही सावित्री, काही नाही करता येणार! त्यागराजन गैरकायदा दारूच्या धंद्यात पडला होता. भट्टीवाले भांडतात, खून मारामाऱ्या होतात– त्यागू काय सांगत होता? 'मर गया' कुणाबद्दल बोलत असेल? तुमच्या लक्षात येतंय कोणाच्या?"

चंदूला आठवलं, "आज मी गावात गेलो होतो; तिथं ऐकलं होतं की जब्बर मोठं लठ्ठाकांड झालंय, जहरी दारूनं खूप लोक मेले, लोक खूप खवळले होते. अन् मग मारामाऱ्या, भोसकाभोसकी झाली असणार– हा त्याच्यातच भोसकला गेला असणार– रिक्षात त्याला कोणीतरी घालून आणलं होतं अन् इथं टाकून गेले!"

"व्हायचं ते होऊन गेलं सावित्री. तू आता झरीनाला सांभाळ. चल, आत घेऊन चल- ती- तिला दिवस आहेत ना शिवाय?"

जोरजोरानं रडत मीरा रूपाला बिलगली. झरीना दगडासारखी उभी होती ती त्यामुळं एकदम भानावर आली आणि रूपानं घट्ट पकडून ठेवलेला हात झटकून टाकत धावत जाऊन त्यागराजनच्या मृतदेहावर कोसळली! तिच्या अश्रूंच्या संजीवनीनं जणू तो मृतदेह जिवंत होणार असेल, तशी अश्रू ढाळू लागली. कोणीतरी म्हटलं, "रडू द्या तिला. खूप रडून घेऊ द्या, नाहीतर मनातल्या मनात राहून हा घाव खाऊन टाकेल तिला!"

शेवटी रुखी न् चंपानं मिळून झरीनाला उठवली. ती अजून त्यागूचा हात पकडूनच बसली होती. वस्तीवरच्या लोकांपैकी कितीतरी लोकही रडत होते. त्यांच्या नशिबात ना चांगलं जगणं होतं ना चांगलं मरणं! अन् दोन टोकांच्यामध्ये ही काट्याची शय्या– हे आयुष्य म्हणजे जळत्या निखाऱ्यांवरून चालणं– एक एक पाऊल टाकत पार पाडायचं!

पहाटे सूर्योदय होत होता तेव्हा चिता भडभड जळत होती. साऱ्या वस्तीत

शून्यमनस्क विषण्णता पसरली होती. मृत्यू त्यांना अनोळखी थोडाच होता? पण सरळ समोरून वार करण्याऐवजी तो असा गनिमी काव्यानं अनपेक्षितपणानं कुठूनही हल्ला करून कोणालाही उचलून नेत होता!

झरीनानं भगतला थोडे पैसे दिले. "भगतचाचा! मंदिरमें जाके त्यागूका धरमका जो भी करना है, तुम कर देना!"

"मी त्याच्यासाठी गीता वाचीन बेटी, तू कशाला पैसे खर्च करतेयस?"

"ना चाचा, ये पैसे ले लो, तबतक मेरे दिलको शांती नही होगी!"

दिवस वर आला होता. उशीर झाला होता रोजच्या कामांना. सगळी भराभर आपापल्या उद्योगाला निघाली होती. वस्ती जवळजवळ रिकामी झाली. सगळं नेहमीसारखं 'सुरळीत' सुरू झालं होतं! झोपडीत झरीना न् रूपा एकमेकींकडे बघत बसून होत्या. मीरा मुटकुळं करून झोपली होती. अश्रूंचा समुद्र होईल एवढं रडून रडून झरीना आता जणू आटल्या झऱ्यासारखी कोरडी पडली होती. संध्याकाळी आभाळाचे केशरी सोनेरी रंग सूर्य मावळल्याबरोबर नाहीसे होतात, तशी एक निस्तेज काळी छटा झरीनाच्या चेहऱ्यावर आली होती. उठलंच पाहिजे म्हणून रूपा उठली, चहा केलान्, मीराला उठवलंन् आणि खुणेनं तिला झरीनाजवळ जाऊन बसायला सांगितलं. मीरा तिथं जाऊन बसली, न् झरीनाला म्हणाली, "मावशी, चहा न् बिस्किटं घ्या नं, असं काय करता हो?" झरीनानं नको म्हणून मान हलवली. दवबिंदूंसारखे थोडे आसवांचे थेंब परत डोळ्यांत चमकले. रूपानं जवळ घेऊन तिचे डोळे पुसले. "तुझं दुःख मला समजत का नाही झरीना? पण तुझ्या बाळासाठी तुला जगायलाच हवं. आता तर तुला स्वतःची जास्त काळजी घेतली पाहिजे!"

झरीनाच्या डोक्यावर फिरणारा रूपाचा हात थबकला. ती कोणाला सांगत होती हे शब्द? बाळासाठी जगायचं? माझा यश? कुठे असेल? सदासर्वदा त्याच्या आठवणीनं होरपळून निघत राहणाऱ्या तिच्या मनाला त्याच्या दर्शनानं कधी थंडावा मिळेल?

"सावित्री, बच्चेको जनम देना, पालना, ये सब मेरेसे अब नही होगा–" त्यागराजन्च्या चितेचा काळा धूर नाकातोंडात जाऊन गुदमरत असेल तशी ती बोलत होती–

"सगळं काही होईल झरीना. तुमच्या बाळासाठी तर त्यानं जीव दिला आपला. वस्ती सोडायची होती, धंदा बंद करायचा होता म्हणून तर त्या काळरात्री तो गेला न् मग– मग तर– सारं विसरून जगायचा प्रयत्न कर झरीना–"

जेमतेम एवढं बोलू शकली रूपा न् मग तिनं एक उसासा टाकत डोळे मिटून घेतले. रूपा! तुझा आवाज, तुझं हे बोलणं, ऐकतेयस ना तुझी तू? 'विसरून जा सारं' 'तुला जगलं पाहिजे!' झरीना तिच्या बाळासाठी जगेल, तू कोणासाठी जगणार

आहेस रूपा? आणि जगणं तरी कुणाच्या हातात होतं? या जिवंत मुडद्यांच्या वस्तीवर मृत्यू एखाद्या घारीसारखा चकरा मारत होता– केव्हा कुठल्या मुडद्यावर झडप घालेल–?

"ये सब मेरे वास्ते हुआ. मै बोली धंदा बंद करो–" ओढणीनं तोंड झाकून घेऊन झरीना पडून राहिली. पाऊस परत पडायला लागला होता. पत्र्याच्या छपरावर त्याचा तडतड आवाज येत होता. आणखी थोड्या वेळानं तर मुसळधार पाऊस सुरू झाला. छपरावर पाणी नुसतं कोसळत होतं. झोपडीत ठिकठिकाणी पाणी गळायला लागलं. दुरून खूप मोठा धडाम्कन आवाज आला. काय मोडून पडलं? कुणाचं घर मोडलं? कुणी त्याच्याखाली दबलं जाऊन मेलं असेल?– रूपा गुडघ्यात मान घालून बसून राहिली.

आत निःशब्द शांतता. बाहेर वादळ-पावसाचा आवाज आणि या वादळात कुठेतरी दूर दूर अनोळखी जमिनीवर उडून पडलेल्या पाण्याच्या थेंबांसारख्या त्या दोन स्त्रिया अन् ती छोटी मुलगी! आभाळातनं पाणी पडतं, मग ते कुठे जाऊन मुरतं, का कुठे पूर बनून वाहतं, ते आभाळाला काय ठाऊक?

मीरा येऊन रूपाच्या कुशीत शिरली. रूपा चपापली. मीराचे हात थंडगार झाले होते आणि ती थरथरत होती. झरीनाच्या कपड्यांमधून एक जुना स्वेटर रूपानं शोधला न् मीराच्या अंगात घातला. मग तिनं झरीनाजवळ येऊन पाहिलं, ती थकून झोपी गेली असावंसं वाटलं, तेवढ्यात रूपाचं लक्ष गेलं तशी ती चांगलीच घाबरली. झरीनाच्या कपड्यांवर, पलंगावर, रक्ताचे डाग दिसत होते. अरे! झरीनाला तीन-चार महिने झालेत अन् हे रक्त–आता? गर्भपात होईल? का मग–झरीनाचं काय होईल?

रूपा खूपच बावरली. झोपडीचं दार जरासं उघडून तिनं बाहेर पाहिलं. मुसळधार पावसात काही दिसत नव्हतं. उलट अर्ध्या उघड्या दारातून पाणी आत शिरलं. तिनं दार बंद केलं न् त्याला एक स्टूल आडवं लावून ते बंद राहील असं केलं. कुठेही जाणं शक्य नव्हतं, कुठूनही मदत मिळण्यासारखी नव्हती. शहरापासून इतक्या दूर, इतक्या पावसात वाहन तरी कुठून मिळणार तिला हॉस्पिटलमध्ये पोचवायला?

दिवसासुद्धा झोपडी अंधारीच असायची. आता तिनं कंदील पेटवला, हळूहळू त्याचा मंद प्रकाश सगळीकडे पसरला. काय करावं? बुडत असेल तसं तिनं आधारासाठी उगीचच इकडेतिकडे बघितलं. माणसानं अन् ईश्वरानं, दोघांनी जिथे विश्वासघात केला होता. तिथं आता ती कोणाचा आधार शोधत होती?

मीरा जागी झाली. "मी लक्ष्मीबरोबर जाते भीक मागायला, हं?" रूपानं एकदम झप्दिशी तिचा हात पकडला "नाही! नाही, तू नाही जायचं!"

"पण मी गेलेच नाहीये तीन दिवसांपास्नं," रूपानं शांत पण भक्कम आवाजात

तिला सांगितलं, "आता तू एकही दिवस, कधीही, भीक मागायला जायचं नाही, समजलीस?" मीरा घाबरून तिच्याकडे बघत राहिली, मग चाचरत विचारलंन्, "मग जेवायला? आणि फ्रॉक?"

"मी तुला देईन."

"म्हणजे तुम्ही भीक मागायला जांल, हो ना? पण तुम्ही तर कधी गेलेल्याच नाही, तुम्हाला तर येत पण नसेल, हो ना?"

"गप् बसायला काय घेशील?" एकदम चिडून रूपा ओरडली. मीराचं तोंड एवढंसं झालं. तशी रूपानं खाली बसून तिचे दोन्ही हात हातात घेतले न् तिच्या गालांची पापी घेतली "सॉरी! मीरा!"

झरीना हळूच म्हणाली, "पोरगी खरंच बोलतेय ना! काय खायचं आपण? त्यागू तर आता नाही! कोण आणेल घरी पैसे, जेवण, कपडे– माझं तर सर्वस्व लुटलं गेलं गं सावित्री!" रूपा तिच्याजवळ आली. "बस कर झरीना. तुला ठाऊक आहे, की तुझी तब्येत बरी नाही. बघितलंस ना किती रक्त न् पाणी पडलंय ते! तू आता जिवाला कसलाही घोर न लावून घेता, आराम कर."

झरीना उठून बसली अन् आपले कपडे बघू लागली. मग एकाएकी ती हसायलाच लागली! "देख सावित्री, देख! है न अल्ला ये दुनियामे? ऐसेही मर जायेगा बच्चा! ठीक है, कोई झंझटही नही!"

"असं बोलू नको झरीना. ते बाळ तर त्यागूची निशाणी आहे!"

"मावशी, ते डॉक्टर काका आहेत ना, त्यांच्या हॉस्पिटलमध्ये जाऊन झरीनामावशीसाठी औषध आणू या? मला ठाऊक आहे हॉस्पिटल कुठे आहे ते."

पण तिकडे जायची जरूर पडली नाही. दुपारीच मधूभाई, डॉक्टर अविनाश आणि दुसरे कार्यकर्ते येऊन पोचले. पिठाची पोती, तेल, बटाटे, केरोसीन, बरंच काय काय घेऊन आले होते. लगेच धक्काबुक्की होत लांबच्या लांब रांग लागली. रूपानं तिला थांबवण्याआधीच मीरा तिकडे पळत गेली होती. डॉक्टरांना घरी पाठवून ती पिठाच्या रांगेत उभी राहिली.

डॉक्टर अविनाश आले तेव्हा रूपा झरीनाला उठून नीट बसायला मदत करत होती. त्यांनी झरीनाला तपासलं न् म्हटलं, "हे बघा, मी इंजेक्शन देतो न् औषध पण. दिवसातून तीनदा ही गोळी घ्यायची. आणखी औषध उद्या हॉस्पिटलमध्ये येऊन तुम्ही घेऊन जा. तुमचं नाव सावित्री ना? एक गोष्ट नीट लक्षात ठेवा, की झरीनाला संपूर्ण विश्रांती पाहिजे, मुळीच उठायचं नाही अंथरूणातून, कळलं ना?"

"मेरा बच्चा बच जायेगा, डॉक्टर?" झरीनाचे डोळे परत भरून आले होते. "नक्की! पण अगदी पूर्ण आराम करायचा. आणि उद्या तुम्ही न विसरता औषधं घेऊन जा." रूपानं खाली मान घालून होकारार्थी डोकं हलवलं. बॅग बंद करता करता

अगदी गंभीरपणानं डॉक्टर म्हणाले, "उद्या तुम्ही हॉस्पिटलमध्ये याल तेव्हा सरळ तिसऱ्या मजल्यावर माझ्या डिपार्टमेंटमध्ये या. आणि हो, तुमचा पाय बरोबर आणायला विसरू नका!"

"काय? माझा पाय?"

डॉक्टर हसायला लागले. "हं! तुम्ही तुमचा पाय घेऊन आलात तर त्याला परत काय ट्रीटमेंट द्यायची, ते बघता येईल ना?"

बाहेर जोरानं थाळी बडवल्याचा आवाज आला. झरीना उठून बसली. "ये क्या हुआ?"

"तुम्ही झोपून राहा बघू. आत्ता मीटिंग आहे ना आश्रमासाठी; त्यासाठी वाजवतायत."

डॉक्टर बाहेर पडले. जरा अनिच्छेनंच रूपा त्यांच्या मागोमाग निघाली न् दूर उभी राहिली. आता हा एक नवा तमाशा बघायचा होता! कुतूहलानं, किंवा उपहासानं किंवा फक्त प्रेक्षक म्हणून, असे बरेच लोक गोळा झाले होते.

झाडाखालच्या ओट्यावर मधूभाई उभे राहिले न् हात उंच करून मोठ्यानं म्हणाले, "बंधू-भगिनींनो! तुम्हाला सगळ्यांना माहीत आहेच, की या झोपडपट्टीतनं बाहेर पडून तुम्हा सगळ्यांची दुसरीकडे राहायची सोय करता येईल एवढी मोठी जमीन आम्ही शोधत होतो–"

"आन् मागच्या खेपेला जमीन मिळालीवती त्याचं काय झालं ते कोणास ठावं?"

"यांच्या खिशात ग्येली!" काही लोक कुत्सित स्वरात म्हणत 'खी खी'करून हसले. कुणीतरी शुक शुक करून त्यांना शांत करू बघितलं. मधूभाईंनी पुन्हा मोठ्या आवाजात म्हटलं, "अरे बाबांनो, आम्हाला आमचे खिसेच भरायचे असतील, तर या घाणीत, अशा रोग्यांमध्ये आम्हाला यायची काय जरूर? आमचा चालू कामधंदा सोडून आम्ही इथं येतो. रमेशभाई तर कॉलेजमध्ये प्रोफेसर आहेत, माहीत आहे ना? दिलीपभाईंचा स्वतःचा धंदा आहे, सुधाबेनची मुलं आहेत लहान लहान, घरची जबाबदारी आहे. त्या बाई तुमच्या पिकलेल्या जखमा स्वतः धुतात, कशाला रे बाबा? तुमच्या औषधांचा खर्च कोण देतं? चौकशी केली कधी तुम्ही? हे पटेल साहेब मोठ्या मिलचे मालक आहेत, ते देतात; ते त्यांचे खिसे भरत नाहीत, इथे येऊन रिकामे करतात."

रमेशभाई उठले न् म्हणाले, "गोविंदचाचा तर तुमच्याच वस्तीत राहत होते ना? तुम्ही कोणी त्यांची शुश्रूषा करायला, पाणी पाजायला तरी फिरकत होतात? लक्षात ठेवा, हे असंच या घाणीत तुम्ही राहिलात, आणि तुमच्या रोगाचं भांडवल करून भीक मागत राहिलात; तर एक दिवस गोविंदचाचासारखे सडून, झडून मराल!"

टोळकं एकदम गप्प झालं. सत्य कोणाला माहीत नव्हतं? पण अचानक आज ते असं उघड उघड मांडलं गेल्यावर सगळे मनातल्या मनात वरमले न् धास्तावलेही.

"पण आमचा रोग बरा होईल याची खात्री थोडीच आहे? ही तुमची औषधं घेतली, इंजेक्शनं घेतली, पण–"

"या घाणेरड्या वस्तीत रक्तपित्तच काय, दुसऱ्या अनेक रोगांचे जंतू पसरलेले आहेत– ते सगळे रोग मिळून तुम्हाला खलास करणारच. तुमच्या जखमा ड्रेसिंग केलं तरी पिकतात, वरचेवर रिॲक्शन्स येतात, टी. बी, मलेरिया–" डॉक्टरांना मध्येच तोडून कोणीतरी पाठीमागून म्हणालं, "पण साहेब, आपल्या मनाचं समाधान करून घ्यायला तुमची औषधं घेतली. जरा बरं तर वाटतंय्, याची ना नाही; पण हा रोग जो घर करून बसलाय् शरीरात, तो काय असा निघणारे?"

आपापसात चर्चा, कुजबूज सुरू झाली. त्या माणसाचं म्हणणंही खरं होतं. औषधं घेतलं तरी रोग जिथल्या तिथेच! मग रमेशभाई मोठ्यानं म्हणाले, "माझं जरा ऐका! तुम्हाला मागेही सांगितलं होतं, विश्वास ठेवा माझ्यावर! या मधूभाईंना रक्तपित्त झालं होतं! केंव्हा? थेट १९४५ मध्ये! तरीही औषधांनी बरं झालं ना? लग्न न करायची प्रतिज्ञा केली न् तेव्हापासून या रोगानं जे पीडले आहेत, त्यांची सेवा करतायत. आता तर अशी औषधं निघाली आहेत, की तुम्ही संपूर्ण बरे होऊ शकाल."

"आश्रमासाठी जमीन मिळालीय?"

"हां मही नदीजवळ आहे. तिथे आपण आपलं नवं गाव उभं करू या." आता जमलेल्या लोकांत मोठमोठ्यानं वादविवाद न् चर्चा सुरू झाली. सुधाबेननी थाळी पिटून लोकांना शांत राहायला सांगितलं. जराशानं सगळे गप्प बसले. मग पटेलसाहेब म्हणाले, "कुणाला काही विचारायचं असेल ना, तर ते आम्हाला विचारा, आपापसात चर्चा करत बसू नका."

"घ्यातर, विचारतो मग." कान्तिलाल उभा राहिला. "ही भीक मागायची डबडी टाकून दिली तर खायचं काय आम्ही... आं?"

परत जमावात आपापसात बोलणं सुरू झालं– जसं काही इतका वेळ कुणाच्या डोक्यातच आलं नव्हतं! रमेशभाई ओट्यावरून खाली उतरून कान्तिलालजवळ आले. त्या उंचनिंच माणसासमोर रमेशभाई लहान मुलासारखे दिसत होते!

"आश्रमात औषधं फुकट मिळतील, जेवण, कपडे, घर प्रत्येकाला मिळेल." कान्तिलाल 'खी खी' करून हसला न् म्हणाला, "रमेशभाई, याचा अर्थ तुम्ही पण आमच्याचसारखे डबडी घेऊन दान मागणार ना? मग आम्ही इथं आहोत ते काय वाईट आहोत? काय मंडळी? या आश्रमाची जरूरच काय आहे मग, म्हणतो मी?"

कोणी काही बोलण्याआधी, रमेशभाई उडी मारून परत ओट्यावर चढले आणि म्हणाले, "बंधूंनो, आश्रमाची जरूर आहे. तिथे, ज्यांना काम करता येत असेल अशांना आम्ही काम देऊ. तुमच्या मेहनतीचे तुम्हाला पैसे मिळतील. जे काम करू शकत नसतील, त्यांनाही तिथं जागा देऊ आणि त्यांची सगळी जबाबदारी आश्रमाची. आपण तिथे घरं बांधू, शेतांमध्ये धान्य पिकवू, आपलं स्वतःचं हॉस्पिटल करू, तिथं या रोगावर आणि इतर दुखण्यांवर उपचार होतील. ज्याचा रोग बरा झाला असेल, पण परत जायला घर नसेल, असे लोक आपापले संसार तिथं थाटतील, असं आपण बघू. आपण अभिमानानं जगाला दाखवून देऊ, की बघा, बघा! तुम्ही आम्हाला फेकून दिलंत आणि आम्ही आमच्या मेहेनतीनं नवी दुनिया उभी केली, बघा!"

रमेशभाईंच्या बोलण्यानं जादू केली होती. खरोखरी असं होऊ शकेल? कान्तिलालला कोणीतरी टोकलं, "फार बडबड करतोसना वायफळ? दे ना आता याचं उत्तर!"

कान्तिलालनं हात वर केला न् म्हणाला, "तुम्ही सांगताय ते सगळं वाटतंय तर छान, पण इथून आम्हाला हाकलून या झोपड्या न् जमीन सरकारनं ताब्यात घेतली– तर?"

"होय की! म्हणजे हेही गेलं न् तेही–"

सुधाबेन मग जरा त्वेषानं, ओरडून म्हणाल्या, "आत्ता तरी सगळं गेलेलंच आहे ना? तुमच्या घरच्यांनी तुम्हाला हाकलून दिलंय, आणि इथे कोण भाव देतंय तुम्हाला? गोविंदचाचा भाजीपाल्यासारखे सडून मेले, मंजूचा मुलगा गेला, नानूच्या पायाला उंदीर चावला, उद्या हवं तरी या कान्तिलालच्या मुलाच्या अंगावर रक्तपित्ताचे चट्टे उमटतील–"

"खबरदार विनूचं नाव घेतलंत तर!"

शांतपणे सुधाबेन म्हणाल्या, "का नाही घेऊ रे बाबा? रोग काय तुमच्या नात्याचा आहे, की त्याला वाचवेल? या अशा घाणीत, इतर रोग्यांबरोबर राहील, त्याला कुठलाही रोग होऊ शकेलच ना?"

रुखी ओट्यावर चढली न् म्हणाली, "बायांनो, या पुरुषांना राहू द्या इथंच, तुमच्या मुलांचा विचार करा तुम्ही. मी तर जाईनच इथून."

आता चंपा समोर आली. "सुधाबेन, माझं न् माझ्या मुलांची नावं तुमच्या यादीत लिहाच!" कान्तिलाल भडकला, "चंपे, गप्प बसतेस का नाही?"

"मी तिकडं जाणार म्हणजे जाणारच. माझ्या मुलांना घेऊन, बेन सांगतील त्या दिवशीच, लगेच मी त्या कॉलनीत जाईन. जे व्हायचं असेल ते होईल. अरे, सगळी तुम्ही एवढा तरी विचार करा, इथं कुत्र्या-मांजरांचं जिणं जगतोय, याच्यापेक्षा

आणखी वाईट काय होणारे?''

मंजू समोर आली, तिच्यामागे सीताराम, त्याच्यामागे बुधा न् मग रामसिंग– मधूभाईंचे डोळे भरून आले. जे स्वप्न जागेपणी सदैव डोळ्यात होतं, ते खरं होणार होतं. इतक्या वर्षांच्या तपश्चर्येचं फळ मिळण्याचा शुभ संकेत होत होता?

सगळ्या लोकांमधून वाट काढत मीरा धावत आली आणि रूपाला आनंदानं बिलगली. ''मावशी, सगळी जातायत; आपण पण नव्या घरात जायचं, जाऊ या ना मावशी? बोला ना!''

मीराच्या प्रश्नाचं उत्तर शोधायला रूपा तिच्याच चमकणाऱ्या डोळ्यांकडे बघत राहिली!

२७

इतकी वर्षं मृतप्राय पडलेल्या त्या वस्तीत जणू नव्यानं प्राण आला होता. रोज दुःखी, उदास दिसणाऱ्या त्या झोपड्यांमध्ये आता उल्हास दिसत होता. आपल्याच आसाभोवती फिरणाऱ्या पृथ्वीच्या विशाल गोलाच्या एका अंधाऱ्या कोपऱ्यात फेकल्या गेलेल्या या रोगी आणि हताश लोकांच्या आयुष्यात आज एक नवी प्रभात उगवली होती आणि त्यांच्या अंधाऱ्या जीवनात कोमल सूर्यकिरणांचा सोनेरी प्रकाश पसरत होता.

रोग्यांची मोजणीही चालू होती. किती किती लोक राहत होते इथे! जेवढे मरायचे, तेवढे दुसरे यायचेच! डॉक्टर अविनाश पुष्कळदा रात्री बाकीची कामं उरकल्यावर यायचे स्कूटर घेऊन. मुलं लगेच त्यांना गराडा घालायची. ते रोग्यांना ड्रेसिंग करून द्यायचे, स्वतःच्या रोगाकडे लक्ष कसं ठेवायचं, या रोगाला खूप चिकाटीनं बरेच दिवस औषधपाणी कसं करावं लागतं, स्वच्छता कशी ठेवावी वगैरे शिकवत राहायचे.

मग कुणाच्या तरी एकदम लक्षात आलं, की भगत कसे कुठे दिसत नाहीत ते? मीटिंगच्या दिवशीही नव्हते. भगतना आतड्याचा कॅन्सर झाला होता त्याचं ऑपरेशन झालं होतं म्हणून ते हॉस्पिटलमध्ये होते. जे सगळ्यांची काळजी करायचे, दुसऱ्याच्या बऱ्या-वाइटाचा विचार करायचे, त्यांची स्वतःची तब्येत बिघडली, तेव्हा चुपचाप निघून गेले. डॉक्टरांनी सांगितलं, की त्यांना मुंबईच्या टाटा कॅन्सर हॉस्पिटलमध्ये पाठवलं होतं. वाचतील का नाही, ते कोणास ठाऊक! बुधा

हात जोडून रडत रमेशभाईंसमोर उभा राहिला. "आम्ही सारे नुसते मतलबी आहोत! भगतची चौकशीबी आमी क्येली न्हाई! त्यांनी सर्व्यांसाठी इतकं केलं आन् त्यांच्यासाठी कोनीबी काय पन क्येलं न्हाई! धडधाकट लोक आजारी मान्सांना हाकलून देतात, पन त्येंनी तर सोत्ता आजारी पडल्यावर शेवा करनाऱ्या बायकूला दुसरीकडं पाठविली, ये आमाला तर आत्ता आत्ता समजलं! खरोखर, म्हात्मा (महात्मा) हायेत भगत!"

"म्हात्मा व्हायची संधी तुला पण आहे!" थट्टेनं रमेशभाई म्हणाले. बुधा नवलानं त्यांच्याकडे बघत राहिला. "नाही कळलं? अरे, जमीन मिळाली, जमीन मिळाली, असं नुसतं म्हणण्यानं आश्रम उभा होत नाही बाबा! रक्ताचं पाणी करावं तेव्हा जमीन 'ओ'देते. अरे वेड्या, अजून नाही कळलं? हज्जारो कामं आहेत. दान देणारे खूप मिळतात; मेहेनत करणारे नाही मिळत. आमच्याबरोबर काम करायला लागशील?"

बुधाला खूपच आनंद झाला. "आजधरनं ये हात-पाय तुमचं रमेशभाई. नाव बुधा हाये, पन बुध्धीच न्हाई पगा!"

आणि स्वप्नांची रोपणी सुरू झाली!

तीन वर्षं खटपट केल्यावर आश्रमासाठी जमीन तर मिळाली होती. शहरापासून थोडे किलोमीटर अंतरावरच होती, चांगली पन्नास एकर. पण ती काय जमीन होती? नदीच्या शेजारच्या घळी असलेली, खडबडीत, खड्डे, टेकाडं, दगडधोंडे असलेली. तिथपर्यंत पोचायला पक्का रस्ता नव्हता. रूरल हाऊसिंग बोर्डानं घर बांधायला कर्ज दिलं; पण किती पंचायती, किती अडचणी! मोजता मोजवेनात अन् सुटता सुटेनात! अर्धा रस्ता तर कच्चा आणि नदीच्या पात्रानं पडलेल्या घळींचा. ट्रकवाल्यांना खूप समजावून एकदा घेऊन गेलं, तरी दुसऱ्यांदा यायची चूक ते कधी करायचे नाहीत! नदी तर ही काय समोरच होती– महीसागर नाव नदीचं. ढिगांनी रेती होती तिथं, पण ती इथपर्यंत आणायची कशी? अर्ध्या रस्त्यातच मालसामान खाली उतरवून टाकून ट्रकवाले अदृश्य व्हायचे! मग तिथून पुढेपर्यंत ते सामान आश्रमाच्या ट्रॅक्टरमध्ये भरून आणायचं. उजाडत सकाळी, सगळे कार्यकर्ते यायचे. अर्ध्या रस्त्यापर्यंत येऊन जीप थांबायची, मग पुढे पदयात्रा! बुधा न् रामसिंग कितीदा तरी इतके थकायचे, की चक्क रस्त्यातच आडवे व्हायचे!

ट्यूबवेल फार दूर नव्हती. गवत लावायला, विटा पाडायला, घरं बांधायला, शेतीसाठी न् झाडांसाठी, पाण्याशिवाय काय होणार? ट्यूबवेलवर मोटर लावली. कधी वीज रुसायची; वीज असली तर मोटर बिघडायची न् मोटर नीट चालली तर पंप बिघडायचा. पंप सुरू करेपर्यंत मजूर अंतर्धान पावायचे! ट्यूबवेलच बिघडली म्हणजे तर डोकेदुखी. पाणीखातेवाले बगलेत फाईल घेऊन ऐटीत यायचे! "हे इथं तर सगळं बरोबर आहे, काही बिघडलेलं नाही; विजेच्या लायनीत फॉल्ट असणार..." असं जाहीर करून, आले तसे परत! मग वीज खात्याचे साहेब हॅट घालून यायचे.

"छान हं. फार छान, मानवकल्याणाचं, माणुसकीचं काम करताय् तुम्ही. येस येस, आमचं सगळं बरोबरच दिसतंय, फॉल्ट ट्यूबवेलमध्येच असणार!"

विटा पाडणारे तर देवापेक्षाही दुर्लभ! कितीही तपश्चर्या करा, त्यांचं दर्शन होणार नाही! किती म्हटलं तरी कलियुग बाबा! तरी पण शेवटी दुप्पट पैसे देऊन तयार विटाच आणाव्या लागल्या. पन्नास एकरांमधील अठ्ठावीस एकरांमध्ये शेती करायला घेतली, तर पाऊस रुसला. किती ठिकाणी म्हणून पुरून उरणार? मग शेतीकडे बघायला एक सुपरवायझर ठेवला. अजून रोगी इकडे राहायला आलेलेच नव्हते, त्याला रक्तपित्त रोगाची सगळी माहिती समजावून सांगितलीही होती, तरी तो घाबरून पळाला. मग खेड्यामधला न शिकलेला माणूस या कामासाठी आणला, पण तो अडेलतट्टूसारखा जमिनीवर पायच ठेवायला तयार नाही! पैसे मात्र मनाला येईल ते मागणार! एकीकडे समाजाकडे आणि संस्थांकडे हात पसरून दान मागायचं आणि दुसरीकडे या एवढ्या मोठ्या जमिनीच्या असंख्य लहान-मोठ्या कामांसाठी रेसच्या घोड्यांसारखं सतत धावत राहायचं! हात, पाय, मन काम तरी किती देणार? आणि तिकडे झोपडपट्टीच्या मागच्या स्मशानात सतत चिता जळत असायच्या अन् तरी झोपड्या काही रिकाम्या व्हायच्या नाहीत! काळाच्या तोंडात रोज नवं तर्पण होतंच होतं. ओम् स्वाहा!

असं सगळं होतं. अन् तरीही! डोळ्यांच्या बंद शिंपल्यांमध्ये एक नाजूक स्वप्न होतं. खरा पाणीदार मोती. एक सुरेख गाव असेल, जिथं रक्तानं नाही पण प्रेमानं सारे एकमेकांशी जोडलेले असतील. जिथं भूक नसेल, एकलेपणाचं दुःख नसेल, जिथं सगळ्या जखमांवर मलमपट्टी होईल...सडलेल्या कचऱ्यासारखं उकिरड्यावर फेकून दिलं गेलेल्यांना माणूस म्हणून ओळखलं जाईल.

लावलेल्या बियाणाला थोडे थोडे कोंब फुटू लागले होते, बऱ्याच घरांचं बांधकाम सुरू झालं होतं. शेतांमध्ये थोडं थोडं धान्य, भाजीपाला होऊ लागला होता, उजाड-वैराण जमिनीवर कोवळी हिरवी हिरवी रोपं डोकं वर करून आभाळाकडे आशेनं बघत होती.

बुधा किंवा रामसिंग पुष्कळदा डॉक्टरांच्या बरोबर त्यांची बॅग घेऊन यायचे, तेव्हा तिथल्या लोकांना ते श्रममंदिरामध्ये काय काय चाललंय, कुठलं काम कुठपर्यंत आलंय, या सगळ्या बातम्या द्यायचे. कितीतरी जण कुतूहलानं, आनंदानं ते ऐकायचे. कुणी कुणी अविश्वासानं डोकं हलवायचे. असं कधी होतं? आपल्या माणसांनी झिडकारलं तिथं परके काय आपले होतील कधी?

"ऐकलंसना झरीना? आश्रमाची जमीन अगदी वाईट आहे." शेगडीला वारा घालता घालता रूपा म्हणाली. धुरानं डोळ्यांची आग होऊ लागली तशी ती शेगडी बाहेर ठेवून आली. आता तिला तेवढं चालायलाही त्रास व्हायचा. पाय जास्तच दुखू

लागला होता. बरचसं काम तिलाच करावं लागायचं. मीरा मदत तर करायची, पण ती किती करणार? किती दिवस झाले केरोसीन संपलं होतं. त्यागराजन् होता तेव्हा अशा काही काळज्याच नव्हत्या! आता पैसेही संपत आले होते. रूपा अगदी जपून पैसे वापरत होती, पण तिघी-तिघींचं पोट भरायचं अन् आवक मुळीच नाही. झरीना उदास असायची, पडून राहायची. त्यागराजन् गेल्यापासून जगण्यात तिला काही स्वारस्यच राहिलं नव्हतं. एरवीही, तिला विश्रांतीची जरूर होती. होता होईल तितकं झोपून राहायला डॉक्टरांनी सांगितलं होतं. गर्भपात होता होता टळला होता. कधी कधी पोटावर हात ठेवायची तेव्हा चेहऱ्यावरच्या हरवलेल्या स्मिताची उडती झलक दिसायची न् नाहीशी व्हायची... फुलावर बसणाऱ्या फुलपाखरासारखी.

दुपारी सुधाबेन झरीनासाठी व्हिटॅमिनच्या गोळ्या, औषधं, दुधाच्या पावडरचे डबे असं सारं घेऊन आल्या, तेव्हां झरीनानं लगेच विचारलंच, "आश्रमकी जमीन अच्छी नही है, ऐसा सुना?"

"आश्रमाची जमीन वाईट तर होतीच; पण आता तिथं राहण्यासारखी झाली आहे. बरीच घरं पण बांधून झालीय्त, झाडं लावलीय्त. आता तिकडे राहायला जायचा दिवस फार दूर नाही झरीना!"

मीरा टाळ्या वाजवून नाचू लागली. "खर्रऽऽखर्रऽदीदी?"

"तर! मीराताई तर आमची छानशा घरात राहील, शाळेत जाईल, आंब्याच्या झाडांवर झोके घेईल!" सुधाबेनना मिठी मारत मीरानं परत विचारलं, "खरंच दीदी?"

सुधाबेनना हसू आलं अन् तिचा हळूच गालगुच्चा घेत त्या म्हणाल्या, "खोटं कशाला सांगू मी? मी जाईन ना पुन्हा तिथं, तेव्हा ये माझ्याबरोबर अन् बघ स्वतःच!"

"मी जाणार, मी जाणार!" रूपाची ओढणी खेचत मीरा नाचू लागली. रूपा खाली मान घालून भाकऱ्या करत राहिली.

"झरीना, तुझं बाळ जन्माला येईल ना, तोपर्यंत आपण श्रममंदिरात असू, असं वाटतंय."

"दीदी, मुझे तो भरोसा है; ये सावित्रीको अबतक नही है"

रूपानं ओढणीनं घाम पुसला न् कोळसे सारखे करून तव्यावर भाकरी टाकली. "सावित्री, तू अजून नाराज आहेस आमच्यावर? औषध घ्यायला नाही लागणार?"

शेगडीची आच कमी झाली होती. निखाऱ्याच्या चिमट्यानं रूपानं कोळसे सारखे केले तशी कोळसे तडतडले न् जरा नीट पेटले. "तुम्ही काही शत्रू थोडेच आहात माझे? तुमच्यावर कशाला नाराज होईन? पण– बस, इच्छाच नाही होत!"

"का बरं हट्टाला पेटलीय्स सावित्री? स्वतःची स्थिती बघतेय्स ना? तुझे पाय

बघ, तुझ्या गालांवर चट्टे–"

"मी आरशात बघत नाही." रुक्ष आवाजात रूपानं उत्तर दिलं.

"त्यामुळं काय दुखणं आपोआप बरं होईल?"

वाकड्या झालेल्या बोटांनी तिनं चिमटा पकडला न् भाकरी उलटली. चिमटा निसटला न् भाकरी मोडली. सुधाबेननी पाण्याचा हात लावून ती परत नीट केली.

"सावित्री, माझं ऐक बेन. तुझा रोग वाढता कामा नये, नाहीतर एक वेळ अशी येईल–"

"ती वेळ येणार नाही–"

"का? मरायचंय् की काय?" सुधाबेन हसत हसत म्हणाल्या.

"ये क्या बात करती है? मेरेकू छोडेगी क्या? और ये बच्चीको सीनेसे लगाके बैठी हो, उसका क्या होगा?"

रूपा पीठ मळायला लागली. सुधाबेन तिच्याकडे टक लावून पाहत होत्या. ती त्यांच्या नजरेला नजर देऊ शकली नाही. त्या मग हळुवार आवाजात म्हणाल्या, "बरं! तुला तुझ्या आयुष्यात काही स्वारस्य नाही ना? मग तुझी बाकीची वर्षं मला दान दे सावित्री!"

भाकरीवर पाणी फिरवणारा रूपाचा हात थांबला. चमकून तिनं सुधाबेनकडे पाहिलं. "म्हणजे?"

"सावित्री, पैसे दान देणारे खूप लोक असतात; हृदयाचं न् आत्म्याचं दान देऊ शकतील अशी माणसं फार विरळ, फार कमी असतात. तुला तुझ्या आयुष्याचा उपयोग नाही, तर ते आयुष्य दुसऱ्यांना अर्पण करून टाक. वसाहत उभी करतो आहोत आम्ही, त्या वसाहतीसाठी देह झिजवतील अशा माणसांची जरूर पडेलच ना?"

"मावशी." मीरा धावत बाहेरून आली. "भूक लागलीय. भाकरी झाली?" थाळी घेऊन ती बसूनही गेली. "दीदी, मी नानूला सांगून आले की मी तिकडे जाणार न् शिकणार, तर तो हसायलाच लागला!"

रूपा चिडली. "तुला कोणी सांगितलं होतं त्याला सांगायला?"

मीरा एकदम वरमली, मुकाट्यानं खाली बघून जेवू लागली.

"अरे! सावित्री, बच्चीको इतनीसी भाजी? जरा और दे दे." रूपा गप्प राहिली. "क्यूं बोलती नही? समझी. पैसे खतम होनेको आये है ना?" झरीना स्वतःशीच बोलत असेल तसं म्हणाली. मीरा लगेच म्हणाली, "ही मावशी मला जाऊ देत नाही ना मागायला. जाऊ का?"

"नाही सांगितलंय ना तुला? खबरदार भिकेचं नाव घेतलंस तर!" रूपा एकदम ओरडली. मीरा घाबरली. सुधाबेन जायला निघाल्या.

''सावित्री, झरीनाला आठवणीनं व्हिटॅमिन्सच्या गोळ्या आणि दूध दे हं.''

झरीनानं हात जोडले. ''दीदी! मेरेकू भी एक अंबर चरखा ला के दो ना? मै यहां उपर बैठके चलाऊंगी.''

''मी पण चालवीन.'' मीरा खुशीत येऊन म्हणाली.

''बरं डॉक्टरांना विचारून मग देईन. सावित्री, मी काय म्हटलंय त्यावर विचार करशील ना?''

सुधाबेन गेल्या. रूपानं ताट वाढून झरीनाला दिलं. झरीनानं तिचा हात पकडून आर्जवानं म्हटलं, ''सावित्री, कितने दिनोंसे तुझे जानती हूं, लेकिन जैसे जानतीही नही! तेरे मनमें क्या है? बोल तो सही!''

काय बोलणार ती? तिचं तिलाच कुठे कळत होतं तिला काय झालं होतं ते?

अंबर चरखा आला होता. मीरा धावत कान्ताला चरखा दाखवायला घेऊन आली. चरखा बघून मग नेहमीसारखंच कुत्सित हसत कान्ता म्हणाली, ''वा, वा! तुम्ही दोघी चालवणार का चरखा? काय करणार बाई, कठीण दिवस आले! त्यागू गेला न् दोघी दोघी राण्या रांडल्या!'' रूपा संतापानं चवताळून उठली न् तिनं कान्ताचा गळा पकडला! झरीनानं मध्ये पडून रूपाला मागे खेचलं. शिव्या घालत कान्ता बाहेर पळाली. रूपानं चरखा जणू फेकून देण्याच्या आविर्भावानं उचलला तशी कडक आवाजात झरीनानं तिला दरडावलं, ''मेरे बच्चेकी कसम उसको हातभी लगाया तो! ये तो सोच, हम मांगेंगे नही, और काम भी नही करेंगे तो खायेंगे क्या?''

रूपाचा ऊर अजून धपापत होता. चरखा एका बाजूला ठेवून ती गळून गेल्यासारखी खाली बसली. ''जाने दे.'' झरीनानं समजूत घातली, ''कान्ता तो पहेलेसे ऐसी ही है, और फिर आश्रममें जाने मे कहां देरी है?''

रूपाला हसू आलं– कडवट. ''स्वप्नं बघणं सोड झरीना. या जगात कोण फुकट पोटाला घालतं कोणाच्या?'' ती बाहेर जायला उभी झाली. ''कहाँ चली? किसीके पास उधार लेनेको?'' तिनं बरोबर ओळखलं होतं. रूपा खोटं बोलू शकली नाही. झरीनानं आणखी काही विचारायच्या आत ती बाहेर पडली.

''बाऽऽय्, ओ बाऽऽय्, मीरा हतं ऱ्हाती का?''

रूपा चमकली. मीराबद्दल कोण विचारतंय? पाठीमागे वळून बघते, तो एक बैराग्यासारखा दिसणारा, काळाकभिन्न माणूस उभा होता. केसांचा गुंता डोक्यावर बांधलेला. लांब दाढी, अत्यंत घाणेरडा मळका, फाटका, भगव्या रंगाचा कुडता, खांद्यावर झोळी.

लालबुंद डोळे इकडे-तिकडे फिरवत त्यानं परत विचारलं, ''मीरा हाये का घरी?'' रूपा घाबरली. ''न– न– नाही. तू– तुम्ही कोण?''

"मी तिचा काका." बैरागी खदाखदा हसला. त्याचे घाणेरडे पिवळे दात जणू धारदार सुऱ्या. तशी रूपा घाबरली आणि त्या पावली परत फिरून झोपडीचं दार अडवून उभी राहिली. अरे देवा! मीरा एवढ्यात धावत बाहेर आली नाही म्हणजे मिळवलं! आं? तिनं देवाचं नावं घेतलं होतं. "का? बोलंनास ती? तिचा बाप माज्यापेक्षा धाकटा. तो म्येला म्हून कळालं, माज्या मीराला आधार ऱ्हाईला न्हाई! म्हून घिऊन जायला आलुया. या झुपडीतच ऱ्हाती ना–?"

रूपा दात ओठ खात म्हणाली, "खबरदार मीराचं नाव घेशील तर! तिला नाही देणार तुझ्या ताब्यात– चालता हो!"

हातातला चिमटा खणखण वाजवत बैरागी परत हसला. लालबुंद डोळे गरागरा फिरवत म्हणाला, "तिचा ताबा न देणारी तू कोन गं, आं? अगं, माजी सख्खी पुतणी हाये, तुझी कोन हाये ती? कोण कुठली तू? आं?"

रूपाचं डोकं पिसाळलं. "जातोस, का पोलिसात सांगू?"

बैरागी शांतपणे उभा राहिला. घाणेरडी, वाढलेली नखं केसातनं फिरवत म्हणाला, "पोलिसमें तो हम बोलेगा, कि ये बाईने मीराको जबरदस्ती रख लिया."

काय होतंय ते रूपाला कळायच्या आत तिला धक्का मारून ओरडून धमक्या देत तो आत घुसला, आणि चोहीकडे बघत उभा राहिला. झरीना किंचाळत अंथरुणात उठून बसली. तिला बघितलंन तसा रागानं चिमटा खणखण वाजवत तो परत बाहेर आला. भीतीनं थिजून गेलेल्या रूपासमोर उभा राहून डोळे वटारून म्हणाला, "पोलिसला घिऊन येशील काय? जा-जा, कुठे न् किती दिवस लपवशील माझ्या पोरीला?"

तो निघून गेला तोपर्यंत रूपा तिथंच उभी राहिली. अजून ती थरथर कापत होती. दार लोटून ती आत आली, तशी झरीनाच्या पांघरुणातून बाहेर उडी मारून मीरा खाली उतरली न् धावत येऊन तिनं मीराला घट्ट मिठी मारलीन. हुंदके देत, भेदरलेली मीरा रडत होती, "मावशी– बाबाजी–?"

खाली बसून रूपानं मीराला घट्ट कवटाळली. मीरा तिच्यापासून दूर होण्याच्या क्षणिक कल्पनेनंच, तिचं सर्वस्व हरपलं असेल तशी ती हतबल झाली होती!

नाही! आता ती कधीही मीराला दुरावू देणार नाही. सगळंच गेलं होतं, तेव्हा ही इवलीशी हिरकणी सापडली होती, तेवढीच आता तिच्याजवळ होती. बैराग्याचे लालबुंद डोळे तिच्या नजरेसमोर दिसत राहिले. तिचा थरकाप झाला नाही! ती जिवंत राहील. जरूर जगेल, तिच्या मीरासाठी जगेल न् तिला जगवेल, मोठी करेल. मायेनं तिनं मीराच्या मस्तकाचं चुंबन घेत तिला कुरवाळलं.

२८

आज आश्रमात जायचा दिवस!

उजाडल्यापासूनच आपापलं तुटकंफुटकं सामान, डबेडुबे, गोणपाटांची गाठोडी घेऊन अन् मनात खूप आशा घेऊन लोक आपापल्या झोपड्यांच्या बाहेर बसले होते. काही जण उतावळे झाले होते न् थेट रस्त्याच्या टोकापर्यंत जाऊन तिथं वाट बघत उभे होते. सगळ्यांना घेऊन जायला मोठी बस येणार होती. जणू कुठे मेळ्याला जायचं असेल तशी पोरंसोरं उत्साहानं उड्या मारत, पळत होती. आज त्यांना रागवायला रिकामं कोण होतं? आणि आता त्या मुलांना दिवसभर हेल काढून ओरडत भीक पण मागायची नव्हती!

थोडे लोक मागे राहणार होते. त्यांच्या मते, हे उत्साहानं जायला निघालेले मूर्ख होते! इथं रोजीरोटी मिळतेय, सगळे आपापल्या मर्जीप्रमाणे वागू शकतायत; तिथं तर बंधनं असणार! आणि समजा, तिथं अगदी चुकून काही चमत्कार झालाच, अन् रोग बराही झाला, तरी समाजात त्यांना कोण परत सामावून घेणार होतं? कान्तिलाल मिशीला पीळ देत ओरडून आरडून सर्वांना सांगत होता, ''लक्षात ठेवा बरं, जे जातायत ना, ते मरणार बघा! आजूबाजूचे गाववाले अन् शेतकरी तुटून पडतील त्यांच्यावर, बघा. मग खोट्या नाण्यासारखे सगळे परत येतील इथं!''

बुधानं समोरून प्रत्युत्तर दिलं, ''कोणीसुद्धा कान्तिलालच्या बोलण्याकडे लक्ष देऊ नका. तिथं आश्रमात समदं हाय रे बाबानू... नवी कोरी घरं, शेतं, इस्पितळ, काम, पाणी. मी सोत्ता माज्या या डोळ्यांनी बघितलंय् सारं!''

चंपानं सकाळी उठून स्वयंपाक घरातलं सगळं सामान बांधलं. मुलांना चोळून चोळून स्वच्छ आंघोळी घातल्या. झोपडीच्या बाहेर कान्तिलाल पठाणासारखा पहारा करत होता. तो नाही म्हणत असताना बायको जातेच कशी? पण चंपा त्याला घाबरत नव्हती. नवऱ्याला जे करायचे ते करू दे, आपण मुलांना घेऊन बसमधनं जायचा तिनं ठाम निश्चय केला होता.

रुखी अन् मंजू, नानू अन् बाळू, म्हाताऱ्याकोताऱ्यांना, अपंग माणसांना गोळा करून रांग लावून बसवत होते. मीरानं आज स्पेशल छोट्या छोट्या वेण्यांची स्टाइल करून केस विंचरून घेतले होते! हातात बांगड्या न् कपाळाला चमचमणारी बिंदी! झरीनाला सकाळी रोज जरा त्रास व्हायचा, तरीही ती लवकर उठून तयार झाली. गुलाबी बुट्ट्या बुट्ट्याचं डिझाइन असलेला सलवार कुडता आणि मोत्यांनी भरतकाम केलेली गुलाबी ओढणी. हसता हसता सारखी मध्ये मध्ये रडायची. त्यागूची सारखी आठवण येत होती. "आश्रम लवकर झाला असता तर झोपडपट्टीतनं लवकर सुटका झाली असती न् माझा त्यागू जिवंत असता! त्याचे औषधोपचार नीट झाले असते, रोग बरा झाला असता आणि आम्ही–" ओढणीचं टोक तोंडात कोंबत ती हुंदके दाबत होती. तिला गप्प करता करता मीराला तिच्या बापूंची सारखी आठवण येत होती. त्या दिवशी आलेल्या त्या काळतोंड्या बैराग्याच्या भीतीनं ती हल्ली झोपेतनंही दचकून जागी व्हायची, पण पोलिसांनी त्याला पकडला असं मावशीनं सांगितलं तेव्हापासून तिला निर्धास्त वाटत होतं.

रूपा चुपचाप सामान बांधत होती. खरं म्हणजे सामान तर सगळं झरीनाचंच होतं! तिच्याजवळ काय अन् मीराजवळ काय, होतंच कुठं काही स्वतःचं असं सामान? मीरा एक एक पेटी उघडून बघायची न् हरखून जायची. कानातली, बांगड्या, पावडर, चपला, कित्ती कित्ती काय काय होतं! प्रत्येक वस्तूशी झरीनाची कुठली ना कुठली आठवण जोडलेली होती. मधेच झरीना भावनावश होऊन रूपाच्या खांद्यावर हात टाकून म्हणाली, "ये तो बोल सावित्री, तू कैसे साथ मे आनेको तैय्यार हुई? मीराका जादू लगता है, क्यूं?"

रूपा होती तशीच गप्प राहिली– मुकाट्यानं, मीराच्या मदतीनं सामानाची गाठोडी बांधत राहिली अन् एका बाजूला ढीग करत राहिली.

दुरून हॉर्नचा आवाज आला, तशी मुलं किलबिलाट करायला लागली, मीरा तर वाऱ्याच्या झुळकेसारखी जणू तरंगत बाहेर गेली. रूपा दरवाजा उघडून उभी राहिली. रस्त्यावर दोन मोठ्या बसेस न् एक ॲम्ब्युलन्स उभ्या होत्या. बरेच जण डोक्यावर बोचकी घेऊन धावतच सुटले. जे मागे राहणार होते, तेही आज 'कामाला' गेले नव्हते. तमाशा बघायला जणू उभे असतील तसे टोळकं करून विड्या फुंकत उभे होते. मधूभाई, रमेशभाई, पटेलसाहेब, मनूभाई, दिलीपभाई, डॉक्टर आणि इतर

बरेच कार्यकर्ते साऱ्यांना बसमध्ये बसवण्यात आणि सामानाची व्यवस्था करण्यात गुंतले होते. ट्रॅव्हल एजन्सीच्या जयंतभाईंनी आजच्या शुभ कामासाठी विनामूल्य बसेस दिल्या होत्या, सगळे जण धक्काबुक्की करता एकमेकांच्या आधी चढायला बघत होते.

तेवढ्यात, त्या सगळ्या गोंधळाच्या आवाजातही एक तीव्र किंकाळी ऐकू आली. बसजवळच्या गर्दीतले लोक आजूबाजूला बघायला लागले. इतक्यात एका झोपडीचं दार एकदम उघडलं. चंपा किंचाळत, धापा टाकत, बसकडे धावत होती. कडेवरचं मूल घाबरून रडत होतं. पाठोपाठ येत होता कान्तिलाल- दात-ओठ खात शिव्या घालत होता. त्याच्या मागोमाग रडून गोंधळ घालत दुसरी दोन मुलं. कान्तिलाल चंपाला पकडणार एवढ्यात, सुधाबेननी धावत जाऊन तिला खेचली अन् गर्दीच्या आत ढकलली. तिथूनही ती हातवारे करून ओरडतच होती, "पोरांना घिऊन मी आश्रमात जाणार, म्हंजी जाणार! तुला काय करायचं आसल, ते कर जा!"

"अगं जा, जा हाती लाग तर खरी माझ्या, मुंडीच उतरवून टाकतो तुझी!" कान्तिलाल ओरडला. पटेलसाहेबांनी खूण केली तशी चार-पाच जणांनी त्याला घेरा घातला. तो ओरडत राहिला आणि चंपा मुलांना घेऊन बसमध्ये चढली. कान्तिलालचं डोकं ताळ्यावरच नव्हतं, त्यानं रमेशभाईंची कॉलर पकडली, "माझ्या बायको-पोरांना पळवून नेतोय्स काय? तुम्हाला सगळ्यांना पोलिसांच्या हवाली नाही केलं, तर माझं नाव कान्तिलाल न्हाई!"

रमेशभाईंनी शांतपणे कॉलर नीट केली. "तर मग नाव बदलून टाकच बाबा! एक तर तुझी बायको तिच्या मर्जीनं येतेय अन् दुसरं असं, की पोलिसात मीच रिपोर्ट देणार आहे, की तू तुझ्या बायकोला मारझोड करतोस. हे सगळे साक्षी आहेत. मागेही तुला समजावून सांगितलं होतं, पण आता रिपोर्ट दिल्याखेरीज मला दुसरा मार्ग उरला नाहीये!"

बस भरली होती. रागानं धुसफुसत, बडबडत तो ओट्यावर बसून राहिला. दुसऱ्या बसमध्ये म्हातारे, अपंग, आजारी लोक, गर्भवती स्त्रिया यांना आधी बसवलं, झरीनाचं सामान सगळ्यांपेक्षा जास्त होतं. तिला वर चढायला सगळ्यांनी मदत केली. भरल्या डोळ्यांनी ती बसमध्ये चढली. "मावशी, चला ना! बस निघून जाईल." मीरा रूपाला ओढत होती. रूपानं शेवटचं एकदा त्या झोपडीकडे बघून घेतलं. झोपडी रिकामी झाली होती. त्यागराजन्चा खणखणीत आवाज, झरीनाचं हसणं, मीराचा लडिवाळपणा. ती स्वतः भाजून पोळून इथं येऊन पोचली होती न् इथं तिला तोंड लपवायला जागा मिळाली होती, आपुलकी मिळाली होती. तिच्या आयुष्याचा एक तुकडा इथं पडला होता. मृत्यूच्या खोल दरीतनं प्रतिध्वनी यावा

तशी ती परतून इथं आली होती. आता पुन्हा इथूनही जायचं होतं. पाठीवर ओझं लादलं होतं– पडाव पडला होता– आता कुठे, कुठल्या दिशेला जायचं होतं? तिथं काय असेल? परत डेड एन्ड?

रूपाला अति विचारांनी चक्कर येऊ लागली. खूप वेदना होऊ लागल्या. पाय जणू जमिनीत खोलवर रुतून बसले होते. आत शरीरात जणू एखादा टाइम बाँब टिकटिकत असावा तसे तिच्याच छातीचे ठोके तिला ऐकू येऊ लागले. आत्ता फुटेल बाँब आणि आपल्या ठिकऱ्या ठिकऱ्या होतील, अशा भीतीनं ग्रासून ती लटपटत्या पायांनी खाली बसून गेली!

"अरे! मावशी! काय झालं? अं? ताप आलाय? चला, मी हात पकडते तुमचा, उभ्या व्हा बरं!"

मीरानं बळेबळे बशी रूपाला उठवली न् दोघी झोपडीच्या बाहेर आल्या. खाली मान घालून हळूहळू चालत अखेर ती बसमध्ये चढली. शेवटच्या बाकावर झरीनानं दोघींसाठी जागा ठेवली होती. बस भरली, अजून थोडे लोक शिल्लक राहिले होते, बस त्यांना घ्यायला परत येणार होती. सुधाबेननी बसला कुंकू लावलं, चाकाखाली नारळ ठेवला, अक्षता वाहिल्या. सगळ्यांचे डोळे भरून आले होते. हा साधासुधा प्रवास नव्हता. यात्रा होती शोधाची. नव्या आयुष्याच्या शोधाची. स्वतःच्या अस्तित्वाच्या शोधाची. मंगल प्रयाण होतं. चाकाखालचा नारळ फुटला. कन्हैयालालकी जय! जय माताजीकी जय! बस निघाली. मुठी उगारत कान्तिलाल पाठीमागे धावला. धूळ उडवत बस दिसेनाशी झाली.

मीरा टाळ्या वाजवत हसत होती, वेण्या उडवत ती म्हणाली, "मी पहिल्यांदा बसमध्ये बसले! मावशी, बसमध्ये बसले मी!" रूपानं तिचा चेहरा कुरवाळला. किती निष्पाप, निर्व्याज आनंद होता तिचा! बाहेर लख्ख ऊन पडलं होतं. खिडकीच्या काचेवर सोनेरी तेजाचा शिडकावा झाला होता. आणि खिडकीबाहेर बघणारी मीरा त्या प्रकाशात न्हाऊन निघाली होती. झोपडपट्टीचा गळा घोटणारा काळोख, डोक्यावर सारखी टांगलेली आजाराची तलवार आणि भयंकर भेडसावणाऱ्या भविष्यकाळाची भीती– तिच्या चेहऱ्यावरून क्षणात सारं नाहीसं झालं होतं. इतक्या खुल्या मनानं, निश्चिंत मनानं, मुक्त हसणं आयुष्यात पहिल्यांप्रथम तिला मिळालं होतं. खिडकीची धुळीनं माखलेली काच मधून थोडी पुसून ती उत्सुकतेनं त्यातून बाहेर बघत होती– बस वेगानं जात होती. एव्हाना कच्चा, खडबडीत रस्ता लागला होता. बसमध्ये धक्के बसत होते तशी मधून मधून मीरा रूपाच्या अंगावर पडत होती न् खिदळत होती.

मोठ्या प्रवेशद्वारातून आत जाऊन एका विशाल प्रांगणात बस उभी राहिली. बस उभी राहिल्याबरोबर उतरण्यासाठी सगळे घाई करू लागले. अर्धे अधिक लोक

अशक्त किंवा अपंग होते, ते आपले आपले उतरू शकले नसते. आपण बसमध्येच राहून जाणार, अशी भीती वाटून एक अपंग म्हातारा तर रडायलाच लागला! बसचं दार उघडलं अन् एकेकाला सांभाळून खाली उतरवण्यात आलं.

रूपानं झरीनाचा हात पकडून तिला खाली उतरवलं. मीरा तर टुण्दिशी उडी मारून उतरून गेली. बुधा, रामसिंग, आणि बाळू जणू घरचं लग्न कार्य असावं तशी धावपळ करून कार्यकर्त्यांना व्यवस्था लावायला मदत करत होते. बुधा खूप उत्साहानं सगळ्यांना दाखवत होता. ''बघितलं ना? हायेत की न्हाई पक्की घरं? समद्यांना खोटं वाटत होतं, न्हवं? अवो, अजून तर फुडं आश्रम लई मोठा हाये, तुमच्यानं यवढं चालून बघताबी न्हाई येनार. त्येऽऽ त्या तिकडं लांबवर जंगल दिसतंय् का, ते सुध्धा आपलंच, हां! ही झाडंबी आपुन लावल्याली. अवं, काय मूग आन् उडीद म्हून सांगू शेतांमंदी, आन् दुध्या तर हाऽऽ हात हात लांब!''

दमून गेलेल्या झरीनाचा हात पकडून रूपा एकीकडे बसली. मीरा तर पळत इतर मुलांबरोबर नव्या घरांमध्ये लपंडाव खेळायला गेलीसुद्धा!

टुमदार घरं, स्वच्छ विशाल जागा, जेवणाची पंगत– सगळे खूप खूष होते. हे सगळं खरोखरीचं, खरं होतं? प्रेस फोटोग्राफर्स सगळ्यांच्या मध्ये हिंडून फोटो घेत होते, अनेक प्रश्‍न विचारत होते, मिनिटा-मिनिटाला कॅमेऱ्याचा स्विच दाबला जात होता. टी. व्ही वाले पण आले होते म्हटल्यावर तर रोग्यांमध्ये खूपच उत्सुकता निर्माण झाली. खरोखर आपण टीव्हीमध्ये अन् पेपरात येणार? हा तर चमत्कारच म्हणायचा! आत्तापर्यंत आम्हाला बघितलं की लोक तोंड वाकडं करून बाजूला सरकायचे अन् आज? आज आपण होऊन आम्हाला इथं घेऊन आले आहेत. आता म्हणे इथून कोणी हाकलणार नाही, कोणी मारणार नाही!

मीरा धावत येऊन रूपाच्या गळ्यात पडली. तिच्या धक्क्यानं रूपा कोलमडलीच! मीराची हसून हसून मुरकुंडी वळली. तिचं तोंड खेळून अन् हसून लाललाल झालं होतं. तिनं रूपाच्या कानात सांगितलं, ''मावशी, अहो इथं तर जेवण पण आहे! कित्ती मज्जा ना!''

''चल गं- पुरे तुझं''

''मावशी, उठा ना पट्कन, झरीना मावशी, चला ना जेवायला!''

हट्ट करून तिनं दोघींना उठवलं अन् सगळ्यांच्या बरोबर पंगतीत बसवलं. आज तर पाहुणे पण खूप होते. सगळ्यांची एकच पंगत. कार्यकर्ते धावपळ करत सर्वांना गरम जेवण वाढत होते. सगळे वस्तीवाले लोक तर त्या जेवणावर तुटून पडले नुसते. खाऊन घ्या, खाऊन घ्या! गरम गरम पोटभर जेवण कधी मिळालं होतं, आठवतही नव्हतं! कुणाला बोटं नव्हती, कुणाला पंजा नव्हता, पण खायचं होतं. कसंही करून खायचं होतं. मीराला मिठाई बघून तर वेड्यासारखंच झालं,

रूपानं तिला आवरलं; पण शेजारी बसलेला सुखा हसत खातखातच म्हणाला, "खाऊन घे, खाऊन घे पोरी! उद्याचं कोणास ठाऊक आहे?"

एकटी जया मात्र जेवत नव्हती. भरल्या ताटावर बसून गुडघ्यात मान घालून ती रडत होती. जेवून उठल्यावर हात धुता धुता रूपाचं लक्ष गेलं म्हणून ती जयाजवळ आली. पण जयाला रडू आवरतच नव्हतं. रक्तपित्ताचा एक चट्टा पडल्याबरोबर अग्नीच्या साक्षीनं दिलेली वचनं विसरून पतीनं घरातून हाकलली होती. सावत्र आई अन् बाप थारा द्यायला तयार नव्हते. मग आत्महत्येचा प्रयत्न– हॉस्पिटल– झोपडपट्टी– होत होत ती इथं पोचली होती. इंजेक्शन द्यायला शिकली होती, शुश्रूषा करायलाही, पण आज टीव्हीवाल्या बाईच्या धारदार प्रश्नांनी जखमेवरची खपली निघून पुन्हा रक्त निघायला लागलं होतं. डोळ्यांसमोर सारं गतआयुष्य परत परत येत होतं!

रूपा हळुवारपणे तिच्या पाठीवर हात फिरवत राहिली. अश्रू पुसत जयानं वर बघितलं. तिला प्यायला पाणी देत रूपा उठली. ती स्वतः तर आरशात कधी बघतच नसे– आवडेल असं प्रतिबिंबच नव्हतं ना– चेहऱ्याचं, ना जीवनाचं! पण आजूबाजूच्या लोकांच्या चेहऱ्यांमध्ये स्वतःचा चेहरा दिसत होताच!

आश्रमाच्या उद्घाटनाची धमाल संपली. पाहुणे परत गेले. दुपार ढळली. संध्याकाळच्या वेळी त्या खुल्या जागेत खूप वारा सुटला होता. झरीनाला बरं वाटत नव्हतं. दिवस भरत आले होते, अस्वस्थ होती. तिला झोपवून रूपा घराच्या बाहेर येऊन उभी राहिली. खूप लांबवर कुठे कुठे शहरातले दिवे दिसत होते. चारही बाजूंना निःशब्द शांतता. मग एकाएकी वाऱ्यानं हलणाऱ्या वृक्षांच्या फांद्या सळसळल्या. समोरच्या जंगलातनं आला भूतकाळ. एखाद्या भुतंखेतं काढणाऱ्या बुवासारखा डफ वाजवणारा भूतकाळ. अंगावर येणारा काळोख– ओ! कित्येक दिवसांनी परत त्या न संपणाऱ्या खोल्या– दहा-वीस-शंभर-हजार– अनंत खोल्यांचा तुरुंग. जखमी पाय न् रोगानं पछाडलेलं शरीर किती पळेल? पण पळालं तर पाहिजेच– पळ, रूपा पळ–

"अरे! सावित्री? काय करतेयस तू इथं?"

सुधाबेननी जवळ येऊन तिला पकडलं. "का अशी पांढरी फेक पडलीयस? बरं नाही वाटत?"

भरल्या डोळ्यांनी रूपा आकाशाकडे बघत राहिली अन् मग एकदम रागानं, उद्वेगानं बोलायला लागली, "या विशाल निळ्या घुमटाच्या पलीकडे जर ईश्वर असेल, तर तो असल्याचा दिलासा, संकेत मला का मिळत नाही? एक छोटीशी खूण, एखादा पुसट संकेत तरी, की तो तिथं आहे, ईश्वर अजून आहे?"

आणि छाती फुटून जाईल इतकं दुःख भरलेला एक हुंदका तिच्या गळ्यातून

निघाला. घराच्या उंबऱ्याबाहेर ज्या दिवशी पाऊल टाकलं त्या दिवशीही ती अशीच रडली होती आणि शैलेशनं कापऱ्या आवाजात म्हटलं होतं, "वेडी आहेस का रूपा? तुला बरं वाटेल, मग मीच तुला घेऊन जायला येईन, आपण छान, मोठ्ठी पार्टी देऊ या– अ सेलिब्रेशन!" दुःख न् रागाच्या तीव्र भावनांनी तिचं हृदय जणू दुभंगलं होतं! पण तेव्हा ती काही बोलली नव्हती. आता मात्र तिनं वेड्यासारखे सुधाबेनचे खांदे पकडून जोरात हलवले.

"का म्हणून ह्या वेदना? का हा एकाकीपणा? पृथ्वीवरल्या पीडा, दुःखं, आजार, का म्हणून? का म्हणून ईश्वरानं मानव जातीला हा शाप दिलाय? का म्हणून? बोला ना, सांगा?"

सुधाबेननी रूपाचा हात पकडला न् स्मित केले. आकाशात चांदण्यांचे झुपके चमचमत होते, तिकडे बोट दाखवलं न् म्हणाल्या, "हे सगळं काय आहे माहीत आहे सावित्री? ही ईश्वरी लीला आहे. हे अपार सौंदर्य, ही हिरवीगार झाडी, नद्या, पर्वत, चंद्र, सूर्य हे सारं आणि त्याच्याचबरोबर पृथ्वीवर ही पीडा, ही दुःखं, गरिबी, उपासमारी हे सारंच ईश्वरनिर्मित आहे आणि त्या निर्मितीमागे काही हेतू आहे."

"असं ना? मग सांगा ना, ह्या माझ्या पीडेमागचा हेतू काय आहे? माझ्या जखमा, झरीनाचं एकाकीपण, मीरासारखी निष्पाप भोळी मुलगी अनाथ असणं– सांगा, आहे तुमच्याजवळ ह्याचं उत्तर?"

सुधाबेननी पदराच्या टोकानं रूपाचे डोळे पुसले. "तुला उत्तर मिळेल एक दिवस सावित्री, जरूर मिळेल. जो प्रश्न विचारतो, त्याला उत्तरं मिळतात, एवढं लक्षात ठेव."

"कदाचित तोपर्यंत फार उशीर झालेला असेल!"

"नाही सावित्री, ईश्वराच्या खाती आपल्या कालगणनेनं हिशोब नाही लिहिला जात! काही वर्षांपूर्वी एक वेळ अशी होती, की मी न् रमेशनं हाच प्रश्न आपला आपल्याला विचारला होता. ह्या प्रश्नाचं उत्तर शोधायलाच आम्ही आमचं सर्वस्व पणाला लावलं!"

"आणि मग?"

सुधाबेननी हात लांबवून चौफेर नजर टाकली न् म्हणाल्या, "आणि, मला हे उत्तर मिळालंय् सावित्री!"

जणू पहिल्याप्रथमच त्यांना बघत असेल तशी रूपा सुधाबेनना निरखून बघत राहिली. कुठल्या श्रद्धेच्या बळावर ह्या स्त्रीनं वाळवंटात होडी सोडली होती? स्वतःच्या सर्वस्वाचा त्याग करून दुसऱ्या लोकांसाठी हा इतका वनवास भोगायची काय जरूर होती?

"सावित्री, प्रश्न पडणं हीच ईश्वराचा शोध घेण्याच्या कामाची शुभ सुरुवात

आहे. तुझे स्वतःसाठी वाहिलेले अश्रू त्याच्या चरणांवर भक्तिभावानं अर्पण करून टाक. तुझ्या आपल्या वेदनांचा अस्थिकुंभ सोडून दे नदीच्या पवित्र पाण्यात. जेव्हा तू स्वतःला संपूर्णपणे विसरून जाशील, तेव्हा तू खरी अस्तित्वात येशील. आणि तेव्हा तुझं कुठलंच दुःख शिल्लक असणार नाही!''

रूपानं त्यांचा हात पकडला. आता स्वतःला पडणाऱ्या प्रश्नांमधूनच तिला आपली आपली उत्तरं शोधायची होती......

२१

रक्तपित्त रोग्यांची वसाहत अडखळत चालली आहे. कितीही गुंतागुंतीचे आणि हजारो लहान मोठे भाग असलेलं एखादं मशिन असलं तरीसुद्धा ते बरोबर सगळं ज़ोडलं म्हणजे नीट चालायला लागतं. पण माणसांच्या एखाद्या मोठ्या समूहाला नव्यानं एखाद्या जागी आणून वसवणं हे तर ईश्वरनिर्मितीपेक्षाही अवघड काम आहे. किती तरी वेगवेगळ्या सामाजिक थरांमधले, जातींचे, धर्मांचे अन् विचारांचे रोगी! झिडकारले गेलेले, टाकून दिले गेलेले, शरीरानं आणि मनानं घायाळ झालेले, हताश, मनातल्या अग्नीनं भडभड जळत असणाऱ्या ह्या रोग्यांना एकत्र ठेवायचं, त्यांची शुश्रूषा करायची आणि त्याचबरोबर आश्रमाच्या विस्ताराचं काम चालू ठेवायचं–

कुंभाराचं चाक सतत फिरत राहतं, घड्याला आतून आधार देत तो बाहेरून आकार देत राहतो, सतत लक्ष ठेवावं लागतं, क्षणभरही दुर्लक्ष होता कामा नये. आजार, जखमा आपापसातली भांडणं– कोणी कामचोर तर कोणी लुच्चा– काही असलं, काही झालं, तरी चक्र फिरतच राहिलं पाहिजे– गोल, गोल, गोल, गोल!

नदीच्या त्या घळींचा आतापर्यंत कोणी काही उपयोग करत नव्हतं. आजूबाजूच्या गावातली माणसं तिकडे फिरकतही नसत. त्यामुळे कोणाचीही अडचण मध्ये न येता, दारू गाळायच्या भट्ट्यांचा धंदा तिथं आरामात व्यवस्थित चालायचा. आता तिथं एखादी टोळधाड यावी तसे कोण जाणे कोठून हे सगळे महारोगी इथं येऊन ही जमीन अडवून बसले होते! त्यांची ही वसाहत इथे करणारे हे कार्यकर्ते तरी काय

कमालीची माणसं होती! किती अडचणी येत होत्या पण कोणी इथून जायचं नाव म्हणून घेत नव्हते!

श्रममंदिरातील रहिवाशांना किरकोळ खर्चासाठी म्हणून रोजी एक रुपया मिळायचा. पुष्कळदा रुग्णांपैकी काही जण नदीत आंघोळ करायला म्हणून जायचे न् परत येताना ढोसून यायचे! नदीपासून आश्रमाकडे येणारा चढ अडखळत कसाबसा चढून वर येईपर्यंत आडवे पडायचे. उतरत्या संध्याकाळी कुत्री उगीचच खूप भुंकायला लागली, की असल्या घटनांचा पत्ता लागायचा! अरुणभाई मग बॅटरी घेऊन शोधायला जायचे न् रस्त्यात झिंगून पडलेल्यांना घरी घेऊन यायचे. त्यांची नशा उतरली की त्यांना समजावून सांगायचा प्रयत्न करायचे. बऱ्याचदा ते भट्टीवाल्यांना समजावायला जायचे. पण पिणारे प्यायचे सोडत नसत, अरुणभाई सांगून थकत नसत, अन् भट्टीवाले तिथून हटत नसत!

आणि इकडे चारही बाजूंना कामाचे ढीग. सुधाबेन खूपदा म्हणायच्या तसं, हजार हात असलेली देवी प्रगट झाली तर हे काम निपटणं शक्य झालं असतं! आणखी घरं बांधायची होती, वर्कशॉप, शाळा, स्वयंपाकघर, शेती, वृक्षारोपण, एक ना दोन! पण श्रमविभाजन हे सगळ्यात अवघड काम. अगदी असहाय, अपंग आणि हात-पायही नसलेले लोक आणि खूप म्हातारी माणसं ह्यांना हातखर्चाला पैसेही मिळत नसत आणि कामही सांगण्यात येत नसे. जे काम करू शकत असत, त्यांना मात्र लायकीप्रमाणे काम देण्यात येई आणि त्याचा योग्य मोबदलाही.

आतल्या आत एखादं टणक कवच मनावर बसलं असावं तशी झालेली रूपा, हळूहळू प्रदीर्घ बेशुद्धावस्थेतून जागी होत असेल तशी डोळे उघडून आता चोहीकडे बघू लागली होती. नदीच्या जलद प्रवाहात पडलेल्या एखाद्या गवताच्या पात्यासारखी इकडून तिकडे फेकली जात, बुडत न् परत वर येत, वाहत वाहत, ती कुठून कुठे येऊन पोचली होती! पण वेदनांचा प्रदेश तिच्यासाठी अनोळखी नव्हताच! रोजच्या रोज हताश झालेले, घरातल्यांनी हाकलून दिलेले रोगी आश्रमाच्या दारात येऊन उभे राहत असत, किंवा त्यांच्याच घरचे लोक धान्याचं पोतं आणून टाकावं तसे त्यांना इथे आणून टाकत असत! आतापर्यंत नारळाच्या करवंटीसारखी ती स्वतःमध्येच गुरफटून पडली होती. तिची पीडा, तिचा एकाकीपणा, तिच्यावर झालेला अन्याय,– तिच्या अस्तित्वाच्या आसाभोवतीच फिरत होती ती! पण आरशात प्रतिबिंब पडावं तसं इथं तर तिनं अगणित लोक असे बघितले, की जे वेदनांच्या त्याच अक्षांश-रेखांशावर तिच्याच बरोबर जगत होते! ती एकटी होतीच कुठे मुळी? तिच्या अस्तित्वाच्या सीमारेषेवरच मानवसमुद्र घोंघावत होता.

रूपाच्या वाट्याला आलं होतं हॉस्पिटलचं काम. सकाळी लवकर उठून तयार व्हावं लागायचं. झरीनाचे दिवस अगदी भरत आले होते. तिच्या पावलांना सूज

यायची, दुखायचे. मिठाशिवायचा तिच्यासाठी वेगळा स्वयंपाक करायचा. मीरा छात्रालयात राहत होती. रात्री तिच्याशिवाय कूस रिकामी रिकामी वाटायची. पण ती सकाळ-संध्याकाळ धावत येऊन बिलगायचीच अन् रूपाला खूप खूप पाप्या द्यायची. मीराला खूप सांगायचं पण असायचं– मैत्रिणींबद्दल, शिकत असलेल्या नव्या नव्या विषयांबद्दल, शाळेत बसवल्या जाणाऱ्या करमणुकीच्या कार्यक्रमांबद्दल. तिच्या पुस्तकांमधून भूगोलाचं पुस्तक काढून रूपा तिला नकाशांमध्ये वेगवेगळी शहरं, नद्या, समुद्र, लांबलांब कुठे असलेल्या पर्वतराजी, जंगलं, पृथ्वीचा गोल, चंद्रसूर्य, तारे, नक्षत्रं, उल्का, धूमकेतू, असं दाखवायची, समजवायची.

मीरा चकित होऊन बघत राहायची त्या नकाशांकडे, आकृत्यांकडे. चित्रातला सूर्य, बारीक रेघेसारखी नदी, एवढ्याशा जागेत दाखवलेला उसळणारा सागर, एका ठिपक्यात थिजून गेलेली पृथ्वी! तिनं तर जन्मतः पाहिलेली फक्त झोपडपट्टी अन् मग हा आश्रम. प्रथमच रूपा त्या भोळ्याभाबड्या डोळ्यांमध्ये विस्मय जागा होताना बघत होती आणि तो बघता बघता तिच्या बधिर मनात काही सुखद संवेदनांची लहर उमटून जात होती. ती स्वतःच्या आयुष्याला अगदी निरर्थक मानायची, जड दगडासारखं नदीत बुडून जावंसं तिला वाटायचं, पण आज! आज एका अनाथ मुलीच्या डोळ्यांना तिनं एक स्वप्न दिलं होतं, एक विश्वास दिला होता, हीसुद्धा एक अपूर्व घटना नव्हती का? तसंच पाहिलं, तर झरीनासुद्धा तिच्या आधारावरच जगत होती ना? का मग– ती झरीनाच्या आधारानं जगत होती?

मग एक दिवस ती खूप लवकर उठली. फटफटायला लागलं तशी अंगण अन् ओसरीवरचा केर काढून मग ती टाकीच्या नळावरून पाणी घेऊन आली. भरलेली बादली घरापर्यंत आणायची म्हणजे तिला खूप जड जायचं. अंगणात पाणी शिंपून तिनं फुलझाडांना पाणी घातलं. मग आंघोळ केली, कपडे धुतले. थोड्या दिवसांपूर्वी कोणी तरी साड्या दान दिल्या होत्या, त्यांतली तिला मिळालेली साडी नेसली. केस विंचरले. झरीनाच्या भिंतीला टांगलेला आरसा ती नेहमी उलटा करून ठेवायची. स्वतःचा चेहरा आरशात केव्हा पाहिला होता हेही तिला आठवत नव्हतं!

पहाटेचा थंडावा अजून हवेत होता. रमेशभाई न् सुधाबेन आश्रमातल्या त्यांच्या ऑफिससमोरच्या छोट्या चौकात लहानसा बगीचा केला होता, तिथं काम करत होते. हरिभाई माळी मेंदी कापत होता. मध्ये एक झोपाळा पण होता. रूपा खाली मान घालून सुधाबेनजवळ जाऊन उभी राहिली.

"सुधाबेन, माझे औषध उपचार सुरू करा!"

वाफ्यांमधला कचरा काढता काढता रमेशभाईंना हसू आलं. "तू होऊन सांगायला नसती आलीस तर बळजबरी सुरू करणार होतोच!" हातांवरची माती झटकत सुधाबेन उभ्या झाल्या. "ते म्हणू देत काहीही! बळजबरी जरी केली, तरीही

बरेच दिवस औषध घेत राहावं लागतं, तेव्हा त्याच्याकडे तुझं तुलाच लक्ष द्यावं लागणार. मध्येच औषध बंद केलं, तर परत होतीस तिथेच!''

रूपा गप्प उभी होती. पक्ष्यांचा किलबिलाट सुरू झाला होता. जंगलाच्या बाजूनं टिटव्यांचा कर्कश आवाज येत होता. हरिभाईच्या शेजारीच मातीत बसून एक चिमणी धूळ उडवत होती. झोपाळ्याच्या साखळ्यांवर दोन पोपट येऊन बसले न् लगेच उडून गेले. लांबून ऐकू आला कोकीळ पक्ष्याचा कुहू कुहू स्वर. ह्या सगळ्या वसंत आल्याच्या खुणा होत्या?

हॉस्पिटलमध्ये पन्नास खाटा होत्या, त्या सदा भरलेल्या असायच्या. ज्यांचे उपचार फक्त हॉस्पिटलमध्येच होऊ शकतील, तेवढ्यांना तिथं ठेवलं जायचं. येणाऱ्या रोग्यांच्या केसेस रजिस्टरमध्ये नोंदता नोंदता रूपाला आश्चर्य वाटायचं. बापरे! किती दूरदूरहून देशाच्या कानाकोपऱ्यातून रोगी इथं येऊन पोचत होते! जिवंत राहण्याच्या प्रबळ इच्छेच्या अदृश्य दोरीनं खेचले जात जात, ते धडपडत कसे तरी आश्रमापर्यंत येऊन पोचत होते. प्रत्येकाचं वेगवेगळं नावगाव, वेगवेगळे दुःखद अनुभव, पण तरी सगळ्यांचा तोच चेहरा, त्यावर त्याच वेदना.

जगदीशचा एक पाय जखमांनी, व्रणांनी ग्रस्त आहे; पिकला आहे. छातीवर, पोटावर चट्टे, एका हातात संवेदनाच नाहीत, विडीनं भाजला होता. रूपाला केस लिहायसाठी स्वतःची माहिती सांगत होता; ''दहा वर्षांचा होतो तेव्हा हा रोग झाला मला. शाळेच्या हेल्थकॅम्पमध्ये समजलं. प्रिन्सिपॉलनं माझ्या वडिलांना चिठ्ठी लिहिली, उपचार करायला सांगितलं; पण वडिलांनी मला नुसतं घरात कोंडून ठेवलं! किती वर्षं माहीत आहे ताई? पुरी दहा वर्षं! दिवसभर कोंडून ठेवायचे अन् रात्रीचे जरा बाहेर पाय मोकळे करायला घेऊन जायचे. नातलगांना सांगायचे की जगदीश घरातनं पळून गेलाय– खरं तरी वाटतं? दहा- दहा वर्षं मी सूर्य बघितला नाही, पाऊस बघितला नाही! शेवटी एक दिवस खरोखरच पळून गेलो! भटकून भटकून ही दशा झालीय माझी!

लोकांच्या कहाण्या ऐकता ऐकता, रजिस्टरमध्ये लिहिता लिहिता कधी कधी ती थांबायची. हॉस्पिटलबाहेरच्या आवाराच्या पलीकडे, दूरवर टक लावून बघत राहायची. आश्रमाचं विशाल आवार, हिरवंगार जंगल, पाठीमागून वाहणाऱ्या नदीचं रुंद पात्र... सगळं ओलांडून दूर दूर पोचायची. रणरणत्या वाळवंटात वाट चुकलेल्या पांथस्थाचं तडफडणं, तहान आणि भीती स्वतः अनुभवत असेल तशी ती मनोमन थरथरायची.... बाबरभाई तिचा हात हलवून म्हणत होते, ''ऐकताय ना ताई? मंग पाच वर्सं दुसरी दवा क्येली, खूप तरास झाला; पण काई पण बरं वाटलं न्हाई! रोग दिसायला लागला अंगावर, त्येच्यानं तिथं गावात निंदणी खुरपणीचं काम बी मिळंना. गावच्या लोकांनी माझ्या घराला वाळीत टाकलं. आई म्हणायची, 'तू माजा

दुश्मन झालास, निगून जा हतनं, बायकूनं पण दगडं मारली!''

हरिभाई माळी रोपांना पाणी पाजता पाजता एकदा सांगत होता. देवगढ बारियाला त्याचा मित्र राहायचा, त्याच्या आईला महारोग झाला. एका रात्री दोन्ही मुलांनी मिळून आईला जबरदस्ती खूप दारू पाजली न् मग जिवंतच पुरून टाकली, राहत होते तिथंच!

रूपाच्या डोक्याला खूप त्रास व्हायचा, ती कानांवर हात ठेवून कान बंद करून घ्यायची; पण डोळे तर नव्हते ना बंद होऊ शकत! औषधासाठी वाट बघणाऱ्या रुग्णांची लांब रांग व्हरांड्यात बसलेली असायची. प्रत्येक चेहऱ्यामागे एक पोकळी, ज्या पोकळीत त्यांचं पूर्वजीवन आणि त्याच्याशी जोडलेली दुःखं घट्ट बंद करून ठेवून, आयुष्याची नव्यानं सुरुवात करायच्या रांगेत सगळे बसलेले असायचे. त्यांची सेवाशुश्रूषा इथं घृणा किंवा किळस न दाखवता, ममतेनं, असे लोक करत होते, ज्यांचा थेंबभर रक्ताचाही त्यांच्याशी संबंध नव्हता. इथं त्यांना अशी माणसं भेटत होती, की जी वादळात उन्मळून पडलेल्या वृक्षांसारख्या त्या रोग्यांना आधार देऊन परत त्यांची मुळं जमिनीत रुजवायचा प्रयत्न करत होती, तेही प्रेमानं, मानवतेनं, प्रसन्नपणानं.– तर मग? कुठला संबंध खरा समजायचा? रक्ताचा की प्रेमाचा?

धर्म, भाषा, जाती, शिक्षण, प्रदेश, अशा अनेक कुंपणांमध्ये बंद असलेल्या लोकांना ह्या भयंकर रोगानं आपल्या पोलादी शक्तीनं, सगळी कुंपणं जमीनदोस्त करून, कैदेतून मुक्त केलं होतं! सगळे एकत्र जगत होते, त्यांची जात होती फक्त एक– माणूस! आणि इथल्या आयुष्याचं ध्येय फक्त एक होतं– सेवा, निःस्वार्थ सेवा!

रात्री उशिरापर्यंत ती तिच्या लहानशा घराच्या अंगणात बसायची आणि आकाशाकडे बघत राहायची. हा काय बदल होत चालला होता तिच्या मनात? तिच्या सगळ्या समजुती, पूर्वग्रह, का डळमळायला लागले होते?

''बाहर क्या देखती है पगली? क्या सोचती है?'' झरीनानं हलकेच साद घालून तिला आत बोलावली, तशी रूपा दचकून भानावर आली अन् आत गेली. ''तुला नाही समजायचं!''

''सब समझती हूँ! तेरे दिलका दुख मिट रहा है, है ना?''

''अरे वा! माझी झरीना तर सायकियाट्रिस्ट झाली की!'' रूपाला हसू आलं. ''तू हसती है तब कितनी सुंदर लगती है! लेकीन मेरे लिये अभी तो रोनेका टैम आ गया लगता है, दर्द होता है मेरेकू, जलदी अस्पताल ले चल मुझे.''

ती सारी रात्र झरीनाला बाळंतवेणा येत राहिल्या. आणंदमध्ये रुक्मिणी सुईणीचं काम करायची; ती पण झरीनाला आश्वासन देत जवळ बसली होती. सुधाबेन तिथं आल्या. तारा धावत बोलवायला आली, तशी सगळे भराभरा हॉस्पिटलमध्ये गेले.

झरीना कळवळून ओरडत होती, "अरे मेरे त्यागूको बुलाओ रे!" रूपाच्या डोळ्यांत पाणी आलं. जे आहेत तेही येत नाहीत, तर जे नाहीच आहेत, ते कुठून येणार होते?

पहाटे झरीनाची सुटका झाली. मुलगा झाला- जणू मोगऱ्याच्या फुलांचा ढीग! झरीनाच्या कुशीत त्याला ठेवता ठेवता सुधाबेननं विचारलं, "काय नाव ठेवायचं तुझ्या मुलाचं झरीना?"

झरीना टक लावून बाळाकडे पाहत होती. हळूच ती म्हणाली, "त्यागूको कृष्ण भगवान पर बहोत श्रद्धा थी. मैं– मेरे बच्चेको मैं किसन नामसे बुलाऊंगी!"

श्रममंदिरात जन्मलेलं हे पहिलं बाळ– जणू जन्माष्टमी! चंपा, सुखी न् भांडखोर कान्तासुद्धा त्या छबुकल्याला बघायला आल्या. मीरा तर इतकी खूष झाली होती, की तिथून हलतच नव्हती!

त्या रात्री सुधाबेन रमेशभाईंना म्हणाल्या, "बघितलं ना! जिथं निस्सीम प्रेम आणि भक्ती आहेत, तिथं नंदनवन जरूर बनेल!"

"सुधाबेन, बिगी बिगी चला वं। बाबू पिऊन आलाया न् मंजूला मारतूया!"

तेवढ्यात कंपाऊंडमध्ये एक जीप येऊन उभी राहिली. "तुमचे पाहुणे आलेले दिसताहेत मध्यरात्री कोणी तरी!" सुधाबेन म्हणाल्या, "तुम्ही इथं थांबा, मी तिकडे जाते. बुधा, अरुणभाईंना पण बोलाव, बाबूला वठणीवर ते आणू शकतील."

"बेन, त्ये तर बाबू पिऊन आला ना, तवाच लगेच नदीकडे ग्येले हायेत त्या भट्टीवाल्यांकडे."

रमेशभाई काळजीत पडले. सुधाबेन बुधाबरोबर भराभरा गेल्या. जीपमधून उतरलेले पाहुणे रमेशभाईंकडे आले. "या भाऊ." आलेल्या पाहुण्यांनी हात जोडले. "माफ करा भलत्या वेळी आलोय– रस्त्यात जीप बिघडली त्यामुळं उशीर झाला. माझं नाव नरशी अन् हा माझा मित्र प्रकाश. आश्रमाबद्दल खूप ऐकलं होतं म्हणून इथं यायची इच्छा होती."

जीपचा आवाज ऐकून रूपा घरातनं बाहेर आली होती. रमेशभाईंनी तिला हाक मारली, तशी ती आली. "सावित्री, आपले पाहुणे आहेत हे. दुरून आलेत. रस्त्यात तर काही खायलाही मिळालं नसेल. थोडं दूध असलं तर चहापाणी–"

"नको नको– तुम्हाला उगीच त्रास–" रमेशभाईंना हसू आलं. "हा काही त्रास थोडाच म्हणायचा? खरा त्रास घ्यायचा असला, तर या ऑफिसमध्ये– मी यादी बनवून देतो!"

अंधारात टॉर्चनं रस्ता दाखवत सगळे ऑफिसमध्ये गेले. रूपानं चहा केला, मीरासाठी शंकरपाळे केले होते ते घेऊन ती ऑफिसात आली. पाहुण्यांजवळ चहा नाश्त्याचा ट्रे ठेवलान आणि बाहेर आवारात झाडाच्या पारावर बसली. गाढ शांतता, काळोख. मध्येच कुठे तरी जंगली जनावराच्या डोळ्यासारखा एखादा दिवा चमकतो.

जीपच्या आवाजानं ती दचकली. "तुझ्याकडून काम करून घेतलं पण पंचवीस हजारांचा चेक मिळाला."

"काम तर तुम्हीही करताच आहात."

"मी तर करतोय् केल्याशिवाय राहवत नाही म्हणून. जा सावित्री, झोप."

"झोप येतच नाही."

"सावित्री," नरम स्पर्शासारखा कोमल आवाज तिच्यापर्यंत पोचला. "तुला रवीन्द्रनाथ टागोरांची एक गोष्ट ठाऊक आहे? एका भिकाऱ्यानं सोन्याच्या रथात बसलेल्या राजाला त्याच्याकडे येताना बघितलं. त्याला वाटलं, आज नशीब उघडणार– आपण मालदार होऊन जाणार! रथ त्याच्याजवळ येऊन उभा राहिला. रथातून उतरून राजानंच याचकासारखा भिकाऱ्यासमोर हात पसरला तेव्हा त्याला प्रचंड आश्चर्य वाटलं. राजा म्हणाला, 'ज्योतिष्यानं सांगितलंय की उजाडत जो पहिला माणूस भेटेल, त्याच्याकडून भिक्षा माग, तर राज्यावर येऊ घातलेलं मोठं संकट टळेल.' भिकाऱ्याची काही द्यायची इच्छा तर नव्हती; पण तरी एक तांदळाचा दाणा त्यानं राजाला दिला. त्या दिवशी त्याला स्वतःला खूप भिक्षा मिळाली, पण एक दाणा गेल्याचं त्याला वाईट वाटत राहिलं! घरी जाऊन त्यानं भिक्षेची झोळी रिकामी केली तर काय आश्चर्य! भिक्षेत मिळालेल्या तांदळात सोन्याचा एक तांदूळ चमकत होता! भिकाऱ्याच्या डोळ्यांत पाणी आलं. अरेरे! मी सारी झोळी राजाच्या हातात रिकामी का नाही केली?"

रमेशभाई गप्प झाले. वाऱ्याची झुळूक आली अन् वृक्षांच्या फांद्या डोलायला लागल्या. तेवढ्यानंही तिथली प्रगाढ शांतता भंग पावली. कुठल्याशा घरातून मुलाच्या रडण्याचा आवाज आला. रूपाला वाटत होतं, कशी गोष्ट आहे ही! कोणी इतकं गरीब असेल तर तो काय देऊ शकेल?

रूपाच्या मनातला विचार जणू ओळखून रमेशभाई म्हणाले, "सावित्री, प्रत्येकाजवळ देण्यासारखं काही तरी तर असतंच आणि जो देईल, त्याला मिळतंही. सुदाम्याच्या पोह्यांची पुरचुंडी उघडून खाणारा हरी त्याला भरभरून देतो! चल, झोप जा सावित्री. उशीर झालाय. न् मला तर बडबड करत बसायची सवयच आहे!"

ते स्वतः घरी जायच्या ऐवजी दुसऱ्याच दिशेला जायला लागले. "रमेशभाई, इतक्या रात्रीचं नदीकडे कुठे चाललाय?"

"अरुणची काळजी वाटतेय. केव्हांचा गेलाय त्या घळींमधल्या दारूच्या अड्ड्याकडे."

रूपा घाबरली. रमेशभाई टॉर्चच्या प्रकाशात नदीकडे जाणारा उतार उतरले होते. त्या गुंडांचा काय नेम? हरिभाईंना उठवून त्यांच्या मागोमाग पाठवलं पाहिजे. रूपा हरिभाईंच्या घराकडे निघाली.

३०

अरुणभाई हॉस्पिटलमध्ये बिछान्यात पडून आहेत. साऱ्या अंगावर मुका मार बसलाय, हाताला फ्रॅक्चर झालंय. दारूच्या भट्टीवाल्यांनी त्यांना मार मारून नदीच्या वाळवंटात टाकून दिलं होतं. त्यांना वाटलं होतं, "बला टळली! रोज मेला उपदेश करायला येत होता!" ह्या आश्रमाची वस्ती झाल्यानं शहरातनं येणारं त्यांचं गिऱ्हाईकही कमी झालं होतं. आज त्यांनी सगळ्याचा बरोबर बदला घेतला होता आणि एकमेकांना म्हणाले होते, "आता हा अरुणका बच्चा पुन्हा आपल्या वाटेला जाणार नाही!"

पण त्यांना काय ठाऊक, की अरुणच्या वाटेला जाणं त्यांना सोडून द्यावं लागणार होतं! ह्या देशातल्या सत्याग्रह्यांनी लाठ्या खाऊन डोकी फोडून घेत एवढ्या मोठ्या परदेशी सत्तेला जिथं हाकललं होतं, तिथे ह्या भट्टीवाल्यांची काय पत्रास? आश्रमानं त्यांना धडा शिकवायला पोलिस केस केली होती.

रूपा अरुणभाईंची खूप काळजी घ्यायची. नाही तरी त्या कृश बांध्याच्या एकट्या जीवाचं दुसरं होतं तरी कोण? रक्तपित्त रोग्यांना समाजानं दूर ढकललं होतं आणि त्यांची सेवा करण्यासाठी अरुणभाई समाजापासून दूर झाले होते. रूपा त्यांना विचारायची, "त्या दांडग्या मवाल्यांसमोर उभं राहायला तुम्हाला भीती वाटली नाही? बघा तरी काय स्थिती झालेय तुमची ते!"

"सावित्रीबेन, जो स्वतःवर विजय मिळवतो तो इतर सर्व लढाया जिंकतो!"

"म्हणजे?"

"म्हणजे आपल्या मनात तर महाभारत सदैव चालूच असतं! आपणच अर्जुन आणि आपणच कृष्ण. ती लढाई एकदा जिंकली म्हणजे बाहेर लढाव्या लागणाऱ्या लढाईची भीती नाही!"

"कमाल आहात तुम्ही! मार खाऊन पडलायत इथं बिछान्यात अन् तत्त्वज्ञान सांगताय! जणू त्या लोकांनी दंडे नाही मारले, फुलांचे हार घातले!"

"माऽवशीऽ!" मीरा धावत धावत आली न् तिनं रूपासमोर एक चित्र धरलं. "माझ्या चित्राला पहिलं बक्षीस मिळालं!" उत्साहानं सांगता सांगता रूपाच्या गळ्यात पडत ती म्हणाली. अरुणभाईंनी चित्र घेतलं न् बघू लागले. नाव पण होतं चित्राला– माझं घर. खूप झाडीच्या पाठीमागून वाहाणारी नदी आणि समोर डाव्या कोपऱ्यात एक छोटंसं सुंदर घर. त्याच्यासमोर छोटं अंगण, त्यात फुलझाडं आणि घराच्या कठड्यावर बसलेलं मांजर. अरुणभाई म्हणाले, "अरे! ही कठड्यावर मीरा बसलीय् वाटतं?"

"जाऽऽ नाऽ! तुमच्याशी गट्टी फू!" चित्र त्यांच्या हातातून घेऊन, तोंड फुगवून, पाय आपटत मीरा बाहेर निघून गेली. रूपा तिच्या मागेमागे भराभरा घरी आली तर मीरा मजेत हसत चित्र हातात उंच धरून उभी होती अन् किसन ते घ्यायला उड्या मारत होता. रूपा न् मीरानं मिळून मग ते भिंतीवर लटकवलं.

"मावशी, छान आहे ना चित्र? तुम्हाला आवडलं?"

"खूपच आवडलं."

"यहाँसे दूर तेरा और कोई घर भी हो, मैं ऐसाच सोचती!" झरीनानं मीराचा पापा घेत म्हटलं. मीरानं आश्चर्यानं म्हटलं, "इथून दूर? हे आहेच की घर माझं!" "आज नाही गं! तू जेव्हा मोठी होशील ना, तेव्हा तुला समजेल. हे घे तुला बक्षीस."

गुलाबी, रेशमी, बुट्ट्याबुट्ट्यांचा फ्रॉक बघून मीरा खूप खूष झाली; पण मग एकदम काही तरी आठवून तिनं विचारलं, "झरीना मावशी, अस्साच तुमच्याकडे कुडता होता ना?"

"हाँ, उसमेंसेही मैने बनाया. त्यागूने दिया था मेरेकू जनमदिनपर. आज–" झरीनानं नजर फिरवली. "मावशी, सॉरी!" झरीनाचे हात घट्ट पकडून मीरा म्हणाली आणि मग फ्रॉक तिच्या मैत्रिणींना दाखवायला पळाली. "लडकीकी जात बचपनसेही कितनी सयानी हो जाती है!" तेवढ्यात पुन्हा धापा टाकत पळत मीरा आत आली. "मावशी, मावशी!"

"काय गं? एवढ्या वेळात दुसरं बक्षीस मिळालं की काय?"

"मावशी, भगतकाका आलेत!"

"भगतकाका? काही तरी चूक होत असेल तुझी बेटा, ते तर मुंबईच्या कॅन्सर हॉस्पिटलमध्ये आहेत, कदाचित् त्यांचं–"

"मावशी! भगतकाकांना मी नाही ओळखणार? मी बघितले, खरंच सांगतेय!"

"चल बरं, बघू या." म्हणत रूपा घाईघाईनं मीराबरोबर घरातनं बाहेर आली. आश्रमाच्या एवढ्या मोठ्या आवारात समोरच शाळा आणि होस्टेल होतं. दुपारची सुटी होती, मुलं किलबिलाट करत होती. अपंग अन् वृद्ध रोग्यांसाठी स्वयंपाकघरातून जेवण घेऊन जाणारी गाडी घंटा वाजवत चालली होती. ऑफिसच्या दोन खोल्यांना लागून होतं सहकारी भांडार. मीरा ऑफिसकडे पळत गेली आणि तिनं भगतना मिठी मारली. रूपानंही जवळ येऊन त्यांचे हात हातात घेतले.

"भगतकाका तुम्ही? तुम्ही तर हॉस्पिटलमध्ये होतात ना? आता कसं आहे?" भगत खूपच अशक्त झाले होते. कॅन्सरनं त्यांची बुरी दशा केली होती. पण ते हसले, ते हसणं मात्र तसंच मनमोकळं, छानसं.

"होतो ना इस्पितळात. ऑपरेशन पण झालं. मरायचाच, सावित्री, पण यमराज म्हणाले, की तुमचा टैम न्हाइ झाला अजून! जरा समूर तं बघ, त्या कोपऱ्यात कोण उभं आहे ते तोंड लपवून! इकडं समूर तर या कान्तिलाल!" रूपा अचंब्यानं म्हणाली, "अरे? कान्तिलाल? तुम्ही? नाही राहवलं ना चंपा आणि मुलांना सोडून? त्यांना पण तुमची आठवण येतेच. जा बरं मीरा, कान्तिलालना घेऊन जा चंपामावशीच्या घरी." कान्तिलालनं पाणावलेले डोळे घाणेरड्या सदऱ्याच्या बाहीनं पुसले आणि चुपचाप खाली मान घालून मीराचा हात पकडून चालायला लागला. भगतनं जरा चिंतेच्या सुरात म्हटलं, "काय गं बेटी? ह्या सगळ्यांमध्ये मला जागा मिळेल?"

"काय बोलताय् काका? इथं तर सगळ्यांनाच जागा मिळते न् तुमची तर गोष्टच निराळी, तुम्ही तर आमचे भगतकाका आहात! ठाऊकाय् काका, किती तरी लोक, कितींदा तरी रात्री तुमची न् तुमच्या भजनांची आठवण काढतात. भजनं म्हणतात इतरही काही जण; पण तुमच्याइतकं जीव ओतून कोण म्हणणार? तुमच्या भजनांच्या सूरांनी तर मनात जणू निरांजन पेटायचं भगतकाका!"

"तुमचा मोठेपणा सगळ्यांचा, ते असं वाटतं तुम्हाला. बाकी ह्या शरीरात आता शक्ती राहिली नाही!"

"पण भक्ती तर राहिलीय ना! बस तर, पुष्कळ आहे तेवढंच. रमेशभाई तिकडे ओपीडीमध्ये आहेत, येतीलच आत्ता एवढ्यात." रूपानं रजिस्टर उघडलं न् नाव बघू लागली.

"भगतककाका, तुमची तब्येत अशी आहे, तुम्हाला माझ्याच घराच्या जवळपास जागा मिळाली न् तिथं राहिलात, तर मला तुमच्याकडे लक्ष देता येईल... ही, अर्जुनच्या घरात एक जागा आहे. परवाच्या दिवशीच चंद्रकान्त–" ती अडखळली. "तो वारला, असंच ना? मी तर मृत्यूशी हात मिळवून आलोय, त्याची भीती नाही

बेटा मला!''

रूपाच्या घराजवळच्याच घरात भगतची सोय झाली. त्यांच्याच्यानं मेहनतीचं काम होत नसे आणि एवढ्या मोठ्या आश्रमातही इकडेतिकडे फार चालायला जमत नसे त्यांना. जरा वेळ अंबरचरखा फिरवायचे न् सकाळी सहकार भांडारात बसायचे. दुपारनंतर सगळी पोरंसोरं त्यांच्या अंगणात जमायची. किसन त्यांच्या मांडीवर आरूढ झालेला असायचा. भगत गोष्टी सांगायचे. मुलांना त्या खूपच आवडायच्या. मुलं त्यांची छोटी-मोठी कामं पण करून द्यायची. भगतनी हळहळू भजनासाठीही माणसं गोळा केली. त्यांचा आवाज आता तितका चढत नसे, पण कनूचा आवाज गोड होता; त्याला ते शिकवायचे. भजन मंडळींचं बघता बघता इतकं नाव झालं, की आजूबाजूच्या गावांमधनंही त्यांना आमंत्रणं यायला लागली! ह्या भजनमंडळीला तिथले लोक बसवायचे तर दूर, पण त्यांची भजनं ऐकायला त्यांना खूप आवडायचं! भगत एका प्रसंगाची आठवण मोठी मजेनं सांगायचे,

''शेजारच्या गावात गेलोव्तो बरं का आमची भजनमंडळी घेऊन. गावातल्या मोठ्या घरातले वडील देवाघरी गेले म्हणून भजन ठिवलेलं त्यांच्यासाठी मुलांनी. आमाला तर दूर बशिवलं. आमाला त्येची सवय पडलेली आता. आमी आपले गायलो, मग जेवलो, तवर खूप उशीर झाला. आश्रमाच्या रिक्षामध्ये गेलोवतो, अन् परत फिरेतो तर अर्धी रात्र झाली. रस्त्यात भेटलं पोलिस! त्येंना वाटलं की आजकाल चोऱ्यामाऱ्या बखळ होतायत्, त्याच्यातलंच आमी असलो तर? म्हणून जवळ येऊन ठोकून काढणार होते, आणि तवां मी एकच शब्द बोलला की आमी तर महारोगी आहोत! म्हणताना भूत पाह्यलं असंल तसे जे पळाले सगळे– बगण्याजोगं होतं हां त्यांचं पळणं बापा! म्हंजी आमी तर भुतापेक्षाही वंगाळ, काय?''

अरुणभाई पण तसे तर भुतासारखेच! केव्हाही आपले अंतर्धान! दुपारी रूपा हॉस्पिटलमध्ये आली, तर बिछाना रिकामा! त्यांना तर चालवत पण नव्हतं, मग गेले कुठे न् कसे? रूपानं बुधाला शोधायला पाठवलं. तो आख्ख्या आश्रमात हिंडून आला, अरुणभाईंचा तर पत्ताच नाही! खूप उशिरा संध्याकाळी अरुणभाई परत आपले बिछान्यात! धसका घेतलेल्या रूपानं विचारलं, ''होतात कुठे अरुणभाई? किती शोधलं तुम्हाला!'' तर तेव्हा कळलं, की ते पुन्हा त्या भट्टीवाल्यांना समजावायला गेले होते! रूपा थक्कच झाली, मग तिला हसूच आलं. ''परत आणखी तिथेच गेला होतात? तुम्ही मूर्ख आहात की जिवावर उदार झालेले, हे नक्की कळणं कठीणच आहे!''

रूपाच्या औषधपाण्याची जबाबदारी जगदीशनं घेतली होती. तो स्वतः नियमित औषधं घेऊन बरा झाला होता, मग शिकून कंपाऊंडर झाला होता. रोग्यांना प्रेमानं,

आपलंसं करून, त्यांना नीट समजवायचं जगदीशला छानच जमत असे. रूपाला त्यानं सांगितलं होतं, "हे पहा सावित्रीबेन, तुम्ही जर स्वतःचं औषधच व्यवस्थित घेतलं नाही, तर दुसऱ्याची सेवा कशी करणार सांगा बरं? तुमची टेस्ट झाली, हे तुमचं कार्ड सांभाळून ठेवा. ह्या रोगाच्या दुखणेकऱ्याची हीच गीता! ही औषधं घ्यायची. डी.डी.एम. लेप्रिन आणि ही तिसरी गोळी. तुम्हाला तर नावंबिवं सगळी माहीतच आहेत औषधांची. सकाळी उठल्याबरोबर रिकाम्या पोटी घ्यायची. परत विसरू नका हं बेन. आगआग होईल, बेचैन वाटेल, उलटीही होईल; पण औषध घ्यायचं बंद नाही करायचं, हे मुख्य. सगळ्यांचं तिथेच चुकतं.

रूपाला हे सगळं माहीत नव्हतं थोडंच? तिनंही तेच केलं होतं ना! शैलेश गोळ्या द्यायचा, त्या कधी घ्यायची, कधी नाही– पण त्या सगळ्या गोष्टी झाल्या रूपाच्या. ती तर आता सावित्री होती. तिचं कोणीही नव्हतं. ती एका लेप्रसी वसाहतीत राहत होती. तिला आता स्वतःकडे स्वतःच लक्ष द्यायचं होतं. मान डोलावून ती जगदीशला म्हणाली, "हो, बरं!" मग जगदीश उत्साहानं पुढे सांगू लागला. "चौदा दिवस ह्या तिन्ही गोळ्या घ्यायच्या. लगेच चट्टे कमी होतील. मग रोज ह्या दोन गोळ्या घ्यायच्या. सलग, न विसरता, दोन वर्षं. मग बघाच चमत्कार!" तिनं जगदीशकडे बघत हसून परत मान डोलावली. किती साधी, सरळ गोष्ट होती. रक्तपित्ताचा रोगही इतर रोगांसारखाच साध्य होता, बरा होऊ शकत होता. तो आनुवंशिक नव्हता. रक्तपित्त हा तर त्वचेचा, जंतुजन्य रोग होता. उपचारही सरळ, सोपा होता आणि तरीही, रक्तपित्त हा शब्द ऐकल्याबरोबरच निरुपयोगी ढोरासारखं नातलग रोग्याला हाकलून देतात! रोज रांगच्या रांग लागायची हॉस्पिटलमध्ये. रूपा डॉक्टरांना मदत करायची. मलमपट्ट्या, बँडेज करायची, इंजेक्शन द्यायची. कोणी ओक्साबोक्शी रडायला लागलं तर मात्र रूपा हतबुद्ध व्हायची; कसं आश्वासन द्यावं, हेच समजत नसे. जिनं स्वतः आतल्या आत अश्रूंचे डोह भरले असतील, तिनं दुसऱ्यांचे अश्रू कसे पुसावेत? ती कितीही कामात असली, विसरून गेली, तरी मीरा आठवण ठेवून, न चुकता रूपाला दूध द्यायची. ग्लास भरून तिच्यासमोर उभी राहायची. "चला मावशी, दूध प्या बरं. डॉक्टरकाकांनी सांगितलंय, औषधाबरोबर दूध प्यायचंय म्हणून, हो ना?" झरीनाला बरं वाटायचं, "अच्छा हुआ एक ये जमादार मिली तेरेकू, नही तो तू बडी जिद्दी है!"

मीराच्या अभ्यासाच्या पुस्तकात भगतना करसनदास माणेकचं एक सुंदर भजन सापडलं होतं. त्याला खूप मेहनतीनं त्यांनी छान चाल लावली होती. कनू आणि बीजलला ते गायला शिकवलं होतं. बीजल वसावा संपूर्ण जिल्ह्यात प्रतिभाशोध स्पर्धेत पहिली आली होती. कोकिळेनं जणू तिच्या गळ्यात सुरांचं घरटं बांधलं होतं!

संध्याकाळ झाली, की त्या एवढ्या मोठ्या आश्रमातल्या छोट्या छोट्या

घरांमध्ये दिवाबत्ती व्हायची. दिवसभराचे थकले भागलेले सारे जीव चटाचटा जेवणं उरकायचे. तोपर्यंत आश्रमाच्या मागे वाहणाऱ्या मही नदीवरून येणाऱ्या गार वाऱ्याच्या झुळकांबरोबर अंधारही पसरायचा. हलकीशी, निष्क्रिय उदासीनता वातावरणात जाणवायची. कोणाला नव्यानं उगवणार असलेल्या दिवसाची खास प्रतीक्षा नसायची, की संपलेल्या दिवसात विशेष काही स्मरण ठेवण्यासारखं नसायचं. स्मशानयात्रेबरोबर चालणाऱ्या माणसाच्या गतीनं वेळ इथे जात असायचा आणि मनातल्या मनात सगळे धास्तावलेले तर असायचे, की कोण जाणे कोणाच्या दारावर कधी थाप पडेल!

आणि अशा वातावरणात अचानक अंधकार एकतारीच्या गोड सुरानं हिंदकळायचा. हलक्या मधूर सुरांत कनू न् बीजल नवं भजन गायला लागायचे

हरि मने एकादी एंदाणी
द्यो ने मने एकादी एंधाणी
धगधगता संशयना रण मां
पाओ पावळुं पाणी
द्यो ने मने एकादी एंधाणी

(हे हरी! तुम्ही कुठे तरी आहात ह्याची एक तरी खूण, एक तरी पुरावा मला मिळवून द्या ना! एक तरी खूण! अविश्वासाच्या, संशयाच्या ह्या धगधगत्या वाळवंटात थोडंसं घोटभर पाणी मला पाजा– एक खूण मला दाखवा!)

जुईच्या वेलाच्या मांडवाखाली झोपाळ्यावर बसल्या बसल्या किसनला रूपा थोपटून झोपवत होती. भजनाचे सूर तिच्या अंतर्मनाच्या भूमीवर थेंबाथेंबानं झिरपत होते. "द्यो ने मने एकादी एंधाणी' – आहे कुठे खूण?– झोपाळा हलत होता– ह्या बाजूनं त्या बाजूला– त्या बाजूनं ह्या बाजूला. भूतकाळातून वर्तमान– वर्तमानात ठेच खाऊन परत भूतकाळाकडे– ती कुठे होती, कुठे येऊन पोचली होती.... माझा यश? एकदम किसनला छातीशी घट्ट पकडून ती उभी झाली न् लगेचच भानावर आली– हा–? हा तर किसन आहे!

रिमझिम बरसणाऱ्या पावसाच्या धारांसारखे बीजलचे सूर पुन्हा ऐकू येऊ लागले, त्यात ती भिजू लागली.

"कोई कहे हरि वरसे नित्ये
थई प्रेमामृत लहाणी
हुं तरसे तरफडतो
तेने कां न जिवाडो जाणी
हरि मने द्यो ने एकादी एंधाणी–

(कोणी असं म्हणतात की परमेश्वर त्याच्या प्रेमामृताचा वर्षाव नेहमीच करत

असतो. मी तहानेनं तडफडतो आहे. मला प्रेमामृत देऊन जगवावं, असं का त्याच्या मनात येत नाही? हरी, मला तुमच्या अस्तित्वाची एखादी खूण दाखवा ना!)

कानांवर हात दाबून धरावेत आणि दूर दूर पळून जावं असं वाटलं. किसन दोन्ही हात तिच्या गळ्यात टाकून गाढ झोपी गेला होता. रूपानं घाबरून इकडे तिकडे पाहिलं– परत तिला भ्रमिष्टासारखं होणार होतं की काय? हॉस्पिटलमधला भयानक एकाकीपणा, रोगाच्या वेदना, तलावाचं काळंशार पाणी– बंद करून टाकलेल्या तिच्या घराच्या बागेतली सुकलेली रोपं, फूटपाथ, भूक, घाणेरडी झोपडपट्टी... खिडक्याच नसलेल्या मोठ्या थोरल्या खोलीत कोंडली गेलेली ती– दुसरी, तिसरी, अशाच अनंत खोल्या– दोन हात कुठूनसे पुढे आले! तिला पकडायला? ओरबाडायला?

"अरे सावित्री! चीखती क्यूं है? ला, किसन मेरेकू दे. सो गया है, सब भजनवाले गये, तेरेकू सोना नही?"

"तू जा झरीना, मी येतेच."

झरीना किसनला घेऊन आत गेली न् रूपा मट्दिशी झोपाळ्यावर बसली. त्याच्या कुई कुई आवाजानं शांत अंधकार जरा जरा थरथरत होता. आवारात लांबवर एक जीप येऊन उभी राहिली. सुधाबेन दुपारपासूनच्या जीप घेऊन बाहेर गेल्या होत्या, त्याच आलेल्या दिसत होत्या. कदाचित कोणा रोग्याला घेऊन आल्या असतील. ती जीपजवळ गेली. जगदीश अन् सुधाबेन स्ट्रेचर उतरवून घ्यायची धडपड करत होते. रोगी मोठ्यानं कण्हत विव्हळत होता. त्याच्या अंगाला घाण येत होती. "अजून जागी आहेस सावित्री? ह्याला कोणी तरी हायवेवर टाकून गेलं होतं. तिघांना मिळूनही त्याला हॉस्पिटलपर्यंत आणायला खूप त्रास पडला. तो मधूनच उठून बसायचा प्रयत्न करायचा, कुणालाही धक्का मारायचा, मधूनच कळवळून ओरडायचा." सुधाबेननी तोंडावर फडकं बांधून हातमोजे घातले. उजेडात त्याच्या जखमा नीट दिसल्या तशी रूपा नकळत किंचाळली. हॉस्पिटलची खोली जणू तिच्याभोवती गोल गोल फिरत होती! आतापर्यंत तिनं किती किती पाहिलं होतं, पण ह्या जखमा– हे दृश्य– परमेश्वरा! कोणाला हे सहन करायची, हे बघायची, वेळ न येवो! रोगी वृद्ध होता, चिपाड झालेला, हाताचे पंजे सडून त्यात अळ्या पडलेल्या!

सुधाबेन शांतपणे लहान चिमटा घेऊन आळ्या काढू लागल्या, जगदीश टर्पेंटाइन घालत राहिला. म्हाताऱ्याला ओरडायचीही शक्ती नव्हती, गळ्यातनं नुसता घरघर आवाज येत होता. डोळ्यांवर हात घट्ट दाबून धरत रूपा बाहेर निघाली न् व्हरांड्यात हातपाय गळाठून बसून गेली. किती महिने, किती वर्षं आधी ह्या जखमांची सुरुवात झाली असेल! सुना, मुली– सगळ्यांनी मिळून त्याला गायींच्या गोठ्यात टाकला असेल, बाहेरून कुत्र्याला भाकरी फेकतात तसं त्याला खायला

टाकलं असेल आणि फार दुर्गंधी यायला लागल्यावर मेलेल्या गुरासारखा रस्त्यावर फेकून दिला असेल!

किती तरी वेळानं ती उठून पुन्हा आत गेली, तेव्हा जगदीश गेला होता, आणि सुधाबेन रजिस्टर उघडून बसल्या होत्या. बँडेजेस बांधलेला तो म्हातारा गुंगीत झोपी गेला होता. रूपानं पुढे होऊन रजिस्टर बंद केलं.

"आजारी पडायचंय? काम, काम्, न् काम!"

सुधाबेनचा चेहरा खूप थकलेला, निस्तेज दिसत होता. "सावित्री, असं रजिस्टर बंद करून आजाऱ्यांच्या दुर्दैवाचं रजिस्टर तर बंद नाहीच ना होत? ते बंद करायचं तर काम केलंच पाहिजे."

"रात्र झोपायसाठी असते. सकाळी करा आता काम." त्यांचा हात पकडून रूपा बाहेर आली. तिला ठाऊक होतं की म्हाताऱ्याला झोपेचं इंजेक्शन दिलं होतं आणि हेही ठाऊक होतं, की सकाळी आश्रमातल्या सर्वांत सुंदर न् शांत घरकुलात त्याला ठेवण्यात येईल. ते घरकुल होतं मृत्यूची प्रतीक्षा करणाऱ्या रोग्यांसाठी. त्याचं जीवन तर त्याला परत मिळू शकणार नव्हतं. पण इथे त्याला सुंदर मृत्यू जरूर मिळणार होता!

एकमेकींचे हात हातात घेऊन दोघी चालत होत्या. चोहीकडे दिवे विझले होते, त्यामुळे पडलेल्या दाट अंधकाराच्या रेशमी पोतावर चांदण्या झगमगत होत्या. अभिसारिकेसारख्या घाईनं कुठेसं निघालेल्या रात्रीच्या नूपुरांचा अस्पष्ट कर्णमधुर आवाज जाणवत होता. सुधाबेन चालता चालता थांबल्या.

"आठवतंय सावित्री, तू मला एक दिवस एक प्रश्न विचारला होतास?"

"हो आठवतंय! त्या प्रश्नाच्या उत्तराची मी सदोदित वाट बघत असते; कारण अजूनही तो प्रश्न मला सतावतोच आहे! ह्या पृथ्वीवर ह्या इतक्या वेदना, एकाकीपणा, दुःख, कशासाठी? ही असली दुखणी का म्हणून? का म्हणून स्वतःच्याच नातलगांकडून अवहेलना न् तिरस्कार मिळावा? सांगा ना, तुम्हीच सांगा, का म्हणून?"

खाली झुकलेला रूपाचा चेहरा सुधाबेननी वर उचलला. तिच्या डोळ्यांतून अश्रू वाहत होते.

"माझ्याकडे बघ सावित्री. एके काळी अत्यंत तीव्रतेनं मलाही हाच प्रश्न पडला होता, वरचेवर मी स्वतःला हेच विचारत असे; आणि उत्तर शोधत असे. कित्येक वर्षांच्या तगमगीनंतर, अनेक अनुभवांमधून जाता जाता, मला हळू हळू, तुकड्या तुकड्यांनी उत्तर मिळत गेलं. कदाचित मला जे उत्तर मिळालं ते तुला मार्गदर्शक ठरेल सावित्री. पृथ्वीवरची ही दुःखं हीच देव असल्याची खूण आहे!"

"म्हणजे?"

"म्हणजे असं, की ही दुःखं न् ह्या यातना बघूनच लोकांचा अंतरात्मा जागा होतो आणि खाली पडलेल्यांना आधार द्यायला त्यांना तत्पर करतो. जन्म जन्मांतरी चालणारा हा यज्ञ आहे. प्रजेमधली मानवता जागी व्हावी, चैतन्य सळसळत राहावं म्हणून दुःखाचं निर्माण झालं. ज्यांच्या नशिबी ते दुःख भोगणं आलं, ते लोक ह्या यज्ञातल्या समिधा झाले! समग्र मानव जातीच्या कल्याणासाठी ह्या थोड्या लोकांची आहुती दिली जाते सावित्री आणि म्हणूनच ह्या लोकांवर जास्त प्रेम केलं पाहिजे!"

रूपा पापणीही न हलवता बघत राहिली. स्तब्ध नीरव रात्रीमध्ये त्यांचे शब्द तिच्या कानात जणू घुमत राहिले. "तुला कळतंय सावित्री? या पृथ्वीवरचा एक एक वेदनाग्रस्त मानव ही परमेश्वर असल्याची खूण आहे!" रूपाचा हात प्रेमभरानं दाबून सुधाबेननी सोडून दिला न् त्या निघून गेल्या. त्या विशाल निर्जन आवारात रूपा एकटीच उभी होती. ती वर आकाशाकडे बघत राहिली. अन् तिच्या इवल्याशा हृदयात ते अनंत आकाश जणू सामावलं. चांदण्यांच्या चमचमत्या लिपीत परमेश्वराचं हस्ताक्षर दिसत होतं! हाच शोध होता का तिच्या अस्तित्वाचा? भयंकर पूर येऊन तिचं इवलंसं घरटं कुठल्या कुठे वाहून गेलं होतं, आणि ईश्वरानं तिला हे, खूप दारं, खूप खिडक्या असलेलं विशाल घर दिलं होतं. वाट चालता चालता अनेक स्वजन भेटले होते. पण शैलेश– हं! शरीराच्या एखाद्या कोवळ्या जागेत खूप खोलवर रुतलेल्या बारीक काट्यासारखं हे नाव असंच सदैव खुपत राहणार होतं!

ती घराकडे निघाली. छोट्या अंगणात येऊन थांबली. तुळशीच्या मंजिऱ्यांचा सुगंध आला. अंधारात प्राजक्ताच्या खाली पडलेल्या फुलांचे केशरी देठ दिव्यांच्या ज्योतींसारखे चमकत होते. इतकी अद्भुत शांतता होती की गुलाबाच्या कळ्या उमलल्याचा अतिकोमल आवाजही ऐकू यावा! खाली बसून तिनं फुलं वेचली. खूप दुरून सिस्टर जेसिकाच्या प्रार्थनेचे सूर जणू वाऱ्याबरोबर वाहत आले, असा तिला भास झाला–

"हे परम पित्या! जे तुझंच आहे, ते मी तुलाच परत अर्पण करते, मी आता निःसंग उरले आहे!'

फुलांची अंजली वाहत असेल, तशी हातातल्या फुलांची ओंजळ तिनं पूर्वेकडून येणाऱ्या सोनेरी प्रकाशासमोर धरली. तीच बंद खोलीत कोंडली गेली होती. एकामागून एक येणाऱ्या खोल्यांमधून धावता धावता, धडपडत, पडत, आज त्या खोल्यांमधून ती बाहेर निघाली होती, मुक्त झाली होती, आणि अखेर आज ती स्वतंत्र निळ्या नभाखाली, गवताच्या हिरव्यागार गालिचावर उभी होती. तिनं मस्तक झुकवलं. "हे सूर्यदेवता! तुमच्या स्वर्गीय प्रकाशाचे कोमल, तेजस्वी, प्रथम किरण माझ्या पदरात टाका!"

३१

श्रममंदिराच्या वसाहतीला आणखी शंभर एकर जमीन मिळाली होती. बुलडोझरनं थोडी जमीन सपाट करवून घेऊन नदीच्या घळींमध्ये अथक परिश्रमांनी रस्ता तयार केला होता. नव्या जमिनीत वीस हजार बाभळीची आणि चिंचेची झाडं वसाहतीतल्या रहिवाशांनीच लावली. हद्द जिथं संपत होती तिथं सुबाभुळाचं बी लावलं होतं, मजबूत कुंपणासारखं होईल म्हणून.

दान आणि श्रम यांचा झरा वाहताच होता, त्यात पडलं होतं प्रेमाचं खत; त्यामुळे श्रममंदिराची वसाहत खूप फुलली-फळली होती, सत्कर्माच्या फळांचे झुबकेच्या झुबके लटकत होते.

हॉस्पिटलमध्ये अद्ययावत साधनं आणली होती. ऑपरेशन थिएटर, प्लॅस्टिक सर्जरी आणि कन्स्ट्रक्टिव्ह सर्जरी, फिजिओथेरपी वॉर्ड...सगळ्या सोयी झाल्या होत्या. हाउसिंग बोर्डकडून घरं आणि डॉर्मिटरी बांधायला मदत मिळाली होती. कितीतरी लायन्स आणि रोटरीच्या शाखांकडून आणि परदेशातल्या संस्थांकडूनही मदत मिळत होती. जैन युवक संघ एक घर बांधून देत होता. दारूच्या भट्ट्यावाले हताश होऊन केव्हाच ती जागा सोडून गेले होते. महीनदीच्या वाळवंटात बसून आता छान सूर्यास्त बघता यायचा.

रोगी तर देशाच्या कानाकोपऱ्यातून येतच राहायचे. काही काही तर अगदी मरणोन्मुख अवस्थेत. त्यांची शुश्रूषा करायची, त्यांना परत माणसात आणायचं आणि आश्रमाच्या कामांमध्येच त्यांनाही गुंतवून त्यांचं भरण-पोषण पण करायचं–

भगीरथ प्रयत्नच होते सगळे. त्यात शिवाय, लहान मुलं, अपंग लोक आणि वृद्ध यांची जबाबदारी सर्वस्वी आश्रमावरच असे. मुलं इतर रोग्यांमध्ये मिसळून त्यांना रोग लागू नये म्हणून त्यांच्यासाठी जरा दूर अंतरावर डॉर्मिटरी बांधली होती आणि तिथे त्यांना फुकट शिक्षण दिलं जाई. तो सर्व खर्चही ट्रस्टचाच होता. इतर व्यक्तींमध्ये अर्धअपंग आणि रोगमुक्त कुटुंबं होती. ती अंबर चरखा, हातमाग, शेती, पशुपालन वगैरे कामं करून रोजी मिळवत असत. शिवाय या वसाहतीचा प्रचंड गाडा चालू ठेवायचं काम फार मोठं होतं. कोणी मोटर चालवे, कोणी नांगर अथवा ट्रॅक्टर चालवे. ऑफिस, दुकान, शिंपीकाम, सुतारकाम अपंग मुलांसाठी स्वयंपाकघर, गोबरगॅस प्लांट, सफाई, हॉस्पिटलचं काम, लाकडं तोडणं, ही सगळी कामं आश्रमवासीयच करायचे. हे रहाटगाडगं चालूच राहणार होतं. त्याला नियमित वंगण घालत राहायचं!

ट्रस्टी आणि कार्यकर्ते यांच्या शिरावर दुप्पट जबाबदारी होती. आश्रम बांधून त्यात बसून राहून चालणार नव्हतं. बाहेरच्या दुनियेशी सतत संपर्क ठेवायचा होता. देणग्या मिळवायच्या, रक्तपित्त या रोगाबद्दल योग्य आणि बरोबर माहिती जनतेला द्यायची, ही मोठी कामं होती. या आणि त्या, दोन जगांमधला दुवा त्यांना बनायचं होतं.

आणि आता या सगळ्या कामांमध्ये, माळेच्या दोऱ्यात ओवलेल्या मण्यासारखी रूपा गुंतली होती!

हताशा, तिरस्कार, क्रोध, अविश्वास, संशय, एकामागून एक पटलं मनातून काढून टाकणं तसं सोपं नव्हतंच. अशा त्रासदायक भावना, शरीराला त्वचा चिकटलेली असते तशा मनाला चिकटलेल्या असतात! त्या काढून टाकणं म्हणजे त्वचा सोलून काढण्याइतकंच क्लेशदायक असतं. क्वचित कधी असंही होतं की असं काढून टाकताना होणारे क्लेश नंतर सुख आणि शांती मिळवून देणारेही ठरतात. तर कधी अशा प्रसंगांना साक्षी बनण्याची वेळ येते की त्यामुळे आपल्या समजशक्तीची क्षितिजं रुंदावतात. नुकताच असा एक प्रसंग घडला होता.

भिखाचा रोग पूर्ण बरा झाला, निगेटिव्ह सर्टिफिकेट मिळालं, तशी त्याला आनंदानं आभाळ ठेंगणं झालं. पाच वर्षं तो इथंच होता, आता त्याला घरी जायचं होतं. स्वतःचं घर, शेत, सून, मुलं, सगळ्यांची खूप आठवण तर होतच असे; आता त्यांच्याकडे जायचं त्याच्या मनानं घेतलं. आश्रमात काम करून जे पैसे मिळाले होते, त्यातनं सगळ्यांसाठी कपडे, मिठाई त्यानं घेतली. आश्रमात घरोघर जाऊन सगळ्यांना रामराम करून आला. भगतकाकांच्या पायी पडून निरोप घेतलान्, भजनमंडळीत प्रसाद वाटला. उजाडता निघाला, तेव्हा रूपा दरवाज्यापर्यंत पोचवायला गेली. असं इथून कोणी जातं आहे, याचं किती बरं वाटलं होतं!

आणि दुसऱ्या दिवशी बातमी आली की भिखानं गळफास लावून घेऊन

आत्महत्या केली. त्याला घराच्या दाराशी बघताच एखादा विषारी साप दिसावा, तसं काठीनं झोडपून घरच्यांनी हाकलला होता! दगड हातात घेऊन त्याच्यामागे धावले होते. गावाच्या वेशीपाशी ज्या वडाखाली तो लहानपणी सूरपारंब्या, शिवाशिवी खेळला होता, त्याच झाडाला धोतर बांधून त्यानं फास लावून घेतला. आश्रमाच्या नावानं त्यानं चिठ्ठी लिहून ठेवली होती– ''मी बरा होऊन काय फायदा झाला? देव भेटेल तेव्हा तुम्हा सर्वांच्या वतीनं विचारीन, की आमचा गुन्हा तरी काय?''

आश्रमाच्या बाहेरच्या जागेत राधा-कृष्णाचं सुंदर मंदिर बांधलं होतं. त्या प्रसन्न हसऱ्या मूर्ती जणू सजीवच वाटायच्या. मूर्तींसमोर बसून त्या दिवशी खूप रडली. प्रभू! ही तुझी कशी लीला म्हणायची?

रूपा संध्याकाळी हॉस्पिटलमधलं काम आटपून घरी परतली तेव्हा मीरा किसनकडून कविता पाठ करून घेत होती. हा त्यांचा रोजचा कार्यक्रम. शाळेतनं सुटली की मीरा घरी यायची, रूपा तिचा अभ्यास घ्यायची, मीरा दिवसभर काय काय झालं त्याचा पाढा वाचायची. रूपाला बघितल्याबरोबर मीरा तिच्या गळ्यात पडली. रूपा तिच्याकडे डोळे भरून पाहत राहिली. बदामासारख्या डोळ्यांमधल्या चमकणाऱ्या काळ्या चांदण्या, नाजूक चेहरा, सडसडीत उंच बांधा, हळूहळू त्या बांध्याला आकार येऊ लागला होता. मीरानं तिचा चेहरा कुरवाळला, ''मावशी, काय बघताय अशा!''
''बघतेय मी- माझी मीरा केवढी मोठी न् सुंदर दिसायला लागलीय!''

''ऊऽऽ! माझीय् मीरा!'' किसन रूपाला ढकलत मीराला बिलगला. मीरा त्याच्या हातावर चापटी मारत गमतीनं बाहेर पळाली. तशी होऽऽ करत ओरडत हसत किसन तिच्या मागे धावला. त्यांच्या खिदळण्याचा आवाज पक्ष्यांच्या किलबिलाटासारखा अंगणातनं येत होता.

''झरीना, उद्या अपंग दिनाच्या रॅलीमध्ये मला आश्रमातल्या थोड्या लोकांना घेऊन यायचंय. संध्याकाळी यायला उशीर झाला, तर मीराला अभ्यासाला बसव. परीक्षा जवळ आलीय. अन् मला तर ओळीनं दोन दिवस बाहेर जावं लागणार आहे.''

''वो क्यू?''

''रेवा अन् जुम्माला मूल होण्याची शक्यता नाही, हे तर तुला ठाऊकच आहे. त्यांना मूल दत्तक घ्यायचंय. मी थोड्या संस्थांना पत्रं लिहिली होती. बडोद्याच्या अनाथाश्रमातनं होकाराचं पत्र आलंय, तिथं जायचंय. रेवाला मी सांगितलं नाहीये. काय म्हणतायत् ते आधी बघू.''

रात्र झाली. झरीनानं स्वयंपाकघर आवरलं न् किसनला जवळ घेऊन झोपली. मीरा मन लावून चित्र काढण्यात गुंगली होती. रूपाच्या हातात वाचायला घेतलेलं पुस्तक उघडं होतं. पण दृष्टी होती मीराकडे. झरीनाची न् रूपाची दृष्टभेट झाली.

अशा शांत, रात्रीच्या वेळी दोघींनाही गेले दिवस आठवायचे. आपलं माणूस- घाणेरडी झोपडपट्टी- रोग- दुर्गंध- डोकं कराकरा खाजवत राहणारी, अशक्त, भीक मागणारी मुलगी- ही मीरा! पण हे सारं मनात! दोघी गप्प होत्या. चुकूनही ह्या गोष्टीची चर्चा करायचीच नव्हती. त्या आठवणी म्हणजे काचेचा चुरा पसरलेली पायवाट- त्याच्यावर पाय टाकण्याचं धाडस करायचंच नाही!

अपुरं राहिलेलं चित्र भिंतीला टांगून ठेवून मीरा होस्टेलमध्ये परत गेली. थोडी पत्रं लिहायची होती, औषधांचं स्टॉकबुक लिहून पुरं करायचं होतं, रूपा ऑफिसात आली. सुधाबेन कुणी भेटायला आले होते त्याच्याशी बोलत होत्या. चेहरा जरा ओळखीचा वाटला. "अरे, तुम्ही पुष्करभाई! डाहीबेनचे भाऊ, होय ना?"

"ओळख पटली बाई?"

"तुम्हाला कशी विसरेन?" रूपाला तो प्रसंग आठवला. भगतनी स्वतःच्या हातांनी पत्नीला दुसऱ्या घरी पाठविलं होतं. ती म्हणाली, "चला, भगतकडे घेऊन जाते." दोघं ऑफिसमधून निघाले न् आवार ओलांडून भगतच्या घराकडे निघाले. पुष्कर त्या चारीबाजूंना पसरलेल्या वसाहतीकडे अचंब्याने बघत होता. भगतच्या घराशी बाहेर उभं राहून रूपानं हाक मारली. "भगतकाका, कोण आलंय बघा बरं!" डोळे बारीक करून बाहेर डोकावत, हातातल्या माळेचे मणी फिरवत फिरवत भगत बाहेर आले. "काय गं बेटा सावित्री? अन् हे कोण? मला आता दिसतं जरा कमी– ओहोहो! पुष्करभाई! तुम्ही?"

पुष्करनं वाकून नमस्कार केला. तोपर्यंत त्याच्या डोळ्यातनं दडादडा अश्रू वाहू लागले होते. भगतनं चिंतेच्या स्वरात विचारलं, "का? काय झालं? लवकर बोल बाबा! भाग्यशाली- डाही बरी तर आहे ना?"

भगतनं अंगणात उभी ठेवलेली खाट आडवी केली. रूपा पाणी आणायला आत गेली. पाणी देऊन ती जायला निघाली. "बस ना बाळ."

"नाही काका, मला कामपण आहे आणि तुम्ही दोघं खूप दिवसांनी भेटताय. स्वस्थपणानं बोला. दूध आहे थोडं,. चहा देऊन जाऊ?"

"नको बाई, चहाची सवय राहिली नाहीये. बस भगत भेटले, मला सगळं मिळालं. त्यांच्या शोधात कुठंकुठं फिरलो, ते आज सापडले!"

"तुमच्या बहिणीची खुशाली सांगा पटकन्." भगत अधीर होऊन म्हणाले. "भगत तुम्हाला ठाऊक आहेच. तुमच्याच सांगण्यावरून डाहीचं मी दुसरीकडे लग्न करून दिलं होतं. तिथं बिचारीच्या नशिबात खूप दुःख होतं. तुम्हाला सांगायचं नाही, अशी रामदेवपीरची शपथ तिनं घातलेली म्हणून गप्प बसलो होतो. नवरा दारूडा- रोज प्यायचा न् मारायचा!" पुष्करला भरून आलं. भगतनं हळहळत सुस्कारा टाकला. "दोन लहान लहान मुलं. नवरा शेवटी पिऊन पिऊन मेला. डाहीवर फार

वाईट दिवस आलेत, आत्ता...'' पुष्कर हुंदके देऊन देऊन रडायला लागला.

भगतनं कापरा हात त्याच्या पाठीवर फिरवला. ''पुष्कर भाई, हे पाप तर माझ्या माथी लागलं! आता माझ्यावर दया कर अन् डाहीला घेऊन ये. आम्ही इथे एकत्र राहू.''

''पण मुलं? त्यांना कुठे ठेवू भगत? माझ्या आपल्याच मुलांना मी पुरं पाडू शकत नाही, अन्- तरी हरकत नाही- बहीण सुखी झाली तर तिचे आशीर्वाद तरी मिळतील! मी परवाच्या दिवशी डाहीला आणून पोचवीन!''

''अरे माझ्या बाबा! तुला समजलं नाही? मुलं तर पहिल्यांदा पाहिजेत! डाहीची मुलं म्हणजे मला माझ्या जिवापेक्षा जास्त! लवकर घेऊन ये पुष्कर. ऊठ, आता तर त्यांना पोटाशी धरीन तेव्हाच तोंडात अन्न घालीन!'' भगतना आनंदानं भरून आलं. आत गेले न् लगेच परत आले. पुष्कर आनंदून उभा झाला होता. ''घे भाई, ही शंभराची नोट, हे गाडीभाड्यासाठी. चट्दिशी नीघच. माझ्याच्यानं आता राहवत नाही.''

पुष्करनी भगतना लोटांगण घातलं. ''भगत! धन्य झालो मी आज! ह्या कलियुगात तुमच्यासारखी माणसंही आहेत!''

''उगाच मला मोठेपण देऊ नको. मी डाहीचं भलं करायला गेलो, अन् हे असं-पण चल. चट्दिशी नीघच तू.''

पुष्कर गेला. रूपा आपल्या घराच्या अंगणात उभी राहून तिथूनच, माळेचे मणी फिरवत बसलेल्या भगतकडे बघत होती. किती महान होता हा माणूस! पण जगाला त्याच्याबद्दल कधीच समजणार नाही. वर्तमानपत्रात ना कधी फोटो येणार, ना कधी त्यांचा सन्मान होणार, ना हारतुरे मिळणार. माणूस म्हणून केवळ जन्माला येण्यानं माणूस माणूस होतो? वागणूक माणसासारखी असावी लागते ना? केवळ एक माणुसकी असलेला माणूस म्हणून जगणं, हीच केवढी मोठी गोष्ट होती!

दुसऱ्या दिवशी सकाळी रूपा काही आश्रमवासीयांना घेऊन बसमधून बडोद्याला गेली, ती संध्याकाळी उशिरा परत आली. खूप थकली होती. घरात शिरता शिरताच स्वयंपाकघरातनं येणाऱ्या छान वासानं तिचा थकवा जणू उतरला. ''काय केलंयस जेवायला झरीना? खूप भूक लागलीय.''

''मालूम था मेरेकू, डालढोकळी बनाया, तेरेकू पसंद है ना?''

''अरे वा!''

''मावशी, चला, गरम पाणी काढलंय. हा घ्या टॉवेल.'' मीरानं हाक मारली. रूपा बाथरूममध्ये गेली. प्रेमानं मीराला जवळ घेत म्हणाली, ''लब्बाड पोरगी! किती करतेस गं माझ्यासाठी!''

''तुम्ही इतक्या सगळ्यांचं करत असता, मग तुमचं मी करीन, हो नं?''

"तू खरंच मोठी झालीस की मीरा!" त्याबरोबर ताठ उभी राहून कमरेवर हात ठेवून ऐटीत मीरा म्हणाली, "उं हुं! मग मीरा नाही, मीराराणी म्हणा!"

रूपानं मान खाली घातली. छातीत एक कळ उठली. "माझी रूपाराणी!" पूर्वजन्मीची ही आठवण ह्या जन्मी का क्लेश देत होती? प्रयत्नपूर्वक मोठ्यानं हसत रूपा म्हणाली, "मीरा राणी? नाही! बस माझी मीरा! अगं झरीना–"

"अगं सावित्री–"

दोघी एकदम बोलल्या न् हसायला लागल्या. मीरा म्हणाली, "तुम्ही दोघी भगतकाकांबद्दलच बोलणार होतात ना? डाही मा आल्यात, आपण जाऊ या?"

मीरा न् किसन हातात हात घालून पुढे पळालेच. पाठोपाठ रूपा न् झरीना गेल्या. त्यांनी खुणेनंच मीराला घरांच्या बाहेरच थांबायला सांगितलं. भगतच्या मांडीवर एक मूल झोपलं होतं, अन् दुसरं त्यांच्या जवळच. दोघांना दोन हातांनी थोपटता थोपटता भगत हलक्या आवाजात गात होते, आणि डाहीबा समोर बसून अति आनंदात बघत बसली होती. रूपानं मीराचा हात पकडला न् ते रमणीय दृश्य एक खोल श्वास घेऊन हृदयात साठवत ती हळूच म्हणाली, "आज नकोच, उद्या भेटू या. इतकी वर्षं वियोग झाला होता, आजच भेटलेत ना!"

चुकून धक्का लागून काचेसारखा त्या शांतीला तडा जाऊ नये म्हणून अगदी हळूच ती सगळी परत फिरली. घरी आली, तर गंगाराम न् बुधा उभे होते.

"काय आहे रे बाबा गंगाराम?" काळजी वाटून रूपानं विचारलं.

"विदूबेनची तब्येत बराबर न्हाई. छातीत धडधडतंय्, घाबऱ्या होतायत्. शांताबाई सिस्टर तुमास्नी बोलावतेय."

"झरीना, तू घरी जा, आणि मीरा, तू–"

"मावशी, मी पण येते, तुम्हाला मदत करायला." मीरा हट्ट धरून बसली.

"नाही, नको. अगं तुला सकाळची शाळा आहे, परीक्षा जवळ आलीय्, जा तू घरी."

रूपा भराभरा हॉस्पिटलमध्ये आली. विदूबेनना संध्याकाळपासूनच बरं वाटत नव्हतं, म्हणून बायकांच्या डॉर्मिटरीतून त्यांना इकडे आणलं होतं. नशिबानं नेमका आजच दुपारी बडोद्याहून डॉक्टर अविनाश यायचा दिवस होता, त्यामुळं त्यांचे उपचारही लगेच सुरू झाले होते. पण रात्री शेजारच्या कॉटरवरची लीला पाणी प्यायला उठली, तिनं बघितलं की विदूबेन कण्हत न् धापा टाकत होत्या. तिनं लगेच रमेशभाई न् जगदीशला उठवलं. रूपा पोचली तेव्हा जगदीशनं डॉ. अविनाशनी सांगून ठेवल्याप्रमाणे उपचार सुरू केले होते; पण तरी विदूबेनना बरं वाटलं नव्हतं आणि त्या घाबऱ्याघुबऱ्या होऊन मधून मधून ओरडत होत्या.

"माजींना बरं तर होतं, मग एकाएकी काय– रमेशभाई, मला वाटतं यांना

ऑक्सिजनवर ठेवावं लागेल, नाही जगदीश?''

जगदीशनं त्यांना इंजेक्शन द्यायची तयारी केली न् तो सिरिंज घेऊन विदूबेनजवळ आल, तशी एकदम डोळे फिरवून त्या ओरडत सुटल्या, उठून पळायला बघू लागल्या. रमेशभाई न् रूपानं त्यांना कसंबसं पकडून ठेवलं. वेदनांनी त्या कळवळत होत्या न् तरी ओरडतच होत्या– ''मला इंजेक्शन नका देऊ, त्यात विष आहे– विष– मला मारू नका–!''

रूपाला मग आठवलं. रोगानं पीडलेल्या अपंग, म्हाताऱ्या विदूबेनना त्यांचा मुलगा न् पुतण्या गाडीत घालून घेऊन आले होते. आश्रमातली मुलं कुतूहलानं, विस्मयानं या चकचकीत मर्सीडीज गाडीकडे बघत राहिली होती. विदूबेन सारख्या रडत होत्या. मुलगा डोळे वटारून त्यांना रागवला होता. ''चूप! वेड्यासारखी रडारड काय चालवलीयूस?'' आणि जाता जाता सुधाबेनना हळू आवाजात एक अगत्याची सूचना गेऊन गेला होता. ''आम्हाला असा त्रास दिलाय् म्हणून सांगू आईनं, तुम्हीच आता वठणीवर आणा तिला!''

''म्हणजे?''

''नाही समजलं? आई म्हणजे एक कटकट आहे हो! बरी झाली तरी परत नका पाठवू. असंच वाटलं तर पॉयझनचं इंजेक्शन देऊन टाका, आमची हरकत नाही!'' ''तुम्ही मुलगा आहात का कसाई?'' संतापानं लालबुंद होत सुधाबेननी विचारलं होतं.

विदूबेननी हे बोलणं ऐकलं असणार, त्यामुळे इंजेक्शन बघितलं की किंचाळायला लागायच्या, पळायला लागायच्या. आत्तासुद्धा त्यांनी हातावर एक थप्पड मारून जगदीशच्या हातातली सिरिंज उडवून टाकली. वास्तविक औषध उपचार सुरू केल्यापासून त्यांच्या प्रकृतीत बरीच सुधारणा होत होती. त्या रोज घरी जायचंय म्हणून भुणभुण करायच्या. मुलांना भेटायची, नातवंडांना खेळवायची त्यांची खूप इच्छा होती. काकुळतीला येऊन म्हणायच्या, ''घरी सगळ्यांना भेटून परत येईन मी, तुम्ही पत्र तर लिहा त्यांना!'' कितीतरी पत्रं लिहून झाली होती; पण मुलगे न् पुतणे मिळून पाच जण होते, त्यांच्यातलं कोणीही घेऊन जायला की भेटायला आलं नव्हतं, की पत्रांचं उत्तरही पाठवलं नव्हतं. कदाचित् या गोष्टीचा त्यांच्या मनावर खूप आघात झाला असेल. अन् मग एक दिवस बघता बघता एकदम अटॅक येऊन त्यांनी मान टाकलीच. त्यांच्या कुटुबांतल्या कोणीच कधी काहीच विचारपूस केली नाही म्हणून मग आश्रमाच्या स्मशानगृहातच अंतिम विधी पार पाडला आणि त्यांच्या मृत्यूबद्दल कळवायला शेवटचं एक पत्र त्यांच्या घरी लिहिलं.

तळमळत प्राण सोडणाऱ्या आईची चिता अजून पुरती विझलीही नसेल तेवढ्यात त्यांचे मुलगे येऊन पोचले! आल्या आल्या भांडायला लागले की, ''आई

गेली तर गेली, पण अंतिम विधी तुम्ही का म्हणून केलात? तो अधिकार तर मुलांचाच असतो. आम्ही मोठ्ठी स्मशानयात्रा काढली असती. चंदनाची चिता रचली असती, वर्तमानपत्रात फोटो आणि स्मरणांजली दिली असती. आता आम्ही समाजात कसं तोड दाखवायचं?''

असले प्रसंग घडायचे तेव्हां रूपा जड मनानं खिन्न होऊन पुन्हा गप्प गप्प व्हायची. गेल्याच आठवड्यात एक तरुण मुलगी 'आई, आई' करत मृत्यू पावली होती पण सख्खी आई, फिरकलीसुद्धा नव्हती! माणसांची माणुसकी आणि माणसांचाच अधमपणा दोन्ही काय स्थितप्रज्ञासारखं बघत राहायचं? काळ्याकुट्ट खडकावरही पाण्याची धार पडत राहते. वाऱ्याच्या जोरानं त्याची झीज चालू असते आणि खडकाला फटी पडतात, त्यातून तृणांकुर उगवतात– आणि माणूस?

अलीकडे तर असंही फार सुनं सुनं वाटत होतं. दिल्लीला आयोजित युवा शिबिरात एका संस्थेतर्फे मीराला पाठवलं गेलं होतं. रूपानं खूप हौसेनं तिची सगळी तयारी करून दिली होती. बाहेरच्या जगात मीरा प्रथमच पाऊल टाकत होती. झरीनानं तऱ्हेतऱ्हेचा नाश्ता तयार करून बरोबर दिला होता आणि रूपा जाऊन थोडे कपडे, चपला, पर्स असं मीरासाठी घेऊन आली होती. सगळ्यांनी मग खूप आनंदानं तिला निरोप दिला होता.

दिवसभर तर रूपा आपल्या कामात खूप व्यग्र असायची; पण संध्याकाळी मीराची खूप आठवण यायची. तेव्हा मग ती नदीकाठी वाळूत जाऊन बसायची आणि हळूहळू अस्ताला जाणाऱ्या सूर्याकडे बघत राहायची. संसाराची माया दुःखालाच कारण होते म्हणतात, ते असंच ना? याच मायेनं तिला एकदा फार मोठा दगा दिला होता. प्रेमाच्या सौद्यात ती तेव्हा फसली होती आणि तरी आता परत तीच चूक करून बसली होती! स्वतः ती आत्ता आत्ता कुठे जेमतेम नीटपणे पाऊल रोवून उभी राहिली होती, तोच या अनोळखी मुलीनं परत तिचं मन व्यापून टाकलं होतं, तिच्या मायेत रूपा अडकली होती! पण मग– ती साध्वी थोडीच होती? ती तर एक साधीसुधी सामान्य स्त्री होती, आणि तिला वाटत होतं, की असं या मायाजाळात अडकण्यातच सुख होतं! मीराच्या ममतेमुळंच ती जिवंत राहू शकली होती.

"बेन, हे घ्या पत्र. कित्ती ठिकाणी शोधलं अश्रमात तुम्हाला. मग बुधा म्हणाला, की संध्याकाळ झालीय् ना, बेन नदीकाठी बसल्या असतील.'' जनूनं तिच्या हाती एक जाडजूड पत्र देत म्हटलं.

"माझं पत्र?'' आश्चर्यानं मीरा उद्गारली अन् अधीरतेनं तिनं पाकिटावर नजर फिरवली. सुंदर वळणदार अक्षर होतं– मीराचं पत्र!

३२

रूपानं पाकीट उघडलं. क्षणापूर्वी उदास झालेली रूपा तेच पत्र पाहून प्रसन्न झाली. जणू काही संध्याकाळच्या सोनेरी किरणांनी मीरानं पत्र लिहिलं होतं.

"पूज्य आणि प्रिय मावशी,

इथं आल्यापासून इतक्या गोष्टींमधे गुंतले गेले, की रोज तुमची आठवण यायची, पण पत्र लिहायला वेळच नव्हता मिळत. आत्ता रात्रीचे अडीच वाजलेत आणि सगळे थकून झोपले आहेत, तेव्हा शेवटी तुम्हाला पत्र लिहायला घेतलं.

दिल्लीतल्या भव्य इमारती, डेहराडूनच्या पर्वतराजी, ताजमहाल, नृत्य न् संगीत– काय लिहू न् काय नको असं होतंय! परत येईन ना, तेव्हां दोन सबंध रात्री तुम्हाला झोपूच नाही देणार, इतक्या गोष्टी सांगायच्या आहेत तुम्हाला! पण आज त्या गोष्टींबद्दल नाही, दुसऱ्या कशाबद्दल तरी लिहायचंय.

मावशी, मी या शिबिरासाठी आले नसते, तर मला कधी कळलंच नसतं, की जग किती वेगळं आहे! आयुष्य म्हणजे नुसत्या पिकलेल्या जखमा न् सडलेली शरीरंच नाहीत, आयुष्य म्हणजे जिवंत राहण्यासाठी धडपडणारी, समाजानं दूर झटकून टाकलेली आश्रमातली माणसंच नाहीत. आयुष्य म्हणजे बर्फाच्छादित पर्वत, खळखळ वाहणारी गंगा, चांदण्यात दिसणारं ताजमहालचं अद्भुत रूप, हास्य, नृत्य, गीत आणि खूप काही!

आठवतंय ना मावशी, भिखानं फास लावून घेऊन जीव दिला, तेव्हा

तुम्ही राधा-कृष्णाच्या मंदिरात मूर्तीसमोर बसून रडत होता. मी तुमच्या मागे धावत आले होते आणि तुम्हाला तसं रडताना बघून स्तब्ध होऊन दूर उभी राहिले होते. सगळ्यांपासून दूर असण्याची वेदना किती तीव्र असू शकेल, त्याची आज मला कल्पना येते आहे– आज, जेव्हा मी पहिल्याप्रथम तुमच्यापासून दूर आले आहे. इथं जी तरुण मुलं-मुली आलेली आहेत, त्या सगळ्यांना घरदार, कुटुंब आहे. प्रथम थोडे दिवस मी मनातल्या मनात कुढत होते. का म्हणून मला हे सगळं नाही मिळालं? पहिल्या रात्री तर एकटीच मुकाट्या-मुकाट्यानं मी खूप रडले होते. कदाचित त्यामुळेही पत्र लिहायच्या मूडमध्ये नसेन. मग मला ते सगळे प्रसंग आठवायला लागले, जेव्हा घरच्या नात्यातल्या स्वकीयांनी आपल्याच माणसाला कचऱ्याच्या पेटीत टाकल्यासारखं आश्रमात आणून टाकलं होतं आणि मागे वळून पाहिलंसुद्धा नव्हतं! चिता पेटते तेव्हा माणसाचं आयुष्य न् आयुष्यातले सारे संबंध जळून भस्म होऊन जातात; पण हे तर जिवंतपणी!

तर, आज या क्षणी, मला हे समजतंय्, की 'सबसे ऊंची प्रेमसगाई!' ज्या तरुण मुला-मुलींना मी भाग्यवान समजत होते, त्या सर्वांना या अशा प्रेमाचा अनुभव मिळालेला नाही, जो मला मिळालाय! तुमचा न् माझा मावशी, काय संबंध? तुम्ही झोपडपट्टीत येऊन पोचला नसतात, तर? तुम्ही इतकं आपलेपणानं मला शिकवलं-वाढवलं नसतं, तर? मीही कदाचित् आज रस्तोरस्ती हिंडणारी भिकारीण– विचार आला तरी थरकाप होतो जिवाचा! आज बापूंची खूप आठवण येते आहे. त्यांनाही असं नवं जीवन मिळू शकलं असतं तर? आज प्रथमच मला तुमच्याविषयी जास्त जाणून समजून घेण्याची खूप खूप इच्छा होतेय. कुठल्या मजबूत हातांनी तुम्हाला धक्का देऊन त्या नरकासारख्या झोपडपट्टीत ढकलून दिलं होतं?

आजपर्यंत कधी असा विचारच नव्हता आला, की तुमचे आभार मानावेत. मावशी, तुमचे खूप खूप मनापासून आभार– तुम्ही दिलेल्या प्रेमासाठी, हे आज मिळालंय् त्या आयुष्यासाठी! मला ठाऊक आहे मावशी, आत्ता जर मी तुमच्यासमोर बसलेली असते ना, तर तुम्ही धपाटा घातला असता माझ्या पाठीत अन् म्हटलं असतं, ''काय आहे गं मीरा, उगीच फार पिटपिट करतेय्स ती!'' पण मी तर जणू एकाएकी मोठी झाली आहे न् सगळं समजायला लागलं आहे मला– 'मॅच्युअर' झालेय, हो नं? कदाचित् एकाच वेळी मी एकाच आयुष्याची ही दोन रूपं बघितली म्हणून असेल! एकीकडे आपला आश्रम अन् एकीकडे दिल्लीच्या केवढ्या तरी मोठ्या कॉलेजमधल्या होस्टेलमधलं हे शिबिर. दुनियेच्या या दोन

टोकांच्या मध्ये बसून आज तुम्हाला पत्र लिहितेय!

झरीनामावशी न् किस्न्याला खूप खूप विचारलंय म्हणून सांगा. इकडचं जेवण मला मुळीच आवडत नाही. झरीनामावशीच्या हातच्या स्वयंपाकाला किती चव असते! आत्ता या क्षणी तुमची सगळ्यांची खूप खूप आठवण येतेयत! माझं घर, माझ्या जीवनाचा एक हिस्सा तिथं आहे, पण इथंही मला खूप खूप आवडतं. तुमच्यासाठी एक छान भेट आणणार आहे. नद्यांची न् पर्वतांची रेखाचित्रं तुम्हाला आवडतील, मला ठाऊक आहे!

तुमचीच,

मीरा.''

रूपानं पत्रावर ओठ टेकवले, तिचे डोळे भरून आले. जगात, संसारात राहून निर्लेप, स्थितप्रज्ञ राहणं हे संतांवरच सोपवलेलं बरं! संसाराची माया किती सुखदायी आहे!

मनुष्यायन! जणू आजच्या हलाहलासारख्या कलियुगाबरोबरच एका नव्या युगाचा आरंभ, मनुष्यायन– कोणा अवतारी पुरुष– राम-कृष्ण ह्यांच अयन नाही, पण मनुष्याचं अयन! माणसाचा माणसाशी वागण्यातला दुष्टावा, अन्याय, विषमता, रोग हे सारं पूर्वीही होतंच ना? पण मनुष्यायनाचं वैशिष्ट्य हे, की आज या सगळ्या प्रश्नांबद्दल पूर्वी कधीही नव्हती इतकी जागरुकता, संवेदना, समाजात जागी होते आहे. माणूस जातीवरून श्रद्धाच उठावी, अशा वाईट प्रसंगांची साक्षी रूपा होत असे, तेव्हा तेव्हा नेमकं असं काहीतरी व्हायचं, की प्रसन्नतेनं, माधुर्यानं मन भरून यायचं. जणू कोणी अदृश्य शक्तिशाली हात ब्रह्मांडाच्या विराट तराजूला सतत समतोल ठेवत होते. रुक्मिणीच्या छोट्याश्या नथीसारखं मीराचं ते पत्र, सोन्याची नाणी भरलेल्या घड्यापेक्षा वजनदार होतं!

मीरा शिबिरातून परत येऊन पोचली होती. तिचा अखंड किलबिलाट चालू होता. कित्ती गोष्टी सांगायच्या होत्या तिला! झरीना आणि किसन यांना ती सांगायची अन् ती दोघं खूप मन लावून ऐकायची; त्यांना खूप मजा वाटायची. शिबिरात किरकोळ खर्चासाठी म्हणून जे पैसे मिळाले होते, त्यातून काही वाचवून तिनं झरींना न् किसनसाठी भेटी आणल्या होत्या. पंजाबी स्टाइलचं भरतकाम केलेला कुडता आणि किसनसाठी खेळणी.

''आणि मावशी, तुमच्यासाठी ही चित्रं, आवडली?'' रूपानं तर लगेच ती भिंतीवर टांगून पण टाकली. ''किती सुरेख चित्रं आहेत मीरा! आता सूर्यास्त बघायला नदीपासची चढउतार करायला नकोच!''

''रे सावित्री! मीरा कितनी बडी होके आई है! अब उसकी शादी भी जल्दी करनी पडेगी!''

"सोच लो!मै चली जाऊंगी तो रोने लगोगे सब! आता हा कुडता घालून दाखवा झरीना मावशी. बघू तरी माझी मावशी किती सुंदर दिसतेय् ते!" हसत हसत झरीना कपडे बदलायला गेली. मीरानं रूपाजवळ येऊन म्हटलं, "आणि मावशी, तुम्हाला ओळखताच नाही येणार मी तुमच्यासाठी काय आणलंय् ते! डोळे बंद करा पाहू या!"

"हं? बरं, हे बघ, केले बंद!"

नाजूक नक्षीकाम केलेल्या फ्रेममध्ये बसवलेला एक छोटा आरसा रूपाच्या समोर धरत मीरा म्हणाली, "हं! उघडा डोळे!"

रूपानं डोळे उघडल्याबरोबर समोर आरसा दिसला तशी रागानं लगेच तोंड फिरवलं न् म्हणाली, "हे काय मीरा? तुला ठाऊक आहे ना, की–?"

"की तुम्ही आरशात तोंड बघत नाही? म्हणूनच तर आणलाय् मावशी! एकदा बघाच तुमचा चेहेरा, किती साफ अन् स्वच्छ झालाय् तो; एकही डाग नाही, व्रण नाही. तुमच्या मनात कडवटपणा असेल कुणाबद्दल पण तुमच्या डोळ्यांमध्ये किती ममता आहे! बघा ना मावशी, तुमच्या मीराची शपथ तुम्हाला!"

मीरानं पुन्हा रूपासमोर आरसा धरला. घाबरत घाबरत रूपानं जरा तोंड वळवून आरशात पाहिलं. हे तिचंच प्रतिबिंब होतं? गाल जरा भरले होते, कपाळावरच्या केसांवर थोडी रुपेरी झाक आली होती, काजळ न घातलेले तपकिरी डोळे तेच होते– रूपाचेच! ज्या रूपापासून ती कित्येक वर्षं दूर पळत होती, ती स्वतःच्या समोरच्या आरशात आज तिला दिसत होती– आज अचानक मीरानं तिला तिचा चेहेरा परत दिला होता! आरशातल्या तिच्या चेहऱ्याशेजारी दुसरा चेहरा आला– मीराचा. तिनं हळूच हसून रूपाचा पापा घेतला. "आता आरशात बघून केस विंचरायचे."

"बरं!" रूपानं आरसा ठेवून दिला. मीरानं रूपाचा चेहेरा हातात घेऊन म्हटलं, "मला खात्री आहे, एके काळी हा चेहेरा हसत असेल, हे ओठ गाणी म्हणत असतील, आणि ध्यानी मनीही नसताना एक दिवस तुमचं स्मित हिरावून घेऊन तुम्हाला कोणीतरी घरातून हाकलून दिलं असेल! त्या दिवशी ताराबाई तुमच्याजवळ बसून डोकं आपटून आपटून रडली होती ना, तशाच– तुम्हीपण– ओ गॉड! तो माणूस जर कधी माझ्या हाती सापडला ना, तर गळाच दाबीन त्याचा! खरंच सांगतेय!"

रूपा जरा घाबरलीच. मीराला असं इतकं चिडलेलं तिनं कधी पाहिलंच नव्हतं. मोठ्यानं हसून ती विषय बदलत म्हणाली, "झरीना म्हणत होती ना की तू दिल्लीहून मोठी होऊन आलीस म्हणून, ते खरंच आहे हं!"

नवा कुडता घालून झरीना बाहेर आली. खरोखरच ती छान दिसत होती. ती लगेचच म्हणालीच, "इसी लिये मै बोली, उसकी शादी भी जल्दी करनी पडेगी.

सुन मीरा, तेरी शादीमें ये कुर्ता–''

पण मीराच्या चेहऱ्यावर मगाशी आलेली उदासीन झाक गेली नव्हती. ''माझं लग्न? बाहेरचा चांगल्या घरचा कोणी मुलगा थोडाच माझ्याशी लग्न करेल मावशी? लेप्रसी कॉलनीत राहणारी मुलगी, जिच्या बापाला रक्तपित्त झालं होतं आणि आई पळून गेली होती, अशा मुलीशी कोण लग्न करेल?''

एकाएकी सूर्यास्त व्हावा तसा घरात भर दुपारी मंदसा काळोख पसरला. किसनच्या खेळातल्या आगगाडीचा खट्क खट्क आवाज त्या शांततेत खूप मोठा वाटायला लागला. घरावर एकदमच आलेल्या उदासीनतेच्या सावटाखाली त्या तीन स्त्रिया स्तब्ध उभ्या होत्या. किती भिन्न भिन्न दिशांहून चालत त्या इथं आल्या होत्या– पण इथून पुढं बहुतेक त्यांची पायवाट एकच असणार होती– एकाकी, मनस्तापाची!

मीरा आणखी काही न बोलता बाहेर निघून गेली. रूपानं झरीनाकडे बघितलं. ती मान खाली घालून कपडे बदलायला आत गेली. कटू न् कठोर सत्यासमोर काही बोलायचं राहिलंच नव्हतं! मीराच्या त्या पहिल्यावहिल्या 'माझं घर' चित्रावर रूपानं प्रेमानं हात फिरवला. एव्हाना पिवळट पडलेला जुना कागद. तरीही त्या घराच्या रेषा जिवंत वाटत होत्या. तिच्या स्वतःच्या आयुष्यात एखादा चमत्कार घडायची ती वाट बघत असायची, पण तो झाला नव्हता. आता निदान मीराच्या आयुष्यात एखादा चमत्कार घडला, तरी रूपानं भोगलेल्या यातनांचं सार्थक झालं असतं. पण आत्तापर्यंत आलेल्या कटू अनुभवांवरून ती शिकली होती, की चमत्कारांचं युग केव्हाच संपलं होतं! मीराला पुढील अभ्यासासाठी शहरात हॉस्टेलमध्ये ठेवायला पाहिजे, पण ते कसं जमणार? कुणी देणगी दिली तर–

एक दिवस मीरा एकदम उत्साहानं म्हणाली, ''रक्तपित्त नियंत्रण सप्ताह जवळ आलाय् ना मावशी? दर वर्षी आपण कार्यक्रम करतो, या वर्षी काही नवं का नाही करू?''

''अरे वा! तू तर आता स्वतः योजना पण करायला लागलीस की! बघू या हं.''

''अहं अशी उडवाउडवी नका करू. आत्ताच चला ऑफिसमध्ये.'' मीरा हट्ट करून तिला खेचून घेऊनच गेली. डॉक्टर देवीबेन इथेच राहायच्या आश्रमात. निकुंजभाई पण सुखी कुटुंबातले होते, पण सगळं सोडून इथं येऊन राहिले होते. ऑफिसमध्ये काहीतरी कामासाठी सगळेच जमले होते. मीरानं सगळ्यांसमोर कल्पना मांडली.

''या वेळी कार्यक्रमात आपण लोकनृत्यांची स्पर्धा ठेवली तर कसं काय?''

''कल्पना चांगलीय! हे सारं यूथ कँपमध्ये शिकून आलीस वाटतं? कार्यक्रम ठरवायसाठीच ट्रस्टींची मिटिंग व्हायचीय, त्यात तुझी कल्पना मांडू. पण एक ठाऊक आहे ना तुला? या सगळ्याच्या तयारीसाठी एक मनुष्य सतत यांच

कामाकडे लक्ष देणारं हवं.''

"मी आहे ना!''

"जरा सबूर कर मीरा. वेगवेगळ्या प्रांतांची लोकनृत्यं म्हणजे त्यांची त्यांची गाणी, वेशभूषा, मग प्रॅक्टिस– हे सगळं इथल्या विद्यार्थ्यांना कसं जमणारं?''

"करेक्ट, मावशी पण आपण बाहेरच्या– दुसऱ्या संस्थांना पत्रं लिहू या. ते लोक आपापले कार्यक्रम इथे येऊन सादर करतील. आपल्या तर्फे आपण राजस्थानी घुम्मर करू या. मी शिकवीन. कॅम्पमध्ये हा आयटेम झाला होता, मी ते शिकून घेतलंय. कॉस्च्यूमचं स्केच काढून आणलंय, गाणं लिहून ठेवलंय–''

"तसं तर तुझं म्हणणं बरोबर आहे. आपल्या विद्यार्थ्यांना आणि मोठ्यांनासुद्धा आपल्या देशातल्या लोककलांचं दर्शन इथे बसल्या बसल्या होईल. पण खर्च होईल बराच, आणि आत्ता–''

"किती खर्च होईल अंदाजे?'' मीरानं अधीर होऊन विचारलं. "असं आत्ताच्या आत्ता कसं सांगता येईल. भाग घेणाऱ्या बाहेरच्या ग्रूप्सना काहीतरी– निदान गाडीभाडं, खाण्यापिण्याचा खर्च, इनाम रक्कम, स्टेज, वाद्यवृंदाचा खर्च, वाद्यं, मला वाटतं अंदाजे १ लाख रुपये लागतील! करायचाच कार्यक्रम, तर मोठ्या प्रमाणावर तीन दिवसांचा कार्यक्रम करू या. त्यात– '' निकुंजभाई लगेच कागद पेन्सिल घेऊन बसले आणि खर्चाच्या अंदाजाचे आकडे मांडू लागले.

सुधाबेन न् डॉ. शाह दारात उभे राहून मीराचं बोलणं ऐकत होते. "संगीत, कॉस्च्यूम– हे सगळं आहे तरी काय मीरा? लाख रुपये वगैरे ऐकून तर तोंडाला पाणी सुटलं आपल्या तर!''

"सुधाबेन, नृत्यांचा एक झकास कार्यक्रम करायचाय; पण ही दोघं हे एवढं मोठं बजेट करतायत!'' मीरानं तोंड वाकडं करत म्हटलं.

"आत्तापर्यंत कधी कुठलं काम अडलंय का आपलं? आपल्याला ज्या ज्या व्यक्तींनी अन् संस्थांनी मदत केलीय, त्या सगळ्यांना पत्र लिहून टाक ना! तू कर तर खरी तुझं आयोजन, देखा जाएगा! पुढे काय होईल ते बघू!''

डॉ. शहाचं बोलणं ऐकून मीरानं आनंदानं उडीच मारली. रूपासमोर गमतीनं अंगठा नाचवत म्हणाली, "बघा मावशी, मला बहुमत मिळालंय! आत्ताच काम सुरू करते मी, जेवायला येणार नाही आज आता.''

तो दिवस मीरानं फायली उलट्यापालट्या करून पत्र लिहिण्यात घालवला. किसन दोनदा जेवायला चल म्हणून सांगायला आला तेव्हा कुठे जेमतेम जेवणापुरती उठली. कशीबशी जेवून हातावर पाणी पडलं तशी परत पळत होती, तेवढ्यात झरीनानं पकडलं. "तू तो प्रोग्रॅमके पहेलेही थक जायेगी बेटी!''

रूपानं हात धरून तिला बळे बळे पलंगावर बसवलं. माझ्याबरोबर घटकाभर

आराम कर ना जरा. अन् नाहीतरी पैशांची व्यवस्था होईपर्यंत काय करू शकणार?''

''सांगू मावशी? एकदा आहे ना, मदर तेरेसाच्या आश्रमात रोग्यांची खूप गर्दी झालेली, कलकत्त्याचा हिवाळा आणि पुरेशा धाबळ्या नव्हत्या. मदरजवळ पैसेही शिल्लक नव्हते आणखी धाबळ्या विकत आणायला. काय करावं अशा पंचायतीत मदर पडल्या होत्या न् तेवढ्यात एक चमत्कार झाला.''

''चमत्कार?''

''हो मावशी, कडक थंडीची रात्र कशी पार पडणार याबद्दल बोलणं चाललं होतं, तेवढ्यात बाहेरचं दार वाजलं. आलेला माणूस गरम धाबळ्यांचं एक मोठं गाठोडं घेऊन आला होता. कोणी अज्ञात दात्यानं मदरना ती देणगी म्हणून पाठवली होती! असाच दुसरा एक प्रसंग–''

''एक मिनीट देवीजी! मला वाटतं मदर तेरेसांचं ते पुस्तक मीच तुला भेट दिलं होतं का?'' दोघी हसू लागल्या.

दुपार ढळायच्या सुमाराला एक मेटॅडोर आवरात येऊन उभी राहिली. त्यातून एक प्रौढ जोडपं उतरलं. पुरुषाचं मळकट धोतर, दोन-चार ठिकाणी फाटून शिवलेला अंगरखा अन् डोक्याला बांधलेल्या पागोट्याला मोठाली भोकं पडलेली. बायकोचा अवतारही त्याला शोभेलसाच! एका मोडक्यातोडक्या स्ट्रेचरवर एका महारोग्याला घालून त्यांनी आणलं होतं. ऑफिसमध्ये सगळे हाती घेतलेल्या कार्यक्रमाबद्दल चर्चा करण्यात मग्न होते. मीरा त्या जोडप्याला ऑफिसात घेऊन आली. आपल्या अशा एकदम येण्यानं सगळ्यांना आपण त्रास देतोय, असा भाव चेहऱ्यावर घेऊन दोन्ही हात जोडून तो गृहस्थ उभा होता. ती स्त्री विनवणीच्या आवाजात म्हणाली, ''भाईसाब, आम्ही एका महारोग्याला घेऊन आलोय. पार झडलंय् अंग त्याचं. इस्पितळात ठेवा, काय करता येईल ते दवा पाणी करा!''

रमेशभाईंनी जरा शुष्क आवाजातच विचारलं, ''लेप्रसीची आणखीही इस्पितळं आहेत, तिथे का नाही नेलंत?''

''दोन-चार ठिकाणी तर त्याला ठिवून घ्यायला न्हाईच म्हणून सांगितलं. कुणी आणि या श्रममंदिराचं नाव सांगितलं. सकाळधरनं गाडी करून याच्यासाठी सगळीकडे हिंडतुया.''

रूपाला राहवेना ''म्हणजे? हे असं झडलेलं शरीर असलेल्या माणसाला गाडीत घालून तुम्ही हिंडत होतात? हा तुमचा कोण लागतो''

गृहस्थानं नकारार्थी मान हलवली न् म्हणाला, ''रक्ताचं नातं तर काहीपण न्हाई. आमच्या गावच्या उकिरड्यावर पडलेला दिसला म्हणून गाडीत घातला न् हिंडतोय्. आमच्या मनाला वाटलं की माणूस जर माणसाच्याच उपेगाला न्हाई आला तर यो माणसाचा जलम काय कामाचा हो?''

कोणीच काही बोललं नाही. शब्दापलीकडचीच गोष्ट होती. या गोष्टीला मौन हीच योग्य लिपी होती. सुधाबेननी त्या स्त्रीच्या खांद्यावर प्रेमानं हात ठेवले. जराशानं ती स्त्री अगदी सहज म्हणावं तशी म्हणाली, ''चला मग निघू आमी? एक विन्ती होती बापा आमची.''

''बोला ना, विनंती कसली आलीय? सांगा काय ते.''

गृहस्थ म्हणाला, ''आमी कसंबसं किती वर्सापासनं पैसे गोळा करून निगालोवृतो यात्रेला. पन साऱ्या जलमात नव्हतं बगितलं असं काय न् काय एका दिवसात बगितलं. हतं आलो न् आमाला वाटलं, रे जीवा, खरी यात्रा तं हतंच हाये! ये घ्या, याच्यामंदी थोडके पैसे हायती ठिवा तुमी, चांगल्या कामाला वापरा! चला राम राम तर मग! रामराम!''

मळक्या फाटक्या फडक्याचं जीर्ण झालेलं, हजार गाठी मारलेलं एक गाठोडं त्यानं टेबलावर ठेवलं अन् 'जय श्रीकृष्ण' म्हणून चालू लागला. रूपा तेवढ्यात म्हणाली, ''पण बेन, तुमचं नावं तरी सांगा जायच्या आधी, आणि त्यावर छानसं, स्वच्छ नितळ हसून ती स्त्री म्हणाली, ''अरे! बेन, लक्ष्मीला नाव कसलं न् गाव कुठलं? ती तर त्या वर बसलेल्याची, हो ना? चला, जय श्रीकृष्ण बेन!''

नवरा-बायको निघाले. थोडा वेळ मेटॅडोरचा घरघराट ऐकू येत राहिला. रमेशभाईनं गाठोडं जवळ ओढलं. ''चल पाहू मीरा. या गाठी सोड पाहू! चारी बाजूंनी गाठी मारून मारून वर आणखी शिवलं आहे!'' मीरानं गाठोडं हलवून चाचपडून पाहिलं. सुट्ट्या नाण्यांचा आवाज आला. ''रमेशभाई, त्यापेक्षा हे कापड फाडूनच काढलं तर?''

''नोटा फाटल्या तर?''

''ओ. के.'' मीरानं काळजीपूर्वक टाके उसवले, मग कशाबशा गाठी सोडवल्या. लहान-मोठ्या, खूप चुरगळलेल्या मळलेल्या नोटा गाठोड्यात होत्या. एक-दोन, पाच-दहाच्या नोटांचे ढीग झाले. मधून मधून एखादी शंभराची नोट पण सापडत होती. सगळेच मग त्या कामाला लागले. किती वर्षांची थेंबाथेंबानं केलेली बचत असेल ही? किती तीव्र इच्छा असेल यात्रेला जायची? आणि त्या साऱ्या आयुष्यभराच्या स्वप्नाला त्यांनी एका घटकेत सोडून दिलं होतं! सगळ्यांनी त्या चुरगळलेल्या नोटा नीट करून वेगवेगळ्या करून मोजायला घेतल्या. एक रुपयाची शंभर नाणी होती. नोटा मोजायला खूप वेळ लागला. आणि शेवटची नोट मोजून झाली, तेव्हा खरंच न वाटून सगळे एकमेकांकडे बघत राहिले! चिंध्यांच्या त्या गाठोड्यात नोटा न् नाणी मिळून पुरे लाख रुपये होते! मीरानं रूपाला मिठी मारली. तिचे डोळे भरून आले होते.

''मीरा, तुझी श्रद्धा फळली! तुझ्या गिरिधर गोपालनंच हे पैसे पाठवले!''

सुधाबेननी हसून ते गाठोडं हातात घेतलं न् रूपासमोर धरलं. "तू मला एकदा प्रश्न विचारला होतास ना सावित्री? की देव जर असला, तर त्याची काही खूण का नाही मिळत? ही बघ खूण सावित्री!"

रक्तपित्त नियंत्रण सप्ताह छानच पार पडला! दूर दूरहून लोक भाग घ्यायला आले होते. त्यात सताधार-भावनगरपासून संजाणपर्यंतच्या भागातले झोपडपट्ट्यांमध्ये राहणारे काही महारोगीही होते. तऱ्हेतऱ्हेच्या स्पर्धा ठेवल्या होत्या. त्यात आश्रमाच्या आवारात नदीकाठापासून वर येण्याचा चढ नदीतून पाणी भरून त्या घागरी घेऊन चढायची स्पर्धा होती. त्या स्पर्धेत चंपा पहिली आली तेव्हा खूष होऊन कान्तिलालनं तिला चक्क उचलूनच घेतली! प्रहाटे उजाडत आश्रमवासीयांच्या प्रभातफेरीनं सारं आवार गुंजून उठायचं. लोककल्याण संकल्प म्हणून ९१ आश्रमवासीयांनी नेत्रदान करण्याची प्रतिज्ञा केली.

पण सगळ्यांना आकर्षण होतं लोकनृत्य स्पर्धेचं. मीराच्या आमंत्रणाला मान देऊन आठ संस्थांनी भाग घेतला होता. आदल्या दिवसापासून कलाकार मंडळी येऊन पोचली होतीच. झरीना, रुखी, कान्ता, बुधा, गुलाब सगळे त्यांच्यावर सोपवलेली कामं खूपच उत्साहानं करत होते. मीरानं मुलींना राजस्थानी घुम्मर नृत्य शिकवून तयार केल्या होत्या. केशभूषा, मेकअप, सगळ्यांवर तिची देखरेख होती. संगीताची बाजू सांभाळली होती कनू, सोना आणि बीजल वसावा या तिघांनी.

स्पर्धेच्या दिवशी आजूबाजूच्या खेड्यांमधले लोकही बघायला आले होते. प्रशस्त आवार भरून गेलं होतं. पहिलं नृत्यच राजस्थानी होतं. मीरा सगळ्या मुलींना तयार करत होती. किसन तिच्या मागेमागे होताच. मीराची नजर रूपाला शोधत होती. पण रूपा तर पडदा उघडायची वेळ झाली तेव्हा जवळजवळ येऊन पोचली. मीरा चिडली. "तुम्ही होतात कुठे इतक्या वेळ?"

"तुझ्यापासून कुठे जाणार? तुलाच दुरून बघत होते अन् आज तर बघत राहावं अशी सुंदर दिसतेयस!" नृत्यासाठी दागिने चढवता चढवता मीरा म्हणाली, "बस् बस्! मस्काबाजी नको हं! आणि इथं विंगेमध्येच बसा हं मावशी!"

"इथेच आहे गं, कुठे पळून जाणार आहे?" विंगेच्या एका कोपऱ्यात खुर्ची टाकून रूपा बसली. खरोखरच राजस्थानी वेषभूषेत मीराकडे बघत राहावेसे वाटत होते. आत्मविश्वासानं सगळ्यांना अंगदी शेवटच्या सूचना देणं, संगीताची एक शेवटची रिहर्सल, सगळीकडे तिची दक्ष नजर होती. कार्यक्रमाच्या उद्घोषणांच्या मध्येमध्ये संगीताचे सूर घालून तिनं छान वातावरणनिर्मिती केली. पडदा उघडला न् नृत्य सुरू झालं. 'घुम्मर रमवा नही जाऊं' गात गात मुली गोल गोल फिरू लागल्या तेव्हा त्यांचे घेरदार घागरे फुलून इंद्रधनुष्याचा भास होत होता. रूपाचे डोळे नाचणाऱ्या, गिरक्या घेणाऱ्या मीराच्या मागेमागे फिरत होते!

नृत्य संपलं न् टाळ्यांच्या गडगडाटानं रूपा थक्क झाली. पडदा पडला होता पण प्रेक्षक अजून एकसारख्या टाळ्या वाजवतच होते. मीरा धावतच रूपाकडे आली. "मीरा! खूप खूप अभिनंदन! तुझी मेहनत फळाला आली. आता सोड मला, मी आता प्रेक्षकांमधे बसून उरलेला कार्यक्रम बघते." मीरा आनंदानं खूप हसत होती. "बस्, आज मी खूप खूप खुशीत आहे. 'मागा कुणीही, काहीही! मागशील ते देईन' म्हणायच्या मूडमध्ये आहे. पण काय करू? सॉरी! तुम्हाला देण्यासारखं माझ्याजवळ खरं म्हणजे काहीच नाही!"

"अहो बाईसाहेब! तुमचा आयटेम संपला की झालं की काय? जा लवकर, दुसरे सगळे कार्यक्रम व्यवस्थित पार पाडायची जबाबदारी तुझीच आहे ना? जा बघ, लोक स्टेजवर येऊन गर्दी करतायत!"

"ओ माय गॉड!" म्हणत मीरा पळाली न् रूपा बाहेर प्रेक्षकांमध्ये जाऊन बसली. एकापाठोपाठ एक नृत्यं प्रस्तुत झाली. प्रेक्षक दाद देत गेले. मीरा प्रत्येक कार्यक्रमाची वेगवेगळ्या तऱ्हेनं उद्घोषणा करायची, लोकांची उत्कंठा वाढायची. अंधशाळेतल्या मुलींनी भाले घेऊन भिल्लनृत्य केलं, तेव्हा सगळे चकित झाले. कार्यक्रमाच्या शेवटी आश्रमातल्या काही बायका स्टेजवर चढल्या, त्यातल्या काही तर अपंग होत्या, निर्णायक मंडळाचा निर्णय येईपर्यंत त्यांनी गरबे करून प्रेक्षकांना शांत ठेवलं.

आणि सगळे आतुरतेनं वाट पाहत होते ते निर्णय मग जाहीर झाले. अंधशाळेच्या मुलींना पहिलं. अन् आश्रमाच्या घुम्मर नृत्याला दुसरं बक्षीस मिळालं होतं. परीक्षकांनी सर्व कार्यक्रमाची कल्पना आणि आयोजन यासाठी मीराला विशेष पारितोषिक दिलं. आलेल्या प्रेक्षकांपैकी कोणी कोणीही तिला खास पारितोषिकं त्यांच्यातर्फे दिली. छात्रालयातल्या मुलींनी अत्यानंदानं मीराला उचलूनच घेतली!

कार्यक्रम संपला. पाहुणे गेले. कितीतरी दिवस सगळे कार्यक्रमाच्या आठवणी काढत राहायचे. मीराचं मित्रमंडळ वाढत होतं. कधी तिच्या नावाचं एखादं पत्र यायचं, कधी एखादं भेटपार्सल.

त्या दिवशी दुपारी हिशोबाच्या कमिटीची मीटिंग होती. जेवून रणरणत्या उन्हात रूपा ऑफिसात जायला निघाली. ऊन खूपच लागत होतं म्हणून तिनं डोक्यावरून पदर घेतला. तेवढ्यात प्रवेशद्वारापाशी एक गाडी आली. आश्रमाचे चार्टर्ड अकाउंटंट दलालसाहेब होते, त्यांची गाडी असणारसं वाटून रूपा जरा थांबली. गाडीचं दार उघडलं अन् आतून एक देखणा तरुण मुलगा उतरला. मागचं दार उघडलं अन् अशक्त, आजारी दिसणारी एक स्त्री उतरली. कोणी पाहुणे किंवा कोणी दाता असणार, रूपाला वाटून गेलं. दलालसाहेबांना उशीर झालेला दिसतोय्. चपलामधूनही

पाय भाजत होते, म्हणून ती चालू लागली. त्या स्त्रीच्या मागोमाग आणखी एक पुरुष उतरला होता, तो भराभरा चालत रूपाजवळ आला न् म्हणाला, "बेन, ऑफिस कुठे आहे?"

सूर्यानं धगधगत्या बेजाच्या किरणाचा एक भाला अचानक छातीत खुपसला असेल तशी रूपा एकदम तडफडली. जमेल तसा पदर तिनं ओढून आणखी पुढे घेतला न् खाली मान घालून हळूच म्हणाली, "हे समोरच. सरळ पुढे जा. डावीकडे घर आहे तिथं कुणालाही विचारा."

"थँक्स." चोहीकडे बघत तो म्हणाला अन् पाठ फिरवून चालू लागला. मध्यरात्रीचा अंधार डोळ्यांमध्ये उतरला असेल तशी ती क्षणभर अंधाऱ्या खोल खड्ड्यात जणू तोल जाऊन पडली. एकदम चक्कर येऊ लागली. वादळात वेगानं इकडे तिकडे भिरभिरणाऱ्या पानांसारखं एक नाव उडत तिच्या मनात आलं– अनूप आणि मारिया? इथे? आणि मग– तो तरुण मुलगा– तिचा यश असेल?

३३

पृथ्वीचा गोल जणू त्याच्या आसावरून निसटून अंतराळात निराधार गडगडत चालला असेल, तसं निराधार वाटून आधार शोधण्यासाठी तिनं हवेत हातवारे केले. कोणीतरी तिला सावरून धरली न् कोमल आवाजात म्हटलं, ''तुमची तब्येत ठीक नाही का?''

आग आग होणाऱ्या या शरीरावर हा चंदनासारखा शीतल लेप कोण लावत होतं? कोमल स्पर्श असलेले दोन हात अन् फुलांच्या परागकणांसारखा सुगंधी मृदू आवाज– तिनं कसेबसे डोळे उघडले. त्या युवकानं जरासं हसून म्हटलं, ''माझं नाव यश. आम्ही हा आश्रम बघायला आलो आहोत.''

यश! अचानक चंद्र तिच्या पदरात येऊन पडला होता. ती आकाशगंगेत वाहत होती. यश! यश! पर्वतशिखरांवरून, नदी किनाऱ्यावरून, हिरव्यागार शेतांमधून पळत पळत मोठ्यानं यश, यश करून त्याला हाका माराव्यातसं वाटलं! तिच्या हाकांचे प्रतिध्वनी समग्र ब्रह्मांडात उमटतील– यश-यश-यश! यश, जो तिच्या रक्तमांसातून बनला होता, ज्याला छातीशी धरून दूध पाजलं होतं, क्षण न् क्षण ज्याच्यावर खूप प्रेम केलं होतं, रात्रीच्या रात्री त्याच्या आठवणीनं रडून रडून जागवल्या होत्या आणि अखेर पिवळ्या पडून गेलेल्या फोटोग्राफसारखा जेव्हा तो केवळ एक स्मृतिचिन्ह बनून राहिला होता, तेव्हा तो जिवंत होऊन समोर उभा राहून सांगत होता, 'माझं नाव यश!'

घामानं थबथबलेल्या रूपानं त्याचे दोन्ही हात घट्ट पकडले अन् तिच्या

शरीराच्या अणू-रेणूतून जणू झंकार उमटला. "तुम्हाला बरं नाहीये. चला– तुम्हाला घरी पोचवू?"

मारियाला दुरून हात उंच करून तो रूपाबरोबर चालू लागला. ढगांवर चालत असेल तशी रूपा घरापर्यंत आली. अंगणात खाट टाकून मीरा वाचत होती. रूपाला असं येताना बघून ती घाबरून उभी झाली, "अरे! काय झालं मावशी?"

"मी-मी– मला चक्कर येत होती–"

"यांना चक्कर येत होती, मी घेऊन आलो. मी जाऊ? माझे काका वाट बघत असतील." म्हणून घाईघाईनं यश परत फिरला. मीरा रूपाला रागवू लागली. "चक्कर येईल नाहीतर काय होईल? जरासुद्धा आराम म्हणून करायचा नाही! चला पाहू, झोपा. मी औषध देते. खबरदार माझ्या परवानगीशिवाय बाहेर पडलात तर! वॉचमन सारखा पहारा ठेवणार मी आता, कळलं?"

रूपानं मुळीच विरोध केला नाही. आत जाऊन ती कॉटवर पडली. एकदमच तिला खूप अशक्तपणा वाटू लागला होता; अन् ताप चढत असेल तसं अंग ठणकत होतं. मीरानं औषध दिलं. "दॅटस् लाइक अ गुड गर्ल. चुपचाप पडून राहा." आणि ती बाहेर निघून गेली.

रूपानं कसेबसे डोळे मिटून घेतले. कसले कसले अवघड चढ चढून पार केले होते. भयंकर वादळं तिनं अंगावर घेतली होती आणि रणरणत्या उन्हात तापलेल्या वाळवंटातनं चालली होती. सात समुद्र पार करून कशीबशी ती या सपाट भूमीवर येऊन पोचली होती. आणि आज अचानक प्रलय होऊन ही भूमीही दुभंगली होती! घर सोडून गेलेला अनूप परत केव्हा आला असेल? माझ्या 'मृत्यू'ची बातमी समजल्यावर त्याला काय वाटलं असेल? अनूपबरोबर शैलेश का आला नसावा? ती स्वतःचे दोन्ही हात परत परत बघू लागली. यशचा स्पर्श किती सुखद होता! तो कसा दिसत होता! परत डोळे बंद करून ती आठवायचा प्रयत्न करू लागली. संसाराचं ऊन, पाऊस, धूळ यांनी अजून काळवंडला नव्हता असा कोवळा चेहरा, त्यात अमृतबिंदूसारखे स्नेहपूर्ण दोन नेत्र, लहान हाडपेर, सडसडीत बांधा, किती शैलेशसारखा!

कुशीला वळून खिडकीतनं तिनं बाहेर आवारात नजर टाकली. मीरा आपल्याशीच गुणगुणत झाडांना पाणी घालत होती न् आपल्याच नादात झुलत होती. थोडं दूर अनूप, मारिया न् यश उभे होते आणि निकुंजभाई त्यांच्याशी बोलत होते. त्यांनी मीराला हाक मारली. मीरा धावतच गेली. थोडा वेळ ते सगळे हसत, गप्पा मारत होते. मग मीरा धावत परत आली आणि रूपाजवळ कॉटवर बसत म्हणाली, "कसं वाटतंय आता तुम्हाला? ताप वाटतोय?"

"नाही. तिकडे का गेली होतीस?"

"पाहुणे आहेत ते. त्यांना गेस्टहाऊसमध्ये घेऊन जायचं आणि त्यांची सरबराई करायचं काम माझ्यावर सोपवलंय. ती मंडळी जरा आराम करणार आहेत, मग त्यांना सगळं दाखवायचं आहे."

झरीना आत येत म्हणाली, "क्यूं? अब पढनेका नही बिगडेगा तेरा?"

"अरे झरीनामावशी! तुम्ही पण हिटलर केव्हापासनं झालात?"

"कौन है ये हिटलर?"

"त्याच्याशी काय करायचंय तुम्हाला? तुम्ही मावशीकडे बघा, मी ही आलेच" उड्या मारत ती पुन्हा घराबाहेर पळाली. "सावित्री, तेरेक्यू क्या हुवा है?"
"काही नाही गं! उगीच जरा अशक्तपणा वाटतोय." रूपा नजरेनं यशच्या मागे मागे जात राहिली, तो दिसेनासा झाल्यावर मग परत कुशीला वळली. "अच्छा हुआ, लेटी रहे. मै कॉफी बनाती हूँ."

मीरा पाहुण्यांची व्यवस्था करून आली होती अन् संध्याकाळी मावळतीच्या सुमाराला पुन्हा किसनचा हात पकडून पळाली होती. रूपाला थंडी वाजत होती न् बारीक ताप वाटत होता. डोळ्यांची आग होत होती. तिनं पांघरूण घेतलं. जोराचा वारा आला तशी ती थरथरली. भिंतीवरचं मीराचं चित्र खूप हलत होतं, ते निर्जीव चित्रं होतं का खरंखरं घर होतं? घर कशाला म्हणायचं? मग ही– ही खोली– हे काय आहे? 'रूपा चल–उशीर होतोय– शैलेश बोलावतोय– नाही नाही ही तर हॉस्पिटलमधली नर्स– नाही– ही तर शैलेशची दुसरी बायको आहे– यशची सावत्र आई!– ती दचकली, आजूबाजूला बघू लागली. अंधार पडायला आला होता अन् ती खोलीत एकटीच झोपून होती. शैलेशनं परत लग्नं केलं असेल? का नाही करणार? सुखी खानदानी घर, एक लहान मूल, डॉक्टर असलेला विधुर पुरुष. दुसरं लग्न– खरंच, फारच थंडी वाजत होती. तिनं गळ्यापर्यंत चादर ओढून घेतली.

"माऽवशीऽऽ" वाऱ्याच्या झोतासारखी बाहेरून हाक आली. दाणदाण धावत मीरा न् किसन आले आणि रूपाच्या पलंगावर बसले. "कित्ती मज्जा आली. खूप गप्पा मारल्या. जोक वर जोक. खरंच, मी इतकी कधीच हसले नव्हते– ते उंच धट्टेकट्टे पाहुणे आहेत ना– काय बरं नाव त्यांचं–"

"अनूप." रूपाच्या तोंडातून एकदम निघालं न् ती घाबरली, पण मीराचं कुठं लक्ष होतं? ती आपल्यातच मग्न होती.

"हां, अनूपभाई. त्यांची बायको मारिया. ख्रिस्ती नाव आहे ना? आणि त्या मुलाचं नाव यश. किती छान नाव आहे ना मावशी!"

"आणि आहे पण मजेदार. खूप मनमिळाऊ आणि नम्र बोलणं. त्याचे काका काकी पण." स्वतःशीच बोलत असेल तशी रूपा हळूहळू बोलत होती. आश्चर्यानं डोळे विस्फारून मीरा म्हणाली, "अरे वा! तुम्ही तर अशा बोलताय की तुम्ही त्यांना

ओळखत असाल तशा! मावशी ओळखता तुम्ही अनूपभाई न् यशला?'' रूपानं खाली बघून मोठा आवंढा गिळला. तेजाब प्यावं तशी आग आग झाली छातीत. वर बघून हसून ती म्हणाली, ''अजबच आहेस मीरा! मी कुठून या लोकांना ओळखणार? ते तर– ते लोक– यश नाही का काल मला घरापर्यंत पोचवायला आला होता, त्यानं मला सांगितलं–''

''सावित्रीको तो सब लोग अच्छेही लगे! भूल जाती है कि दुनिया बडी बदमाश है. चलो खाना खाने को.'' झरीनानं पळू बघणाऱ्या किसनचा हात पकडला न् ती त्याचे हात-पाय धुवू लागली.

''तो यश तर इतका अबोल आहे! मी म्हटलं तोंडात मिठाची गुळणी धरलीय की काय? तशी त्यानं मला एक गुद्दा मारला न् पळाला. पण मी त्याला पकडला न्''– ती मोठ्यानं हसायला लागली. झरीना रागावली. ''मेहमानोंके साथ मस्ती करनेका क्या? तू समझ मीरा, तू जवान है, ये साथमें फिरना, सब ठीक नही है''

''घ्या! कमालच आहे मावशी तुमची!''

''हे लोक किती दिवस राहणार आहेत?''

''त्यांचं अंथरूण पांघरूण बघितलंस बरोबर? आणि साबू? बाथरूममध्ये बादली होती?'' रूपा विचारत सुटली. ''मावशी! मी पहिल्यांदा का करतेय पाहुण्यांचं काम?'' मीरानं पानं मांडली, आसनं घातली, झरीनानं खिचडी-कढी वाढली. मग जरा रागेजून म्हणाली ''छोड ना किसीकी बातें! तभी तो बीमार हुई है.'' मीराचा चेहरा पडला. ''सॉरी मावशी, तुमची तब्येत ठीक नाही आणि मी वेड्यासारखं काहीतरी बडबडत बसले!''

कसेबसे चार घास खाऊन रूपा पडून राहिली. दिवे विझले. बाहेर पसरलेल्या निर्मम काळोखाकडे ती बघत राहिली. किती थोड्या अंतरावर होता तिच्या जिवाचा तुकडा, तिचा जीव की प्राण. परत तो तिच्या मनामध्ये वावरू लागला– शरीरात गर्भ फिरावा तसा! ती उठून बसली. तिचा अनूप, मारिया. नियतीनं ही फुलं उधळली होती तिच्यावर, का ही तिची अत्यंत क्रूर मस्करी होती? पोटभर बघता पण नव्हतं आलं त्याच्याकडे. आवाज न करता चोरपावलांनी ती बाहेर आली. चंद्राच्या फिक्या प्रकाशात सगळं कसं शांत, निश्चल दिसत होतं. कशीबशी पावलं टाकत ती चालू लागली. भीती वाटत होती, की कुणी पाहिलं तिला तर कुठे चाललेय म्हणून सांगेन? गेस्टहाऊस जवळ आलं तशी जरा उत्साह येऊन ती भराभरा चालू लागली. खिडक्या उघड्याच होत्या. ती भिंतीशी टेकून उभी राहिली न् जीव डोळ्यांत गोळा करून तिनं खिडकीतनं आत डोकावलं. मारियाची कॉट खोलीच्या दाराच्या बाजूला होती त्यामुळं ती इथून नीटशी दिसत नव्हती. अनूप किती बदलला होता! भरदार चेहरा जरा बारीक झाला होता, केस अधिक पांढरे झाले होते. यशच्या अंगावर

चांदणं हळूहळू पसरत होतं. रूपा प्रेमभरानं त्याला निरखत राहिली. त्याला मिठी मारून खूप पाप्या घ्याव्यासं वाटत होतं. ती मग खिडकीपासून झट्कन दूर झाली न् पाय घासत फरपटत कशीबशी घरी पोचली. हळूच दार उघडून कॉटवर पडली. अग्नीची धग लागली असेल तशी तिची इतकी वर्षं थिजलेली आईची माया विरघळायला लागली होती. काय करू? ''बेटा, मी तुझी आई आहे रे!'' असं सांगून यशला पोटाशी धरावा? अनूप न् मारियाच्या खांद्यावर आपल्या मनोवेदनांचा बोज टाकून हलकं होवून जावं? का मुकाट्यानं या साऱ्यांचा निरोप घ्यावा?

तिनं काय करावं? काय केलं पाहिजे?

विजेचा प्रवाह एकदम बंद व्हावा तशी धसका बसून ती परत उठून बसली. खिडक्या नसलेल्या बंद खोलीत ती परत कोंडली जात होती का? त्यातून तिची सुटका झाली होती हा तिचा भ्रम होता? खिडकीशी बसून विचार करण्यातच सारी रात्र गेली. फटफटायला लागलं होतं. ती उठली. घरात सगळी झोपली होती. पाठीमागच्या जागेत जाऊन तोंड वगैरे धुवून ती स्वयंपाकघरात गेली. मधलं दार लोटून घेऊन तिने नाश्त्याची तयारी करायला सुरुवात केली. अनूप न् शैलेशला तिच्या हातचाच गरम नाश्ता हवा असायचा. शैलेश रोज म्हणायचा ''उपमा कालिदासस्य नाही, उपमा रूपाच्या हातचा!'' स्वयंपाकघरात खरं म्हणजे झरीनाचं राज्य होत; पण तरी रवा सापडला. तिनं मंद आचेवर रवा शेकायला ठेवला. शेंगदाण्याचं कूट उपम्यावर विखुरलं म्हणजे अनूपला पार आवडायचं.

''अरे! क्या कर रही हो सुबह सुबहमें?'' झरीनानं आश्चर्यानं आत येता येता विचारलं. चोरी पकडली जावी तशी रूपा ओशाळली! ''नाही, ते तर– पाहुण्यांसाठी– नाश्ता–''

''उनका खानापीना तो सब उधरच चंचल करनेवाली है. और तू बीमार है ये भी याद नही रहता क्या?''

रूपानं अधीर होऊन मीराला उठवलं. ''उठ बरं मीरा. पाहुण्यांना जरा एवढा नाश्ता नेऊन देशील?'' मीरा उठली. ''वा! काय छान वास येतोय! बघा हं मावशी, मी घेऊन जाते, पण रस्त्यात कोणी चोर डाकू भेटला– न् तो खाऊन गेला– तर माझी चूक नाही हं!''

''एऽऽमनीमाऊ, जास्तीचा बनवून ठेवलाय, तो परत येऊन खा! हा नाश्ता न् प्लेटी घेऊन जा आणि हे पांढरे नॅपकिन. आणि थांब जरा, हॉस्पिटलच्या फ्रिजमधून थंड पाण्याची बाटली घेऊन जा. माठातलं पाणी त्यांना आवडणार नाही.''

''जो हुकूम!'' सलाम करत हसत हसत मीरा बोलली न् गेली. झरीना चहा घेऊन आली ''तू क्यूं फिकर करती है? सब लोग दिखावे के लिये दाता बन जाते है, जब अपने घरमें किसीको बीमारी हो गई, तो उठाके बाहर फेक देंगे!''

रूपानं मुकाट्यानं चहाचा कप तोंडाला लावला. झरीना तिच्या मनाची द्विधा स्थिती ओळखत होती? चुकूनमाकून ती स्वतःची ओळख त्यांना देऊन बसली, तर परत एकदा झटकून टाकल्याची वेदना ती सहन करू शकेल? कप बाजूला ठेवून ती पडून राहिली. उठवतच नव्हतं आता. देवीबेन भेटायला येऊन गेल्या न् औषध देऊन गेल्या. किसन उठला, तोही मीराच्या मागोमाग गेस्टहाउसकडे धावला. रूपा खिडकीबाहेर जणू काही शोधत असेल तसं बघत बसली होती. आवारात धूळ उडत होती. एक ऊष्ण निःश्वास टाकत तिनं कूस बदलली.

"हं, या माझ्या सावित्रीमावशी– द ग्रेट उपमा मेकर!"

"तुम्हाला बरं नाहीच आहे, खरं ना?"

"ओ! यश!" ती एकदम उठून बसली. घाबरून एकदा बाहेर नजर टाकलीन्. कदाचित अनूप आला असला तर– ती कसं तोंड लपवणार होती? पण यश एकटाच होता. जरा दूर उभा होता. रूपाची नजर त्याच्यावर पडली तसा हसला. रूपा मागे सरकून टेकून बसली न् हात लांब करून बसायला खूण केलीन, तशी जरा संकोचानंच तो कॉटच्या कडेला बसला.

"मी कालच तुम्हाला म्हणत होतो की तुमची तब्येत बरी दिसत नाहीये."

"हं! त्यात काय मोठी धाड मारली? ते तर आमचा किसनसुद्धा सांगेल. डॉक्टर होणार आहात तर काय झालंय ते सांगता आलं पाहिजे!"

यश वरमून म्हणाला, "अजून कुठे डॉक्टर झालोय?"

मीरानं तोंड वेंगाडलं– "बहाणे करून नका! ज्याला डॉक्टर व्हायचंय त्याला थोडंफार तरी समजलं पाहिजे की नाही?" यशनं काहीतरी उत्तर दिलं न् त्यावर दोघंही हसली. यशचं असं जवळ असणं, गप्पागोष्टी करणं, हसणं– परत एका मधुर गुंगीत ती बुडू लागली. कसे बसे डोळे उघडे ठेवत तिनं विचारलं "तू मेडिकलला आहेस ना बेटा?"

"हं, फर्स्ट इयरला, अजून खूप वर्षं आहेत डॉक्टर व्हायला."

"मावशी, याचे तर वडील न् आजोबा दोघं डॉक्टर. आता यशला पण डिग्र्यांचं शेपूट उगवेल!" मीरा खट्याळपणानं म्हणाली. यशला परत हसू आलं.

खिडकीबाहेर बघत, अगदी सहजपणा आवाजात आणायचा प्रयत्न करत रूपानं कसंबसं विचारलं, "तुझे– तुझे पप्पा तर आता निवृत्त झाले असतील ना? का जातात क्लिनिकला– हॉस्पिटलला?"

यशचा आवाज कापला. तो हळूच म्हणाला, "माझे पप्पा– पप्पा आता नाहीत मावशी! उद्या त्यांची पुण्यतिथी आहे!"

कान फाटून जातील एवढा धडाका झाला, वीज पडली असेल तशी रूपा जळून खाक झाली, डोळे बंद करून ती आडवी पडली. कोणीतरी तिला हलवून

हलवून विचारत होतं, “काय झालं तुम्हाला? काय होतंय तुम्हाला मावशी?”

रूपानं महाप्रयत्नानं डोळे उघडले. यशचा चेहेरा तिच्या चेहेऱ्यावर झुकला होता. “यांना खूप घाम आलाय मीरा. मला वाटतं बी. पी. लो झालं असेल. घरात काही गोड आहे का? नाहीतर चमचाभर साखर दे. अन् मग कपभर कॉफी करून दे.”

मीरानं धावत जाऊन स्वयंपाकघरातून साखर आणली. झरीनानं कॉफी केली. यशनं रूपाला टेकून बसवली आणि साखर खायला दिली. तोंड गोड झालं! आत अश्रूंचा समुद्र उसळत होता न् कोरड्या डोळ्यांची आग आग होत होती! यशला जर कळलं, की वडिलांच्या मृत्यूची बातमी तो आपल्या आईला देऊन वर तिचं तोंड गोड करत होता, तर? कॉफी आली. यशनं गळ्यापाशी नॅपकिन लावून रूपाला गरम कॉफी पाजली. मग त्या नॅपकिननं तिचं तोंड, गळा, सगळं पुसून काढलं. रूपाचा श्वास कोंडल्यासारखा झाला. किती जवळ बसला होता तिचा मुलगा! तिचा जीव की प्राण! यश उठून जरा दूर बसला.

“आता बरं वाटेल तुम्हाला.”

“तू माझ्याजवळ बसलास की बरंच वाटेल मला बेटा.”

“हात्तिच्या! मग बसतो ना, मला दुसरं काम तरी काय आहे?”

“तू–तुझ्या घरात दुसरं कोण कोण आहे?” आत्ता यश जे काही सांगेल ते ऐकवलं नाही, तर? ती परत खिडकीबाहेर पाहू लागली.

“दुसरं कोण? मी न् काका-काकी.”

रूपानं लगेच यशकडे बघितलं. का तिला हे ऐकून बरं वाटलं होतं? तिचं न् शैलेशचं आता काय नातं उरलं होतं? आणि शैलेश स्वतःच आता नव्हता. यश आपल्या वडिलांच्या आठवणीत गुरफटला होता. “माझे पप्पा डॉक्टर म्हणून जितके चांगले होते, तितकेच चांगला माणूस पण होते हं, मावशी. सगळ्यांना मदत करायचे. पेशंट्सची इतकी काळजी करायचे. साधारण स्थितीतला माणूस असला तर फी घेतच नसत. मला आठवतंय, मी लहान होतो, तेव्हा कधी कधी त्यांच्या लग्नाची गोष्ट निघायची; न् ते इतके चिडायचे! तेव्हाच मग त्यांनी मम्मीचं एक मोठं ऑईल पेंटिंग करवून घेऊन ते बेडरूममध्ये ठेवलं होतं. मुंबईच्या लेप्रसी हॉस्पीटल न् हेल्थ सेंटरमध्ये ते फुकट काम पण करायचे.”

रूपानं क्षीण आवाजात विचारलं, “त्यांचा– कशानं गेले ते?”

“फार अशक्त झाले होते. टी. बी. झाला होता ना! स्वतः डॉक्टर असून त्यांनी स्वतःची पुरती काळजी घेतली नाही. उजाडल्यापासून ते रात्रीपर्यंत खूप काम करायचे. खेड्यांमधून मेडिकल कॅम्प्स करायचे. बऱ्याचदा तर दोन-दोन दिवस त्यांची माझी भेटही व्हायची नाही.”

रूपानं ओठ घट्ट मिटून घेतले होते. नको विचारायला–काहीच नको विचारायला! जो धागा कापून टाकलाय, त्यानंच परत गुंडाळून कशाला घ्यायचं? आणि तरी, जीव गोळा करून यशचा शब्द न् शब्द ती ऐकत होती.

"तुझी आई-तुझ्या पप्पांवर चिडत असेल, हो ना?" मीरा बोलून तर गेली पण यशचा चेहरा बघून ओशाळली.

"चिडायला का प्रेम करायला, आई होतीच कुठे? मला तर आई आठवतच नाही. अन् कदाचित् ती जिवंत असती तरी पप्पांबरोबर भांडली असती का, याबद्दल मला शंकाच आहे. पप्पा कधीही मम्मीबद्दल बोलत नसत; पण त्या दोघांमध्ये अद्भुत प्रेम असणार. पप्पांच्या बेडरूममध्ये मम्मीचं मोठं ऑईल पेंटिंग होतं. पप्पांना त्या पेंटिंगकडे बघत राहिलेले, रडत असलेले मी चोरून पाहिले होते. समजायला लागल्यावर मला वाटायचं की पप्पा जणू सतत मम्मीच्या स्मृतीच्या सावटाखालीच जगत होते आणि जेव्हा त्या स्मृतींचं ओझं त्यांना सहन होईना तेव्हा खूप काम करून करून त्यांनी शेवटी स्वतःचा मृत्यू ओढवून–"

यशनं मान खाली घातली. रूपाला एक छाती फुटेलसा हुंदका आला. मीरानं जवळ येऊन रूपाच्या डोक्यावरून हात फिरवला.

"बघितलंत ना? माझ्या मावशीला तुम्ही रडवलंत. तिच्याच्यानं कोणाचं दुःख सहनच होत नाही, फार हळवी आहे. तुम्हाला काय ठाऊक, तुमच्या पप्पांसारखीच माझी मावशीसुद्धा किती ग्रेट आहे! कित्येक रोग्यांची त्यांनी किती सेवाचाकरी केलीय, त्यांना जिवंत राह्यला मनोबळ दिलंय!"

यशनं रूपाचा हात हातात घेऊन भावनावेगानं दाबला.

"माफ करा, माझ्या बोलण्यानं मी तुम्हाला त्रास दिला. पण तुम्हाला बघितलं न् तुमच्याजवळ मन मोकळं करून बोलावंसं फार फार वाटलं. तुमचा चेहरा, तुमचे डोळे मला का ओळखीचे वाटतात कोण जाणे! जणू तुम्हाला खूपदा खूप पाहिलंय!"

रूपाला मोठ्यांदा ओरडून सांगावंसं वाटलं की "बेटा, मी तुझी आई आहे, मी तुझी आई आहे–!"

यश तिचा होता, पण तरी तिचा नव्हता. मीरा न् किसन तिचे नव्हते; पण तिचे होते! नियतीचा हा काय खेळ होता? का हेच परम सत्य होतं?

३४

“पाहिलंत ना यश? काय सांगत होते मी तुम्हाला? घटकाभरातच माझ्या मावशीशी इतकं छान जमलं तुमचं, की कुणाला वाटेल तुमची खूप जुनी ओळख असेल!” रूपाच्या गळ्यात हात टाकत मीरा म्हणाली.

यशनं कान पकडले. “हां बाबा, हां! तुझी मावशी जादूगार आहे, बस?”

“ही काय बडबड चाललीय तुम्हा दोघांची?”

“अहो, कालपासून या मीराचं तुमच्याबद्दल सांगून संपत नव्हतं! म्हणून आत्ता मी उपम्यासाठी तुम्हाला थँक्स द्यायचं निमित्त करून आलो. म्हटलं बघावं तरी खरं की कशा आहात तुम्ही ते!”

मीरानं रूपाच्या गालावर गाल घासत म्हटलं “भाची तर आपली म्हणायची, मी लेकच आहे खरं म्हणजे तिची, होय ना मा?” यशचं तोंड जरा उतरलं. जणू चंद्रावर एक छोटासा ढगाचा तुकडा येऊन पुढे सरकला. “मी किती कमनशिबी आहे, नाही?”

“नाही रे यश! तुला उगीच वाटतंय आपलं. मारिया पण तुझ्यावर खूप प्रेम करत असेल, हो ना?”

“अरे? तुम्हाला त्यांचं नाव कसं ठाऊक?”

“मी-मी-मला-हां, या मीरानंच सांगितलं.”

“होय मावशी, मला खूप प्रेम मिळालंय, खूप लाड झालेत, माझ्या काकीनं मला आईची उणीव भासू दिली नाही, पण ते तर नंतर. पहिल्यांदा तर मी

आजीजवळ राहत होतो ना! माझा जन्म इथं बडोद्यातच झाला– पण मम्मी– गेल्यावर इथला बंगला विकून टाकून आम्ही मुंबईला निघून गेलो. तिथलं घरसुद्धा खूप मोठं आहे हं. मी न् आजी घरातल्या घरात लपंडाव खेळायचो. थोड्या वेळातच आजी तर थकून जायची. नंतर मग ती अंथरुणालाच खिळली. ब्रेस्ट कॅन्सर झाला होता तिला. त्या एवढ्या मोठ्या घरात मी एकटा एकटा फिरत राहयचा. मम्मीच्या पेंटिंगसमोर उभा राहून तास न् तास बघत राहायचा.''

''यश, का तुमचे कोणी मित्र नव्हते हो?''

''माहीत नाही. लहानपणापासूनच मी एकलकोंडा न् अबोल होतो. खूप कमी मित्र होते माझे. माझी आई असती तर मला असं करून दिलं असतं, तसं झालं असतं, आई असती तर– असं मनात सारा वेळ वाटत राहायचं!'' मग विषाद झाकून टाकायला यश उगीचच जरा मोठ्यानंच हसला न् म्हणाला, ''तेव्हा समजत नव्हतं, आज सायकॉलॉजीच्या भाषेत याला मी 'मदर ऑब्सेशन' म्हणतो!''

''आता तुमची कहाणी संपली असेल, तर माझ्या मावशीचे आभार मानायचे बाकी आहेत, ते मानणार का?''

''बापरे! किती विसराळू आहे मी!''

''मेहेरबानी करून विसराळूबरोबर आणखी एक शब्द पण जोडा. मूर्ख!'' ''हो हो, मूर्खही खराच!'' ''हुश्! कबूल केलंत ते बरं झालं!'' ''मीरा, का उगीच छळतेयस त्याला?'' यश म्हणाला, ''चांगलंय ना! माझ्याशी भांडायला, वादविवाद करायला कोणी नाहीये ना! मावशी, थॅंक्स फॉर द उपमा! खरं सागायचं, म्हणजे माझ्या काकांना इतका आवडला! जवळजवळ सगळ्यांच्या वाटचा उपमा त्यांनीच खाऊन टाकला! मला म्हणाले, खूप वर्षांनी रूपाभाभींसारखा उपमा खाल्ला आज!'' ''कोण रूपाभाभी?'' ''रूपा म्हणजे माझी आई. आई खूप छान स्वयंपाक करायची. काका सांगतात की ती गायची पण छान आणि सितार पण वाजवायची, मेंदी खूप छान काढायची. लहान गरीब लोकांना खूप मदत करायची, औषधं द्यायची. माझ्या काकांना मी सारखा आईबद्दल विचारायचा. ठाऊक आहे? मी तर माझ्या आईला कधी पाहिलंच नाहीये, तरी पण तिच्याबद्दल इतका विचार केलाय, रोज स्वप्नात पाहिलीय. की कदाचित् कधी देवाच्या मनात आलं न् ती समोर येऊन उभी राहिली, तर क्षणात मी ओळखेन तिला. पण–मी तिला कधीही बघणार नाही– कधीच नाही– अन् आता तर पप्पा पण–'' यशनं मस्तक खाली घातलं, तो चुपचाप अश्रू ढाळत होता.

रूपाला फार फार वाटलं की यशला ओढून घट्ट छातीशी कवटाळावा. मायेनं ऊर भरून आला. ती कशीबशी उठून बसली. मीरानं यशच्या जवळ जाऊन त्याच्या खांद्यावर हात ठेवला. ''तुमची मनःस्थिती समजू शकते मी. आपलं आयुष्य कसं जाईल, हे आपल्या हातात तर नाही ना? असतं, तर आज मी माझ्या बापूंना परत

नसते घेऊन आले? जिवंत माणसावरसुद्धा आपला अधिकार नसतो, हे मी स्वतः बघितलंय यश, मग जी हे जग सोडूनच गेली आहेत त्यांना कसं परत बोलवायचं?''

यश डोळे पुसून मंदसा हसला. ''तू मला मूर्ख म्हणाली होतीस ना? बघ ना, काय काहीतरीच बोलतोय मी! आलो होतो आभार मानायला, न्–''

''अरे यश! तुम्हाला नदीवर जायचं होतं ना? ते तर राहिलंच की! चला!''

''मी पण!'' करत किसन धावत आला. ''हो बाबा. हा पठ्ठा पहिला.'' यश उभा राहिला न् जाता जाता म्हणाला, ''तुम्ही आराम करा, मी येईन परत. मग आपण बरोबर नदीवर जाऊ या.''

मीरा न् किसन तर केव्हाच पुढे गेले होते. 'आवजो' म्हणत यशही गेला.

कुशीला वळून रूपा पडून राहिली. शैलेश आणि बनलताबेन दोघंही खूप दुःख भोगून शेवटी गेले होते. ज्यांच्याबद्दल तिच्या मनात इतका राग होता, त्यांच्या मृत्यूनं मनात का कालवाकालव होत होती? का– का मनात प्रसन्नता होती? कसली? यश भेटल्याची?

दिवस असाच गेला. थोडासा ताप यायचा मग खूप दरदरून घाम यायचा. मीरा किसनला घेऊन येता-जाता गेस्टहाऊसकडे पळायची. चंचलला घरी बोलावून रूपा स्वयंपाकासंबंधी सूचना द्यायची. भगूकडून स्वतःच्या खर्चानं तिनं शिधासामग्री मागवून घेतली होती. झरीना या साऱ्यानं खूप चिडली होती. रूपा मनातनं इतकी हेलावली होती, ती झरीनाला काय न् कसं सांगणार? सर्वस्व–सारा खजिना लुटला गेल्यावर ही एक बारीकशी हिरकणी सापडली होती; तिला ती सांभाळत होती. सगळ्या बाजूंनी निरखून पाहत होती न् तृप्त होत होती. बाकी तर काही नाही, पण या मिळालेल्या एवढ्याशा वेळातनं साऱ्या आयुष्याची तृप्ती मिळवून घ्यायची होती! यश, अनूप, मारिया निघून गेल्यावर तिच्या अस्तित्वाचा एक अंश नामशेष होणार होता. कदाचित् दुरून कधीतरी बघायला मिळेल, कदाचित् परत कधीच नाही!

सुधाबेन तिला भेटायला आल्या होत्या त्यांनी सांगितलं की पाहुण्यांनी त्यांच्या थोरल्या भावाच्या स्मृतिप्रीत्यर्थ खूप मोठी देणगी दिली होती. मारियानं अपंग, वृद्ध लोकांना कपडे वाटले होते.

सबंध दुपार मीरा बाहेर झाडाखाली खाट टाकून वाचत होती. ऊन उतरल्यावर कंटाळून ती घरात आली. रूपाला औषध दिलं, कपडे बदलले, केस विंचरून दिले.

''कसं आहे तुम्हाला आता?'' यशचा आवाज ऐकून रूपाला आनंद झाला. ''तुम्हाला डिस्टर्ब केलं का? ताप कसा आहे?''

''बरं आहे आता यश.''

''अरे वा! तुम्ही तर खूप छान दिसताय की. चला, आपण नदीवर जाऊ या? चालवेल तुम्हाला? का मी न् मीरा उचलून घेऊन जाऊ?'' ''नाही, नाही! तू हात

पकड ना, म्हणजे हळूहळू चालत येईन मी. एवढ्या तापाचं ते काय मोठंसं? मी तर-'' रूपा पुढे बोलली नाही.

तिघंही घराबाहेर पडली. आवार ओलांडून आश्रमाच्या मागच्या बाजूला नदीकाठी जायला उतार होता, तो उतरू लागली. अजून धूळ तापलेली होती, तिला उतरायला त्रास होत होता, पायात मधूनमधून लचक येत होती. यशच्या ते लक्षात आलं, ''तुम्हाला चालायला त्रास होतो, मावशी?'' ''कधी कधी!'' आता उतार संपला होता आणि नदीपर्यंत जाणाऱ्या पायवाटेवर धुळीबरोबर वाळूही होती. त्यात पाय रुतत होते. यशनं रूपाचा हात धरला होता. मीरा बरोबर होतीच. ''पायाला काही लागलं होतं तुमच्या?''

''ॲक्सिडेंट झाला होता-एक ट्रक-'' पाय रेतीत एकदम खोल गेला. जरा उभी राहून तिनं तो काढला न् परत चालू लागली. ''का थांबलात सांगता सांगता? मग काय झालं?''

''अरे! सूर्यास्त व्हायला आला की, वेळेवर आलो आपण.''

समोर नदीचं विशाल पात्र होतं. रूपा थकली होती.

पाण्याजवळ एका ओल्या खडकावर ती बसली. गोष्टीतल्या जादूनगरीत सोनेरी नदी वाहते, तसं नदीचं सगळं पात्र सूर्यास्ताच्या लाल रंगानं झगमगत होतं. यश मंत्रमुग्ध होऊन बघत राहिला. मग परत रूपाकडे वळून म्हणाला, ''तुम्हाला टाळाटाळ छान करता येते!''

मीरानं एक लहानशी शिंपली उचलून दूर पाण्यात फेकली.

''यश, मीसुद्धा खूपदा विचारते, पण कधीही मला त्यांच्या आयुष्याबद्दल सांगत नाहीत, त्या तुम्हाला कसल्या सांगतायत?''

''पप्पांना लेप्रसी पेशंटसबद्दल फार वाईट वाटायचं, त्याच विषयावरचे सेमिनार्स, मेडिकल कॅम्प्सना ते जायचे. सुट्टी असली तर कधी कधी मलाही घेऊन जायचे. मी स्वतःच्या डोळ्यांनी बघितलंय की घरातलेच लोक आपल्याच आजार झालेल्या नातलगापासून कसं तोंड फिरवतात ते!'' यश जरा उद्वेगानं म्हणाला, ''खरोखर असे लोक किती क्रूर न् विश्वासघातकी म्हटले पाहिजेत!''

रूपानं चेहरा झुकलेलाच ठेवून हातात मूठभर रेती उचलली. ''मी समजू शकतो मावशी, तुमच्या घरच्यांनी तुम्हाला धोका दिला असेल तेव्हा तुम्हाला किती दुःख झालं असेल, केवढा धक्का बसला असेल! मी तर बहादुरीचं पदक तुम्हाला दिलं असतं! खाली पडल्यावर कुठल्याही आधाराशिवाय उभं राहायचं, लंगडत लंगडत आपलं आपण आपल्या ध्येयापर्यंत पोचायचं, हे प्रचंड हिंमत अन् जिद्द असल्याशिवाय शक्यच नाही!''

रूपानं मूठ उघडली तशी रेती गळून गेली. एक अदृश्य अश्रू त्या रेतीत

मुकाट्यानं मिसळला.

"तुम्ही तर माणसांसारखं जगणाऱ्या लोकांचा हा स्वच्छ आश्रम बघितलाय यश. ज्या भयंकर नर्कागारासारख्या झोपड्यांमध्ये आम्ही भीक मागून जगत होतो"

"बस मीरा! आय कान्ट टेक इट् एनी मोअर! तुम्हाला बरं नाहीये ना मावशी, मुंबईला चला माझ्या घरी आराम करायला. मीराची परीक्षा झाल्यावर दोघीही चला."

रूपानं यशकडे बघितलं. त्याच्या स्वच्छ पारदर्शक डोळ्यांमध्ये सूर्याचे शेवटचे किरण चमकत होते. अग्निपरीक्षा सीतेनं एकदाच दिली होती, पण क्षणोक्षणी निखाऱ्यांवर पाय टाकत चालणाऱ्या सामान्य स्त्रीच्या वेदनांची कल्पना ईश्वर तरी करू शकेल?

"मी–कधीतरी जरूर येईन यश. सध्या आता इथं एक मोठा प्रॉजेक्ट सुरू होणार आहे, त्यात माझ्या वाट्याला काही काम आलेलं आहे."

"मला विसरून तर नाही ना जाणार?" "तुला कशी विसरू?" "मग वचन द्या की माझ्या घरी याल म्हणून? माझ्या काका न् काकींनाही खूप आनंद होईल. खूप सरळ स्वाभावाचे न् प्रेमळ आहेत. तुम्ही मला पत्र पाठवा केव्हा येताय ते, म्हणजे मी येऊन तुम्हाला घेऊन जाईन." "अन् मला नाही?" मीरानं गाल फुगवले! "का नाही? तुला पण! सारी मुंबई दाखवीन. चला, उठू या?"

सूर्य मावळला होता, पण प्रकाशाचे छोटे छोटे किरण अजून धुळीत चमकत होते. "उद्या सकाळी आम्ही परत जाऊ. कदाचित् जाण्यापूर्वी परत भेट होणार नाही म्हणून आत्ताच सांगतोय की तुमचं कोणीतरी आहे, एवढं लक्षात ठेवा. तुमचं एक घर आहे आणि कोणीतरी तिथं अधीरतेनं तुमची वाट बघतंय!"

अंधार पडायला लागला होता, चांदण्या झगमगायला लागल्या होत्या. रूपा हसून म्हणाली, "मीरा तर म्हणत होती, की तू खूप कमी बोलतोस म्हणून? आणि तू तर ट्रेनसारखं खाड्खाड् बोलतोयस! तू आत्ता जे म्हणालास ते कायम लक्षात ठेवीन यश."

"थँक्स. चला तुमच्या घरापर्यंत लवकर पोचलं पाहिजे. माझे काका न् काकी तुम्हाला भेटायला येणार आहेत. तुम्हाला बरं नसतानाही तुम्ही आमच्याकडे किती लक्ष दिलंत!"

चढ सुरू झाला होता आणि एखादं ओझं उचलावं तसं शरीर खेचावं लागत होतं. दूर कुठेतरी कुत्रे भुंकत होते. मीरानं कडेच्या झाडीतनं एक फांदी तोडून घेतली होती, कुत्रं बित्रं आलं भुंकत तर हाकलायला; आणि इकडे तिकडे बघत पुढे पुढे जात होती. अर्धा रस्ता आल्यावर रूपा म्हणाली, "तुम्ही दोघं जा, मी जरा ऑफिसात डोकावून येते."

"अरे? असं कसं?" मीरा फांदी उगारत म्हणाली, "आजारी आहात अन्

ऑफिसात जायचंय् काम करायला?"

"नाही गं. पटेलसाहेबांना एक निरोप पाठवायचा आहे. एक्स-रे मशिनबद्दल कळवायचंय्. बस, दरवाजातनंच सांगून उभ्या उभ्या, ही आलेच!"

"पण–" "जा ना बाबा! उगीच झरीनाला काळजी लागेल. मी आलेच पाठोपाठ." "बरं तर."

दोघं जरा भराभरा चालायला लागले. रूपा तिथंच थांबली थोड्याच वेळात घाईनं पळणाऱ्या पावलांचा आवाज आला, त्याचबरोबर मीराचं हसणं, मग आवाज बंद झाले. चालता-चालता रूपा दमली. आश्रमाचं आवार आलं होतं. घराकडे वळायच्या ऐवजी ती शक्य होईल तितक्या भराभरा चालत बाहेरच्या मुख्य दरवाजाकडे निघाली अन् आश्रमातनं बाहेर पडली. मोकळी शेतं, मग दाट झाडी. रस्त्याजवळचं लहानसं गेट उघडून ती मंदिराच्या आवारात आली. लांब पायवाट, दोन्ही बाजूंनी फुलझाडं. झाडांच्या वाफ्यांमधे पाणी सोडलेलं होतं. एकदम खूप गार वाटायला लागलं. पांढऱ्या संगमरवरी फरशीचं गोलाकार आवार, मग पायऱ्या न् मग राधाकृष्णांच्या सुंदर मूर्ती असलेलं मंदिर. अंधारातसुद्धा मूर्ती अंधूक दिसत होत्या. मूर्तीजवळची समई विझली होती तरी अंधूक प्रकाश होता. कसेबसे पाय ओढत रूपा पायऱ्या चढली न् मंदिराच्या कठड्यावर खांबाला टेकून बसली. चारी बाजूंना असलेली झाडी शांत, स्तब्ध होती. घरट्यांमध्ये परत फिरलेल्या पक्ष्यांचा थोडा थोडा किलबिलाट अजून हवेत होता. गुडघ्यांवर डोकं टेकून रूपा मुसमुसून रडू लागली. वेदनांच्या प्रचंड अग्नीत भाजून पोळून निघाल्यावरही हे अश्रू अजून शिल्लक होते? पाताळातनं पाणी निघावं तसे आज कसे एकदम ते आले होते?

शैलेश मरण पावला होता. अनूप, मारिया, यश, सगळी तिचीच आपली माणसं होती अन् तरी, तिचं कोणी नव्हतं! म्हणून हे अश्रू होते? तिला वाटायला लागलं होतं की ती आता निर्मोही झाली होती– पण म्हणजे मोहाचे हे धागे अजूनही तुटले नव्हते? शैलेश तिच्यासाठी झुरून झुरून मृत्यू पावला होता. ज्याच्यावर प्रेम केलं होतं, मग धिक्कार केला होता, त्याच्यात जीव गुंतलेलाच होता? आज-आज त्याला क्षमा करायची का रौरव नरकात पडायचा शाप द्यायचा? न्याय अन्यायाच्या तराजूत कसला काटा वापरत असतील?

अचानक हलकी पावलं वाजली. ती चमकली. जवळ येऊन कोणीसं उभं राहिल होतं. अगदी जवळ. तिनं एकदम मान वर करून बघितलं. डोळ्यातल्या आसवांमधे प्रतिबिंब पडलं. अनूप! ती उठू लागली, तशी अनूपनं खांद्यावर हात ठेवला.

"रूपाभाभी! नाकबूल करूच नका. तुम्ही रूपाभाभीच आहात, मला ठाऊक आहे!" रूपा! तिचं हरवलेलं नाव! पूर्वजन्मातला एक अंश. किती सुखद अनुभूती

होती! मुसळधार पावसात मातीचं घर कोसळावं तशा तिनं स्वतःभोवती उभ्या केलेल्या सगळ्या भिंती कोसळल्या होत्या. प्रतिकाराची शक्तीच उरली नव्हती. अनूपच्या छातीवर डोकं ठेवून ती आक्रोश करू लागली! अनूपचा हात पाठीवरून फिरत राहिला.

"रडून घ्या भाभी! खूप रडून घ्या. छातीत कोंडून ठेवलेल्या साऱ्या अश्रूंना वाट करून द्या." आपल्या ओंजळीत रूपाचा चेहेरा धरून तो म्हणाला, "तुमच्या अनूपचं वचन आहे भाभी, आजनंतर एकही अश्रू तुमच्या डोळ्यांत येऊ देणार नाही!"

शांत झाडीत लांब कुठेतरी एक कुठलासा पक्षी काहीसं बोलला. अनूपनं रूपाचा हात पकडून तिला परत कठड्यावर बसवली.

"घरून पळून गेल्यावर मी न् मारिया खूप अरब देशांमध्ये फिरलो, पैसे मिळवले, पण तुमची सगळ्यांची सारखी आठवण यायची. आणि जेव्हा घरी परत फिरलो तेव्हा समजलं की सगळं उद्ध्वस्त झालं होतं! तुम्ही आणि मम्मी मृत्यू पावला होतात. दादाची स्थिती बघून मला धक्काच बसला. आपलं सगळ्यांचं घरटं उजाड होऊन गेलं होतं, यात दोष माझा होता भाभी. मी डरपोकसारखा पळून गेलो होतो."

"नाही रे अनूप!" "होय भाभी. दादा तर मला बघून वेडापिसा झाला. मारियाला म्हणाला, तूच आता यशची आई! भाभी, आठवतं यश जन्मला तेव्हां मी म्हटलं होतं, की यश मला देऊन टाका, तो माझा मुलगा! ते गमतीनं बोललेलं अशा रीतीनं खरं होणार होतं असं कधी वाटलं होतं? आम्हाला मूलबाळ नव्हतं. बाळासाठी झुरून मारियाचं जीवन शुष्क होत चाललं होतं. यश मिळाला, तशी ती दोघंही परत उमलून आली."

"आणि माझ्याबद्दल खरं काय ते तुम्हाला कधी समजलंच नाही?"

"जेव्हा दादाला जाणवलं की तो आता फार जगणार नाही, तेव्हा एका रात्री खूप उशिरापर्यंत बाल्कनीत बसून, काहीही आडपडदा न ठेवता त्यानं मला सगळं सांगितलं. मी रागानं जणू आंधळा झालो. वाटलं, या लेच्यापेच्या माणसाला उचलून खाली फेकून द्यावा! पण दुसऱ्याच क्षणी लक्षात आलं, त्याला भित्रा म्हणायचा मला काय अधिकार होता? आणि नाहीतरी त्याच्या स्वभावातला तो दुबळेपणा आपल्याला ठाऊकच होता ना? भाभी, त्या क्षणी पहिल्या प्रथम मला समजलं, की आपल्या माणसाला, ते जसं असेल तसं स्वीकारावं लागतं, आपल्या कल्पनेतल्या मूर्तीसारखं त्याला घडवता येत नाही!"

आता चांगलाच अंधार पडला होता. रूपानं देवासमोरचा दिवा न् उदबत्ती लावली. गर्भागारात शांत, शीतल प्रकाश पडला. लांबवर लागलेले दिवे लुकलुकत होते. रूपानं वर बघितलं. तिच्या भावानं खूप खूप वर्षांपूर्वी तिला सांगितलं होतं की

तिची आई आकाशात चांदणी होऊन गेली होती. आज आईच्या चांदणीजवळ आणखी एक चांदणी लुकलुकत होती!

"आणि तेव्हापासून मी तुम्हाला खूप खूप शोधलं भाभी. व्रतं, वैकल्यं, उपास, नवस हेही सगळं केलं! पण इथे आल्यापासून जाणवत होतं तुमचं अस्तित्व. माझ्या प्रत्येक बारीक सारीक आवडी-निवडीची कोणीतरी काळजीपूर्वक आठवण ठेवत होतं. मला तुमच्याशिवाय इतकं कोण ओळखणार? काल रात्री मी तुम्हाला दुरून बघितलं आणि आज यशबरोबर निरोप पाठवला. पण मला खात्री होती की घरी तुम्ही मला नाहीच भेटणार!" अनूपनं रूपाचे दोन्ही हात पकडले. "घरी चला भाभी!"

"अनूप-मी-" अनूपचा आवाज दाटून आला. रूपाचे दोन्ही पंजे आपल्या गालांवर दाबत तो आवेगानं म्हणाला, "भाभी, तुम्हाला तर ठाऊक आहे माझ्या आईपेक्षाही जास्त मला तुमच्याबद्दल वाटतं! कित्येक वर्षांपूर्वी जे तुमचं होतं आणि तुमच्याकडून हिसकावून घेतलं गेलं होतं, ते सगळं मी तुम्हाला परत देणार आहे. मी तुम्हाला सगळं देऊ शकेन, पण तुमची मातीमोल झालेली आयुष्यातली वर्षं– तुम्ही भोगलेलं दुःख–"

"अरे! माझा मिलिटरीमॅन असा रडतो का कधी? इतका वेळ माझं सांत्वन तू करत होतास ना?" अनूपच्या गालांवर हात फिरवत रूपा म्हणाली.

"हे तर आनंदाश्रू आहेत भाभी! तुम्हाला ठाऊक नाही मी किती नास्तिक होतो? पण तुमच्यासाठी व्रतं, उपास, नवससुद्धा केले आणि ईश्वरावर श्रद्धा ठेवली. अन् आज बघा ना, माझी श्रद्धा फळाला आली, तीही इथं मंदिरात, देवाच्या समोर! घरी चला भाभी, आत्ताच, या क्षणी!"

ओहो! केवढं सुख अचानक मिळालं होतं! ज्यासाठी ती सतत झुरत होती ते आयुष्य तिच्या तळहातावर शिंपल्यातल्या खऱ्या मोत्यासारखं चमचमत होतं! मग? खरोखरच का हे इथलं सगळं सोडून तिनं जायचं होतं? झरीना आणि किसन, ताराबाई अन् हरीश, मंगू न् सुशी. आणि रोज नदीच्या प्रवाहात तरंगत वाहत येणाऱ्या सडलेल्या पालापाचोळ्यासारखा, निरंतर येत राहाणारा रोग्यांचा प्रवाह– या सगळ्यांकडे पाठ फिरवून तिनं पूर्वजन्मात परत जायचं होतं? जिनं आता एवढी विशाल दुनिया बघितली होती ती आता लहानशा घराच्या चार भिंतींमध्ये जगू शकेल?

"का बोलत नाही भाभी? जगाला बघू देत, की जशी आपल्या माणसांना इथं फेकून जाणारी माणसं आहेत, तशी त्यांना घरी परत घेऊन जाणारीही माणसं असतात."

रूपा अनूपजवळून दूर होऊन कठड्यापाशी आली आणि समोरच्या झाडीकडे

पाहत राहिली. मग अनूपकडे वळून शांत, मृदू स्वरातच म्हणाली, "तुझं म्हणणं खरं आहे अनूप, पण मी नाही येऊ शकणार!"

अनूप विव्हळ होऊन परत तिच्याजवळ आला. रूपाचे खांदे पकडून त्यानं जोरात हलवलेन् "का भाभी? काहीतरी काय बोलताय तुम्ही? तुम्हाला–"

रूपानं हसून त्याच्या तोंडावर हात ठेवला. "शपथ घालू नको. मला काय म्हणायचंय ते नीट समजावून घ्यायचा प्रयत्न कर. आयुष्याला हार जाऊन जे रोगी इथे येतात, त्यांच्या मनांच्या जखमाही बऱ्या करायच्या असतात. माझा हात कोणीतरी पकडून मला धीर दिला होता, आता मला दुसऱ्यांना हात द्यायचा आहे. एका दिव्यानं दुसरा दिवा पेटवता येतो अनूप."

अनूपला हुंदका आवरला नाही. झाडीच्या बाजूनं जोराचा वारा आला, दिव्याची ज्योत फडफडली. "पण तुमचा मुलगा, तुमचं आयुष्य–"

"आणि तू हा विचार केलायस्, की यशचं काय? स्वतःच्या मृत आईच्या मंगल मूर्तीच्या कल्पनेवर त्याचं खूप प्रेम आहे, पण त्याच्या मनात त्याच्या पित्याची एक अनुपम छबी आहे. त्याला जेव्हा समजेल की पित्यानं आईला क्रूरपणानं हाकलून दिली, नरकासारख्या झोपडपट्टीतली भिकारीण बनवली, तेव्हा त्याच्या मनात त्याच्या पित्याबद्दल घृणा, तिरस्कार उत्पन्न होईल. मानवी संबंधावरचा, प्रेमावरचा त्याचा विश्वास उडून जाईल अनूप!"

अनूप उखडला. "मग? म्हणून काय झालं? तो समोर असतानाही तुम्ही त्याला छातीशी धरू शकणार नाही?"

रूपा म्लानसं हसली. "भाऊजी आमचे अजून तस्सेच उतावळे आहेत! अधीर, आणि तरी सत्यनिष्ठ, कुठलाही संबंध लेबल लावलं तरच सिद्ध होतो का अनूप? तसं असतं, तर घरच्यांनी हाकलून दिलेल्या इतक्या माणसांची इथं गर्दी झालीच नसती! मी तर सावित्री म्हणून राहूनही यशचं प्रेम मिळवलंच आहे अनूप!"

अनूप पडलेल्या चेहेऱ्यानं मट्दिशी पायऱ्यांवर बसला. तिथली गाढ शांतता हृदयात भरून घेत असेल तसा दीर्घ श्वास घेत मग तो म्हणाला, "भाभी, तुम्ही ज्या दुनियेशी मुकाबला करून जगलात, त्याच्या दुरून ओझरत्या दर्शनानंही माझा थरकाप होतोय्. जगाच्या या मंथनात विष अन् अमृत दोन्ही निघतं, पण मला दोन्हीही पचवता नाही येणार!"

रूपा त्याच्या जवळ पायरीवर बसली. "पण मला तर त्याच मंथनामधून तुम्हाला अमृत द्यायचं आहे अनूप. अनूप, माझी एक अतिमूल्यवान् ठेव तुम्हाला सोपवणार आहे मी." अनूपनं चमकून वर बघितलं. "बोला! हुकूम करा भाभी!"

"माझ्या मीराला घेऊन जा अनूप. मारिया तिलाही यशसारखी पोटाशी धरेल, हे ठाऊक आहे मला."

अनूपनं रूपाचा हात हातात घेऊन आपल्या मस्तकावर ठेवला. ''या मंदिरातल्या मूर्तीच्या साक्षीनं भाभी! मीरा तर बघताक्षणीच आम्हाला आवडली होती. पण तिला मागणार कशी? तुम्ही त्या अनाथ मुलीला किती प्रेमानं आपलीशी करून वाढवली आहे, ते माहीत आहे मला.''

अनूप उभा राहिला अन् त्यानं रूपाच्या पायांना हात लावून नमस्कार केला. ''तुम्ही आज मला कृतकृत्य केलंत भाभी. तुमची झोळी रिकामी करून तुम्ही मला सगळं देऊन टाकलंत आणि तरी तुम्हाला कोण गरीब म्हणू शकेल? तुमचं मन सदैव श्रीमंतच आहे!''

रूपानं अनूपला उठवलं आणि मूर्तीकडे बघत म्हणाली, ''मी तुझ्याकडून एका तरी चमत्काराची आशा केली होती ना? याहून मोठा चमत्कार कोणता होऊ शकेल देवा?''

''पण भाभी तुम्ही? तुम्ही केव्हा याल?''

दुरून झांजांचा आवाज आला. एकतारीची गुंज निःशब्द शांततेत हवेच्या पंखांवरून सुगंध यावा तशी ऐकू आली. रूपानं मृदू स्वरात म्हटलं, ''येईन ना! या पृथ्वीच्या दूरवरच्या कुठल्यातरी कोपऱ्यात का होईना, आपलं असं एक घर आहे आणि तिथं आपली कोणीतरी वाट बघतंय् याहून मोठं सद्भाग्य दुसरं काय असू शकणार?''

रूपा उठली न् पायऱ्या उतरली, ''चल अनूप, मीरा न् यश आपल्याला शोधत असतील, जाऊ या?''

अनूपनं रूपाकडं पाहिलं आणि ती दोघं चालू लागली....

❖